वीरभरारी

१९७१ मध्ये युद्धकैदी बनलेल्या
भारतीय हवाई दल अधिकाऱ्याने पाकच्या तुरुंगातून
करून घेतलेल्या सुटकेची थरारक सत्यकथा.

डॉ. मीना शेटे - संभू

VISHWAKARMA PUBLICATIONS
VP™

वीरभरारी

प्रथमावृत्ती- एप्रिल २०१६

ISBN 978-93-85665-17-2

प्रकाशक
विश्वकर्मा पब्लिकेशन्स
२८३, बुधवार पेठ, सिटी पोस्टाजवळ, पुणे ४११००२.
दूरध्वनी: +९१-२०-२०२६११५७ / २४४४८९८९
ई मेल: info@vpindia.co.in
वेबसाईट : www.vpindia.co.in

मुखपृष्ठ व अक्षरजुळणी
चैताली नाचणेकर - विश्वकर्मा पब्लिकेशन्स

छपाई
रेप्रो इंडिया, लि., मुंबई,

₹ ३७५

मनोगत

ग्रुप कॅप्टन (निवृत्त) दिलीप परुळकर यांच्याविषयी लिहिण्याचा अनुभव हा खरोखरच एक प्रसन्न अनुभव होता. त्यांचे मनमोकळे, धाडसी, देशप्रेमी व्यक्तिमत्त्व नेमक्या शब्दांत पकडणे तसे अवघड होते. बालपणासह संपूर्ण आयुष्य आकर्षक असले तरी असे जीवन ताकदीने पेलण्यासाठीही एक प्रकारचे भान असण्याची गरज असते. श्री. परुळकर यांच्याबरोबर बोलताना ते ज्या सहजतेने जगत आले आहेत त्याचे आश्चर्य वाटल्याखेरीज रहात नाही. आयुष्यातील इतर सुंदर अनुभवांबरोबरच हवाई दलातील जिवावरचे प्रसंगही त्यांनी तेवढ्याच सहजतेने झेलले आहेत. उत्कट देशप्रेम आणि परखडपणा हे त्यांच्या व्यक्तिमत्त्वाची वैशिष्ट्ये असली तरीही त्यामुळे त्यांच्या स्वभावात कुठेही अतिशिस्त, कडकपणा, कठोरपणा आलेला नाही. लष्करी बाणा म्हटल्यावर जी कडक शिस्तीची व्यक्ती समोर येते, त्याच्याशी त्यांचे कसलेच साधर्म्य जाणवत नाही. मिश्लिकपणा, तडफदारपणा आणि त्याचबरोबर सर्वांशीच अनौपचारिक, आपुलकीचे, मैत्रीपूर्ण वागणे यांचा दुर्मीळ संगम असलेल्या मोजक्याच व्यक्तिमत्त्वांमध्ये त्यांचा समावेश होतो.

१९७१ च्या पाकबरोबरच्या लढाईच्या वेळी ते पाकिस्तानमध्ये पकडले गेले. परंतु त्यांनी युध्दकैद्याच्या कर्तव्याचा विसर स्वतःला पडू दिला नाही. म्हणूनच हर प्रयत्नाने त्यांनी तिथून सुटका करण्याचे ठरवले. तशी त्यांनी आपली आणि आपल्याबरोबरच आपल्या दोघा मित्रांचीही सुटका करून घेतली. परंतु केवळ चार किलोमीटरवर सीमा असताना आणि यश अगदी १०-१५ मिनिटांच्या अंतरावर असताना बांगला देशी नागरिक म्हणून ते पकडले गेले. मात्र म्हणून या प्रयत्नाचे मोल कमी होत नाही, कारण पाकिस्तानी अधिकाऱ्यांना त्यांनी स्वतः कळवेपर्यंत ते छावणीतून पळाल्याचे समजलेच नव्हते. त्यामुळे या प्रयत्नाने पाकिस्तानची भरपूर नाचक्की झाली होती आणि जाज्वल्य भारतीय अस्मितेची प्रचितीही त्यांना आली होती.

दिलीप परुळकर यांची कहाणी ऐकताना धाडस, धडाडी, आत्मविश्वास, सकारात्मकता म्हणजे काय हे लक्षात येते. मला या पुस्तकात ते किती प्रमाणात उतरवता आले आहे ते वाचकांनी ठरवायचे आहे. मी माझ्याकडून प्रामाणिक प्रयत्न केले आहेत. परंतु तरीही काही त्रुटी राहिल्या असतील, तर त्या माझ्या आहेत. श्री. परुळकर यांनी आपले अनुभव अगदी स्पष्टपणे, कोणताही आडपडदा न ठेवता सांगितले. त्यातील सर्व भाग सत्य असल्याचे सांगताना त्यावेळी उपस्थित असलेल्या कित्येक जीवित व्यक्तींचे दाखले त्यांनी दिले. मात्र प्रामाणिकपणे, सत्यकथन करताना कदाचित आत्मस्तुती होईल या भीतीपोटी त्यांचा विनयशीलपणा काही ठिकाणी आड आल्यासारखे वाटले. त्यामुळे त्यांच्या धाडसीपणाचा आणि शौर्याचा जेवढा भाग आला आहे, त्याहूनही काकणभर अधिकच धाडस आणि शौर्य येणे आवश्यक होते, असे वाटल्यावाचून रहात नाही.

पुस्तकाचा हेतू हा फक्त एका धाडसी, देशप्रेमी सेनानीचा प्रेरणादायी प्रवास मांडणे एवढाच आहे. तरुणांनी हवाई दलाकडे वळावे अशीही श्री. परुळकर यांची जबरदस्त इच्छा आहे. त्यांचा तो हेतूही काही अंशी पूर्ण व्हावा, हाही या पुस्तकामागचा एक हेतू आहे. या धाडसी व्यक्तिमत्त्वाची जडणघडण कशी झाली ही गोष्टही रोचक असल्याने त्यांची थोडक्यात जीवनकथा दिली आहे. हे पुस्तक वाचून किमान काही तरुणांना जरी हवाई दलाकडे वळण्याची स्फूर्ती मिळाली, तरी पुस्तकाचा हेतू सफल होईल.

- डॉ. मीना शेटे-संभू

माझ्या पाकमधून सुटकेच्या प्रयत्नांवर मी पुस्तक लिहावे, अशी माझे वडील, (कै.) प्रो. कमलाकर केशव परुळकर यांची फार इच्छा होती. त्यांच्या हयातीत ते शक्य झाले नाही. परंतु आता त्याच विषयावरचे हे पुस्तक प्रसिद्ध होत आहे. या पुस्तकातील माहिती मी सांगितलेल्या कथनावर आधारित आहे. म्हणून माझ्या वडलांच्या स्मृतीस मी ती अर्पण करत आहे.

- ग्रुप कॅप्टन (निवृत्त) दिलीप परुळकर.

प्रस्तावना

अनादि मी, अनंत मी, अवध्य मी भला,
मारील रिपु जगती असा कवण जन्मला।।
(स्वातंत्र्यवीर वि. दा. सावरकर)

कल्पना करा, की सन १९७१ मध्ये युद्धकैदी झालेल्या भारतीय वायुसेनेच्या अधिकाऱ्यांपैकी तीन साहसी वीर कँपमधून भिंतीला भगदाड पाडून, बाहेरचे कुंपण ओलांडून मुक्तीच्या शोधात आपले प्राण मुठीत धरून शत्रूच्या प्रदेशातून प्रवास करतात. या चित्तथरारक प्रवासात अटकेपार कूच करून खैबर खिंडही ओलांडून ते अफगाण सीमेजवळ पोहचतात. सुटकेसाठी केवळ पंधरा-वीस मिनिटांचे अंतर उरलेले असताना त्यांचे परकी दिसणे त्यांना दगा देते आणि ते पकडले जातात. अशा वेळी बघ्यांच्या गर्दीतील एका दुय्यम दर्जाच्या अधिकाऱ्याच्या चौकशीमुळे त्यांना कोठडीत टाकले जाते आणि कनिष्ठ दर्जाच्या, दुय्यम अधिकाऱ्याच्या शब्दावर त्यांचे मरण अटकळून असते. अशा वेळी कोणीही भयभीत होईल; आणि त्याची विचारशक्ती गोठून जाईल. पण त्यांच्यातील एक जण प्रसंगावधानाने आणि परिस्थितीजन्य बाबींचा विचार करून आपले व आपल्या सहकाऱ्यांचे प्राण वाचवतो. तो शूर वीर म्हणजे दिलीप कमलाकर परुळकर. हे सगळे कसे घडून आले याचे उत्कंठावर्धक वर्णन या उत्कृष्ट पुस्तकात दिले गेले आहे.

ग्रुप कॅप्टन (निवृत्त) दिलीप कमलाकर परुळकर हे वायुसेना पदक आणि विशिष्ट सेवा पदक विजेते आहेत. त्यांची व माझी ओळख आणि मैत्री एक जानेवारी, १९५९ पासूनची आहे. त्या दिवशी नॅशनल डिफेन्स अकॅडेमी (एन. डी.ए.) खडकवासला येथे आमचा २१ वा कोर्स सुरू झाला. दिलीप आणि मी इतरांसह 'बी' स्क्वॉड्रनमध्ये नियुक्त झालो व पुढची तीन वर्षे आम्ही सर्व

जण 'पास आऊट' होईपर्यंत एकत्र वाढलो, शिकलो, खेळलो, भांडलो आणि आम्हा सर्वांची दृढ मैत्री झाली. ती आजही कायम आहे.

मुलाचे पाय पाळण्यात दिसतात. दिलीपचे साहस, धडाडी तेव्हाही दिसून येत होती. त्याला फक्त एकच वेड होते. आकाशात भरारी घ्यायची आणि फायटर पायलट बनायचे. त्याने आपल्या त्या स्वप्नाची पूर्तता केली. एन.डी.ए.मध्ये मुष्टियुद्धात संघाचे नेतृत्त्व करून स्क्वॉड्रनला विजय मिळवून देण्यापासून त्याने आपल्या साहसी जीवनाची सुरुवात केली. १९६५ च्या युद्धात जखमी झाल्यानंतर कौशल्याने स्वतःला आणि अपघातग्रस्त विमानाला त्याने सुखरूप परत आणले. १९७१ मध्ये युद्धकैदी झाल्यानंतर त्याने प्रशिक्षणाप्रमाणे आणि कर्तव्यानुसार पराकाष्ठेने तुरुंगातून सुटका करून घेतली. असे शौर्य, सेनादलात आणि सर्व सैनिकांमध्येही क्वचितच आढळते. लेखिकेने त्याचे उत्तम वर्णन केले आहे.

शौर्याची व्याख्या करता येत नाही. पण दिलीप परुळकर यांचे जीवन व वायुसेनेतील अनुभव यांतून शौर्य म्हणजे काय हे स्पष्टपणे समोर येते. स्वभावाने मनमिळावू, निर्व्यसनी असलेल्या दिलीप परुळकरांना असंख्य मित्र आहेत आणि त्यांचा आपल्या कुटुंबीयांवर जीव आहे. त्यांची जीवनकथा स्फूर्तिदायक आहे, हे वाचकांच्या लक्षात येईलच.

दिलीप 'मराठी माणूस' आहेत, ही आपल्या दृष्टीने अभिमानास्पद गोष्ट आहे. पण फक्त महाराष्ट्रासाठीच नव्हे; तर सबंध भारतासाठीच दिलीप परुळकर हे शौर्याचे प्रतीक आहेत, ही गोष्ट आपल्याला विसरता येणार नाही. आज प्रत्येक गावात, देशाच्या कोनाकोपऱ्यात अनेक 'दिलीप' जन्माला येत आहेत, वावरत आहेत आणि वेळ पडल्यास देशासाठी प्राण देण्यासही तत्पर आहेत. म्हणूनच आपला भारत महान आहे.

जय हिंद.

रवींद्र रामराव पळसोकर,
ब्रिगेडियर (निवृत्त)

अनुक्रमणिका

‘डॅड, मी फायटर पायलटच होणार!’ वडलांना ठामपणे आपला निश्चय सांगणाऱ्या छोट्या दिलीपच्या तोंडून नियतीच तर बोलत नव्हती ना?

प्रकरण १.

'मी फायटर पायलटच बनणार'

ग्रुप कॅप्टन (निवृत्त) दिलीप परुळकर. एक उमदे, प्रसन्न व्यक्तिमत्त्व. वय वर्षे ७३. परंतु ओसंडून वाहणारा उत्साह, खळखळून बाहेर पडणारे उत्स्फूर्त हास्य, बोलता बोलता विनोदाची पखरण करत मिश्किल निवेदन करण्याची शैली आणि निखालस सत्य सांगताना स्वतःची झालेली फजितीही तेवढ्याच प्रांजळपणे सांगण्याची ढब या सगळ्या गोष्टींमुळे ७३ मधली ४०-५० वर्षे केव्हाच गायब होतात. मग समोर बसलेला २५-३० वर्षांचा तरुण तरुणाईच्या भरात गप्पा मारू लागतो आणि साकारत जाते एक सुंदर, लोभसवाणे आयुष्य. या आयुष्याने या व्यक्तिमत्त्वाला भारदस्त बनवले आहे; परंतु कधीच वृद्ध तर सोडाच; परंतु प्रौढही बनू दिलेले नाही. त्यामुळे सहजगत्याच ते म्हणून जातात, ''अजूनही हातात फायटर प्लेन आले, तर मी त्याच उमेदीने ते चालवेन आणि शत्रूवर चाल करून जाईन.''... आणि खरोखरच तशी संधी त्यांना मिळाली तर ते तसेच करतील, याविषयी ऐकणाऱ्याच्या मनातही तिळमात्र शंका उरत नाही.

१९७१ च्या युद्धात भारतीय हवाई दलातील काही जवान पाकिस्तानात युद्धकैदी म्हणून पकडले गेले होते. त्यावेळी दिलीपही पकडले गेले होते. ते कसे पकडले गेले होते, नेमके काय घडले होते ही सगळी रोमहर्षक कथा आपण पुढे वाचणारच आहोत. त्या युद्धात भारत जेते राष्ट्र होते. युद्धकैद्यांना चांगली वर्तणूक देण्याची परंपरा भारताने आधीच्या युद्धाच्या वेळी निर्माण केली होती. त्यामुळे पाकिस्तानातही युद्धकैद्यांचा छळ वगैरे केला जात

नव्हता. परंतु भारतात आपण अद्याप 'मिसिंग' आहोत की युद्धकैदी असल्याचे माहिती आहे, याची कल्पना अनेकांना नव्हती. शिवाय 'युद्धकैदी' या शब्दातच सगळ्या भयावह शक्यता गृहीत धरलेल्या असतात. त्यामुळे रोजचा दिवस आनंदात घालवता आला तरी मनातील धाकधूक कमी होत नाही. कधी नशीबाचा फासा उलटा पडेल आणि एखादी गोळी आपला एकदम वेध घेऊन जाईल, याचा अंदाज नसतो. कोणी सांगावे; राजनैतिक संबंधांमध्ये काही वितुष्ट आले तर? 'आजचा दिवस आपला, उद्याचा कोणी पाहिलाय?' असे सर्वसामान्य लोक म्हणतात. परंतु युद्धकैदी फक्त 'हा क्षण आपला, पुढचा कोणी पाहिलाय?' असे म्हणण्यावर विश्वास ठेवतात. अशा परिस्थितीत शत्रूच्या मर्जीवर खितपत राहणे दिलीपना मान्य नव्हते. आपण पकडले गेलो आहोत. परंतु तिथून सुटका करून घेणे हे आपले कर्तव्य आहे हा विचार त्यांच्या मनात पक्का झाला होता. हवाई दलात त्यांची 'हिरो' असण्याची प्रतिमा एवढी ठामपणे रुजलेली होती, की 'दिलीप तिथे जास्त काळ राहणारच नाही,' असा विश्वास अनेकांनी व्यक्त केला होता.

अगदी अलीकडे, दिल्लीत एक समारंभ झाला. त्यावेळी याची प्रचिती आली. त्यांना ज्युनिअर असलेले आणि नंतर एअर चीफ मार्शल झालेले शशी त्यागी त्या समारंभात आले होते. दिलीप आपल्या इतर मित्रांबरोबर गप्पा मारत असताना अचानकच पाठीमागून त्यांच्या कानांवर हाक आली, ''हेऽऽ दिलीप, हाऊ आर यू?'' त्यांनी मागे वळून पाहिले. समोर श्री. त्यागी होते. ते इतरांना म्हणाले, ''हे दिलीप. दिलीप परुळकर. १९७१ च्या युद्धातील हिरो. ते पकडले गेले होते, तेव्हाच आम्हाला वाटले होते, की दिलीप तिथे खितपत राहणार नाही. दिलीप नक्कीच तिथून सुटका करून घेऊन परत येईल.'' या सर्वांचा विश्वास दिलीप यांनी सार्थ ठरवला होता. हवाई दलाचा हा हिरो पाकिस्तानच्या तुरुंगातून स्वतःची आणि स्वतःबरोबरच आपल्या आणखी दोन सहकारी अधिकाऱ्यांची सुटका करून घेण्यात यशस्वी ठरला होता. त्यांनी तुरुंगातून सुटका तर करून घेतलीच होती; परंतु त्यानंतरचा त्यांचा सीमेपर्यंतचा प्रवासही झाला होता. मात्र सीमेजवळ असतानाच ते पकडले गेले आणि पुन्हा त्यांची रवानगी तुरुंगात झाली. त्या चित्तथरारक प्रसंगी वास्तविक, त्यांच्या जिवावरच बेतले होते. आपल्याबरोबरच्या आपल्या सहकाऱ्यांचे जीवही आपल्यामुळे धोक्यात आले आहेत याची प्रखर जाणीव त्यांच्या मनात होती.

क्षण-दोन क्षणाचीच उसंत होती. त्यानंतर काहीही होऊ शकत होते. आयुष्य चकवा देऊन कायमचेच हातातून निसटून जाण्याची वेळ आलेली होती. आणि नेहमीप्रमाणेच दिलीप यांच्या प्रसंगावधानाने त्यांना जोरदार साथ दिली. त्यांची विचारशक्ती प्रचंड वेगाने काम करू लागली. क्षणातच निर्णय घेऊन त्यांनी एक योजना आखली.

हे सारे कसे घडले होते? केवळ आपल्या सहकाऱ्यांचे प्राण वाचवणे एवढ्या एकाच ध्येयाने पछाडून जात जिवाच्या आकांताने केलेल्या प्रयत्नांतून ते सारे घडून आले होते आणि चमत्कार घडला होता. शत्रू पक्षाच्याच अधिकाऱ्याच्या साहाय्याने ते पुन्हा एकदा शत्रूच्या छावणीत परतले होते. परंतु नंतर काय घडणार होते? त्यांनी पलायन केल्यामुळे कोणता परिणाम घडून आला होता? कोणते निर्णय झाले होते? तिथे गेल्यावर चौकशा करून गोळ्या घातल्या जाणार होत्या का? कडक पाहरे बसवले जाणार होते का? अनन्वित छळ केला जाणार होता का? आणि त्यातूनही भारताच्या भूमीचे दर्शन पुन्हा कधीतरी घडणार होते का? आपले प्रिय जिवलग पुन्हा कधीतरी नजरेला पडणार होते का? प्रश्न..प्रश्न...आणि प्रश्न! असंख्य प्रश्नांचे मोहोळ मनात होते. परंतु एकाच गोष्टीचा आनंद निर्विवादपणे त्यांच्या मनात दाटून आला होता, तो म्हणजे 'मी माझ्या मित्रांचे प्राण वाचवले आणि हो, माझे स्वतःचेही प्राण वाचवले. शरणागतासारखा तसाच तुरुंगात खितपत राहिलो नाही, निदान कोंडी फोडण्याचा प्रयत्न केला.' त्यांची ही शौर्यगाथा खरोखरच स्फूर्तिदायक आहे. युद्धकैदी म्हणून पकडले गेल्यानंतर पाकिस्तानचा तुरुंग फोडून बाहेर पडण्याची हिंमत दाखवलेले ते आणि त्यांचे इतर दोन सहकारी हे भारतीय हवाई दलातील पहिले आणि आजतागायत तरी एकमेव शूरवीर आहेत.

धाडस, चिकाटी, प्रसंगावधान या सर्वांबरोबरच त्यांना लाभलेली अत्यंत महत्त्वाची देणगी आहे ती जबरदस्त आत्मविश्वासाची! या आत्मविश्वासाच्या बळावर त्यांनी सुरुवातीपासूनच चकित करणाऱ्या अनेक गोष्टी केल्या आहेत.

प्रत्येक व्यक्तीला त्याच्या जडणघडणीच्या काळात मिळणाऱ्या प्रोत्साहनातून, आजूबाजूच्या परिस्थितीतून आणि आपल्या बालपणीच्या काळात लाभणाऱ्या व्यक्तींच्या सहवासातून आयुष्यभरासाठीच्या गुणावगुणांची शिदोरी मिळत असते. दिलीप त्याबाबतीत भाग्यवान होते. त्यांचे बालपणही खरोखरच 'रम्य

ते बालपण' म्हणावे एवढे सुंदर होते. मात्र त्यांच्यासारखेच सुंदर बालपण वाट्याला आलेले इतरही लोक असू शकतात. परंतु म्हणून सगळेच 'धाडसी, आत्मविश्वासू ग्रुप कॅप्टन किंवा तत्सम अधिकारी', 'सहकाऱ्यांचे सच्चे, विश्वासू मित्र आणि 'सकारात्मक विचारसरणीने आयुष्य जगणारी व्यक्ती' बनत नाहीत. कारण शेवटी काही गोष्टी या पिंडातच असाव्या लागतात. मातृभूमीसाठी धाडसाने युद्ध करून शत्रूशी दोन हात करण्याच्या विचाराने पछाडून जाणारे, त्यासाठी कठोर परिश्रमाची तयारी असलेले आणि त्या मार्गावर आलेल्या काही लोभस, भुरळ पाडणाऱ्या संधींनाही ठामपणे नकार देणारे लोक हाताच्या बोटांवर मोजण्याएवढेच असतात.

नेहमीच असे म्हटले जाते की व्यक्ती तितक्या प्रकृती. त्यामुळे एकाच संस्कारांत वाढलेले लोक एकाच मुशीतून निघाल्याप्रमाणे एकसारखे नसतात. आपापल्या प्रकृतीनुसार प्रत्येक जण वेगवेगळी वाटचाल करतो.

दिलीप यांची वाटचाल एका आकर्षक, धाडसी आणि रोमहर्षक वाटेवरून झाली. ही वाटचाल कशी झाली, ते तसेच टप्प्याटप्प्याने पाहणे अधिक श्रेयस्कर ठरेल. मनमोकळे; पण स्वैर नव्हे आणि दिलखुलास पण बेताल नव्हे अशा प्रकारे वागणारे लोक आयुष्य जगताना जीवनाचा सगळा आनंद भरभरून स्वतःही घेतात आणि संपर्कात आलेल्या प्रत्येकालाच आपल्या व्यक्तिमत्त्वातील या प्रसन्न जादूने जगण्याचा मनमुराद आनंद लुटण्याचे गुपित सांगून जातात. दिलीप यांच्या सहवासात आलेल्या लोकांना हे जाणवत राहते. एक रसरशीत, चैतन्यपूर्ण आयुष्य जगलेल्या आणि जगत असलेल्या दिलीप यांच्या बालपणाचा काळही तेवढाच रसरशीत आणि चैतन्यपूर्ण होता, हे त्यांच्या बालपणीच्या आठवणी ऐकताना जाणवत राहते.

बालपणीचा काळ सुखाचा

ते १९४७ साल होते. स्वातंत्र्य मिळाल्याच्या जल्लोषाने भारलेल्या वातावरणाचे भारताच्या इतिहासातील ते एक सोनेरी वर्ष होते. ब्रिटिशांकडून आपल्या लोकांकडे सत्ता आली होती. भारताला बलशाली बनवण्याचे स्वप्न नेत्यांच्या मनात होते आणि जनतेच्या मनात एक भली मोठी आशा होती; उत्साह होता. काही तरी करून दाखवण्याची जिद्द प्रत्येकाच्या मनात होती. नागपूरच्या

सोनेगाव विमानतळावर त्या दिवशी विमानांच्या कसरतीची प्रात्यक्षिके होणार होती.

एक मध्यमवयीन गृहस्थ आपल्या सायकलवरून चालले होते. त्या काळातील जुन्या सायकली आठवतात का? तर त्या सायकलीच्या पुढच्या दांड्यावर एक पाच वर्षांचा छोटा मुलगा बसलेला होता. या दोघा बाप-लेकांनी तब्बल दहा किलोमीटरचा प्रवास करून नागपूरहून सोनेगाव विमानतळ गाठला होता...तेही फक्त या कसरती पाहण्यासाठी! तो सगळा काळच वेगळा होता. सगळ्याच गोष्टींच्या नावीन्यपूर्णतेला निरागस औत्सुक्याची जोड होती. विमानतळ फुलून गेला होता. त्यावेळची विमानेही आजच्यासारखी आधुनिक, अत्याधुनिक नव्हती. ते एक साधे 'टायगरमॉथ' नावाचे छोटेसे विमान होते. या विमानाला बाल्सावूडवर फ्लेक्सचे कापड ताणून बसवलेले असे. जेमतेम २० वगैरे हॉर्सपॉवरचे ते इंजिन असावे. पूर्वीच्या सिनेमात आपण उघड्या छपराच्या मोटारी पाहतो ना, तसेच हे विमानही उघड्या छपराचे होते. समोरच्या बाजूला पायलट बसलेला होता. त्याने लेदरचे हेल्मेट घातलेले होते. विमान असे साधेसेच असले तरीही ते कसरती करू शकत असे.

सायकलवरून तिथे गेलेला तो छोटा मुलगा म्हणजे दिलीप स्वतः, म्हणजेच लहानगा दिलीप होता आणि ते गृहस्थ म्हणजे त्यांचे वडील होते. ते दोघेही मोठ्या उत्सुकतेने तो थरार अनुभवण्यासाठी गेले होते. अत्यंत रोमांचित अवस्थेत त्यांनी ती सारी प्रात्यक्षिके पाहिली आणि दिलीपयांच्या बालमनाने तेव्हाच ठरवून टाकले, की आपणही फायटर पायलटच व्हायचे. बस्स! दुसरे तिसरे काहीही नाही. त्याच दिवशी सायकलवरून घरी परतत असताना वडलांना छोट्या दिलीपने ठामपणे सांगितले, ''डॅड, मी फायटर पायलटच होणार.'' कोण बोलत होते ते? बहुधा नियतीच त्यांच्या तोंडून ते बोलत असावी. कारण काळ बदलतो, तशा कित्येक गोष्टी बदलत जातात. छोट्या दिलीपमध्येही अनेक बदल झाले, परंतु त्याचा तो निश्चय मात्र कधीच बदलला नाही. तो मुळी बालबुद्धीने केलेला नव्हताच. त्याच्या मनाने ठामपणे दिलेला तो कौल होता आणि हा मुलगा जसजसा मोठा होत होता तसतसा तो निश्चयही अधिकाधिक ठाम होत चालला होता. आपली नियती जणू काही या मुलाला बालपणापासूनच समजलेली होती!

स्वप्नाला विरोध

दिलीप नागपूरमधील आपल्या बालपणीच्या आठवणी सांगताना रंगून जातात. या आठवणींमध्ये सततच फायटर पायलट बनण्याची त्यांची महत्त्वाकांक्षा डोकावत राहते.

ते म्हणाले, ''पहिल्यापासूनच मी बंडखोर वृत्तीचा आणि निश्चयी होतो आणि मला वाटते, की माझ्या करिअरला आकार मिळाला तो या स्वभावामुळेच! मी 'ग्रुप कॅप्टन' म्हणून निवृत्त झालो. परंतु फायटर पायलट होण्याचे माझे स्वप्न मी वयाच्या पाचव्या वर्षापासूनच पहात होतो.''

फायटर पायलट बनण्याच्या त्यांच्या या वाढत्या महत्त्वाकांक्षेबरोबरच त्यांच्या आई-वडलांची काळजीही वाढत चालली होती.

त्याला कारणही तसेच होते. आता हवाई दलात आणि विमानांमध्ये अनेक सुधारणा झाल्या आहेत. विमानांचे तंत्रज्ञान अत्यंत प्रगत बनले आहे. खरे म्हणजे दिलीप यांच्या शब्दांत सांगायचे झाले, तर आता 'फँटॅस्टिक डेव्हलपमेंट' झाली आहे. या संदर्भात त्यांनी एक उदाहरण दिले. ते म्हणाले. ''सुखॉय-७ *(Su-7)*' चे उदाहरण घेऊ. हे विमान ताशी दोन मॅक *(Mach)* वेगाने; म्हणजे आवाजाच्या वेगाने आणि सुमारे साठ हजार फूट उंचीवरून उडते. तेव्हाचे हिंदुस्तान ट्रेनर २ म्हणजे *HT* २ विमान हे जेमतेम ताशी ७० ते ८० मैल वेगाने उडत असे. हल्ली एवढ्या सुधारणा झाल्या असल्या तरीही आपल्या एकुलत्या एका मुलाने हवाई दलात फायटर पायलट बनण्याचा निश्चय केला तर आजही अनेक जण नाराज होतात. त्यावेळी तर हवाई दलात फायटर पायलट होणे म्हणजे मृत्यूला कवटाळणे असेच समीकरण तत्कालीन लोकांच्या मनात होते. साहजिकच माझे आई-वडील माझ्या निश्चयापासून मला परावृत्त करण्याचा शक्य तेवढा प्रयत्न करत राहिले होते.''

संस्कार : जिद्द आणि परिश्रमाचे

नागपुरात त्यावेळी सेंट फ्रान्सिस डी सेल्स स्कूल प्रसिद्ध होते. त्याला सर्व जण 'एसएफएस' स्कूलच म्हणत असत. ते मिशनरी स्कूल होते. दिलीप यांचे वडील तिथे हिंदीचे शिक्षक होते. ते त्याच शाळेचे विद्यार्थी होते. तिथे मॅट्रिक्युलेशन

केल्यानंतर लगेच पुढच्याच वर्षी ते शिक्षक म्हणून नोकरीला लागले. छोटा दिलीप त्यांच्याबरोबरच शाळेत जात असे... अर्थातच त्यांच्या सायकलवर बसून! तो काळ आजही दिलीप यांना सुखावतो. कारण शाळेत जाताना आणि येताना डॅडशी त्यांना मनसोक्त गप्पा मारता येत. ते त्यांना गोष्टी सांगत. छोटा दिलीपही त्यांना शाळेतील गंमतीजमती सांगत असे. त्यामुळे आपल्या वडलांशी असलेले त्यांचे बंध अधिकच दृढ झाले होते. त्यांच्या वडलांनी त्यांना वाढू दिले, फुलू दिले, योग्य ठिकाणी थोडाफार धाकही दाखवला; परंतु दडपून टाकले नाही.

दिलीप म्हणाले, ''बालपणी मी खूप वांड होतो, माझा सतत काही ना काही खोडकरपणा सुरूच असे. परंतु कशासाठीही धाकदपटशा दाखवून जबरदस्तीने डॅडनी मला आडकाठी केली नाही. त्यांनी माझ्यावर केलेले संस्कार मला जन्मभर पुरले. त्यांनी संस्कार बिंबवायचेच अशा अट्टहासाने संस्कार केले नाहीत, परंतु त्यांच्या वागण्यातून माझ्यावर आपोआपच ते होत गेले.''

दिलीप तिसरीत जाईपर्यंत त्यांचे वडील त्यांच्याच शाळेत शिक्षक होते. नंतर ते प्राध्यापक झाले. त्यामागे त्यांच्या आईंचे अथक प्रयत्न आणि पाठिंबा होता. त्यांचे वडील सुरुवातीला हिंदीचे शिक्षक असले तरी त्यांच्या महत्त्वाकांक्षी आईने त्यांना पुढे शिकायला लावले. त्यांच्या आईंचे स्वतःचे शिक्षण फारसे झाले नव्हते. परंतु वडलांनी मोठे व्हावे यासाठी त्यांनी प्रचंड प्रयत्न केले. त्या काळात त्यांच्या आईंनी एल. आय. सी. एजंट म्हणून काम केले. शिवाय कोंबड्या, शेळ्या, मेंढ्या पाळल्या. दूध-दुभत्याच्या विक्रीचा व्यवसाय केला. हर प्रकारे संसाराला हातभार लावला. त्यांचे प्रोत्साहन, परिश्रम आणि वडलांचे कष्ट यांमुळे दिलीप यांचे वडील इंग्लीशमध्ये एम. ए. झाले. त्यानंतर त्यांनी पीएच. डी.ही केले. प्रथम सायन्स कॉलेजमध्ये इंग्लीशचे प्राध्यापक म्हणून त्यांनी काम केले. त्यानंतर तत्कालीन मॉरीस कॉलेजमध्ये ते रुजू झाले. हे सारे पहात असलेल्या दिलीप यांच्यावर आईची जिद्द आणि महत्त्वाकांक्षा यांचे संस्कार आपोआपच होत गेले.

आपल्या वडलांचे व्यक्तिमत्त्व नेमके कसे होते हे सांगताना दिलीप म्हणाले, ''ते खूपच धार्मिक होते; परंतु कट्टर धर्मवादी मात्र कधीच नव्हते. खरे तर

ते सहिष्णु वृत्तीचे होते. त्यांच्या विचारांत औदार्य आणि व्यापकता होती. मला आठवते, आमची शाळा कॅथलिक विचारसरणीच्या लोकांची होती. तिथे खूप सुंदर चर्च होते. डॅड तिथे बसत आणि ध्यान करत. चर्चमधील वातावरण अत्यंत शांत असते. मशिदीतील वातावरणही तसेच शांत असते. मला ही शांतता खूपच भावते. आजही अजमेर शरीफच्या दर्ग्यात गेल्यावर माझ्या डोळ्यांतून अश्रू ओघळतात. तेथील भक्त चादर घालण्याचा जो कार्यक्रम करतात, त्यावेळी मी अगदी भारावून जातो. माझे मन परमात्म्याच्या कृपेच्या वर्षावाने चिंब होऊन जाते.

आमच्या शाळेच्या त्या चर्चमध्ये भिंतीत एक पाण्याचे तबक असे. माझे ख्रिश्चन मित्र त्यातील पाणी डोळ्यांना लावत. परंतु ते तबक उंचावर असल्यामुळे मी तसे करू शकत नसे; मात्र मी डॅडकडे पाण्यात हात घालण्याचा हट्ट धरत असे. त्यावेळी ते मला एवढेच म्हणत, ''अरे, ते सगळं केलंच पाहिजे असं नाही. फक्त इथे शांत बस. देवाचे स्मरण कर. तेवढेही पुरेसं आहे.''

हे संस्कार त्यांच्या मनावर कायमचेच कोरले गेले. त्यामुळे आजही कर्मकांडावर त्यांचा फारसा विश्वास नाही. देवावर विश्वास आहे. त्याने आपल्याला एवढे सुंदर, समृद्ध आयुष्य दिल्यामुळे ते त्याचे आभार मानतात, परंतु त्यामुळे अमुक पद्धतीनेच काही केले की देव प्रसन्न होतो यावर मात्र त्यांचा विश्वास नाही.

'आता फायटर पायलट का होऊ नको?'

भावंडांमध्ये ते सर्वात मोठे. त्यांच्यानंतर त्यांच्या दोन बहिणींचा जन्म झाला होता. पण दिलीप यांना बालपणी भाऊ हवा होता. का? कारण त्यामुळे फायटर पायलट बनण्याचा त्यांचा मार्ग मोकळा होणार होता ना! त्यांची आई म्हणत असे, ''अरे, तू एकुलता एक मुलगा. तुला फायटर पायलट कसा काय बनवायचा?'' मग ते फायटर पायलट बनण्याचाच हट्ट धरत, आई-वडील समजावण्याचा प्रयत्न करत.. थोडक्यात काही प्रमाणात वाद होत असत. त्यामुळे त्यांना एवढेच माहिती होते की जर त्यांना आणखी एक भाऊ झाला तर आई-वडलांना न दुखावता सहजपणे ते फायटर पायलट बनू शकले असते.. मनापासून प्रार्थना करा की सारे काही आपोआप हजर होते, असे म्हटले जाते

ते खोटे नाही. कारण लवकरच त्यांची ही प्रार्थना फळली. त्यावेळी ते अकरा वर्षांचे होते आणि त्यांच्या धाकट्या भावाचा जन्म झाला. त्यांचे नाव हेमंत आहे. म्युर मेमोरियल हॉस्पिटल या नागपूरच्या रुग्णालयात त्यांचा जन्म झाला होता. दिलीप म्हणाले, ''मी मोठ्या उत्सुकतेने हॉस्पिटलमध्ये गेलो होतो. खोलीत शिरल्याबरोबर मी पाळण्याजवळ गेलो आणि बाळाला पाहून लगेच आईकडे गेलो आणि तिला काही बोलू न देता मी पटकन तिला म्हणालो, आता भाऊ झालाय. आता मी फायटर पायलट होणार.''

त्यांच्या आईचे माहेर कोल्हापूरचे. त्यांच्या मावसमावशी म्हणजे सुमतीबाई नागेशकर कोल्हापूरला आहेत. आजही ही आठवण सांगून त्या हसतात. हेमंत सी. ए. झाले आणि ते अमेरिकेतच स्थायिक झाले आहेत. परंतु एका अर्थाने त्यांच्यामुळेच फायटर पायलट बनण्याचा आपला मार्ग मोकळा झाला असे दिलीपना वाटते!

आधुनिक विचारसरणीचे कुटुंब

परुळकर कुटुंबीय तसे मोकळ्या आणि आधुनिक विचारसरणीचे होते. त्या काळात त्यांच्या आई-वडलांचा आंतरजातीय विवाह झाला होता आणि तोही मुलगी पाहून, ठरवून केलेला! त्यांचे वडील ब्राह्मण आणि आई मराठा होत्या. दिलीप यांचा जन्म कोल्हापूरचाच. ते आपल्या मामांबरोबर अनेकदा शिकारीला जात असत. अर्थातच त्यावेळी ते खूप लहान होते, त्यामुळे मामांबरोबर जाऊन ते सांगतील त्याप्रमाणे तिथे राहून परतत असत. त्यांच्या वडलांच्या मावशीचा विवाह पारशी कुटुंबात झाला होता. पूर्वीच्या काळी लग्ने लवकर होत. त्यामुळे त्यांच्या आईच्या सोळाव्या वर्षीच दिलीप यांचा जन्म झाला. त्यामुळे आई - वडलांशी त्यांचे संबंध वयाच्या दृष्टीनेही मैत्रीपूर्णच राहिले.

परुळकर कुटुंबीय स्वतंत्र रहात असले, तरी सातत्याने एकमेकांकडे जाणे-येणे असल्यामुळे एकत्र कुटुंबासारखेच वातावरण त्यांना अनुभवता आले. छोट्या दिलीपला आपल्या स्वतःच्या घरी आजी, आजोबा, वडील, आई आणि भावंडांचे प्रेम लाभले. याशिवाय अनेक नातेवाईक, सख्खी, चुलत, मावस भावंडे, मावशा, मामा अशा मोठ्या गोतावळ्यात ते वाढले.

किमया योगाची

या काळात योगाची किमया पाहण्याचा प्रसंग त्यांच्या जीवनात घडला होता. त्याचे असे झाले होते : दिलीप यांच्या बालपणी त्यांच्या आई-वडलांच्या मनात आणि त्यांच्या स्वतःच्या मनातही आणखी एक काळजी होती. 'दिलीपची उंची वाढली पाहिजे,' असे आई-वडलांना सातत्याने वाटत असे. त्यांचे वडील पाच फूट चार इंच उंच होते आणि दिलीप एन.डी.ए. मध्ये दाखल झाले तेव्हा त्यांचीही उंची पाच फूट चार इंचच होती. ते एन.डी.ए.मध्ये गेले त्यावेळी तिथे प्रवेश मिळवण्यासाठी पायाची जेवढी किमान आवश्यक लांबी होती फक्त एवढीच त्यांच्या पायांची लांबीही भरली होती. परंतु नंतर त्या तीन वर्षांच्या प्रशिक्षणाच्या काळात त्यांच्या उंचीत मोठाच फरक पडला आणि तब्बल पाच फूट ११ इंच उंचीचे तरुण म्हणून ते एन.डी.ए.तून बाहेर पडले. बालपणी आपली उंची वाढावी यासाठी तेही प्रयत्न करत असत. त्यांच्या शाळेजवळ भाबूजी मुदलियार यांचे सायकलचे दुकान होते. त्यावेळी सायकल जेमतेम एक आणा तासाने भाड्याने मिळत असे. संपूर्ण दिवसासाठी सायकल घेतली तर ८ आण्यांतच ती दिली जात असे. दिलीप त्यांच्याकडून सायकल घेऊन चालवत असत. हे भाबूजी खूप धार्मिक आणि मोठ्या मनाचे होते. त्यांनी दुकानाच्या मागच्या मोकळ्या जागेत 'व्यायाम दान मंदिर' नावाने आखाडा सुरू केला होता. तिथे बरेच नामवंत येत. भाबूजी स्वतः ब्रह्मचारी होते आणि योग व आसनांवर त्यांचा विलक्षण भर होता.

कित्येक व्याधीग्रस्त लोक त्यांच्याकडे येत असत. त्यांच्यावर ते उपचारही करत असत. मालिश करण्यात ते वाकबगार होते. त्यांचे शिष्य आणि समाजातील इतर जणही त्यांना खूप मान देत असत. मालिशसाठी ते बदामाचे तेल वापरत आणि दूरवरूनही कित्येक जण त्यांच्याकडे येत. ते रामभक्त होते. दिलीप त्यांच्याकडे जाऊ लागले, त्याच दरम्यान एक अत्यंत अस्पष्ट, बोबडा बोलणारा मुलगाही तिथे येत असे. भाबूजींनी त्याला कसरती करायला लावल्या आणि मालिश वगैरे केली. त्याची शरीरयष्टी खूपच सुरेख बनली. तो आसनेही छान करू लागला आणि सर्वात महत्त्वाची गोष्ट म्हणजे तो 'श्रीराम जय राम जय जय राम' असे म्हणूही लागला. योगाची आपण पाहिलेली किमया म्हणून दिलीप हा प्रसंग सांगतात.

राजेशाही, गर्भश्रीमंती थाट

वास्तविक, परुळकर कुटुंबीय मध्यमवर्गीय. परंतु या कुटुंबातील सर्व मुले मोठीच भाग्यवान म्हटली पाहिजेत. या मुलांना गर्भश्रीमंतीचे वातावरण अनुभवायला मिळाले. त्या काळात ती कारमधून फिरत होती. नागपूरच्या प्रतिष्ठित समजल्या जाणाऱ्या सेंट्रल प्रोव्हिन्सेस क्लबमधून टेनिस, बॅडमिंटन, बिलियर्डस खेळत होती. सुट्टीत लोणावळा किंवा पंचमढी अशा ठिकाणी आपल्या कुटुंबीयांसमवेत राजेशाही थाटात ही मुले रहायला जात होती आणि याला कारण होती त्यांच्या वडलांची मावशी. त्यांचे नाव होते सुशीला. बमन्नशा बैरामजी या पिढीजात श्रीमंत पारशी व्यक्तीशी त्यांचा विवाह झाला होता. १९४० च्या मध्यावर बैरामजी यांच्या ट्रस्टचे एक विश्वस्त खुद्द टाटा होते. त्यांच्या वडलांच्या या मावशीला स्वतःचे मूलबाळ नव्हते. त्यामुळे त्या बहिणींच्या मुलांवर अपत्यप्रेमाचा वर्षाव करत असत. त्यांनी काही मुलांना आपल्या मुलांसारखे वाढवलेही होते. सर्व मुले त्यांना माँ, आणि बैरामजींना 'सरकार' म्हणत असत.

दिलीपना तो बंगला आणि ते वैभव आजही स्पष्टपणे आठवते. माँ चा आणि सरकारांचा त्यांच्या जडणघडणीत मोलाचा वाटा आहे. ते म्हणाले, ''त्यांचा बंगला फ्रेंच आर्किटेक्चरचा होता. आमच्यासाठी माँनी स्वतंत्र बंगला बांधून घेतला होता. त्यांची बैरामजी टाऊनशिप त्या काळात प्रसिद्ध होती. तिथे १६ बंगले होते आणि प्रत्येक बंगल्याभोवती ३ ते ५ एकर जागा होती. तिथून थोड्याशा उंचीवर बैरामजींच्या वडलांचा बंगला होता. त्याला त्यांच्या आईचे नाव दिले गेले होते. 'शिरीन लॉज' असे त्याचे नाव होते.''

''आम्ही माँ कडे रहायलाही जात असू. परंतु आम्ही तिथे दीर्घ काळ राहावे असे माझ्या स्वाभिमानी आजीला वाटत नसे. त्यामुळे आमच्या घरात आम्ही पुन्हा परतत असू. परंतु त्यामुळे बालपण सुखासीनतेत गेले एवढे मात्र खरे! माँ कडे नेहमीच सुंदर सुंदर मिठाया असत आणि मला त्या खूप आवडत. माझी आत्या जीजीबाई माँ कडेच होती. माँने तिचे लग्नही लावून दिले. तिच्या पतींना आम्ही शशीकाका म्हणत असू. अत्यंत रुबाबदार होते ते. त्यांचा मुलगा म्हणजे आमचा राजाकाका. त्याचे खूप लाड केले जात. त्याने काही

म्हणण्याचाच अवकाश; की लगेच ती गोष्ट त्याच्यासमोर हजर केली जात असे.''

''त्याने एकदा घोडा मागितला. झाले! ताबडतोब एक घोडी आणली गेली. तिचे नाव होते रानी. तिच्यासाठी तबेला बांधला गेला. तत्कालीन संस्थानांमधील अनेक लोक निवृत्त झाले होते. त्यांच्यापैकीच एकाची त्या घोड्याच्या देखभालीसाठी नेमणूक करण्यात आली. या देखभाल करणाऱ्यांना सईस असे म्हटले जात असे. त्यावेळी आम्ही तीन सख्खी भावंडे आणि माझ्या दोन मावशांची एकूण ७ अशी १० मुले होतो. घोड्यावरून रपेट करण्यासाठी आम्हा सर्वांना वार नेमून देण्यात आले. मला घोड्यावरून रपेट करायला खूप आवडायचे. मुलींना सहसा रपेट नको असायची. मग मी त्यांच्या वाट्याच्या दिवशीही रपेट करत असे. सईसने सांगितले होते, की घोड्याला चाबूक मारायचा नाही. परंतु रानी पूर्ण राऊंड मारण्याऐवजी कामचुकारपणा करत असे आणि मधूनच जोरात धावत मूळ ठिकाणी परतत असे. मी भरपूर खोडकर होतो. मी सईससमोर आज्ञाधारकपणे मान डोलवत असे; परंतु पुढे गेल्यानंतर एखाद्या झाडाची फांदी तोडून घेत असे आणि रानीला माझ्या ताब्यात ठेवत असे.

किस्सा ज्योतिषाचा

एकदा अशाच एका सुट्टीत ते लोणावळ्याला गेले असताना त्यांच्याकडे एक ज्योतिषी आला. सगळ्यांनी आपापले हात दाखवायला सुरुवात केली. आईच्या मनात छोट्या दिलीपचा फायटर पायलट बनण्याचा धोशा होता. त्यांनी तातडीने छोट्या दिलीपला हाक मारली आणि त्या ज्योतिषाला म्हणाल्या, ''जरा याचा हात बघा बरं. सारखा फायटर पायलट होण्याचा याने धोशा लावलाय. तुम्हीच सांगा काय ते!'' ज्योतिषाने दिलीप यांचा हात न्याहाळला आणि तो छातीठोकपणे म्हणाला, ''छे, छे हा फायटर पायलट होणे शक्यच नाही. याच्या हातावर तशा रेषाच नाहीत तर!'' पुढे दिलीप फायटर पायलटच झाले. त्यानंतर अनेक वेळा आईला त्या प्रसंगाची आठवण करून देऊन ते खूप हसत असत. दिलीप यावर टिप्पणी करतात की शेवटी तेव्हाचे काय आणि आताचे काय; कोणाला खूश करायचे हे ज्योतिषांना चांगले माहिती असते!

दिलीप यांच्या आयुष्यात महत्त्वाची भूमिका बजावणारी आणखी एक व्यक्ती होती. तिचे नाव होते उदय. त्यांच्या वडलांच्या आई आपल्या भावंडांत सर्वांत मोठ्या होत्या. त्यांच्या सगळ्यात लहान बहिणीचा मुलगा म्हणजे उदय. नात्याने ते काका लागत असले तरीही दिलीप यांच्यापेक्षा फक्त एकाच वर्षाने ते मोठे होते. दिलीप त्यांना 'उदूकाका' म्हणत असले तरी खरे तर ते दोघे एकमेकांचे जिवश्च कंठश्च मित्रच किंवा त्याहूनही जवळचे कोणीतरी होते. ते एकत्र फिरत असत. एकाच कारमधून शाळेत जात असत. सी.पी. क्लबलाही एकत्रच खेळायला जात असत. उदय यांचा दिलीप यांच्यावर खूप जीव होता. मात्र दोघांच्या स्वभावात जमीन - अस्मानचे अंतर होते. लहानपणी दिलीप शिस्त झुगारून देणारे बंडखोर वृत्तीचे होते; तर उदय शिस्तबद्ध पद्धतीने वागणारे, संरक्षक स्वभावाचे होते.

सिगरेटला कायमचा रामराम

किशोरवयात अनेक गोष्टी बदलतात आणि त्यातून व्यक्तिमत्त्व कायमचेच बदलते किंवा घडतेही. दिलीप यांच्या जीवनातही असाच एक प्रसंग आला. ते म्हणाले, ''आम्ही शाळेत असतानाच मी आणि माझे काही मित्र सिगरेट ओढू लागलो. त्यावेळी नागपूरच्या परिसरात भरपूर जंगल होते. तिथे आम्ही खूप भटकत असू. असेच एकदा शाळेला दांडी मारून आम्ही सायकलवरून स्टार्की पॉइंटला गेलो. मी सिगरेट ओढत होतो. आम्ही घरी परतलो आणि मला जो खोकला सुरू झाला तो काही केल्या थांबेचना. खोकल्याचा एवढा त्रास मला कधीच झाला नव्हता. अखेर मला वाटले की मी यातच मरून जाईन, एवढा तो प्रचंड त्रास होता आणि त्याच क्षणी मी सिगरेट सोडण्याचा निर्धार केला. त्यानंतर आजतागायत मी कधीच सिगरेट ओढली नाही. त्या काळात सिगरेट ओढणे हे रुबाबदारपणाचे एक लक्षण होते. शो ऑफ, हिरोगिरी याचे ते प्रतीक होते. सिगरेटमुळे लोक मरतात, ती जिवघेणी आहे, हे कोणालाही माहितीच नव्हते. सिगरेट ओढली की आपण 'मॉडर्न' बनलो असे लोकांना वाटत होते. परंतु मी वेळीच त्यातून बाहेर पडलो होतो.'' त्यानंतर आजतागायत त्यांनी सिगरेटला स्पर्शही केलेला नाही. एक निर्व्यसनी व्यक्ती असाच त्यांचा आजचा लौकिक आहे.

उदूकाकांविषयीचे त्यांच्या मनातील प्रेम आजही त्यांच्या बोलण्यातून जाणवते. ते म्हणाले, उदूकाकाची आणि माझी जोडी सतत सगळीकडे फिरत असे.

समृद्ध सांस्कृतिक संस्कार

माँचा आणि सरकारांचा दिलदारपणा सर्वच मुलांना खूपच अनुभवायला मिळाला होता. सगळ्या मुलांनी संगीत शिकावे अशी त्यांची तळमळ होती. त्या काळातील प्रसिद्ध कलाकार त्यांच्या बंगल्यावर अनेकदा येत. त्यांच्यामध्ये तत्कालीन गायक सुरेशबाबू माने, सुरेश हळदणकर, बडे गुलाम अली खाँ, कथक नर्तकी सितारादेवी यांच्यासारख्या बड्या कलाकारांचा समावेश असे. दारा सिंग आणि किंगकाँग यांच्या गाजलेल्या फ्रीस्टाईल कुस्त्यांचा तो काळ होता. माँच्याकडे हे लोक येऊन आदरातिथ्याचा स्वीकार करून गेले होते. जोगिंदर सिंगही आले होते. दिलीप यांच्या वडलांना आणि त्यांच्या एका काकांना दोन खांद्यांवर घेतलेल्या दारा सिंग यांचा फोटो माँ नी जपून ठेवला होता. माँ कडे त्यावेळी मूव्ही कॅमेराही होता. या मुलांना त्याची गंमत वाटत असे. जेमतेम ७ मिनिटांची ती फिल्म असे. ती घेतल्यावर तयार होऊन पहायला मिळेपर्यंत जवळजवळ २-३ महिने जात. फिल्म आली की सारे जण जमत असत आणि मोठ्या मजेत ती पाहिली जात असे. तो एक मोठा कार्यक्रमच असे.

बालपणीच्या आठवणी कधीच विसरता येत नाहीत आणि त्यांची सरही नंतर कशाला येत नाही, असे सांगताना दिलीप म्हणाले, ''माँच्या मुंबईच्या बंगल्यात आम्ही रहायला जात असू. तेव्हा तिथेही मोठीच मजा येत असे. शशिकाकांबरोबर आम्ही समुद्र किनाऱ्यावर जात असू. जंगबहाद्दूर नावाचा त्यांचा कुत्रा होता. त्याच्याबरोबर किनाऱ्यावर खेळण्यात खूपच गंमत वाटत असे. सकाळी आम्ही चौपाटीवर जात असू. नंतर मी खूप किनारपट्ट्या पाहिल्या. हवाई, कॅलिफोर्निया येथील किनारपट्ट्यांवरही फिरलो. परंतु चौपाटीवरच्या त्या सफरी माझ्या स्मरणात कायमच राहिल्या आहेत. त्या सफरींची सर कोणत्याही सफरीला आली नाही.''

''मोठ्या गंमतीजमती करण्यात आमचे बालपण गेले. खरोखरच 'रम्य ते बालपण' असे का म्हटले जाते, ते मला समजले होते. आजही त्या आठवणींत

मी विलक्षण रंगून जातो. तो काळ पुन्हा एकदा अनुभवता आला तर..? असाच काहीसा विचार माझ्या मनात येतो. आजूबाजूला मोठमोठी व्यक्तिमत्त्वे, त्यांच्या मोठ्या मनाचे, दिलदारपणाचे अनेक किस्से प्रत्यक्ष घडताना आम्ही अनुभवत असू.'' असे दिलीप सांगतात.

परंतु काळ कधीच कोणासाठी थांबत नाही. बालपणाचा रम्य काळ पाहता पाहता मागे पडला होता आणि तारुण्याचे सोनेरी दिवस उजाडले होते. दिलीप अकरावी पास झाले होते आणि त्यांच्या लाडक्या उदूकाकांनीही तोपर्यंत एसएस्सीची परीक्षा दिली होती. अर्थातच इतकी वर्षे पाहिलेले, उराशी जपून ठेवलेले 'फायटर पायलट' बनण्याचे स्वप्न आता आवाक्यात आले होते. स्वप्न सत्यात उतरण्याच्या आशेनेच ते आणि उदूकाका मनातल्या मनात हवेत तरंगू लागले होते.

प्रकरण २.

एन.डी.ए. : स्वप्नपूर्तीचा मंतरलेला काळ

बालपण संपले ते मॅट्रिकच्या परीक्षेने. ते १९५८ साल होते. आपल्या स्वभावानुसार गंमतीजमती करत, खोड्या करत दिलीप यांचा अभ्यास पार पडला होता. त्यामुळे आपला रिझल्ट खूपच चांगला लागेल अशी त्यांची अपेक्षाच नव्हती. परंतु मॅट्रिकमध्ये त्यांना फर्स्ट क्लास तर मिळालाच होता; शिवाय चक्क डिस्टिंक्शनही मिळाले होते. त्यावेळी पास होणे ही गोष्टच मोठी होती. त्यामुळे दिलीप यांचे खूप कौतुक झाले. ते म्हणाले, ''खरे पाहता, अभ्यासात मी अजिबात चमकदार विद्यार्थी नव्हतो. त्यामुळे मला ते कौतुक विनाकारणच लाभल्यासारखे वाटले. मला पुढे शिकायचेच नव्हते. माझ्या स्वप्नपूर्तीसाठी आवश्यक असलेली पात्रता मी मिळवली होती. त्यामुळे मी उत्साहाने एन.डी.ए.मध्ये प्रवेश मिळवण्याच्या तयारीला लागलो.''

'दिलीप' हे नाव आले की सरकारांची स्वारी खूश होत असे. दिलीप यांच्या बाबतीत त्यांना खूप स्वारस्य होते. त्यांचे स्वप्न त्यांना अर्थातच माहिती होते. त्या उन्हाळ्यात सरकार मुंबईला होते. जाहिरात आल्याबरोबर दिलीप आणि उदूकाका यांनी अर्ज केला. त्यानुसार सुरुवातीला लेखी परीक्षेसाठी बोलावणे आले. स्वप्न मार्गी लागत चालले होते.

मुलाखत आणि निवड

सरकारांनी या बाबतीत पुढाकार घेतला आणि मुंबईत दिलीप आणि उदूकाकासाठी मॅथ्स आणि फिजिक्सची ट्युशन सुरू केली. हे दोन्ही विषय

शिकवणारे एक प्राध्यापक या दोघांना घरी येऊन शिकवू लागले. दोघेही मन लावून प्रशिक्षण घेत होते. एन.डी.ए.च्या प्रवेश परीक्षेत दिलीप आणि उदूकाका पास झाले आणि दोघांनाही मुलाखतीसाठी बोलावणे आले होते. तेव्हा हवाई दलाच्या मुलाखती फक्त डेहराडूनलाच होत असत. नागपूर ते डेहराडून हा मोठा प्रवास होता. त्यावेळी दिलीप फक्त १६ वर्षांचे आणि उदूकाका १७ वर्षांचे होते. दिल्लीला गाडी बदलावी लागत असे. तो रेसीडेन्शियल इंटरव्ह्यू असतो. सात दिवस तिथे जाऊन रहावे लागते. पुढे एअर मार्शल म्हणून निवृत्त झालेले वाय. व्ही. मालसे त्यावेळी विंग कमांडर होते. ते निवड मंडळाचे चेअरमन होते. तिथे सात दिवस उमेदवाराचे निरीक्षण करत वेगवेगळ्या टेस्ट घेतल्या जात. काही महत्त्वाच्या टेस्ट आजही दिलीप यांच्या स्मरणात आहेत. 'पी.ए.बी.टी.' नावाची एक टेस्ट होती. 'पायलट ॲप्टिट्यूड बॅटरी टेस्ट' हा तिचा लाँग फॉर्म. पायलटला हात, पाय, डोळे यांमध्ये समन्वय राखावा लागतो. त्या समन्वयाचीच ही चाचणी होती. टीव्हीसारखा स्क्रीन होता. त्यावर एक प्रकाशबिंदू फिरत असे. त्याला स्क्रीनच्या बाहेर पडू द्यायचे नव्हते. तिथे विमानासारखे कंट्रोल्स होते. त्यांचा वापर करून त्या बिंदूला स्क्रीनवरच रोखायचे असे. त्यासाठी ठरावीक वेळ दिला जात होता.

दुसऱ्या एका चाचणीत स्टेजवर सगळी इन्स्ट्रुमेंट्स ठेवलेली होती. शिवाय एक पुस्तक दिले जात होते. त्यातील आकृत्या पाहून विमान नेमके काय करत आहे ते सांगावयाचे होते.

अशा प्रकारच्या विविध टेस्ट्स घेतल्या गेल्या. सात दिवसांचा काळ कधी संपला ते दोघांनाही समजलेच नव्हते. त्या काळात या टेस्ट्सशिवाय उमेदवारामधील नेतृत्त्वगुणही तपासले जात. सरकारकडून उमेदवारांना रेल्वेच्या सेकंड क्लासच्या प्रवासाचे भाडे मिळत असे. ऑफिसर्सनी फर्स्ट क्लासशिवाय प्रवास करू नये असे मानले जात असे.

मुलाखतीला आलेल्यांपैकी ३०-३५ जण पास झाले. त्यांमध्ये या दोघांचाही समावेश होता. त्यानंतर वैद्यकीय तपासणी करून घ्यावी लागली. या तपासणीला मुले खूपच घाबरत. आधीच आलेल्या उल्लेखानुसार त्यावेळी दिलीप जेमतेम पाच फूट चार इंच उंचीचे होते. वय १६ वर्षे. फक्त त्यांचाच दोनदा ईसीजी काढला गेला. त्यावेळी ईसीजी हा प्रकारच नवीन होता. त्यामुळे बहुतेक मुले

खूपच घाबरली होती... परंतु वैद्यकीय तपासणीतही दिलीप आणि उदूकाका पास झाले. याचा अर्थ असा होता की त्यांची निवड झाली होती.

दिलीप म्हणाले, ''मी आनंदाने उडीच मारली. उदूकाकाही खूश झाला होता. गेली अकरा वर्षे मी जे स्वप्न पहात होतो, ते आता साकार होणार होते. त्यानंतर आम्हाला काही सूचना दिल्या गेल्या. बरोबर काय सामान आणायचे याच्या त्या सूचना होत्या. सरकारांनी डॅडना कसलीच तोशीस पडू दिली नाही. त्यांनी मला आणि उदूकाकाला त्या सूचनांनुसार अगदी तंतोतंत सगळे सामान दिले. मॉंनीसुद्धा या सगळ्यात खूपच इंटरेस्ट घेतला होता. माझ्या घरचा विरोधही तोपर्यंत मावळला होता. त्यामुळे सगळ्यांच्या पाठिंब्याने आणि आशीर्वादाने आम्ही तिथून निघालो आणि पुण्यात आलो. एक जानेवारी १९५९ पासून एन.डी.ए. मधील आमच्या प्रशिक्षणाला सुरुवात झाली.''

एन.डी.ए. : उत्साहाने भारलेले वातावरण

या प्रशिक्षणाला दिलीप यांच्या मनात खास जागा आहे. खरे तर 'एन.डी.ए'लाच त्यांच्या मनात एक विलक्षण खास जागा आहे. एन.डी.ए.ने आपल्या व्यक्तिमत्त्वाला आकार दिला असे ते म्हणतात. ते म्हणाले, ''प्रशिक्षण खूपच 'टफ' असते. त्यामुळे अनेकांना ते शक्य होत नाही. आम्ही मात्र त्यात चांगलेच रमलो. राहण्याची सोय खूपच सुंदर होती. प्रशस्त खोलीत एक कपाट, बेड, लिहिण्याचे टेबल, खुर्ची, आरामखुर्ची, टेबल लँप इ. सामान होते. शिवाय प्रत्येक गोष्टीसाठी स्वतंत्र युनिफॉर्म होता. ते अनेक प्रकारचे युनिफॉर्म पाहून मी आनंदून गेलो होतो, असे मला आठवते. हिवाळ्यात वापरायचा, उन्हाळ्यात वापरायचा, घोड्यावरून रपेटीचा, जंगलात जाऊन नेमबाजी करण्याचा, जेवणाचा..असे अनेक युनिफॉर्म होते. दोन वूलनच्या जर्सी होत्या. स्पोर्ट्ससाठी पांढरी आणि दुसरी एक ओजी रंगाची जर्सी होती. शिस्त हा लष्करी जीवनाचा अविभाज्य भाग असतो. त्यामुळे हे सर्व युनिफॉर्म आणि तुमची कॅबिन तुम्ही व्यवस्थित राखली आहे की नाही याची वरचेवर पाहणी होते. त्याला 'कॅबिन अँड कपबर्ड इन्स्पेक्शन' असेच म्हणतात.''

''आमचे वेळापत्रक पहाटे साडेपाचपासून सुरू होत असे. 'रेव्हली ब्राव्हो स्क्वॉड्रन' अशी पहाटेच घोषणा होत असे. त्याबरोबर लगेच उठून सकाळचे

नित्यकर्म आटोपून आम्ही तयार होत असू. त्याच वेळी आम्हाला चहा-बिस्किटे दिली जात. आमच्यासाठी तिथे सहा टॉयलेट्स, सहा बेसिन्स आणि सहा बाथरूम्स होती. तिथे बटन दाबल्यावर कारंजाने पाणी येत असे. अशा प्रकारच्या उसळत्या पाण्याला तोंड लावून प्यायला मी प्रथमच तिथे शिकलो होतो. एका स्क्वॉड्रनमध्ये १२५ कॅडेट्स असतात. सहा कोर्सचे लोक एकत्रच येतात. प्रत्येकाला वेगळ्या गोष्टीचे ट्रेनिंग दिले जाते. त्यात घोड्यावरून रपेट मारणे, परेड इ. असे. आपल्या त्या दिवशीच्या वेळापत्रकाप्रमाणे युनिफॉर्म घालावे लागत. प्रत्येकाला एकेक सायकल दिली गेली होती. एन.डी.ए. चा परिसर खूपच मोठा आहे. त्यामुळे तिथे आवश्यकतेनुसार फिरण्यासाठी आम्हाला सायकलचा उपयोग होत असे. अशा प्रकारचे कडक ट्रेनिंग सहा महिने घेतल्यावर सुट्टी मिळत असे. त्यावेळी आम्ही घरी परतत असू. सहा किंवा चार आठवड्यांची सुट्टी असे. त्यानंतर पुन्हा एन.डी.ए.मध्ये आल्यावर पुढचे ट्रेनिंग सुरू होत असे. घरी जाण्याचा आणि परतीचा असा सगळा प्रवास 'ट्रॅव्हलिंग वॉरंट'ने असतो. त्यामुळे तो मोफतच असतो. काही वर्षांनी मी ऑफिसर बनलो होतो आणि मुलांना ट्रेनिंग देत होतो. त्यावेळी काळ आणखी बदलला होता. मुले सुट्टीतही 'कॅडेट हाईक्स'चे आयोजन करत. अशाच एक हाईकच्या वेळी आम्ही गुलमर्गला गेलो होतो आणि तिथे स्किईंग केले होते. त्यावेळी मी ऑफिसर असलो तरीही कॅडेटसोबत खूपच मजा आली होती.'' दिलीप एन.डी.ए.विषयी मोठ्या अभिमानाने भरभरून बोलतात.

सिनिअर कॅडेट्स ज्युनिअर कॅडेट्सची पट्टी परेड घेत. तोही गंमतीशीर प्रकार होता. या कॅडेट्सना सिनिअर्स एखाद्या युनिफॉर्मचे नाव उच्चारत आणि काही मिनिटे देत. तेवढ्या वेळात आपापल्या खोल्यांत जाऊन तो युनिफॉर्म घालून यावे लागत असे. त्यासाठी तीन मिनिटे, दोन मिनिटे असा अल्पावधी दिला जात असे. उशीर झाला किंवा चुकीचा युनिफॉर्म घातला तर शिक्षा दिली जात असे. अर्थातच हा कॅडेट्समध्ये चालणारा प्रकार होता. ट्रेनिंगशी याचा संबंध नव्हता.

ते म्हणाले, ''एन.डी.ए. मध्ये साहसाला आणि उत्साहाला खूपच प्रोत्साहन दिले जाते आणि बहुतेकांच्याकडे ते 'स्पिरीट' असते. अगदी काही जणांकडे ते नसते. आपल्या बोलीभाषेत आपण रडवे लोक म्हणतो तरीही काही जण

असतात. ते मागे पडतात आणि सोडून जातात. परंतु त्यांची संख्या अगदी हाताच्या बोटांवर मोजण्याएवढीच असते. क्वचितच कोणी पळून जातो. मग त्याच्या आई-वडलांना त्याच्या ट्रेनिंगचे पैसे भरावे लागतात.''

'रिपोर्टिंग सिक'ची गंमत

दिलीप यांना प्रत्येक खेळात स्वारस्य होते. तरीही हॉकी, फूटबॉल, टेनिस आणि बॉक्सिंग या चार खेळांची त्यांना विशेष गोडी होती. एन.डी.ए.मध्ये विज्ञानाचे विषयही शिकवले जातात आणि त्याबरोबरच सगळे खेळ खेळावे लागतात. बॉक्सिंगमध्ये दिलीप यांचा हात धरणारा त्या काळात कोणीच नव्हता. ते एन.डी.ए.चे बॉक्सिंगचे चँपियन होते. त्यांची जोरदार प्रॅक्टिस बघूनच अनेक प्रतिस्पर्धी गर्भगळीत व्हायचे. ही ऐकिवात असलेली दंतकथा नाही. आजही कित्येक निवृत्त लष्करी अधिकारी याची साक्ष देतात. दिलीप यांच्याबरोबर बॉक्सिंग बाऊट खेळायचे आहे असे समजले की सहसा प्रतिस्पर्धी हमखास आजारी पडायचा. 'रिपोर्टिंग सिक' च्या बुरख्याआड बहुतेक जण बाऊट टाळायचे. खरे तर यात हरलेल्या व्यक्तीलासुद्धा काही पॉइंट्स दिले जात. परंतु पॉइंट्सपेक्षाही प्रतिस्पर्ध्याचा धसका वरचढ ठरत असे.

नागालँडमधून आलेला एक अत्यंत चपळाईने हालचाली करणारा आणि तगडा मुलगा त्यावेळी एन.डी.ए.मध्ये होता. त्याच्याबरोबर बॉक्सिंग खेळण्याची दिलीप यांची तीव्र इच्छा होती. तो त्यांना एक टर्मने ज्युनिअर होता. परंतु 'रिपोर्टिंग सिक' ने त्यांची ही इच्छा पूर्ण होऊ शकली नाही. अखेरीस ग्रेडिंगसाठी दोन टीममध्ये लढत होतेच. तशी ती फायनल लढत होती. स्क्वॉड्रन चार्ली ८ विरोधात दिलीप यांच्या स्क्वॉड्रन ब्राव्हो बीची लढत होती. आता इथे 'रिपोर्टिंग सिक' शक्यच नव्हते. त्यामुळे ती बाऊट झाली. विविध वजन गटांतील बाऊट्स झाल्या आणि नंतर फायनल बाऊट झाली. ब्राव्हो स्क्वॉड्रनमध्ये दिलीप आणि आणखी दोन-तीन जण होते. सहा बाऊट्सपैकी चार तरी जिंकायचेच असा दिलीप यांचा निश्चय होता. त्यांच्या बाऊटमध्ये त्यांनी प्रतिस्पर्ध्याला इतके मारले की तो रक्तबंबाळ झाला. सगळ्या स्पर्धा पाहण्यासाठी ऑफिसर्सच्या पत्नीही तिथे आलेल्या होत्या. त्यांच्यापैकी काही जणींनी तर ते पाहून रडायलाच सुरुवात केली. कारण प्रतिस्पर्ध्याच्या रक्ताने दिलीप यांचा शर्टही भिजून गेला होता.

एवढ्या जोशाने झालेली ती स्पर्धा साहजिकच दिलीप यांच्या स्क्वॉड्रनशिवाय इतर कोणी जिंकणे शक्यच नव्हते. या यशाचे शिल्पकार असलेल्या दिलीपना स्क्वॉड्रनने सरळ खांद्यावर उचलून घेतले आणि सुमारे दोन ते तीन किलोमीटरचे अंतर पार करून त्यांना त्यांच्या स्क्वॉड्रनपर्यंत आणले. एन.डी.ए.मध्ये असे क्वचितच घडले होते.

रायडिंग किंवा रपेटीतही त्यांना मोठेच गम्य होते. उत्तम प्रकारचे १२५ घोडे त्यावेळी एन.डी.ए.मध्ये होते आणि दिलीप रपेटीत तर निष्णात होतेच. शिवाय 'व्हॉन्टिंग हॉर्स' या क्रीडाप्रकारातही ते सहभागी होत असत. याशिवाय बॅलन्स बीम, रोप क्लायंबिंग, फ्री हँड एक्सरसाईयजेसमध्येही त्यांना मोठीच रुची होती. सर्वसामान्यपणे जेवढे म्हणून धाडसी क्रीडाप्रकार होते, त्या सर्वांत ते आघाडीवर होते.

रॉयल अरेंजमेंट

दिलीप म्हणाले, ''खरोखरच एन.डी.ए. हा तरुणांसाठी स्वर्ग आहे. ज्याच्याकडे जोश आहे, महत्त्वाकांक्षा आहे, त्याने जरूर एन.डी.ए.मध्ये जावे. उत्तम अन्न, मोफत प्रशिक्षण, उत्तम सुविधा आणि सर्वोत्तम करिअर हवी असेल, तर खरोखरच तरुणांनी या करिअरकडे वळले पाहिजे. अक्षरशः 'रॉयल अरेंजमेंट' म्हणजे काय ते इथे समजते.''

ते कॅडेट असताना २६ जानेवारीच्या परेडसाठी १९६१ मध्ये दिल्लीला ६० कॅडेट्सना पाठवण्यात आले होते. क्वीन एलिझाबेथ आणि ड्यूक ऑफ एडिनबरो त्यासाठी आले होते. विजय चौक ते लाल किल्ल्यापर्यंत होणाऱ्या या परेडमध्ये सहभागी होण्यासाठी दिलीप यांची निवडही झाली होती. क्वीन आणि ड्यूकच्या मुक्कामाच्या ठिकाणी रस्त्यावर दुतर्फा कॅडेट्स थांबले होते आणि त्यांनी बाहेर पडणाऱ्या क्वीन आणि ड्यूकला फेल्ट हॅट काढून 'विश' केले. त्यावेळी ड्यूक आश्चर्यचकित झाल्याचे दिलीप गंमतीने सांगतात.

'इफ्' ची मोहिनी

''वास्तविक, तेथील वातावरणच एवढे स्फूर्तिदायक असते, की कोणाच्याही मनात परतीचा विचारच येऊ नये. आमच्या प्रत्येकाच्या खोलीत रड्यर्ड

किप्लिंगची 'इफ्' ही कविताही फ्रेम करून लावलेली होती. मी ती रोज वाचत असे. मी त्यातले काय काय मिळवले ते मी पहात असे. ज्यावेळी मी काही मिळवले असेल, त्यावेळी त्या कवितेतील संबंधित ओळीवर मी टिक मार्क करत असे. खूप सुंदर कविता आहे ती! ती मुळातूनच वाचणे गरजेचे आहे, म्हणजे त्या वातावरणाचा थोडासा तरी 'फील' येऊ शकेल.'' दिलीप म्हणाले.

If you can keep your head when all about you
Are losing theirs and blaming it on you,
If you can trust yourself when all men doubt you,
But make allowance for their doubting too;
If you can wait and not be tired by waiting,
Or being lied about, don't deal in lies,
Or being hated, don't give way to hating,
And yet don't look too good, nor talk too wise:

If you can dream—and not make dreams your master;
If you can think—and not make thoughts your aim;
If you can meet with Triumph and Disaster
And treat those two impostors just the same;
If you can bear to hear the truth you've spoken
Twisted by knaves to make a trap for fools,
Or watch the things you gave your life to, broken,
And stoop and build 'em up with worn-out tools:

If you can make one heap of all your winnings
And risk it on one turn of pitch-and-toss,
And lose, and start again at your beginnings
And never breathe a word about your loss;
If you can force your heart and nerve and sinew
To serve your turn long after they are gone,
And so hold on when there is nothing in you

Except the Will which says to them: 'Hold on!'

If you can talk with crowds and keep your virtue,
Or walk with Kings—nor lose the common touch,
If neither foes nor loving friends can hurt you,
If all men count with you, but none too much;
If you can fill the unforgiving minute
With sixty seconds' worth of distance run,
Yours is the Earth and everything that's in it,
And—which is more—you'll be a Man, my son!

एन.डी.ए.चे त्यांच्या आयुष्यातील स्थान अजोड आहे. तिथे त्यांना आलेले अनुभव अगदी नितळ पारदर्शी होते. त्याविषयी ते स्पष्ट शब्दांत म्हणाले, "मला कधीही एन.डी.ए.मध्ये किंवा हवाई दलात वशिलेबाजी जाणवली किंवा दिसली नाही. मला तसा कधीच अनुभव आला नाही. सगळीकडे पारदर्शक कारभार होता. शिवाय एकूण एक खेळ खेळायला मिळाले. फूटबॉल, हॉकी, बॉक्सिंग असे हर एक प्रकारचे खेळ खेळलो. १९५९ ते १९६१ हा प्रशिक्षणाचा कालावधी म्हणजे माझ्या आयुष्यातील काही मंतरलेल्या दिवसांपैकी एक काळ होता. मित्रांमध्ये खूप स्नेहबंध निर्माण होतात. ज्यावेळी युद्धाचा प्रसंग येतो, त्यावेळी इथून गेलेलेच काही हवाई दलात, काही लष्करात आणि काही नौदलात असतात. हे स्नेहबंध त्यावेळी खूपच उपयुक्त ठरतात आणि जोरदार हल्ल्यासाठी किंवा बचावाच्या युद्धासाठी त्याची मोठीच मदत होते. ही तीन वर्षे कोणीही आयुष्यभर विसरूच शकत नाही. त्यामुळे तेव्हाचे मित्र कायमचे मित्र बनतात. सेवेच्या काळात आणि नंतरच्या आयुष्यातही! सन २०११ मध्ये आमचा असाच पुनर्भेटीचा कार्यक्रम आखण्यात आला होता. त्यावेळीही इतकी वर्षे मध्ये गेल्याचे कोणालाही जाणवले नव्हते. कारण ते बंध वेगळेच असतात."

भरपूर परिश्रम आणि भरपूर पोषक आहार यांमुळे त्यांची तब्येत दणकट बनली. उंची भराभरा वाढली आणि पाच फूट चार इंचाचा सोळा वर्षांचा मुलगा एकोणीस वर्षांचा, पाच फूट ११ इंच उंचीचा तरुण अधिकारी बनून तिथून

बाहेर पडला. ती १९६१ सालाची अखेर होती. त्यानंतर त्यांना जोधपूरला ‘रिपोर्ट’ करायचा होता.

आणि फायटर पायलटचा मान!

१९६२ मध्ये प्रथम त्यांना *HT*२ विमान चालवण्याचे सहा महिन्यांचे ट्रेनिंग दिले गेले. त्यानंतर सुट्टी मिळाली. नंतर टेक्सन (हार्वर्ड) विमान चालवण्याचे ट्रेनिंग मिळाले. ठरलेल्या वेळापत्रकाप्रमाणे १९६२ च्या डिसेंबरमध्ये ते हैदराबादला ‘व्हॅम्पायर’ चालवण्याच्या ट्रेनिंगसाठी जाणार होते. परंतु १९६२ च्या चीनच्या आक्रमणामुळे या बॅचचे आधीचे ट्रेनिंग भराभरा आटोपण्यात आले आणि ऑक्टोबरमध्येच ते हैदराबादला पोहचले. *HT*२ फ्लाईंगमध्ये उदूकाकांचा प्रथम क्रमांक आला होता. एन.डी.ए.मध्ये गेल्यापासून दिलीप उदय यांना उदूअंकल म्हणत होते, त्यामुळे त्यांचे नाव ‘अंकल’ असेच पडले होते. या विमान उडवण्याच्या प्रशिक्षणात अंकल पहिले आले होते. विमान उड्डाण शिकवणारा इन्स्ट्रक्टर आणि विद्यार्थी यांच्यांमध्ये घनिष्ठ संबंध निर्माण होतात. कारण एका इन्स्ट्रक्टरकडे फक्त चारच विद्यार्थी दिले जातात. हे प्रशिक्षण खूपच कडक स्वरूपाचे असते, कारण यात चुका करणे चालूच शकत नाही. यातील चुकांचा संबंध थेट जीवन-मरणाच्या प्रश्नाशी असतो. एखादी चूक झाली म्हणून असे घडले असे सांगण्यास चूक करणारा जिवंतही राहू शकत नाही. म्हणूनच हे प्रशिक्षण अत्यंत कडकपणे दिले जाते. या प्रशिक्षणादरम्यानसुद्धा विद्यार्थ्याने चूक केली आणि ती दुरुस्त करण्यास इन्स्ट्रक्टरने किंचित जरी दिरंगाई केली तरी दोघेही दगावू शकतात. त्यामुळे या काळात दोघेही अत्यंत तणावग्रस्त असतात. एवढे फ्लाईंगचे तास सोडले तर मात्र सर्वत्र खेळीमेळीचे वातावरण असते.

याविषयी दिलीप म्हणाले, ‘‘प्रशिक्षणाच्या वेळी प्रचंड शिस्तीत वागणारे इन्स्ट्रक्टर इतर वेळी आमच्या खोड्या काढायचे. चेष्टा-मस्करी करायचे. आम्ही एकमेकांना टोपणनावांनी हाका मारत असू. शाळा - कॉलेजच्या विद्यार्थ्यांना एरवी कल्पनाही येणार नाही एवढे मोकळे वातावरण असते. एस.सी. साहनी हे माझे इन्स्ट्रक्टर होते. प्रत्येकालाच आपल्या विद्यार्थ्याने नाव कमवावे, पुढे जावे असे वाटत असते. त्यासाठी ते अक्षरशः धडपडत राहतात. आमचे संबंध एकदम जिव्हाळ्याचे, घरगुती स्वरूपाचे असतात. चुकले तर आमच्या वेळी ते

मारायचेही. एकच उदाहरण सांगतो. एअर मार्शल मायकल मॅकमाहोन यांना 'मोहन' म्हणूनच ओळखले जात असे. तो माझा जिवलग मित्र आहे. त्याचा विद्यार्थी नॉर्मन अनिलकुमार ब्राऊन याला 'चार्ली ब्राऊन' म्हणून ओळखले जात होते. पुढे ब्राऊन चीफ ऑफ एअर स्टाफ म्हणून निवृत्त झाला. त्यानंतर तो नॉर्वेचा राजदूत झाला. मात्र आपल्या इन्स्ट्रक्टरला तो विसरणे शक्यच नव्हते. त्याने मोहनच्या पत्नीसह त्याला सुट्टीसाठी आपल्याकडे नॉर्वेला आग्रहाने बोलावून घेतले होते. माझा एअर फोर्स असा आहे. जिवाला जीव देणारी माणसे तिथे मिळतात. एअर मार्शल गोखले हे अत्यंत सक्रिय आणि उत्तम, कार्यक्षम ऑफिसर. त्यांना आम्ही 'बिंगो' या नावाने हाक मारत असू. त्यांचा विद्यार्थी म्हणजे चीफ ऑफ एअर स्टाफ ओरूप रहा. आमची परंपरा अशीच वाढत राहते.''

या प्रशिक्षणादरम्यान, एअरोबॅटिक्स शिकवले जात असे. हवेतील ही कलाबाजी करण्यास दोन-तीनदा शिकवले जात असे. त्यावेळी चुका सांगितल्या जात. कलाबाजी करताना चुकून विमान 'स्पिन' मध्ये जाऊ शकते. अशा वेळी बाहेर पडण्याचे प्रशिक्षणही दिले जात असे.

या प्रशिक्षणासाठी टू सीटर विमान असते. त्यात विद्यार्थी पुढे आणि इन्स्ट्रक्टर मागे बसत असे. व्हॅम्पायरही टू सीटरच असे. फक्त त्यावेळी प्रशिक्षणार्थी आणि इन्स्ट्रक्टर यांच्या सीट्स एकमेकांच्या शेजारी असत. विमान उडवणे हे डोळ्याच्या पापणीची सहजगत्या उघडझाप होते, त्याप्रमाणे प्रतिक्षिप्त क्रिया म्हणून जमले पाहिजे यावर भर दिला जातो. कारण अखेरीस गंमत म्हणून विमान उडवायचे नसतेच. तर 'फायटिंग मशीन' म्हणून ते उडवायचे असते. त्यामुळे मुख्य हेतू लढाई करणे, शत्रूच्या तळांवर किंवा रणगाड्यांवर बाँबफेक करणे हाच असतो. विमान चालवण्यासाठी मेंदूची विचारशक्ती गुंतवून चालण्याजोगे नसते. ते विचार हल्ल्यावर केंद्रित करावे लागतात आणि विमान सहजपणे, फारसा विचार करावा न लागता चालवता येण्याएवढी तज्ज्ञता प्राप्त करून घ्यावी लागते. त्यामुळे 'अधिकाधिक परिपूर्णता' हेच तत्त्व इथे वापरले जाते. या सहा महिन्यांच्या प्रशिक्षण कालावधीत २-३ परीक्षा घेतल्या जातात. इन्स्ट्रक्टरसह सहा तास फ्लाईंग झाल्यानंतर प्रशिक्षणार्थीला एकट्याला ६ ते

१२ तास फ्लाईंग करावेच लागते.

बारा तासांपर्यंत एकट्याने उड्डाण करता आले नाही, तर सुपरवायझर दिला जात असे. मग आणखी दोन तासांचा अवधी दिला जात असे. तरीही आले नाही सरळ त्याची रवानगी घरी केली जात असे किंवा हवाई दलातच प्रशासन विभागात, साधनसामग्री विभागात वगैरे ठिकाणी त्यांना पाठवले जात असे. त्या काळात सुमारे ६० टक्के लोक या टप्प्यावरून परत पाठवले जात, कारण देशाच्या सुरक्षिततेचा प्रश्न असतो. अगदी निष्णात लोकांनाच पुढे जाता येते. फक्त तेच फायटर पायलट बनू शकतात. या सगळ्या अवघड चाचण्यांतून तावून सुलाखून निघालेले दिलीप आणि अंकल फायटर पायलट बनले होते.

परदेशवारीचा मोह टाळला

सन १९६२-६३ मध्ये हेलिकॉप्टर हा भारतात कुतूहलाचा आणि कौतुकाचा विषय होता. एखादे हेलिकॉप्टर पाहिले तरी लोक एकमेकांना कौतुकाने आपण हेलिकॉप्टर पाहिल्याचे सांगत असत. भारतात त्या दरम्यान ४-६ हेलिकॉप्टर आली होती. हेलिकॉप्टर आणि लढाऊ विमानांची फ्लाईंगची पद्धती खूपच वेगळी होती. त्याला रोटरी विंग असतात, शिवाय फ्लाईंगची इतर तत्त्वेही वेगळी असतात. आपल्याकडे हेलिकॉप्टर्स येण्यामागे चीनचा हल्ला कारणीभूत झाला होता.

त्या काळात अमेरिका, इंग्लंड आणि फ्रान्स हे तिन्ही देश कम्युनिस्ट चीनच्या विरोधात होते. त्यामुळे चीनने हल्ला केल्यानंतर या तिघांनी मदतीचा हात पुढे केला आणि हेलिकॉप्टर्स देऊ केली. प्रत्येक 'कोर्स' ट्रेनिंग संपवते त्यावेळी पासिंग परेड होते. दिलीप यांचे ट्रेनिंग जोधपूरला झाले. एटि थर्ड पायलट कोर्स हा त्यांचा कोर्स होता. १९६२ च्या डिसेंबरमध्ये ते स्पेशलिस्ट फिल्डमध्ये जाणार होतो. फायटर पायलटमध्ये निवडले गेलेले सगळे जण हैदराबादमध्ये हकिमपेठ येथे जाणार होते. तर ट्रान्सपोर्टमध्ये गेलेल्या सगळ्या जणांची रवानगी बेगमपेठला होणार होती. अमेरिका, इंग्लंड आणि फ्रान्सची ऑफर अत्यंत चांगली होती. हेलिकॉप्टर चालवण्याच्या ट्रेनिंगसाठी त्यांनी भारताच्या अधिकाऱ्यांना बोलावले होते.

त्या काळात परदेशी जाणे ही केवढी अपूर्वाईची बाब होती हे आपण जुन्या हिंदी चित्रपटांतही पाहतो. अनेक हिंदी चित्रपटांमध्ये परदेशातून आलेल्या व्यक्तीचे (सहसा हिरोचे) विमानतळावरच हार घालून चक्क सत्कार केल्याचे कित्येक प्रसंग आपल्याला आठवतील. परदेश प्रवास सहजासहजी प्राप्त न होऊ शकणारा तो काळ होता. अशा वेळी ट्रेनिंगसाठी परदेशात जाणे, तिथे ट्रेनिंग घेऊन परतल्यानंतर भारतातील तज्ज्ञ म्हणून ओळखले जाणे या दोन्ही गोष्टी अत्यंत आकर्षक होत्या. शिवाय इन्स्ट्रक्टर तर आपापल्या चेल्यांनी परदेशात जावे म्हणून त्यांच्या अक्षरशः मागे लागलेले होते. पासिंग आऊट नंतर एक व्हरायटी एंटरटेनमेंटचा कार्यक्रम होता. जोधपूरला हा कार्यक्रम ऐन भरात आलेला असताना प्रत्येक इन्स्ट्रक्टर आपापल्या विद्यार्थ्यांना सल्ला देत होते, ''उद्या सिलेक्शन आहे. तू हेलिकॉप्टर ट्रेनिंगसाठी जरूर जा.'' यात आणखीही एक फायदा होणार होता. तो म्हणजे बाकी सगळ्यांना आणखी सहा महिन्यांनी कमिशन मिळणार असले तरी हेलिकॉप्टरच्या ट्रेनिंगसाठी जाणाऱ्यांना लगेच कमिशन दिले जाणार होते, कारण फक्त ऑफिसर्सनाच हेलिकॉप्टरचे ट्रेनिंग घेण्याची परवानगी होती. परदेशात पूर्ण तीन महिने वास्तव्याची संधी त्यातून मिळणार होती. सगळीकडे जल्लोषाचे वातावरण होते. दिलीप यांचीही आपल्या इन्स्ट्रक्टरशी खूपच जवळीक होती. परंतु त्यांनी त्यांना नकार दिला. कित्येक जण हेलिकॉप्टरच्या ट्रेनिंगसाठी जाण्यास एका पायावर तयार झाले होते. परंतु दिलीप आपल्या निर्णयावर ठाम होते. त्यांना फक्त फायटर पायलट बनायचे होते. त्यासाठी अशा परदेशवाऱ्यांकडे ते ढुंकूनही बघण्यास तयार नव्हते. 'अंकल'नाही त्यांच्या इन्स्ट्रक्टरनी बरेच समजावले. त्यांनी दिलीप यांना विचारले. दिलीप यांनी आपला निर्णय त्यांना सांगितला, ''ज्यांना ज्यायचे असेल ते जाऊ देत. मी फायटर पायलटच बनणार आहे.'' अंकलनी त्यावर उत्तर दिले, ''तू जात नाहीस, तर मीही जाणार नाही.''

अखेर हकिमपेठला रवाना

त्यानंतर या दोघांना इतर फायटर पायलट्सबरोबर हकिमपेठला धाडण्यात आले आणि हेलिकॉप्टरच्या ट्रेनिंगसाठी निवड झालेले सर्व जण दिल्लीला रवाना

झाले. तिथून ते त्यांची जशी निवड झाली होती त्यानुसार इंग्लंड, अमेरिका आणि फ्रान्स या देशांत ट्रेनिंगसाठी निघून गेले.

अर्थातच फायटर पायलट बनणे ही खूपच सन्मानाची बाब होती. आधी सांगितल्याप्रमाणे त्यासाठीची निवड प्रक्रिया अवघड असते आणि त्यानंतरचे कामही कौशल्याचा कस पाहणारे असते. हेलिकॉप्टर पायलट्सविषयीही खूपच आदर असतो आणि त्यांना खूप कामही असते. कारण विमान जिथे काम करू शकत नाही, तिथे हेलिकॉप्टर सहजगत्या काम करू शकते. विमान बर्फात उतरू शकत नाही. परंतु हेलिकॉप्टर तिथे उतरते.

दिलीप म्हणाले, ''मला हेलिकॉप्टरचे प्रशिक्षण न घेतल्याची फक्त एकदाच खंत वाटली. अर्थात तेव्हा प्रशिक्षण न घेतल्याची ही खंत नव्हती; तर पुढे कधीतरी ते घ्यायला हवे होते असे मला वाटले. उत्तराखंडमध्ये पूर आला आणि लोकांना मदतीची नितांत आवश्यकता होती, त्यावेळी मला ते जाणवले.''

प्रशिक्षणादरम्यानचे हार्वर्ड विषयीचे प्रेम दिलीप यांच्या मनात कायम राहिले आहे. आता ही विमाने वापरली जात नाहीत. अलीकडेच म्हणजे साधारणपणे १३ वर्षांपूर्वी ते अमेरिकेला गेले होते. त्यावेळी त्यांनी मुद्दामहून इंटरनेटवरून तेथील हार्वर्ड विमाने असलेला क्लब शोधून काढून फी भरून फ्लाईंग केले. त्यावेळी त्यांचे वय होते अवघे साठ वर्षे!!

जिगरबाजपणा दाखवणाऱ्या कौशल्यांचे प्रदर्शन फक्त शरीराने तरुण असलेलेच समर्थपणे करू शकतात, ती फक्त तारुण्याचीच मिरासदारी आहे, असे कोण म्हणते?

प्रकरण ३.

द शो मस्ट गो ऑन

वास्तविक, दिलीप यांचे जोधपूरचे ट्रेनिंग पूर्ण एक वर्षाचे होते. परंतु चीनने अचानक केलेल्या आक्रमणामुळे काही बदल करण्याचे तडकाफडकी निर्णय घेतले गेले आणि नऊ महिन्यांतच ट्रेनिंग पूर्ण करून फायटर पायलट्सना हकिमपेठला पाठवण्यात आले. त्यावेळी हवाई दलात व्हॅम्पायरचे दोन नमुने होते. ट्रेनर व्हर्जन हे टू सीटर होते तर फायटर व्हर्जन सिंगल सिटर होते. हे विमान सुमारे ३० हजार फुटांपर्यंत जाऊ शकत असे आणि कलाबाजीही करत असे. ट्रेनरना ऑक्सिजन मास्क, इअर फोन आणि मायक्रोफोन वापरावा लागत असे. शेजारी बसलेला इन्स्ट्रक्टर मायक्रोफोनवरूनच सूचना देत असे. ट्रेनर सुमारे १५-२० हजार फूट उंचीपर्यंत विमान नेत असत. इन्स्ट्रक्टर खूपच कडक असत. त्यांच्या शिक्षाही अनेकदा विचित्र असत. काही वेळा ते प्रशिक्षणार्थींच्या तोंडावरचा मास्क ओढून झटकन सोडून देणे वगैरेसारखे क्रूर प्रकारही करत. अर्थातच हेतू चांगलाच असे; परंतु त्यामुळे काही दुष्परिणामही होत. आता मात्र असे प्रकार पूर्णपणे बंद झाले आहेत. व्हॅम्पायरच्या ट्रेनिंगआधी ६ ते ८ आठवड्यांची सुट्टी असे. परंतु चीनच्या युद्धामुळे सगळेच बदलले होते. दिलीप यांच्या बॅचच्या प्रशिक्षणार्थींची ही सुट्टी रद्द करण्यात आली आणि त्यांना लगेच विमानाने हकिमपेठला नेण्यात आले. ऑक्टोबरला ते तिथे पोहचले. ९ मार्चला पासिंग परेड होणार होती. दरम्यानच्या काळात प्रशिक्षण सुरू होते.

टार्गेटवर गोळीबाराचे प्रशिक्षण

या प्रशिक्षणातील एक महत्त्वाचा भाग म्हणजे जमिनीवर कॅनव्हसच्या साहाय्याने तयार केलेल्या टार्गेटवर (लक्ष्यावर) गोळीबार करणे हा असतो. टार्गेटवर गोळ्या झाडण्याचा वेगही प्रचंड असतो. मिनिटाला ६०० गोळ्या झाडण्यास शिकवले जात असे. या दरम्यान रेंज सेफ्टी ऑफिसर सुरक्षितता तपासतो. ठरावीक उंचीच्या आत राहून गोळ्या झाडाव्या लागतात. जेवढ्या अधिक जवळून फैरी झाडल्या जातील, तेवढ्या टार्गेटला गोळ्या लागल्याचेही पाहता येते. या गोळ्याही मोठ्या आकाराच्या असतात. शंभर ते दोनशे फुटांच्या आतच मागे वळावे लागते. शंभर फुटाला 'डाईव्ह' संपवायचा असेल तर किमान २०० फुटांवरून सुरुवात करावी लागते. या डाईव्हवर सेफ्टी ऑफिसर लक्ष ठेवतो. विमान जास्त खाली आले तर तो रिपोर्ट करतो. कारण त्यामुळे पायलटच्या जिवाला आणि विमानाला धोका असतो. लो पुल आऊट झाला आणि गोळीचे स्प्लिटर्स स्वतःलाच लागले तर ही बाब गांभीर्याने घेतली जाते. हवाई दलाच्या भाषेत विमानाच्या एका उड्डाणाला 'सॉर्टी' असे म्हणतात. विमान चालवताना कधी कधी जर बिघाड झाला तर मात्र वैमानिकाच्या जिवावरच बेतू शकते.

या सर्व गोष्टी ट्रेनिंगच्या दरम्यान शिकवल्या जात होत्या. ट्रेनिंग जवळजवळ संपतच आले होते. डिसेंबरऐवजी आधीचे ट्रेनिंग सप्टेंबरअखेरीलाच संपल्यामुळे आधी ठरल्याप्रमाणे जूनमध्ये मिळणारे कमिशन आता मार्चमध्येच मिळणार होते. अखेरचा आठवडा उरला होता. त्यानंतर फायटर पायलटची कामगिरी प्रत्यक्षात करता येणार होती. ऑफिसर म्हणून मान्यता मिळणार होती; म्हणजेच कमिशन मिळणार होते. अंकल आणि दिलीप यांच्या मनात कोण आनंद उसळला होता!

तू ड्रिंक घेऊ नकोस

हेलिकॉप्टरच्या ट्रेनिंगचा मोह होऊ न देता घेतलेल्या निर्णयाचे सार्थक होण्याचा टप्पा अगदी जवळ आला होता. एकमेकांच्या साथीने पुढचे सगळे करिअर करण्यातील मोठा आनंद दोघांच्या मनातून ओसंडून वहात होता. खरोखरच अशी मैत्री, अशी साथ नशीबानेच लाभते. आपल्या चुका दाखवून देताना

त्यामागे आपले नुकसान होऊ नये हीच कळकळ असलेला जिवाभावाचा नातलग आणि त्याहीपेक्षा बालपणापासूनचा जिवलग मित्र लाभणे ही तशी कठीण गोष्टच असते. परंतु दिलीप आणि अंकल या दोघांच्याही बाबतीत ती घडलेली होती. बालपणापासूनच्या कडू-गोड आठवणी, एकमेकांची अनेक स्वप्ने, गुण-दोष सारे माहिती असलेले आणि त्यामुळेच एकमेकांशी दृढ स्नेहबंधाने जोडले गेलेले हे दोघे जण आनंदाच्या झुल्यावर त्यावेळी हिंदोळत नसते तरच नवल! आता फक्त एक आठवडा! बस्स! स्वप्न सत्यात उतरणार होते. अंकलच्या शिस्तबद्ध स्वभावाला दिलीप यांच्या काही गोष्टी खटकत होत्या. दिलीप त्यावेळी काही वेळा दारू घेत असत. वास्तविक, हवाई दलात संध्याकाळी बार सुरूच असतो. त्यामुळे 'ड्रिंक घेणे' ही सर्वसामान्य बाब. परंतु अंकलला 'आपल्या दिलीप'च्या बाबतीत कसलीच 'रिस्क' नको होती. ते त्यांना वारंवार म्हणत, 'तू ड्रिंक घेऊ नकोस,' आणि दिलीप त्यांच्या नेहमीच्या स्वभावाप्रमाणे हसून, चेष्टेने ती गोष्ट उडवून लावत असत. तारुण्याच्या जोशाबरोबरच कदाचित त्यामागे एक सुप्त भावनाही असावी. आपल्याला काहीही झाले तर सावरायला आपल्यामागे एक भक्कम आधारस्तंभ आहे, ही ती भावना होती. आपल्या काकाच्या आणि खरे तर आपल्या मित्राच्या जिवावर थोडीशी गंमत केली तर कुठे बिघडले? कदाचित असाही तो दृष्टिकोन असावा. दोघे मिळून जग जिंकू शकू, अशा प्रकारचा तो विश्वास होता.

नियतीचा फटका

परंतु दर वेळीच सगळ्या गोष्टी आपल्या मनाप्रमाणे थोड्याच घडतात? कधी कधी धुवांधार पाऊस कोसळणार असे वाटत असते. तृषार्त मने त्यामुळे आसावतात. परंतु पावसाचे ते काळे ढग हळूच हुलकावणी देऊन निघून जातात. पाऊस कोसळतच नाही. फक्त काही काळ तो कोसळेल असे स्वप्न तेवढेच आपण पाहिलेले असते. कारण पाऊस पाडणे न पाडणे ही गोष्ट त्या ढगांच्या हाती तरी कुठे असते? नियतीचा वारा त्यांना जिकडे नेईल तिकडे त्यांना जावेच लागते!

काहीसे असेच या बाबतीतही घडले होते. ९ मार्च १९६३ रोजी कमिशन मिळणार होते, त्याला फक्त सहा दिवसांचाच अवधी होता. तो ३ मार्चचा

दिवस होता. सिंगल इंजिन फायटर व्हॅंपायरच्या सॉर्टीवर अंकल गेले होते. बाकीचे सगळेच जण समोर थांबून ती सॉर्टी पहात होते. जेट विमान उडताना होणारा मोठा आवाज नेहमीप्रमाणेच झाला होता. आता फ्लाईंग केल्यावर पाचव्या फुटावर पोहचून डावीकडे वळून 'एअर टू ग्राऊंड' असे फायरिंग करायचे होते. ठरल्याप्रमाणे विमान डावीकडे वळले आणि अचानकच प्रेशर स्टोव्ह विझताना होतो, तसा 'फुक्' असा आवाज झाला. सगळ्यांच्याच काळजात धस्स झाले, कारण त्याचा अर्थ इंजिन बंद पडले, असा होता. आता काय करायचे? असाहाय्यतेने पहात राहण्याखेरीज कोणीही काही करूच शकत नव्हते. विमानाचा वेग नेहमीसारखाच जास्त होता. त्याच वेगात विमान खाली आले आणि सर्वांसमक्ष धाड्कन जमिनीवर कोसळले. मध्ये विजेच्या वायर्स होत्या. उडताना विमानात एक हजार लिटर इंधन होते. या अचानक धक्क्याने या इंधनाने पेट घेतला. सर्वांच्या डोळ्यांदेखत धुराचे मोठे ढग निर्माण झाले. लवलवत्या ज्वाळा पसरल्या. व्हॅम्पायरचे ते फायटर व्हर्जन होते. त्याला इजेक्शन सीट नव्हती. अशा अपघातातून वाचण्याचा एकच पर्याय होता. तो म्हणजे दोन हजार फुटांवर विमान उलटे करून पॅराशूटने बाहेर पडणे. परंतु या प्रकरणात तशी संधीही नव्हती. तरीही अंकलनी 'फोर्स्ड लॅंडिग' करण्याचा प्रयत्न केला. परंतु त्यांचे विमान तीन विजेच्या तारांमध्ये अडकले आणि चारही बाजूंनी पेटले आणि विमानतळापासून काही किलोमीटरवर खाली कोसळले

आयुष्यात कित्येक वेळा आपण किती असाहाय्य आहोत त्याची भयंकर जाणीव होत राहते. हा प्रसंगही तसाच होता. समोर विमान दिसत होते. त्यात आपला जिवलग अडकलेला होता. परंतु काहीही केले तरी त्याची अखेरची दृष्टिभेट होणेही अशक्य होते. जिवाची फक्त तगमग होत राहिली. दिलीप सुन्न झाले होते. काय झाले, काय होणार होते आणि काय करायचे होते...या कुठल्याच शब्दांना कसलाच अर्थ उरला नव्हता. काही क्षणांपूर्वी आपल्या नजरेसमोर असलेला आपला प्रिय अंकल आता आयुष्यभरात कधीच नजरेस पडणार नाही, त्याचा आवाज ऐकू येणार नाही आणि त्याचा सहवास तर या जन्मी मिळणे शक्यच नाही, याविषयीच्या भावना शब्दांत व्यक्त करणेही शक्य होत नव्हते. बधिर मन आणि अश्रूंमुळे धूसर झालेली नजर..बस्स! एवढेच काय ते त्या कमालीच्या जोरदार धक्क्याच्या वेळी त्यांना जाणवत होते.

दारू न पिण्याची शपथ

अंकल गेला! कायमचा सोडून गेला! कुठे? का? असे दिशाहीन प्रश्न मनात धुमाकूळ घालत होते. मात्र त्याच क्षणी त्यांच्या मनात झंझावातासारखा एक विचार घुसला. त्यांनी ठामपणे निर्णय घेतला... 'यापुढे दारूच्या थेंबालाही स्पर्श करणार नाही! अंकल गेला, पण त्याची ही इच्छा मी पूर्ण करेन. कधीच ड्रिंक्स नाही. ना पार्टीत, ना पाहुण्यांसमवेत, ना निराशेच्या वेळी, ना गंमत म्हणून!' मनावर झालेल्या त्या भयंकर आघाताच्या क्षणी मनाने घेतलेली ती शपथ त्यानंतर जवळजवळ ५३ वर्षे त्यांनी पाळली आणि अजूनही पाळत आहेत. तीही बंधन म्हणून नव्हे; तर मनापासूनच! आजतागायत कित्येक लोकांना एअर फोर्समधील व्यक्ती दारूच्या थेंबालाही स्पर्श न करता राहते ही दंतकथा वाटते; परंतु दिलीप ही दंतकथा जगत आहेत. आपल्या जिवलगाला त्यांनी मनोभावे वाहिलेली ती आदरांजली आहे!

तगड्या जवानाची मूठभर रक्षा

अपघात झाला की वातावरण तंग असते. दुःख, नैराश्य, धक्का बसल्याने आलेली विषण्णता सर्वत्र पसरलेली असते. ही वेळ कदाचित आपल्यावरही आली असती, या विचाराने अशा अपघातांचा सर्वांच्याच मनावर खोल ठसा उमटतो. त्यावेळी पी.व्ही.एस. राम सिनिअर विंग कमांडर होते. त्यांनी तातडीने हालचाली केल्या. अंकल यांच्या नातेवाईकांना बोलावले. हवाई दलातर्फे मानवंदना देऊन शिष्टाचाराप्रमाणे इतर कार्यक्रम पार पडले होते. अंत्यसंस्कारांसाठी शरीर ताब्यात देण्याचा प्रश्नच नव्हता. भडाग्नी देण्यासाठी पेटवण्यात येणारी चिता एखाद्या छोट्याशा शेगडीसारखी वाटावी, असा विमान पेटल्यावर आगीचा भडका उडतो. त्यामुळे फक्त अस्थिकलश नातेवाईकांकडे सुपूर्द करण्यात आला. २१ वर्षांच्या तगड्या जवानाचे मूठभर अवशेष पाहून भडभडून आलेल्या दिलीप यांच्या नातेवाईकांनी दिलीपना घरी परत येण्याचा आग्रह केला. त्यांच्या वडलांनी त्यांना सांगितले की आता घरी चल. जी काय भरपाई द्यावी लागेल ती आम्ही कशीही भरू. तू त्याची काळजी करू नकोस.

तसे पाहता त्या काळी म्हणजे १९६३ मध्येही हा मोठा खर्च होता. लाखो रुपये भरावे लागले असते. परंतु जिवाची किंमत रुपयांत करता येत नाही,

असा त्यांच्या नातेवाईकांचा दृष्टिकोन होता. त्यांनी एक मुलगा गमावला होता आणि आता दुसरा गमावण्याची त्यांची इच्छा नव्हती. परंतु दिलीप आता तर आपल्या ध्येयाविषयी अधिकच ठाम बनले होते. त्यांनी एवढी मोठी किंमत चुकती केली होती आणि आता माघार घेण्याचा पळपुटेपणा त्यांना करायचा नव्हता. 'फक्त अंकलचा जीव घेण्यापुरताच फायटर पायलटचा हा शौक होता का?' या प्रश्नाने त्यांचा जन्मभर पिच्छा पुरवला असता. कारण फायटर पायलटचे स्वप्न त्यांनी बालपणापासून पाहिले होते आणि अंकलही या स्वप्नाचे वाटेकरी बनले होते. परंतु त्यांना तो डाव अर्धाच सोडून निघून जावे लागले होते.. दुर्दैवाने; नाईलाजाने! आता तो डाव पूर्ण करण्याची जबाबदारी दिलीप यांच्यावर होती. मग भले त्यासाठी प्राणाची किंमत मोजावी लागली तरी त्यांची तयारी होती. देशासाठी लढण्याची त्यांची जिद्द तशीच अखंड होती; कदाचित ती आता थोडीशी वाढलीही असावी. त्यांनी घरच्यांची समजूत घातली आणि त्यांना परत पाठवले.

याचेच नाव 'जीवन'

त्या क्षणी त्यांच्या सिनिअर विंग कमांडर पी.व्ही.एस. राम यांनी उच्चारलेली वाक्ये त्यांच्या मनावर कायमची कोरली गेली होती. ते म्हणाले होते,

"We remember the people, that are no more, but life is the thing which is lived with living." (मरण पावलेल्या लोकांच्या आठवणी आपल्या सोबत असतात; परंतु जिवंत असलेल्यांसोबत जगणे म्हणजेच आयुष्य होय.) थोडक्यात, द शो मस्ट गो ऑन! तुम्ही जिवंत असता. तुम्ही अडखळून, भांबावून, दुःखाने बधीर होऊन अर्ध्या वाटेवरच खिळून राहणे हा तुमचा जिवंतपणीच झालेला मृत्यू असतो आणि तो आयुष्याला मान्य नसतो. तुम्हाला आपली कर्तव्ये पूर्ण करण्यासाठी आयुष्यात पाऊल पुढे टाकावेच लागते. यालाच जगणे म्हणतात. जीवन हे याचेच नाव असते.

दिलीप म्हणाले, ''त्यावेळी अपघातांचा दर मोठा होता. आता यात मोठा फरक पडला आहे. हा दर खूपच कमी झाला आहे. ही हवाई दलाची प्रगती आहे. परंतु त्यावेळीही प्रत्येक मुख्य अधिकारी हा दर कमी करण्याचा कसोशीचा प्रयत्न करत असे. काही वेळा पायलटची चूक असू शकते. नको इतकी कलाबाजी दाखवण्याच्या मोहात तो पडतो आणि आपल्याला खूप

येत आहे याचे प्रदर्शन करू लागतो. अशा वेळी त्याच्या चुकीमुळे अपघात होतात आणि प्राण गमावले जातात. परंतु ही क्वचित घडणारी गोष्ट होती. तांत्रिक बिघाडामुळे घडणाऱ्या अपघातांचे प्रमाण अधिक होते. उदूअंकलच्या अपघाताच्या बाबतीत हीच गोष्ट घडली होती. त्याच्या हातात काहीच उरलेले नव्हते आणि त्याची कसलीच चूकही नव्हती. म्हणूनच त्याचा अपघात हा अधिक चटका लावणारा ठरला. आता विमानांना इजेक्शन सीट्स असतात. तशी इजेक्शन सीट असती तर हा भयंकर अपघात घडला असता, त्यावेळी अंकल वाचला असता. मात्र तरीही आयुष्याची दोरी बळकट असेल तर काहीही होऊ शकते, याची बरीच उदाहरणे आम्ही नंतरच्या काळात पाहिली होती. खुद्द मलाही चार वेळा असे अनुभव आले. माझ्या कारकिर्दीत माझी तीन इजेक्शन्स झाली आणि मी एकदा युद्धकैदी म्हणून पाकिस्तानात अडकलो होतो. परंतु या सगळ्यातून मी सहीसलामत सुटलो. तो सगळा एक रोमहर्षक भाग आहे. त्यामुळे जीवन-मृत्यूचा थरार समोर दिसत असला तरी धाडसाने पुढे जाणे हेच सैनिकाचे खरे कर्तव्य असते, असे मला वाटते.''

''अशा प्रकारे होणारा अपघात सर्वांसाठी अत्यंत क्लेशदायक असतो. उदू अंकलच्या अपघातानंतर सगळ्या विमानांची तपासणी सुरू झाली. सहा दिवस कोणतेही फ्लाईंग झाले नाही. त्यानंतर आम्हाला थेट कमिशनच मिळाले. आम्ही फायटर पायलट म्हणून काम करण्यासाठी तयार झालो होतो. उदूअंकलची कमतरता जन्मभर जाणवणारच होती; परंतु आता कामावर लक्ष केंद्रित करण्यास पर्याय नव्हता,'' दिलीप यांनी सांगितले.

त्या आठवणीने अद्याप त्यांच्या चेहऱ्यावर पसरलेली विषण्णता त्यांच्या मनातील उदूअंकलच्या स्थानाविषयी बरेच काही सांगून जात होती.

प्रकरण ४.

१९६५ चे भारत - पाक युद्ध

चीनचे युद्ध सुरू झाले, त्यावेळी दिलीप यांचे रक्त उसळत होते. आपल्याला कमिशन मिळाले असते तर या युद्धातही आपण सहभागी होऊ शकलो असतो, असे विचार त्यांच्या मनात सातत्याने येत होते. त्यांना मार्च १९६३ मध्ये कमिशन मिळाले आणि मग बालपणापासून हवाई दलातील अधिकाऱ्याचे त्यांनी मनात रंगवलेले जीवन जगण्यास प्रत्यक्षात सुरुवात केली.

मुक्काम पोस्ट जोरहाट

आसाममध्ये जोरहाट येथे त्यांचे पहिले पोस्टिंग झाले. त्यांच्या व्हॅम्पायर बॅचचे त्यांच्यासह तिघे जण तिकडे रवाना झाले. त्यावेळी 'पायलट ऑफिसर' अशी त्यांची पोस्ट होती. जोरहाट आणि तेजपूरजवळ असे दोन हवाई तळ होते. तेजपूरमध्ये चिनी हल्ल्याच्या वेळी त्या भागातील नागरिकांची सळो की पळो स्थिती झाल्याचे त्यांना ऐकायला मिळत होते. तेथील चहाच्या मळेवाल्यांनी आपल्या कार्स चाव्यांसह हवाई दलाच्या तळावर आणून सोडून दिल्या होत्या. 'तुम्हाला या सगळ्याचे काय हवे ते करा, परंतु आम्हाला इथून जाऊ द्या,' असेच त्यांचे म्हणणे होते.

चीनच्या हल्ल्यात झालेल्या पराभवानंतर देशाच्या लष्करात झपाट्याने सुधारणा होऊ लागल्या. हेलिकॉप्टर्समध्ये मोठ्या प्रमाणात सुधारणा झाल्या. वास्तविक पंतप्रधान नेहरू समाजवादी होते. शांततादूत होते. एक काळ तर असाही होता की त्यावेळी लष्कराची आवश्यकता आहे का? इतपत प्रश्न विचारला गेला

होता. लष्करावर राष्ट्रीय संपत्ती खर्च करण्यापेक्षा तीच देशाच्या विकासासाठी केली तर..? असा विचारही व्यक्त होत होता. साहजिकच वैचारिकदृष्ट्या हे पटण्याजोगे होते; परंतु व्यवहार्य नव्हते. चीनच्या हल्ल्यानंतर लष्करावरचा खर्चही वाढला होता. देशाच्या नवजात स्वातंत्र्याला पुन्हा धोका निर्माण होऊ शकतो हे सत्य चीनच्या हल्ल्याने प्रकर्षाने समोर आले होते.

दिलीप जोरहाटला गेले, त्यावेळी वातावरण बरेचसे निवळलेले असले तरीही सर्वसाधारणपणे या युद्धाचा धक्का बसलेल्या स्थितीत लोक होते.

जोरहाट हा ब्रह्मपुत्रेच्या दक्षिणेला असलेला आसाममधील भाग त्यावेळी मुंबई किंवा दिल्लीच्या तुलनेत बराच मागास होता. अधिकाऱ्यांची मेस आणि राहण्याची सोय तळावरच होती. शाकारलेल्या छपरांच्या झोपड्यांमध्ये राहण्याची सोय होती. त्यांना 'बाशा' म्हणत. आसाममध्ये मुसळधार पाऊस कोसळत असतो. जोरहाटही त्याला अपवाद नव्हते. आजूबाजूला घनदाट जंगल होते. ब्रह्मपुत्राच्या पलीकडे काझीरंगा अभयारण्य होते. जवळच नागा हिल्स व मकॉकचाँग हा भाग होता. चार-सहा महिन्यांनी कधी कधी रात्रीच्या वेळी हत्ती आणि गेंडे येऊन बाशांना अंग घासत. त्याचा मोठा आवाज होत असे आणि संपूर्ण बाशा हलत असे. काही वेळा छपरांतून साप खाली पडत. परंतु कधीच कोणालाही दुखापत झाली नव्हती. मोठमोठे डास होते. ते तर हवाई दलाच्या जाडजूड कपड्यांतून या तरुणांना चावत. दिवसभराच्या विमान उड्डाणानंतर ते सात-आठ जणांच्या गटाने आपापल्या मोटरसायकलवरून शेजारच्या शहरांत जात असत. चहाच्या मळेवाल्यांनी तिथे दोन पॉश क्लब्ज बांधलेले होते. प्रत्येक क्लबला एक भलेमोठे लाकडी डान्सिंग फ्लोअर होते. याशिवाय चित्रपटगृह, टेनिस कोर्टस, स्विमिंग पूल्स होते. एका क्लबमध्ये तर पोलो ग्राऊंड्स आणि गोल्फ कोर्सही होते.

रोमांचक आयुष्य

सगळेच जण अगदी तरुण होते. त्यामुळे त्यांच्यासाठी हा एक रोमांचकारी अनुभव होता. त्या सगळ्या दमट, पावसाळी वातावरणाची मजा ते मनमुरादपणे लुटत होते. त्यांच्यापैकी अगदी थोडेच लोक विवाहित होते. हे सगळे जण सहसा ड्युटी संपली की जॉन नावाच्या त्यांच्या विवाहित सहकाऱ्याच्या घरी

जमत असत. मग तिथे धमाल चालत असे. जॉन यांची एक खासियत होती. त्या काळात दुकानात हाय फाय साऊंड सिस्टिम्स मिळत नसत. परंतु जॉन स्वतः अशा साऊंड सिस्टिम्स बनवण्यात वाकबगार होते. ते त्या बनवून इतरांनाही देत असत. अविवाहित लोक मेसमध्ये विवाहित लोकांना पार्ट्या देत असत. एअर इंडियाची आसाम कुरियर ही सुपर कॉन्स्टिलेशन विमाने हवाई दलाला मिळाली होती. ती वाहतुकीसाठी वापरली जात होती. ही विमाने पुण्याला असत. परंतु ती दिल्ली-जोरहाट-दिल्ली-पुणे असा आठवड्यातून एकदा- दोनदा प्रवास करत. त्या विमानाने आवश्यकतेनुसार हे अधिकारी प्रवास करत असत.

अधिकाऱ्यांचे दैनंदिन आयुष्यही खुमारीचे होते. सात वाजता तळावर जावे लागत असे. तिथे विमानाच्या विविध कसरती केल्या जात. यातही 'फॉर्मेशन फ्लाईंग'वर विशेष भर असे. कारण लढाईत याचाच अधिक उपयोग होतो. शत्रूच्या ठाण्यावर किंवा अन्य लक्ष्यावर हल्ला करण्यासाठी नेहमी चार विमाने पाठवली जातात. ठरवलेल्या लक्ष्यावर (टार्गेटवर) कधी बॉंब पडले पाहिजेत याचा अंदाज घेऊन ती नेमकी वेळ साधण्याच्या दृष्टीने विमाने पाठवली जातात. 'टाईम ऑन टार्गेट' म्हणजेच 'टीओटी'ला हवाई हल्ल्यांमध्ये मोठेच महत्त्व असते. सरावाच्या वेळी ठरलेल्या वेळेपेक्षा +/- दहा सेकंद एवढीच चूक क्षम्य असते. मात्र प्रत्यक्ष हल्ल्याच्या वेळी अचूक वेळच गाठावी लागते. शत्रूच्या हद्दीत विमान घुसल्याचे दिसताच शत्रू सारखा या विमानाचा वेध घेण्याचा प्रयत्न करत राहतो. खालून सतत हल्ला होत असतो. एक फेरी मारण्यासही किमान तीस सेकंद लागतात. त्यामुळे अत्यंत नेमकेपणाने हल्ले करावे लागतात. दिलीप यांची स्क्वॉड्रन होती १०१ (वन ओ वन). या व अशाच प्रकारच्या कामकाजात दिवस संपत असे आणि मग संध्याकाळ मित्रांच्या सहवासात जात असे.

मात्र अंकलचा मृत्यू होऊन कित्येक आठवडे उलटले असले तरीही दिलीपना त्यांची आठवण अनेक वेळा अस्वस्थ करत होती. यावेळी अंकल असता तर त्याने अमुक केले असते... त्याने असे म्हटले असते..असे विचार त्यांच्या मनात येत असत. इंदर खन्ना या लष्करातील जिवलग मित्राचा लाभ दिलीप यांना हवाई दलातच झाला होता. त्यांना लिहिलेल्या पत्रात त्यांनी आपल्या मनातील हे विचार व्यक्त केले होते. परंतु मूळचाच आनंदी स्वभाव लाभल्यामुळे ते हळूहळू या दुःखातून बाहेर पडत होते.

परदेश प्रवासाची पहिली संधी

ऑक्टोबर १९६३ पर्यंत दिलीप जोरहाटला होते. या दरम्यान ऑक्टोबरमध्येच त्यांना 'हंटर' विमानांच्या ट्रेनिंगसाठी इंग्लंडला जाण्याची संधी मिळाली. हेलिकॉप्टरच्या प्रशिक्षणासाठी परदेशात जाण्याची संधी त्यांनी सोडली होती; परंतु ही सुंदर संधी त्यांनी घेतली. मात्र यावेळी अगदी जरुरीपुरतेच पैसे प्रशिक्षणार्थींना देण्यात आले होते. त्यामुळे प्रदीर्घ प्रशिक्षणानंतर टीव्हीवर क्रीडा प्रकार पाहणे एवढीच करमणूक आणि गंमत त्यांना करता आली होती. त्यावेळी त्यांचे वय होते अवघे २१ वर्षे.

दिलीप म्हणाले, ''आपल्या हवाई दलात १९६५ आणि १९७१ च्या युद्धात हंटरची सेवा मोलाची ठरली. या ट्रेनिंगमुळे खूपच फरक पडला. आमचे शूटिंग आणि इतर गोष्टींचे रिझल्ट खूपच चांगले येऊ लागले.''

एकूण पाच जणांची या ट्रेनिंगसाठी निवड झाली होती. त्यामध्ये दिलीप यांच्या बॅचचे चौघे जण होते. सोबत इन्स्ट्रक्टर जी.एल. डॅनिएलही होते. तिथे चाळीस तास सॉर्टीचे प्रशिक्षण दिले गेले. तिथून हे पाचही जण परतल्यानंतर त्यांना वेगवेगळ्या भागांत पाठवण्यात आले. पुढे १९६७ साली सुखॉय विमानांच्या ट्रेनिंगसाठी ते रशियालाही जाऊन आले.

दिल्लीतील लोभस आयुष्य

दिलीप यांना दिल्लीच्या पालम हवाई तळावर हंटर स्क्वॉड्रनमध्ये पाठवले गेले. पालमला दोन धावपट्ट्या होत्या. त्यापैकी एक वाहतुकीच्या विमानांसाठी वापरली जात होती आणि दुसरी समांतर धावपट्टी हवाई दलाचे लोक वापरत. तिथे व्हीआयपी स्क्वॉड्रनमध्ये विमाने आणि हेलिकॉप्टर्स होती. व्हॅम्पायरची एकच स्क्वॉड्रन होती. तिला नाईट फायटर म्हणत. दिलीप म्हणाले, ''तेथील आयुष्य मोठे लोभसवाणे होते. दैनंदिन कामकाज संपल्यानंतर आम्ही रोज दिल्लीत भटकत असू. पालमला नंतर खूपच गर्दी होऊ लागली. म्हणून मग जमुना नदीच्या पलीकडे २० किलोमीटरवर हिंडन विमानतळ बांधला गेला आणि आमची स्क्वॉड्रन तिकडे गेली. आम्ही तिथे अडीच वर्षे होतो. १९६५ चे युद्ध आम्ही तिथेच पाहिले.''

युद्धाचे ढग

१९६५ चे युद्ध १९७१ च्या युद्धाच्या तुलनेत अचानकच उद्‌भवल्यासारखे सर्वांना वाटले असले तरी प्रत्यक्ष युद्ध सुरू होण्याआधी थोडे दिवस वातावरण तंग होते. कधीही हल्ला होईल याची जाणीव सर्वांना झाली होती. सर्वत्र तणाव पसरलेला होता. प्रत्यक्ष युद्धाआधी पाकिस्तानने सौराष्ट्रातून रणगाड्यांसह घुसखोरीचा प्रयत्न केला. त्यावेळी वन ओ वन एफ आर (१०१ फायटर रेकी) ही दिलीप यांची स्क्वॉड्रन जोरहाट येथे होती. यू बार्बोरा (उत्पल बार्बोरा) हे दिलीप यांचे मित्र असलेले हवाई दलातील अधिकारी अत्यंत धाडसी होते. नेहमीप्रमाणे पाकिस्तानकडूनच कुरापती काढल्या जात होत्या. त्याचा पुरावा देणे आवश्यक होते. यू बार्बोरा हे आपले विमान घेऊन सौराष्ट्रात गेले आणि त्यांनी पाकिस्तान आपले रणगाडे त्या बाजूने घुसवत असल्याचे फोटो काढले. पाकिस्तान घुसखोरी करत असल्याचे त्यामुळे उघड झाले. जगासमोर पाकिस्तानची ही नाचक्की करून त्यांच्या विघ्नसंतोषीपणाचे पुरावे दिल्याबद्दल बार्बोरा यांना पुढे वीरचक्र देण्यात आले.

या फोटोप्रकरणानंतर वातावरणातील तणाव आणखी वाढला आणि प्रत्यक्ष युद्धाला सप्टेंबरमध्ये सुरुवात झाली. त्यावेळी दिलीप यांची हंटरची २० स्क्वॉड्रन होती. याशिवाय हलवारा येथे हंटर ७ आणि हंटर २७ अशा आणखी दोन स्क्वॉड्रन होत्या. युद्ध होणार असे वातावरण असले की प्रत्येक अधिकारी अधिक सजग बनतो. डोळ्यांत तेल घालून कामे सुरू होतात. वरिष्ठांच्या सूचनांवर सूचना येऊ लागतात. ज्याचे नाव येईल तो कामगिरीवर निघतो. जीवन की मृत्यू हा प्रश्नच त्यावेळी नसतो. जय की पराजय, कामगिरी फत्ते की अपयशी एवढाच प्रश्न डोळ्यांसमोर असतो. अपयशाचे धनी होण्याची कोणाचीही तयारी नसते. त्यावेळी आपल्यावर जबाबदारी असलेली कामगिरी जास्तीत जास्त यशस्वी कशी करता येईल, याचे डावपेच प्रत्येक जण आखू लागतो. अपयश म्हणजे प्राणाशी गाठ असेही समीकरण असल्यामुळे आपले सारे कौशल्य, सारी सावधगिरी आणि सारे धाडस गोळा करून जवान बाहेर पडतात.

पाकच्या 'सेबर'चा धुमाकूळ

पाकिस्तानने पहिल्याच दिवशी थेट हल्ला केला होता. हवाई दलाच्या सगळ्या विमानतळांवर पहिल्याच दिवशी हल्ला झाला. पाकिस्तानकडे अमेरिकेला प्रचंड अभिमान असलेली 'अमेरिकन सेबर' आणि 'एफ १०४'लढाऊ विमाने होती. एफ १०४ या विमानांना 'अमेरिकन स्टार फायटर' विमाने म्हणत. त्यांच्यासमोर व्हॅम्पायर म्हणजे अगदी क्षुल्लक विमाने होती. सेबरच्या स्पर्धेत व्हॅम्पायर टिकूच शकत नव्हती. विजय आपलाच झाला होता आणि तो प्रतिहल्ल्याने झाला होता. सुरुवातीला आपले बरेच नुकसान झाले होते. तीन पायलट्सचा मृत्यूही झाला होता. त्यात विजय जोशी नावाच्या एका पुण्याच्या पायलटचाही समावेश होता. व्हॅम्पायरने चांगलाच मार खाल्ला होता. एकूण रागरंग पाहून त्यांना परत बोलावण्यात आले. या स्क्वॉड्रनचे लोक हिंडनला परत आले. ते अपयशी ठरले होते. त्याचा त्यांना जबरदस्त धक्का बसलेला होता. त्यांना तो आपला अवमान वाटत होता. आपापली विमाने पार्क करून ते विमानतळावरच घुटमळत होते.

दिलीप म्हणाले, ''सगळे माझ्यापेक्षा सिनिअर होते. परंतु खिन्न अवस्थेतील त्यांचे हताश चेहरे मला पाहवेनात. हरल्याची प्रचंड वेदना त्यांच्या चेहऱ्यांवर तरळत होती. ते आपण होऊन कोणात मिसळण्यासही आपल्याला तोंड नसावे अशा प्रकारे वागत होते. मला त्यांच्या या स्थितीचे वाईट वाटले. त्यांनी आपल्या प्रयत्नांत कसूर केलेली नव्हती; परंतु पाकच्या सेबरसमोर त्यांची व्हॅम्पायर टिकणे शक्यच नव्हते. मग ती कोणीही चालवली असती, तरी त्याची फलनिष्पत्ती तशीच झाली असती. त्यांना कोणीतरी आपलेपणाने वागवण्याची, त्यांच्या निराश मनावर फुंकर घालण्याची गरज आहे असे मला वाटले. त्यामुळे मी त्यांच्यासाठी गाडीतून खाणे - पिणे घेऊन गेलो. त्यांच्याशी गप्पा मारल्या आणि माझ्या परीने त्यांचे नीतिधैर्य उंचावण्याचा मी प्रयत्न केला. मला आजही या गोष्टीचे समाधान वाटते. कारण युद्धाच्या काळात नीतिधैर्य उच्च असणे ही आत्यंतिक आवश्यक गोष्ट असते. निराश मनः स्थितीत आपण काहीही करू शकत नाही; उलट स्वतः आणि स्वतःबरोबरच इतरांनाही आपण खचवतो.''

दिलीप पुढे म्हणाले, ''पहिल्याच दिवशी हलवारा, पठाणकोट, अंबाला येथे पाकने हल्ला केला होता. त्या दिवशी हिंडनवर हल्ला झाला नव्हता. त्याचे कारण म्हणजे प्रत्येक विमानाची विशिष्ट 'रेडियस ऑफ ॲक्शन' असते आणि तेवढे इंधन नसेल, तर हल्ला होत नाही. थोडक्यात, हिंडन हे या विमानांच्या हल्ल्याच्या व्याप्तीच्या बाहेर असल्यामुळे बचावले होते. आता आमचे रक्त सळसळत होते. संतापाची त्यात भर पडली होती. पाकवर प्रतिहल्ला करायचा होता. पहाटेच्या सुमारास केल्या जाणाऱ्या हल्ल्याला डॉन अटॅक आणि संध्याकाळनंतर केल्या जाणाऱ्या हल्ल्याला डस्क अटॅक असे साहजिकच म्हणतात. पाकिस्तानने डस्क अटॅक केला होता. आपण डॉन अटॅक करायचा निर्णय झाला होता.''

मिस्टियरची उत्तम कामगिरी

आधी सांगितल्याप्रमाणे हलवाराला हंटरच्या ७ आणि २७ अशा दोन स्क्वॉड्रन होत्या. हिंडनला २० स्क्वॉड्रन होती. बंगालच्या कलाईकुंडा येथे हंटरची १४ स्क्वॉड्रन होती. जोरहाटला १७, तर छबुआ येथे ३७ स्क्वॉड्रन होती. पठाणकोट आणि आदमपूर येथे मिस्टियर विमाने होती. हंटर विमाने मिस्टिरियरपेक्षा खूपच अधिक चांगली होती. परंतु फक्त चांगली विमाने असण्यापेक्षाही चांगले लोक असणे अधिक महत्त्वाचे असते, हे त्यावेळी मिस्टियरच्या पायलट्सनी सिद्ध करून दाखवले. त्यांनी अत्यंत चांगली कामगिरी केली.

दिलीप म्हणाले, ''ज्यावेळी ऑप्टिमम स्पीड असते, तेव्हा रेडियस ऑफ ॲक्शनएवढी व्याप्ती मिळते. ही गती कमी अगर जास्त झाली तर हल्ल्याची व्याप्ती कमी होते. यासाठी अत्यंत कौशल्यपूर्वक विमान चालवणे ही सर्वाधिक महत्त्वाची बाब असते.''

पाकिस्तानच्या सरगोदा येथील विमानतळावर मिस्टियरनी जोरदार हल्ला चढवला. त्यावेळी मिस्टियरचा वेग शेवटच्या मर्यादेपर्यंत ताणला गेला होता. मात्र या परिस्थितीत इंधनाचा विचारही करावाच लागतो. जर इंधन वाया गेले, तर विमान परत आणणे शक्य होत नाही. त्यावेळी नाईलाजाने विमान शत्रूच्याच हद्दीत पाडावे लागते.

''मिस्टियरवरचे मुख्य अधिकारी ओमी तनेजा यांनी आणखी तीन विमाने बरोबर घेऊन पाकिस्तानच्या सरगोदा हवाई तळावर खंबीरपणाने खूपच सुंदर हल्ले केले,'' असे सांगून दिलीप म्हणाले, ''परततानाही त्यांनी मनाचा संयम अजिबात ढळू दिला नाही आणि ते सुखरूप परतले. ३३० ते ३४० नॉट्स एवढ्या वेगाने त्यांनी विमान चालवले होते. त्यांना वीरचक्र मिळाले. ओमी तनेजा म्हणजे एकदम राजा माणूस. शूर, धाडसी आणि खंबीर! त्यांनी स्क्वॉड्रनमध्ये तसेच उत्तम अधिकारी तयार केले. माईक मॅकमहोन, विनोद पटनी, जिमी भाटिया हे त्यांच्यापैकीच एक होत. हे तिघेही व्हाईस चीफ ऑफ एअर स्टाफ म्हणून निवृत्त झाले.''

हवाई तळावरून 'कॅप' (कॉम्बॅट एअर पेट्रोल') म्हणजे टेहळणी केली जात असे. कारण जमिनीवर असलेल्या विमानांना चक्क 'सिटिंग डक' असे म्हटले जाते. ती काहीच करू शकत नाहीत. शत्रूच्या हल्ल्यात नष्ट होणे एवढीच गोष्ट या सिटिंग डक्सच्या बाबतीत घडू शकते. उड्डाणानंतर ६०० नॉट्सचा वेग असेल, तरच विमाने उत्तम प्रकारे लढा देऊ शकतात. ती आधीच ३५० नॉटच्या गतीने हवेत असतील, तर अशी विमाने कधीही हल्ला करू शकतात किंवा शत्रूने हल्ला केलाच तर कधीही त्यांच्यावर प्रतिहल्ला करू शकतात किंवा त्यांचा पाठलागही करू शकतात.

परंतु या युद्धात पाकिस्तानच्या सेबरनी अक्षरशः धुमाकूळ घातला होता. जमिनीवर असलेली आपली २-३ विमाने त्यांनी नष्ट केली होती. शिवाय मायदेव, भागवत, कक्कड अशा पाकिस्तानात हल्ल्यासाठी गेलेल्या काही अधिकाऱ्यांची लढाऊ विमाने पाकिस्तानने पाडली होती. साहजिकच, हलवाराला विमाने कमी पडू लागली आणि हिंडनवरून तिकडे विमाने पाठवण्याचा निर्णय घेतला गेला. हिंडनवरच्या दोन्ही स्क्वॉड्रनमधील एकेक अधिकारी पाठवला जावा, असे ठरले. दिलीप सर्वात ज्युनिअर होते. परंतु 'फुल्ली ऑप्स (फुल्ली ऑपरेशनल)' म्हणजे अभ्यासक्रम पूर्ण झाल्याच्या वर्गवारीत ते होते. त्यामुळे युद्धावर जाण्यास ते पात्र ठरत होते.

'आय ॲम फुल्ली ऑप्स सर!'

एका स्क्वॉड्रनमध्ये १५-२० पायलट्स असतात. परिस्थिती अर्थातच गंभीर होती. तुंबळ युद्धाचा प्रसंग होता. तळहातावर शीर घेऊन लढणे म्हणजे काय त्याचा प्रत्यक्ष अनुभव समोर दिसत होता. परंतु प्रश्न देशाच्या संरक्षणाचा होता आणि त्यात कसलीही हयगय करून चालणार नाही, हे लष्कराला, नौदलाला आणि हवाई दलालाही माहिती असते. दिलीप यांना रणभूमीची हाक अस्वस्थ करत होती. शत्रूला पाणी पाजण्याच्या कल्पनेने त्यांना स्फुरण चढत होते. परंतु सर्वात ज्युनिअर अधिकाऱ्याला कोण पाठवणार होते? मात्र दिलीप यांचे नशीब जोरावर होते. बजाज नावाचे त्यांचे मुख्य अधिकारी (सी.ओ.) होते. दिलीप यांनी त्या दिवसांत सतत त्यांचा पाठपुरावा केला. ते जातील तिथे तिथे ते त्यांच्या पाठोपाठ जात राहिले आणि आपल्याला युद्धावर पाठवावे असा धोशा त्यांनी लावला. ते म्हणाले, ''एखाद्या इमानदार कुत्र्यासारखा मी त्यांच्या मागे मागे जात राहिलो होतो. कधीतरी त्यांचे मन बदलेल आणि ते मला 'जा' म्हणतील, एवढीच मला आशा होती.''

नेमकी कशी चढाई करायची किंवा कशा प्रकारे शत्रूचे ठाणे उध्वस्त करायचे याचे 'ब्रीफिंग' केले जाते. त्याचे पॉइंटर त्यावेळी सीओंच्या हातात होते आणि सीओ ते हाताळत होते. त्याच वेळी त्यांच्या समोर एक इन्स्ट्रक्टर होते. सी.ओ.नी त्यांना जायला सांगितले. परंतु काय घडले कोणास ठाऊक; ते इन्स्ट्रक्टर जाण्यास समर्थ नसल्याचे दिसले. हलवारात आणीबाणीची परिस्थिती उद्‌भवलेली होती. तिकडून सतत निरोप येत होते आणि विमाने पाठवली का अशी विचारणा केली जात होती. हिंडन तळावरचा दबाव स्फोटक प्रमाणात वाढला होता. अखेरीस सी.ओ. नी विचारले, ''कोण जायला तयार आहे?'' दिलीप या प्रश्नाचीच कधीपासून आतुरतेने वाट पहात होते. ते तत्परतेने म्हणाले, ''मी! मला पाठवा सर!'' ''पण तुम्ही तर ज्युनिअर..'' परंतु त्यांना वाक्यही पूर्ण करू देण्याआधीच दिलीप म्हणाले, ''पण सर मी फुल्ली ऑप्स आहे. गेल्याच आठवड्यात! तुम्ही माझ्या सर्टिफिकेटवर सहीसुद्धा केली आहे.''

त्यांचा जोश, आतुरता आणि फुल्ली ऑप्स असण्याचा उपयोग झाला. दोन विमाने निघाली. त्यांपैकी एकातून जाण्याची संधी दिलीप यांना देण्याचा

निर्णय घेतला गेला. दुसऱ्या विमानात भूप बिष्णोई हे त्यांचे दुसरे सहकारी त्यांच्यासोबत निघाले होते. सी. ओं. चे शब्द हवेत विरतात न् विरतात तोपर्यंत दिलीप क्रू रूममध्ये धावत पोहचलेसुद्धा होते. त्यांनी मुळात आधीच आपला युनिफॉर्म घातलेला होता आणि या शब्दांची वाट पहातच ते फिरत होते. त्यामुळे लगेच आपले हेल्मेट उचलून ते निघाले. पळत पळत ते विमानाजवळ पोहचले. त्यांची ही धावपळ पाहणाऱ्या फारुख बन्शा आणि सीकेके मेनन या त्यांच्या सहकाऱ्यांनी आणि मित्रांनी त्यांना विचारले की ''कुठे चाललास?'' दिलीप यांना त्यांच्या प्रश्नाचा रोख समजला होता. म्हणून पहिल्यांदा ते झटपट विमानात बसले आणि मगच म्हणाले, ''हलवाराला!''

''कसं काय? आम्ही सिनिअर आहोत,'' ते म्हणत होते; परंतु त्यावेळी चर्चा करण्यापेक्षा किंवा वाद घालण्यापेक्षा दिलीप यांना रणभूमीची हाक ऐकू येत होती. ते एवढेच म्हणाले, ''मला सांगितलं गेलंय. बाय!''

कोडवर्ड नाही? मराठीत बोला!

त्या गडबडीत आणखी एक गोष्ट झाली होती. हलवारावर उतरण्याआधी विचारल्या जाणाऱ्या 'कोड वर्ड'ची ऑथेंटिकेशन शीट घ्यायला दिलीप आणि बिष्णोईही विसरले होते. लढाईचा दुसरा दिवस होता. विमाने शत्रूची की आपली हे समजण्यासाठी हलवारावरून सांकेतिक भाषेत प्रश्न विचारला जाणार होता आणि योग्य उत्तर आले नसते, तर कदाचित विमान उडवलेही जाऊ शकत होते.

हलवाराच्या रडारवर विमाने दिसू लागली. तातडीने तिकडून कॉल आला. कोडवर्ड विचारला गेला. परंतु ऑथेंटिकेशन शीट होतीच कुठे? दोन्ही पायलट्सकडून त्या प्रश्नाचे पूर्ण भयाण शांततेत स्वागत झाले. दोघांनीही जीव मुठीत धरलेला होता. पण धाडस, जोश आणि तीव्र इच्छाशक्ती यांचा विजय झाला होता. तिकडून मदतीसाठी विमाने येणार असल्याची माहिती होती. त्यामुळे नावे विचारली गेली. हलवाराला हे विचारणारे अधिकारीही नेमके मराठीच होते. त्यांचे नाव होते परांजपे. त्यांनी खात्री करून घेण्यासाठी सांगितले, ''ठीक आहे, मराठीत बोला.'' दिलीप यांनी विचारले, ''कसे आह्मत सर? ठीक आह्मत ना?'' परांजपेंची खात्री पटली आणि त्यांनी

विमानतळावर विमानांना उतरू दिले. दोन्ही विमाने हलवारा विमानतळावर सुखरूप उतरवली गेली आणि दोन्ही पायलट्सनी सुटकेचे निःश्वास सोडले.

वीरचक्राचे मानकरी

दिलीप म्हणाले, ''हलवारा हे प्रत्यक्ष युद्धक्षेत्रच बनले होते. शत्रूच्या विमानांचा हल्ला होत होता आणि सतत कोणी ना कोणी 'मिसिंग' असल्याच्या, विमान पाडले गेल्याच्या किंवा पराक्रमाने शत्रूला चोख उत्तर देऊन त्यांच्या तळाचे नुकसान केल्याच्या बातम्या थडकत होत्या. पुण्याचा प्रकाश पिंगळे नावाचा माझा सहकारी कॅप करत होता. कॅप दोन दोन विमाने करतात. त्यावेळी विमानाच्या मागूनच हल्ला करावा लागत असे. आता कोणत्याही दिशेने अगदी खालून किंवा वरूनही हल्ला करता येतो. परंतु तेव्हा ही मर्यादा होती. प्रकाश स्वभावाने अत्यंत शांत व सोज्वळ होता. तसाच खूप हुशारही होता.''

दुसऱ्यांदा घिरट्या घालून टेहळणी करत असताना पाकिस्तानच्या सेबरने त्यांना हेरले आणि क्षणार्धात उडवले. प्रकाश पिंगळे यांना गोळ्या लागल्या. मात्र विमानात इजेक्शन सीट हे जादुई साधन होते.

इजेक्शन सीट ही पाठीला बांधलेली बंदूकच म्हणा ना! आठ पट्ट्यांनी ती घट्ट बांधलेली असते. विमान आपटले किंवा फुटले किंवा त्याचा स्फोट होईल असा संशय आला की या सीटचा उपयोग केला जातो. पायलटसह ही संपूर्ण सीट वर उडते आणि विमानाबाहेर ढकलली जाते. त्यानंतर पुढच्या साऱ्या गोष्टी आपोआपच घडतात. आपोआपच पॅराशूट उघडले जाते. अगदी पायलट बेशुद्ध असला तरीही इजेक्शन सीट त्याला अलगद खाली आणते. हे सारे डोळ्याची पापणी लवते न लवते एवढ्या झटपट, अगदी क्षणार्धात घडते. यात आणखीही एक महत्त्वाची गोष्ट अशी असते की हवेच्या योग्य दाबाखेरीज पॅराशूट उघडले जात नाही. कारण दाब कमी किंवा जास्त असेल तर पॅराशूट काम करू शकत नाही. इजेक्शन सीटमुळे हवेच्या योग्य दाबाच्यावेळीच पॅराशूट उघडले जाते. त्यामुळे फक्त पॅराशूट वापरून बाहेर पडायचे असेल तर त्यावेळी योग्य उंचीवरच पॅराशूट उघडावे यासाठी बॅरोस्टॅटिक रिलीज सेट करावी लागतात. परंतु इजेक्शन सीट वापरली की हे काहीही करावे लागत नाही. कारण या

सीटच्या आठपैकी चार पट्टे हे पॅराशूटचे असतात आणि पॅराशूट आपोआप काम करते. या सीटमुळे पिंगळे बचावले होते.

१९६५ च्या युद्धात अडी गांधी हे दिलीप यांचे आणखी एक सहकारी अधिकारी होते. त्यांनी पाकिस्तानच्या सेबरवर थेट नेम धरून ते पाडण्याचा पराक्रम केला. त्यांना नतंर वीरचक्र मिळाले. वीरचक्र प्राप्त करणारे ते सर्वाधिक तरुण अधिकारी ठरले होते. पिंगळेंनी इजेक्शन केले होते त्याच्या दुसऱ्याच दिवशी पिंगळेना सूचना मिळाली की सेबर हल्ल्यासाठी येत आहेत. त्यांनी ताबडतोब सॉर्टी केली आणि अचूक नेम धरून आणखी एक सेबर टिपले. त्यांनाही नंतर वीरचक्र मिळाले. अडी गांधी आणि प्रकाश पिंगळे हे दोघेही पुढे एअर मार्शल म्हणून निवृत्त झाले.

प्रत्यक्ष दोन हात

दिलीप आणि बिष्णोई हे दोघेही पोहचलेल्या दिवशी संध्याकाळीच दिलीप यांना कॅप करण्याची संधी मिळाली. दिलीप म्हणाले, ''युद्धाच्या काळात नेहमीच धावपट्टीच्या दिशेने उडण्यासाठी दोन विमाने सज्ज असतात. ती 'ओआरपी'वर असतात. 'ओआरपी' याचा अर्थ ऑपरेशनल रेडीनेस प्लॅटफॉर्म. तिथेच खाली बंकरप्रमाणे खोली असते. त्यात दोन पायलट तयारीत बसलेले असतात. या रुमशी रडार संलग्न असते. शत्रूचे विमान दिसले की लगेच ड्युटीवरचे हे दोघे जण धावत जातात आणि चक्क २ मिनिटांच्या आत शत्रूवर हल्ला करण्यासाठी त्यांची विमाने हवेत झेपावलेली असतात. दिवसभराची ही ड्युटी झाली की संध्याकाळी नियमित सॉर्टी करून विमानतळाभोवती घिरट्या घालून टेहळणी केली जाते. पाकिस्तान्यांनी आदल्या दिवशी संध्याकाळीच हल्ला केला होता. आम्ही गेलो, त्या दिवशी बंकरमध्ये बसलेल्या आमच्या सहकाऱ्यावर मोठाच ताण आला होता. तो मला सिनिअर होता. परंतु दिवसभर तो तिथेच तणावाखाली काम करत होता. मी संध्याकाळच्या सुमारास ओआरपीमध्ये गेलो, कारण मला ते सारे प्रत्यक्ष बघायचे, अनुभवायचे होते. आमचे थोडे जुजबी बोलणे झाल्यावर तो मला म्हणाला, ''मी खूपच तणावाखाली आहे. मला आता अगदीच बरे वाटत नाही. माझ्याऐवजी तू जाशील का?'' झाले. मला काय? आंधळा मागतो एक डोळा आणि देव देतो दोन, असेच झाले. मी लगेच एका पायावर तयार झालो. त्या दिवशी मी कॅप

केली. आदल्या दिवसाप्रमाणेच शत्रूचे विमान येईल आणि मी त्यांच्याशी दोन हात करेन असे मला वाटत होते. परंतु माझे दुर्दैव! त्या दिवशी काहीच झाले नाही. मी कॅप केली आणि तळावर परतलो.''

दिलीप यांनी दुसऱ्या दिवशीही नॉर्मल सॉर्टी केली. परंतु त्याच दरम्यान पाकिस्तानी रणगाड्यांवर हल्ला करण्याचा आदेश आला. त्यांना दिला गेलेला आदेश होता, 'शक्करगड, खेमकरण, जाफरवाल इथे चार विमाने घेऊन हल्ला करा.' याच भागातून पाकचे रणगाडे भारताच्या दिशेने कूच करत होते. रणगाड्यांना खरा धोका हा विमानांपासूनच असतो आणि त्यांच्या या हल्ल्यातील हवा काढून घेण्यासाठी हे रणगाडे उडवायचे होते.

'आय ॲम हिट'

चार विमानांचे फॉर्मेशन होते. प्रत्येकाला एकेक क्रमांक दिला गेला होता. बिष्णोईंना एक क्रमांक दिला गेला होता. ते या हल्ल्याचे फ्लाईंग कमांडर होते. दोन आणि तीन क्रमांकांना इतर दोन सहकारी होते आणि दिलीप यांना चार क्रमांक मिळाला होता. आता खरा प्रशिक्षणाचा कस लागला होता. सतत हल्ले सुरू झाले होते. रणगाडे पुढे सरकत असताना जमिनीवर खूप धुरळा उडतो. धुळीच्या लोटामुळे ते नेमके कुठे आहेत हे विमानातून चटकन समजते. रणगाड्यांवरची बंदूक आपल्या विमानांवर गोळीबार करत होती. हल्ल्याच्या ब्रीफिंगमध्ये चार ते पाच हल्ल्यांचे नियोजन करण्यात आले होते. २-३ हल्ले सुरळीतपणे पार पडले होते आणि अचानकच दिलीप यांच्या विमानाच्या 'प्रेशराईज्ड कॉकपीट' या चेंबरमधील आवाज वाढला. कॉकपीटमधील हवेचा दाब कमी झाला होता. पायलट केबिनमधील आवाज वाढला होता. याचा अर्थ होता विमानाला गोळी लागली होती. युद्धाच्या भरात, त्या भावनावेगात दिलीप यांच्या ते लक्षात आले नव्हते. परंतु अर्धा इंची गोळी विमानातून आरपार निघून गेली होती. आपल्या उजव्या खांद्याला काहीतरी चाटून गेल्याचे त्यांच्या लक्षात आले. त्यांनी बहुधा त्यावेळी पुढे झुकून विमानातून खाली पाहिले असावे; अन्यथा गोळीने बरोबर त्यांच्या डोक्याचा वेध घेतला असता. 'देव तारी त्याला कोण मारी' अशा प्रकारचा तो अनुभव होता.

खांद्यातून रक्त येत होते. गोळी खांद्याला लागली होती. अशा परिस्थितीत तातडीने लीडरला त्याची कल्पना द्यावी लागते. त्यामुळे हल्ले बंद करून विमाने तळावर परत येतात. परंतु दिलीप यांनी विचार केला, की आताच सांगितले तर फॉर्मेशनमधील सहकाऱ्यांच्या मनात चलबिचल होईल. आपल्या टिमचे नीतिधैर्य तसेच राखणे आणि शत्रूच्या रणगाड्यांचा तसाच धुव्वा उडवत राहणे त्याहून अधिक महत्त्वाचे आहे, असे त्यांना वाटले आणि ते तसेच गप्प राहिले. त्यांनी योजनेनुसार सर्व हल्ल्यांचे वेळापत्रक पूर्ण केले आणि मग सर्व जण तळावर परतू लागले. आता सांगणे आवश्यक होते. त्यामुळे आपल्या विमानातील बटण दाबून त्यांनी फ्लाईट कमांडरशी संपर्क साधला आणि ते म्हणाले, ''सर, आय ॲम हिट.'' फ्लाईट कमांडरबरोबरच इतर दोघांनाही ते यंत्रणेतून ऐकू गेले होते. फ्लाईट कमांडर बिष्णोई यांनी तत्काळ आदेश दिला. ''दिलीप इजेक्ट!'' तोपर्यंत दिलीप यांचे एकही इजेक्शन झाले नव्हते. त्यांच्या उजव्या खांद्यातून रक्त गळत होते. कपडे रक्ताने माखले होते. परंतु विमान छान उडत होते. त्यामुळे ते म्हणाले, ''नो सर, आय ॲम ऑलराईट! आपण अजूनही पाकिस्तानात आहोत. त्यामुळे मी आताच इजेक्शन करत नाही.'' पाच ते सात मिनिटांतच ते भारतात पोहचले असते. इजेक्शनमुळे दिलीप यांचे प्राण वाचले असते. परंतु इजेक्शन केल्यामुळे विमान वाया गेले असते. दिलीप यांना ते नको होते. हवाई दलाचे एवढे मोठे नुकसान करणे त्यांच्या जिवावर आले. ''दिलीप इजेक्ट! यू माईट बी एबल टू फ्लाय विथ वन हँड बट यू विल नेव्हर बी एबल टू लँड,'' बिष्णोईंनी पुन्हा आदेश दिला. परंतु दिलीप यांनी ते नाकारले. त्यांचा प्रचंड आत्मविश्वास त्यांना सांगत होता, 'आय विल बी एबल टू लँड!'

डोळ्यांदेखत आणखी एक अपघात

आता हलवारा दृष्टीच्या टप्प्यात आले होते. आपापल्या क्रमांकाप्रमाणे विमाने उतरवावी लागतात. परंतु तिसऱ्या क्रमांकाच्या पायलटलाही गोळी लागली होती. शिवाय त्याच्या विमानातून इंधनाची गळती होत होती. त्यानेही फ्लाईंग कमांडरला तसे सांगितले. त्याला विमानतळावर आधीच उतरायचे होते. क्रमाप्रमाणे उतरणाऱ्या दोन क्रमांकाच्या विमानाची आणि त्याच्या विमानाची टक्कर झाली. क्षणार्धात मोठा आवाज झाला आणि दोन क्रमांकाच्या

विमानाचे कंट्रोल खराब झाले. विमान हेलकांडत जमिनीवर आपटले आणि मोठा स्फोट झाला. आगीचा लोळ उसळला. त्या विमानाचे पायलट असलेले दिलीप यांचे सहकारी आणि मित्र सर्वांच्या डोळ्यांदेखतच आगीत भस्मसात झाले. अंकलच्या अपघाताची आठवण डोक्यात तरळून गेली. दिलीप यांचा हा सहकारीही तसाच सर्वांना सोडून गेला होता. सुदैवाने, तिसऱ्या क्रमांकाचा पायलट बचावला होता.

दिलीप यांचा क्रमांक शेवटचा होता. ते एका हाताने विमान उतरवू शकणार नाहीत, असा फ्लाईट कमांडरचा होरा होता. दिलीपना पहिल्या प्रयत्नात विमान उतरवणे जमले नाही, परंतु दुसऱ्या प्रयत्नात मात्र त्यांनी एप्रनमध्ये (विमान पार्क करण्याची जागा) विमान पार्क केले. विमान आणि दिलीप दोघेही सुखरूप होते. तसे झाले नसते तर मात्र दिलीप यांचे विमान जमिनीवर आदळले असते. त्यांना गोळी लागल्याचे विमानतळावर समजले होतेच. एअरमन धावत आले. लगेच विमानाला शिडी लावली गेली. रुग्णवाहिका आली. एअरमननी दिलीप यांना बाहेर पडण्यास मदत केली. परंतु सर्वात महत्त्वाचे असते ते नीतिधैर्य. दिलीप यांच्याकडे तर उच्च नीतिधैर्य होतेच; शिवाय त्यांना आपल्या सहकाऱ्यांचे नीतिधैर्यही खचू द्यायचे नव्हते. समोरच झालेला एक अपघात, त्यात गेलेला एका सहकाऱ्याचा प्राण आणि दुसरा धाडसी सहकारी जखमी अवस्थेत असे पाहिल्यावर किंचितसे का होईना; परंतु नीतिधैर्य खचण्याची शक्यता होती. त्यामुळे ते त्यांना पटकन म्हणाले, ''डोण्ट वरी. इट्स जस्ट अ स्क्रॅच. प्रिपेअर द प्लेन अगेन. वॉंट टू फ्लाय!'' परंतु तेथील कोणीही त्यांचे ऐकले नाही. त्यांना लगेच पुन्हा हल्ल्यासाठी पाठवणे शक्यच नसल्याचा निर्णय तिथल्या तिथे झालाच होता. कारण डॉक्टरांनी कधीच तशी परवानगी दिली नसती. ते शक्यच नव्हते. त्यांचा जी - सूट तर पूर्णपणे रक्ताने माखला होता.

काळ आला होता पण...

प्रत्यक्षात दिलीप यांना ते फारसे जिवघेणे वाटलेही नव्हते. परंतु त्यावेळी खरे तर मृत्यू त्यांच्यासोबतच दबा धरून त्यांच्याच विमानातून प्रवास करत होता, हे दिलीप यांच्या गावीही नव्हते! लागलेली गोळी विमानाच्या हेडरेस्टला भेदून निघून गेली होती. एअरमननी हेडरेस्ट उघडली, त्यावेळी हे स्पष्ट झाले. हेडरेस्टमध्येच ड्रोग शूट हा प्रचंड महत्त्वाचा भाग असतो. या भागामुळेच

पॅराशूट ओढून काढले जाते आणि उघडले जाते. यावेळी लागलेल्या गोळीमुळे ड्रोग शूट आणि पॅराशूटमधील नायलॉनची शीट चक्क फाटली होती!! त्यामुळे जर त्यांनी आदेशाप्रमाणे खरोखरच इजेक्शन केले असते तर....? पॅराशूट उघडलेच नसते आणि एवढ्या उंचीवरून ताशी ४00 मैल वेगाने खाली पडलेले दिलीप पॅराशूटशिवायच खाली कोसळले असते. अपघात झाला म्हणून चौकशी झाली असती, तरीही बाकीच्या गोष्टी समजणे शक्य नव्हते. उशीरा केल्या गेलेल्या इजेक्शनमुळे असे घडल्याचा निष्कर्ष निघाला असता. परंतु विमान वाचवण्याच्या आणि सहकाऱ्यांचे नीतिधैर्य राखण्याच्या दिलीप यांच्या तीव्रतम इच्छेमुळे हा चमत्कार घडला होता. जिवावर आलेला प्रसंग खांद्यावरच निभावला होता. हे समजल्यावर तर दिलीप यांचा लढाईचा निर्धार आणखी पक्का झाला. प्रत्यक्ष नियतीच्या मनात असल्याखेरीज आपल्याला कोणीही काही करू शकणार नाही, हे त्यांना पटले होते.

दिलीपना हलवाऱ्याच्या सिनिअर मेडिकल ऑफिसरकडे नेण्यात आले. त्यांनी सांगितल्याखेरीज पायलटला पुन्हा हल्ल्यासाठी पाठवले जात नाही. परंतु दिलीप यांना आपण ठीक आहोत आणि सहज हल्ला करू शकू असा आत्मविश्वास होता. डॉक्टरांनी आपल्याला फिट ठरवावे म्हणून ते डॉक्टरांना आग्रह करू लागले. 'बँडेज लावा आणि फिट असल्याचे सांगा' असे त्यांचे म्हणणे होते. परंतु डॉक्टरांनी त्यांचे ऐकले नाही. मग ते काकुळतीला येऊन विनवणी करू लागले; परंतु डॉक्टरांनी तिकडेही लक्ष दिले नाही. अखेरीस ते त्यांच्याशी हुज्जत घालू लागले. डॉक्टरांनी जखम बघितली होती. ते फक्त एवढेच म्हणाले, ''कम ऑन सन, डोण्ट बी सिली!'' दिलीप यांच्या कुरकुरीकडे साफ दुर्लक्ष करून त्यांनी त्यांच्या जखमेला टाके घालण्याचे काम केले. या जखमेला तब्बल १४ टाके पडले होते!

दहशतवादी कारवाया जुन्याच

पाकिस्तानने त्या दरम्यान विमानतळांवर पॅराशूटमधून दहशतवादी सोडले होते. सुमारे ९० लोक सोडल्याचे सर्वांना माहिती होते. त्यांच्यापैकी २-४ जण परत गेले असतील. परंतु बाकीचे नंतर पकडले गेले. मात्र त्यावेळी विमानतळाच्या सभोवताली उंचच उंच गवत वाढलेले होते. त्या गवतात कदाचित दहशतवादी असतील असे वाटत होते. आपल्याला फिट ठरवा, असा दिलीप डॉक्टरांशी

वाद घालत असतानाच तिथे एक ट्रक आला. त्यात एक सिनिअर प्रशासकीय अधिकारी होते. त्यांनी पलीकडे अपघात झाल्याचे सांगितले आणि डॉक्टरांना येण्यास सांगितले. डॉक्टरांनी सुरुवातीला दहशतवाद्यांच्या भीतीने थोडीशी कां कू केली, परंतु नंतर ते तयार झाले. दिलीप त्यांना म्हणाले, ''विमानाला अपघात झाला आहे. त्यात पायलट आहे. एवढ्या मोठ्या अपघातात तो नक्कीच मरण पावला असेल. परंतु चुकून तो जिवंत असेल आणि त्याला मदतीची गरज असेल तर? तिथपर्यंत पोहचणे हे आपले कर्तव्य आहे. मी तुमच्याबरोबर येतो.'' परंतु डॉक्टरांनी त्यांना बरोबर येऊ दिले नाही. ते तिकडे गेले. दिलीप यांच्या आयुष्यात घडलेल्या या प्रत्येक घटनेचे साक्षीदार आहेत. त्यावेळी तिथे डॉ. कांता हांडा या महिला डॉक्टर होत्या. रमेश कदम या पायलटबरोबर पुढे त्यांचा विवाहही झाला. आजही त्यांना या घटनेचे स्मरण आहे.

कोणाचीही 'हिरो' अशी प्रतिमा सहजासहजी आणि निव्वळ त्याच्या इच्छेमुळे निर्माण होत नाही! त्यामागे त्याने सिद्ध केलेले कर्तृत्त्व असते!

हलवारा ते आग्रा

दिलीप विमानातून उतरल्याबरोबर त्यांच्यावर उपचार करण्यात आले होते. त्यामुळे ते युनिफॉर्ममध्येच होते. दुसरा दिवस उजाडला. परंतु कोणीही त्यांना विमानाजवळ फिरकूही देत नव्हते. त्यांच्या स्क्वॉड्रनमध्येच बंडू घटाटे नावाचे त्यांचे मित्र होते. दिलीप त्यांच्या खोलीतच होते. त्यांच्याकडून त्यांनी बुशशर्ट आणि शॉर्ट मागून घेतली. त्यांचेच सँडल घेतले आणि तयार होऊन ते बाहेर पडले. हात अद्याप स्लिंगमध्येच होता. परंतु तळावर राहून आराम करण्यापेक्षा त्यांनी परत जाण्याची परवानगी मागितली. या दरम्यानच फ्लाईट लेफ्टनंट चौधरी मारले गेले होते. त्यांचा मृतदेह नेण्यासाठी विमान आले होते. त्या विमानातूनच दिलीपही दिल्लीला जाण्यासाठी रवाना झाले. परंतु युद्धामुळे ब्लॅक आऊट होते. विमान दिल्लीला उतरलेच नाही. ते थेट आग्र्याला गेले.

आग्र्याचा पेठा, पोलीस आणि रिव्हॉल्व्हर

दिलीप तसेच आग्र्यात उतरले. त्यांनी आपल्या मित्राचे कपडे घातले होते. परंतु हा मित्र त्यांच्यापेक्षा उंचीने कमी होता. त्यामुळे त्याचे कपडे जवळजवळ दोन साईझनी त्यांना लहान होत होते. त्यातच शॉर्टच्या खिशात त्यांनी 'पॉइंट

३८' हे रिव्हॉल्व्हर ठेवले होते. रात्र झाली होती. ट्रेनने दिल्लीला जावे असा त्यांचा विचार होता. ट्रेनमध्येही दिवे लावले जात नव्हते. ट्रेनचा वेग अति मंद होता आणि ती लेटही होती. तेवढ्या वेळात काय करावे याचा दिलीप यांनी विचार केला. आग्ऱ्याचा पेठा प्रसिद्ध आहे. म्हणून त्यांनी तो विकत घेतला आणि ट्रेनची वाट बघत ते प्लॅटफॉर्मवर येरझाऱ्या घालू लागले.

दिलीप म्हणाले, ''पॅराट्रूपर्सची म्हणजेच पाकिस्तानने पाठवलेल्या दहशतवाद्यांची भीती सर्वत्र पसरलेली होती. माझ्या हातात माझे सामान होते. त्यात एका कॅरीबॅगमध्ये माझा रक्ताने माखलेला युनिफॉर्म होता. दुसरीत हेल्मेट आणि तिसरीत पेठा होता. नंतर मी हे सामान नेण्यासाठी तिथेच एक हमाल केला. तिथे सुमारे २५-३० एअरमन होते. त्यांच्या मनात काय चालले होते ते लक्षात आल्यामुळे मला किंचितशी गंमतही वाटत होतो. मी तशाच येरझाऱ्या घालत होतो. त्यांच्यापैकी एकाने त्यांच्या सार्जंटला सांगितले. सगळे जण माझ्याजवळ आले आणि त्यांनी मला विचारले, ''हू आर यू?'' मी त्यांना हवाई दलाचा अधिकारी असल्याचे सांगितले. माझा एकंदर अवतार पाहून त्यांना ते खरे वाटले नसावे. त्यांनी माझ्याकडे आय कार्ड मागितले. मी त्यांना सांगितले की लढाईच्या वेळी आय कार्ड जवळ बाळगत नाहीत. दुसऱ्याने माझ्या खिशातील रिव्हॉल्व्हर पाहिले आणि त्याविषयी चौकशी केली. मी सांगितले, ''होय. ते माझ्या संरक्षणासाठी मी जवळ ठेवले आहे.'' परंतु गन लोडेड होती. भरीस भर म्हणून माझ्या कॅरीबॅगमध्ये असलेला तो रक्ताने माखलेला माझा ओव्हरऑलही होता. ते साशंक झाले. मला तसेच जाऊ देणे त्यांना धोकादायक वाटले. त्यांनी मला सरळ पोलीस ठाण्यात नेले.''

त्यांनी पोलिसांना घडलेल्या साऱ्या गोष्टी सांगितल्या, परंतु त्यांचाही विश्वास बसेना. दिलीप आधी दिल्लीत असताना एकदा वाहतुकीचा नियम मोडल्याबद्दल त्यांना दंडाची शिक्षा झाली होती. त्याची पावती त्यांच्या खिशात होती. त्यांनी ती पावती पोलिसांना दाखवली. शिवाय अंकल उदय यांच्यासोबत त्यांनी *HT2* विमानासमोर एक फोटो काढून घेतला होता. अंकलच्या मृत्यूनंतर दिलीप तो फोटो कायम आपल्याजवळ ठेवत होते. त्यावेळीही तो फोटो त्यांच्याजवळ होता. त्यांनी तोही पोलिसांना दाखवला. दिल्लीच्या इतरही काही गोष्टी सांगितल्या. परंतु पोलीस काही त्यांना जाऊ देईनात. आता मात्र दिलीप यांची

सहनशक्ती संपुष्टात येऊ लागली. आपल्याला आयुक्तांशी बोलू द्यावे अशी त्यांनी पोलीस अधिकाऱ्याला विनंती केली. दरम्यान त्यांचे सामान घेतलेल्या हमालाने त्यांना पोलीस ठाण्यात येऊन दिल्लीची ट्रेन आल्याचे सांगितले. आता मात्र दिलीप निकरावर आले होते, कारण ती ट्रेन गेली असती तर त्यांना पुन्हा किती वेळ घालवावा लागला असता ते त्यांना माहिती नव्हते. ते पोलिसांना पुनःपुन्हा जीव तोडून सांगत होते की 'मला पोलीस आयुक्तांशी बोलू द्या.' परंतु ते काही एक ऐकून घेत नव्हते. दिलीप म्हणाले, ''अखेरीस मी आवाज चढवला आणि त्यांना म्हणालो, की गाडी आलेय. मी पुरावाही दिला आहे. आता तुम्ही मला का सोडत नाही? त्याला कुठेतरी ते पटले होते. त्याने मला सोडून दिले. बरोबर एक कॉन्स्टेबल दिला आणि मला व्यवस्थित जागा बघून द्यायला त्याला सांगितले आणि मग आमची स्वारी एकदाची ट्रेनमध्ये चढली. अशा प्रकारे द्राविडी प्राणायाम करून मी कसाबसा दिल्लीला पोहचलो.''

अखेर 'फिट' केले

दिलीप दिल्लीला पोहचल्यावर त्यांना हायसे वाटले. कारण स्वतःला कोणत्याही परिस्थितीत 'फिट' करून घेऊन त्यांना युद्धात पुन्हा सहभागी व्हायचे होते. एवढी धावपळ करून दिल्लीला येण्यामागचे त्यांचे खरे कारण हेच होते. हवाईदलाच्या वेस्टर्न एअर कमांडचे हेड क्वार्टर दिल्लीला पालम येथे होते. या हेडक्वार्टरमध्येच ग्रुप कॅप्टन दर्जाचे मुख्य वैद्यकीय अधिकारी असतात. हवाई दलातील जवान आपली तब्येत तंदुरुस्त राखण्यास मोठेच प्राधान्य देतात. कारण तब्येत चांगली नसेल तर कधीच विमानाचे उड्डाण करू दिले जात नाही. त्याऐवजी इतर किरकोळ कामे दिली जातात. म्हणूनच कोणताही पायलट प्रकृतीमुळे 'फिट नाही' असा शिक्का आपल्यावर बसू देण्यास घाबरतो. परंतु दिलीप यांच्या बाबतीत हा तर केवळ अपघात होता आणि जखम बरी झाल्यावर ते फिट होणारच होते. तरीही त्यांना युद्धातील स्वारस्य विश्रांती घेऊ देत नव्हते. त्यावेळी ग्रुप कॅप्टन डॉ. अजित नाथ मुख्य वैद्यकीय अधिकारी होते. दिलीप पहाटेच दिल्लीला पोहचले आणि सरळ त्यांच्यासमोर जाऊन उभे राहिले. तोपर्यंत त्यांचा उजवा हात स्लिंगमध्येच (हाताला बांधलेल्या कापडी झोळीत) होता. वास्तविक, अशा प्रकारे वरिष्ठ अधिकाऱ्याला थेट भेटता येतेच असे नाही. परंतु ती वेळच अशी होती, की ते थेट तिथे जाऊन थडकले होते.

कारण संयुक्त राष्ट्राचे तत्कालीन सरचिटणीस उथांट त्यावेळी युद्धसमाप्तीविषयी बोलणी करण्यासाठी दिल्लीला आले होते. त्यामुळे तातडीने सकाळीच डॉ. नाथ यांची भेट झाली नसती तर नंतर ते भेटले असतेच असे नव्हते.

डॉ. नाथ यांनी या २२-२३ वर्षांच्या तरुणाकडे पाहिले आणि आश्चर्याने विचारले, ''येस व्हॉट डू यू वॉंट?'' दिलीप यांनी आपला हात दाखवला. घडलेला प्रसंग सांगितला आणि त्यांनी 'मला फिट करा,' असे आग्रहाने त्यांना सांगितले. आपल्याला हलवाराला फिट केले गेले नाही आणि युद्धात उतरण्याची आपली अतीव इच्छा असल्यामुळे तुम्ही तरी फिट करा असे सांगण्यासही ते विसरले नाहीत. तिथे शेजारच्याच कार्यालयात विंग कमांडर डॉ. सक्सेना होते. डॉ. नाथ यांनी त्यांना दिलीपना तपासण्यास सांगितले. जखम होती. शिवाय टाकेही होतेच. सक्सेनांनी बँडेज सोडले आणि जखम आणि टाके पाहून त्यांच्या तोंडातून एकच उद्गार बाहेर पडला. ''ओह, माय गॉड!'' या तरुणाला कसे काय फिट करायचे हे न उच्चारलेले वाक्य डॉ. नाग आणि दिलीप यांच्यापर्यंतही आपोआपच पोहचले होते. डॉ. नाथ यांनी पुन्हा बँडेज करायला सांगितले. दिलीप नाराज झाले. त्यांचा आतला आवाज त्यांना सारखे सांगत होता की 'तू आताही सहजगत्या विमान चालवू शकतोस. हा घाव किरकोळ आहे. तो आपोआप बरा होईल. उलट विमान हातात आले आणि शत्रूवर आणखी एक-दोन हल्ले करता आले तर तो आणखी लवकर बरा होईल.'

दिलीप आपला हेका सोडायला तयार नव्हते. ते त्यांना पुनःपुन्हा हमी देत होते, ''देअर इज नथिंग रॉंग विथ मी, सर. प्लीज मेक मी फिट.'' परंतु कोणत्याही जबाबदार वैद्यकीय अधिकाऱ्याने त्यांना सहजासहजी तशी परवानगी दिलीच नसती. डॉ. नाथ म्हणाले, ''हे पहा, आता उथांट दिल्लीत आले आहेत. आता युद्धविराम होईल. मग कसा लढणार? त्यापेक्षा काही दिवस विश्रांती घे.'' मग दिलीप यांनी आत्मविश्वासाने सांगितले, की ''दो आय ॲम हर्ट, देअर इज नथिंग आय कॅन नॉट डू इन फ्लाईंग.''

डॉ. नाथ यांनी या तरुण अधिकाऱ्याला आपाद्मस्तक न्याहाळले आणि क्षणभर विचार केला. नंतर ते म्हणाले, ''मग ठीक आहे. तू आता हिंडनला परत जा. ट्रेनिंग सॉर्टी कर आणि त्यांचा अहवाल घेऊन परत ये. मग बघू.''

दिलीप यांनी लगेच हे आव्हान स्वीकारले आणि ते हिंडनला गेले. घडलेला सारा वृत्तांत त्यांनी तिथे सांगितला. लगेच त्यांची टेस्ट घेण्याची तयारी केली गेली. हंटर ट्रेनर विमानात त्यांना बसण्यास सांगितले गेले. लॉग्रन हे सिनिअर पायलट होते. दिलीप म्हणाले, ''हवाई दलात त्यांना 'लॉकी' या नावाने ओळखले जात होते. ते अँग्लो इंडियन होते. खूपच छान माणूस!''

त्यांनी अनेक गोष्टी करायला सांगितल्या. सुरुवातीपासूनच दिलीप यांनी त्यांना त्या करून दाखवल्या. प्रत्येक सॉर्टी एक तासांची होती. लॉग्रन यांनी ब्ल्यू बूकमध्ये नोंदी केल्या आणि अहवाल दिला. तो घेऊन दिलीप अजित नाथ यांच्याकडे गेले. त्यांनी तो पाहिला आणि दिलीप यांना ते फिट असल्याचा अहवाल दिला. फिट असल्याचा अहवाल हाती पडायचीच काय ती खोटी होती! दिलीपनी लगेच स्लिंग काढून टाकली. त्यानंतर आठच दिवसांत त्यांचे टाकेही काढून टाकण्यात आले. तोपर्यंत युद्धविराम झाला होता. युद्ध संपले होते. त्यामुळे पुन्हा युद्धावर जाण्याची त्यांची इच्छा मात्र पूर्ण झाली नाही.

दिलीप म्हणाले, ''शत्रूला नामोहरम करण्याची जिद्द माझ्यात होती आणि आहेही. परंतु १९६५ च्या युद्धात झालेला नरसंहार मी पाहिला. माझे जवळचे सहकारी, मित्र मरण पावले होते. ते दुःख होतेच. त्यामुळे आपल्याला पराक्रम दाखवता यावा म्हणून युद्ध झाले पाहिजे, असे मला कधीच वाटले नाही. परंतु युद्ध झालेच, तर मात्र आपल्या देशासाठी लढणे हे आपले कर्तव्य आहे, असे मला नेहमीच वाटत आले आहे. मग जे व्हायचे असेल ते होवो!''

वरिष्ठांचा दिलदारपणा

दिलीप म्हणाले, ''१९६५ च्या युद्धाचे नंतरही खूपच विश्लेषण झाले. सेबरच्या विरोधात व्हॅम्पायर पाठवणे योग्य नव्हते, असेही नंतर खूप जणांनी लिहिले. ते बरोबरच होते. कारण सेबरसमोर व्हॅम्पायर म्हणजे एखाद्या स्पोर्ट्स कारसमोर शर्यतीत एखादी जुनाट कार उतरवल्यासारखे होते. त्यावेळी हंटर्स, मिस्टियर्स किंवा तुफानी पाठवली गेली असती तर आपले एवढे नुकसान झाले नसते. चांगले अधिकारीही मारले गेले नसते. नंतर पठाणकोट व इतर भागांतून व्हॅम्पायर्स मागे घेतली गेली. मी उत्साही होतो. मी असाच काहीबाही बोलत रहात होतो. मी पोटतिडकीने बोलत असे. परंतु अशा प्रकारे बोलणे

चुकीचे होते. अखेरीस माझ्या वरिष्ठांनी मला बोलावून घेतले आणि माझी कानउघाडणी केली. मला त्यांचे म्हणणे पटले नव्हते. मी चुकीचे काहीच बोलत नव्हतो. परंतु त्यावेळी मी काहीच बोललो नाही. कालांतराने माझ्या बोलण्यातील तथ्य स्पष्ट झाले आणि मग माझ्या वरिष्ठांनी पुन्हा एकदा मला बोलावून घेतले. यावेळीही ते रागाने बोलतील किंवा माझ्याविषयी पाठवायच्या रिपोर्टमध्ये माझ्यावर प्रतिकूल शेरेबाजी करतील असेच मला वाटले होते. परंतु त्यांनी मला बोलावून घेतले आणि अत्यंत दिलदारपणे आपली चूक कबूल केली आणि माझ्या रिपोर्टमध्ये आपण काहीही लिहिले नसल्याचे त्यांनी मला सांगितले. मनाचा हा दिलदारपणा मला भावला आणि त्यांच्याविषयीचा माझ्या मनातील आदर दुणावला.''

'जंटलमन म्हणून वागवा'

सन १९६५ च्या युद्धात आणखीही काही वेगळे प्रसंग घडले होते.

असाच एक प्रसंग सांगताना दिलीप म्हणाले, ''फिल्ड मार्शल करिअप्पा यांचा मुलगा म्हणजे नंदा करिअप्पा. या युद्धात त्यांना पाकिस्तानने युद्धकैदी म्हणून आपल्या ताब्यात ठेवले होते. आयूबखान तेव्हा पाकिस्तानचे फिल्ड मार्शल होते. त्यांनी फाळणीआधी करिअप्पांच्या हाताखाली काम केले होते. त्यामुळे करिअप्पांविषयी त्यांच्या मनात आदर होता. नंदा तिथे सापडल्यावर आयूब खानने करिअप्पांना फोन करून विचारले, ''तुमचा मुलगा इकडे आहे. त्याला काही स्पेशल ट्रिटमेंट देऊ का?'' करिअप्पा हे कमालीचे लष्करी बाण्याचे होते. ती शिस्त त्यांच्या अंगात एवढी भिनलेली होती की घरी असले तरी ते विशिष्ट युनिफॉर्ममध्येच जेवत. त्यांनी आयूब खान यांना उत्तर दिले, ''एकट्या नंदाला कसलीही स्पेशल ट्रिटमेंट देऊ नका, मात्र माझ्या सगळ्याच युद्धकैद्यांना 'जंटलमन' म्हणून वागवा.''

ते म्हणाले, ''लष्कर, नौदल, हवाई दल यांमध्ये शिस्त असते आणि परस्परांशी आत्यंतिक स्नेहबंधही जुळलेले असतात. बार्बोरा या माझ्या मित्राने पाकिस्तानी रणगाडे आपल्या हद्दीत घुसल्याचे फोटो काढले आणि त्याबद्दल त्याला वीरचक्र मिळाले हे आधी सांगितले आहेच. परंतु या बार्बोराला पी.सी. लाल या त्याच्या वरिष्ठांकडून तंबीही मिळाली होती. कारण रणगाडे पाकिस्तानचेच असल्याचा

पुरावा देण्याच्या नादात त्याने व्हॅम्पायर विमान बरेच खाली घेऊन फोटो काढले होते. लष्करी शिस्त आणि परस्परांविषयीचे स्नेहबंध आमच्या हवाई दलात असे हातात हात घालूनच नांदत असतात.''

प्रकरण ५.

इजेक्शन आणि १९७१ चे पाक युद्ध

१९६५ ला युद्धसमाप्ती झाल्यानंतर हवाई दलात पुन्हा दैनंदिन कामकाज सुरू झाले. मेरिटवर निवड केले जाणारे काही करिअर कोर्सेस असतात. त्यापैकी फ्लाईंग इन्स्ट्रक्टर हा एक कोर्स असतो. तांब्रम हा चेन्नईजवळचा विमानतळ आहे. तिथे सहा महिन्यांचा कोर्स होता. विद्यार्थ्यांना फ्लाईंग कसे शिकवावे याचे प्रशिक्षण तिथे देण्यात आले. कोर्सच्या अखेरीस परीक्षा झाली. दिलीप अर्थातच त्यात पास झाले. विविध अकादमींमध्ये त्यानंतर प्रशिक्षण देता येते. तांब्रमनंतर त्यांची हैदराबादच्या उत्तरेला असलेल्या एअरफोर्स अकॅडमीत नियुक्ती झाली. तिथे त्यांनी अनेक कॅडेट्सना प्रशिक्षित केले. हवाई दलाचे माजी एअर चीफ मार्शल नॉर्मन अनिलकुमार ब्राऊन आणि सध्याचे एअर चीफ मार्शल ओरूप राहा हे त्यांचे विद्यार्थी होत. त्यावेळी दिलीप यांना सुपरवायझरची पोस्ट देण्यात आली होती.

याखेरीज डिफेन्स सर्व्हिसेस स्टाफ कॉलेजसाठी एक स्पर्धात्मक परीक्षा होती. ठरावीक काळ सेवा झालेले लोकच या परीक्षेला बसू शकतात. त्यामधून निवड केली जाते आणि मग उटीला एक वर्षाच्या प्रशिक्षणासाठी त्यांना पाठवले जाते. दिलीपनी ही परीक्षा दिली आणि त्यांना उटीला प्रशिक्षणासाठी पाठवले गेले. पुढे राकेश शर्मा या अंतराळवीराबरोबर अंतराळात जाण्यासाठी निवड झालेले रवीश मल्होत्रा त्यांच्याबरोबर या प्रशिक्षणात सहभागी झाले होते.

सध्या रवीश बंगळुरूच्या एका कंपनीत सीईओ आहेत. हवाई दलातर्फे दर दोन वर्षांनी बंगळुरूला एअर शो चे आयोजन केले जाते. तिथे फॉर्मेशन

एअरोबॅटिक्सची प्रात्यक्षिके केली जातात. पुढे एकदा अशीच प्रात्यक्षिके पाहण्यासाठी रवीशनी दिलीप यांनाही आमंत्रित केले होते. दिलीप म्हणाले, ''फॉर्मेशन करताना खूपच दक्षता घ्यावी लागते. ती बघायला मजा येत असली तरी एखादी जरी चूक झाली तरी प्राणावर बेतू शकते. मी ही फॉर्मेशन बघत असताना माझ्यासमोरच दोन विमानांची चक्क टक्कर झाली. परंतु सुदैवाने दोघेही बचावले होते. ही घटना समोर पाहता येणे हे मी माझे सुदैव समजतो.''

उटीमधील त्यांचे ते प्रशिक्षण संस्मरणीय ठरले. सुंदर, टुमदार, छोटेसेच हिल स्टेशन असलेल्या उटीमधील वास्तव्य मोठे बहारदार होते. तिथल्या वेलिंग्टन क्लबमध्ये सामूहिक आणि वैयक्तिक एक्झरसायझेस करायला शिकवत असत. न्यूझीलंड, ऑस्ट्रेलिया, यूके, अमेरिका येथील विद्यार्थीही तिथे येत. भरपूर प्रकारचे खेळ खेळणे तिथेही त्यांना शक्य झाले. शिवाय घोड्यावरच्या रपेटी आणि पोलो हे त्यांचे आवडते खेळही त्यांना तिथे खेळता आले. या प्रशिक्षणादरम्यान त्यांनी टेनिस, स्क्वॅश, पोलो, नौकानयन अशा विविध खेळांत एकूण पाच ट्रॉफीज पटकावल्या होत्या.

प्रशिक्षणा दरम्यान आंतरराष्ट्रीय घडामोडींसह सरकार दरबारी आपले प्रकरण कसे मांडावे, स्टाफ ऑफिसर म्हणून कसे काम करावे वगैरे गोष्टींचे प्रशिक्षण दिले जात असे. स्टाफ कॉलेजनंतर ग्राऊंड जॉबवर पोस्टिंग केले जाते. त्यात विमान उड्डाणाचा समावेश नसला तरी करिअरच्या विकासाच्या दृष्टीने हा सगळा भाग अत्यावश्यक असतो.

या दरम्यान, सुखॉय विमानांच्या प्रशिक्षणासाठी त्यांना रशियाला जाण्याची संधी मिळाली. ते प्रशिक्षणही त्यांनी यशस्वीरित्या पूर्ण केले.

इजेक्शनचा थरारक अनुभव

इजेक्शन होणे हा वास्तविक जीवन-मरणाचा प्रश्न. १९६५ च्या युद्धात इजेक्शन टाळल्यामुळे दिलीप यांचे प्राण वाचले होते; तर नंतर दोन वेळा इजेक्शन केल्यामुळे ते बचावले. ही दोन्ही इजेक्शन्स सुखॉय विमान चालवत असतानाच झाली होती.

ते १९६९ साल होते. त्यावेळी दिलीप आदमपूर हवाई तळावर होते. त्यांची सॉर्टी सुरू होती. एक तासाचे उड्डाण असणार होते. परंतु विमान ५०० मीटरवर गेले आणि अचानकच इंजिन बंद पडले. या परिस्थितीत १५ ते २० सेकंदांत निर्णय घेतला गेला नाही, तर पायलटचा मृत्यू अटळ असतो. दिलीप यांनी क्षणार्धात निर्णय घेतला आणि विमानाची इजेक्शन सीट झटकन बाहेर पडली. पॅराशूट उघडले गेले आणि दिलीप सुखरूप हवाई तळावर पोहचले. झपाट्याने कोसळणारे विमान त्यांच्या नजरेसमोरच धाड्धाड् पेटत होते. ज्वाळा आभाळाला भिडत होत्या आणि आणखी एकदा मृत्यूला वाकुल्या दाखवत दिलीप समाधानाने तळावर उभे होते. या इजेक्शनच्या वेळी त्यांच्या पाठीला थोडीफार दुखापत झाली होती. परंतु ती फारशी गंभीर नव्हती.

''इजेक्शन हे बंदुकीतून गोळी झाडण्यासारखे असते आणि ती गोळी म्हणजे तुम्ही स्वतः असता.'' असे दिलीप यांनी सहजपणे सांगितले. मृत्यूला अशा प्रकारे चकवा देणे ही आयुष्यातील एक रोमहर्षक बाब असते आणि दिलीप यांनी इजेक्शनचा हा अनुभवही आता घेतला होता. पायलटच्या जीवनातील बहुतेक सर्व अनुभव आता त्यांच्या गाठीशी होते.

सन १९७१ पर्यंत दिलीप इन्स्ट्रक्टर म्हणून काम करत होते. १९७१ मध्ये त्यांच्या आयुष्यात मैलाचा दगड ठरलेली घटना घडली. ती होती १९७१चे पाकबरोबरचे युद्ध. त्यावेळी दुंडिगलला त्यांचे पोस्टिंग होते. कॅडेट्सना प्रशिक्षण देण्याचे काम सुरू होते. मात्र याच दरम्यान युद्धाची चाहूल लागली होती. दिलीप म्हणतात की १९६५ चे युद्ध जसे अचानक सुरू झाले, तसे हे युद्ध सुरू झाले नव्हते. याचे नियोजन उत्तम प्रकारे करण्यात आले होते आणि याचे श्रेय फिल्ड मार्शल माणेक्शा आणि एअर चीफ मार्शल पी.सी. लाल यांना जाते. युद्धाची परिस्थिती हळूहळू निर्माण होत होती. जवान आणि अधिकारी युद्धासाठी सज्ज होत होते. या युद्धाला कारणीभूत झाली ती प्रामुख्याने पूर्व पाकिस्तानमधील परिस्थिती आणि तिचा भारतावर झालेला प्रतिकूल परिणाम.

बांगला देशचे युद्ध

बांगला देशचे युद्ध म्हणून प्रसिद्ध असलेले हे युद्ध कसे झाले, त्यात काय घडले याची विपुल माहिती समोर आली आहे. १९६५ च्या युद्धाला यंदा ५०

वर्षे झाली; तर १९७१ च्या युद्धाला ४४ वर्षे पूर्ण झाली. तत्कालीन पश्चिम पाकिस्तानने पूर्व पाकिस्तानवर मोठेच अत्याचार केले होते. भौगोलिकदृष्ट्या तो भाग पाकिस्तानशी खरे तर संलग्नही नव्हता. त्या भागाच्या बाबतीत अत्यंत भेदभाव केला जात होता. त्यांच्यावर प्रचंड अन्याय होत होता. पाकिस्तानचे तत्कालीन अध्यक्ष याह्याखान आणि बांगला देशचे नेते शेख मुजीबूर रहेमान यांच्यातील राजकीय वाद विकोपाला गेले होते. सत्तासंघर्षाने सीमा गाठलीच नव्हती; तर पार केली होती. तशातच निवडणुका झाल्या आणि पूर्व पाकिस्तानातील अवामी लीगला देशातील बहुतांश जागा मिळाल्या. याह्याखान यांनी सत्तेतून पायउतार होण्यास नकार दिला. अवामी लीग हा मध्यममार्गी पक्ष होता. त्यांनी निवडणुकीतील विजयानंतर आपला सहा कलमी कार्यक्रम लागू केला असता, या विचाराने याह्याखान यांची झोप उडाली. कारण त्यामुळे परराष्ट्र आणि संरक्षण वगळता इतर सर्व क्षेत्रांत पूर्व पाकिस्तानला स्वायत्तता प्राप्त झाली असती. या निवडणुकीत कित्येक छोटे, किरकोळ पक्षही सहभागी झाले होते. त्यामुळे त्यांच्या साहाय्याने युती करून आपण सत्तेत येऊ आणि आपले व आपल्या पक्षाचे वर्चस्व कायम राखू असा याह्याखान यांचा होरा होता. त्यांनी अवामी लीगचे सर्वेसर्वा असलेले शेख मुजीबूर रहेमान यांना चर्चेसाठी बोलावले. तसेच पश्चिम पाकिस्तानमध्ये बहुमत मिळवलेल्या पीपल्स पार्टीचे नेते झुल्फिकार अली भुट्टो यांनाही त्यांनी वाटाघाटीसाठी बोलावले. परंतु कोणत्याच बाबतीत तडजोड न होता ती बैठक संपली.

लष्करकडूनच भयंकर हिंसाचार

त्यानंतर एक मार्च १९७१ रोजी याह्याखान यांनी त्याच महिन्यात जाहीर होणाऱ्या नवीन राष्ट्रीय कार्यकारिणी निर्मितीचे कामकाज अमर्याद काळासाठी पुढे ढकलले. पूर्व पाकिस्तानात प्रचंड जनक्षोभ उसळला. पूर्व पाकिस्तानमधील मुख्य रस्ते आंदोलने आणि निषेध सभांनी दणाणून गेले. यामुळे याह्याखान यांनी आपला पवित्रा बदलला आणि २५ मार्चला राष्ट्रीय कार्यकारिणीची बैठक बोलावली. मात्र तो फक्त देखावाच होता, असे पुढे घडलेल्या घडामोडींवरून स्पष्ट झाले. २५ मार्चला ढाका येथून याह्याखान आणि भुट्टो बोलणी अर्ध्यावरच सोडून पश्चिम पाकिस्तानात परतले. त्याच दिवशी संध्याकाळी पाकिस्तानी लष्कराने अवामी लीगच्या पाठिराख्यांची कत्तल करण्यास सुरुवात केली.

ढाका युनिव्हर्सिटीतील विद्यार्थी, आघाडीचे बुद्धीवादी, लष्कर आणि पोलीस दलातील बंगाली सदस्य आणि त्यांना जे जे सापडले, त्या सर्वांचा त्यांनी खातमा केला. परदेशी पत्रकारांना स्थानबद्ध करण्यात आले आणि दुसऱ्या दिवशी त्यांची रवानगी आपापल्या मायदेशी करण्यात आली. शेख मुजीबूर रहेमान यांच्यावर देशद्रोहाचा आरोप ठेवण्यात आला आणि लायलपूरच्या (सध्याचे फैजलाबाद) सर्वोच्च सुरक्षा व्यवस्था असलेल्या तुरुंगात त्यांना डांबण्यात आले. लष्कराची कोणतीही कृती उत्स्फूर्त नव्हती हे अगदी स्पष्ट होते. हा उसळलेला हिंसाचार मुळात अचानक उसळलेला नव्हताच; तो आदेशानुसार नियोजनपूर्वक पार पाडला जात होता. नंतर समोर आलेल्या आकडेवारीनुसार, पाकिस्तानच्या लष्कराने पूर्व पाकिस्तानातील सुमारे दोन लाख नागरिकांना ठार मारले होते. शिवाय भारतात आश्रयासाठी येणाऱ्या लोकांपैकी काही लोक सीमा ओलांडण्याच्या प्रयत्नांत मारले गेले होते. पाकिस्तानमधील हे भीषण हत्याकांड थांबवण्याचे सारे प्रयत्न अयशस्वी ठरले होते, कारण पाकिस्तानला अमेरिकेचा भक्कम पाठिंबा होता. शीतयुद्धाचे परिणाम म्हणून सांगितल्या जाणाऱ्या काही भयावह घटनांपैकी ही एक घटना होती.

युद्धाची तयारी

दिलीप म्हणाले, ''पाकिस्तानी लष्करावर पंजाबी लोकांचे मोठेच वर्चस्व आहे. पठाण, सिंधी आणि बलुची लोक नावापुरतेच आहेत. पूर्व पाकिस्तानला फारसे महत्त्व दिले जात नव्हते. मुजीबूर यांना तुरुंगात टाकल्यावर पाकिस्तानच्या लष्कराने पूर्व पाकिस्तानवर प्रचंड अत्याचार सुरू केले. तेथे निर्माण झालेला जनक्षोभ दडपून टाकण्यासाठी शक्य तेवढे क्रूर प्रकार केले गेले. तेथील लोकांना जिणे नकोसे होऊ लागले. पूर्व पाकिस्तानात आंदोलन सुरूच होते. अनेक ठिकाणी बॉंबस्फोट होत होते. आंदोलक गाड्या लुटत होते. त्यावेळी पाकिस्तानच्या जनरल याह्याखान यांनी स्थानिक बंडखोरांना ठार मारण्याचे आदेश दिले होते, ही गोष्ट अगदी स्पष्ट होती. या सर्व परिस्थितीत आपल्या देशात बांगला देशी निर्वासितांचे लोंढेच्या लोंढे येऊ लागले. त्यांच्यासाठी मदत छावण्या उभाराव्या लागल्या. आपल्या आर्थिक यंत्रणेसह इतर नागरी सुविधा यंत्रणांवर याचा मोठाच ताण येऊ लागला. आता ही समस्या पाकची अंतर्गत समस्या राहिली नव्हती; तर आपणही त्यात ओढले गेलो होतो.''

भारतात सुमारे साठ लाख निर्वासित आले होते आणि रोज या संख्येत प्रचंड भर पडत राहिली होती. पाकिस्तानने आपला उपद्रव थांबवण्यासाठी याबाबतीत व्यवहार्य राजकीय उपाययोजना करावयास हवी होती; अन्यथा भारताच्या सहनशक्तीलाही मर्यादा होत्या. त्यामुळे नोव्हेंबरपर्यंत योग्य राजकीय पर्याय शोधला गेला नाही, तर युद्ध करण्याचा निर्णय भारतात गुप्तपणे घेतला गेला होता.

माणेक्शांचा सल्ला

''वास्तविक तत्कालीन पंतप्रधान इंदिरा गांधी यांनी लष्कराला आदेश दिला होता की 'बांगला देशी लोकांना बाहेर धाडून द्या.' परंतु तत्कालीन फिल्ड मार्शल माणेक्शा यांनी त्यांना सल्ला दिला की मॅडम आताच असे करता येणार नाही. कारण उन्हाळ्याचे दिवस आहेत. लढाई सुरू झाली तर हिमालयातील बर्फ वितळलेले असल्यामुळे मार्ग उघडे आहेत. चिनी लोक पाकच्या मदतीला येऊ शकतील. म्हणून काही दिवस थांबावे लागेल आणि नोव्हेंबर-डिसेंबरमध्ये बर्फ पडल्यावर पुढचा निर्णय घेता येईल. त्यात आणखी एक असा फायदा होता की या दरम्यान पावसाळा संपून गेला असता आणि पूर्व पाकिस्तानातील नद्या ओलांडणे सोपे गेले असते. युद्ध जिंकण्यात फिल्ड मार्शल माणेक्शांच्या युद्धनीतीचा सिंहाचा वाटा होता'' त्यावेळची आठवण सांगताना दिलीप यांनी थोडक्यात युद्धाची माहिती दिली.

२६ मार्चलाच अवामी लीगने बांगला देशाचे स्वातंत्र्य जाहीर केले आणि मुक्ती वाहिनी नावाने स्वातंत्र्यसैनिकांची फौज तयार केली. भारताने मुक्ती वाहिनीला गुप्तपणे पाठिंबा दिला. मात्र बांगला देशाच्या स्वातंत्र्याला मान्यता देणे लांबणीवर टाकण्यात आले. कारण तसे करण्यामुळे पाकिस्तानला तत्काळ युद्धास प्रवृत्त केल्यासारखे झाले असते. माणेक्शा यांचा सल्ला इंदिरा गांधी सरकारने मान्य केला होता. त्यामुळे किमान नोव्हेंबरपर्यंत थांबणे भाग होते.

भारताने या दरम्यान, जागतिक पातळीवरून मदतीची अपेक्षाही व्यक्त केली होती. त्यासाठी तत्कालीन पंतप्रधान इंदिरा गांधी आणि त्यांचे राजनैतिक प्रतिनिधी यांनी जगभरातील प्रमुख देशांना अनेक वेळा भेटी देऊन आपली समस्या मांडली होती आणि पाकिस्तानविरुद्ध कारवाईची आणि निर्वासितांची

समस्या सोडवण्यासाठी मदत करण्याची मागणी केली होती. याच दरम्यान, ऑगस्टमध्ये इंदिरा गांधी यांनी रशियाशी मैत्री आणि सहकार्याचा करार केला. यामुळे चीनला भारताविरुद्ध युद्ध करणे अशक्य झाले होते. इंदिरा गांधी यांनी अखेरीस आणखी एकदा नोव्हेंबरमध्ये अमेरिकेचा दौरा केला. परंतु याह्या खान यांना रोखणे तोपर्यंत अशक्य होऊन बसले होते. पाकिस्ताननेही युद्धाची तयारी सुरू केली होती. आता फक्त युद्ध कधी आणि कसे होणार याचीच काय ती प्रतीक्षा होती.

आदमपूरला दाखल

मार्चच्या अखेरीपासूनच फक्त दोन तास आधी सूचना मिळाली की भारतीय हवाई दल हल्ला करण्यासाठी सज्ज झाले होते. तरीही फायटर पायलट आपापल्या जागी कामात व्यस्त होते. हैदराबादच्या उत्तरेला असलेल्या दुंडीगल येथील आयएएफ फ्लाईंग स्कूलमध्ये किरण जेट ट्रेनरवर दिलीप कॅडेट्सना प्रशिक्षित करण्याचे काम करत होते. नोव्हेंबरमध्ये सर्व 'ऑपरेशनल पायलट्स'ना आपापल्या फायटर युनिट्समध्ये बोलावून घेण्यात आले. फायटर पायलट्सना परत पाठवण्यात आले. दिल्ली, अंबाला, आदमपूर, पठाणकोट येथे फायटर पायलटस रुजू झाले. आणखी दोन पायलट्ससह दिलीपना आदमपूरमध्ये पाठवले गेले. आदमपूरचा भाग भारताच्या वायव्येकडे पंजाबमधील जालंदरजवळ आहे. लढाई होणार, हे या सर्वांना निश्चितपणे माहितीच होते. दोन महिन्यांहून अधिक काळ सरावासाठी आणि तयारीसाठी मिळाला होता. दिलीप यांनी दिलेल्या माहितीनुसार, १९६५ च्या युद्धाच्या वेळी त्यांना एकदाच सॉर्टी करता आली होती. परंतु यावेळी सुमारे एक ते दीड महिना सॉर्टीज सुरू होत्या. एकदम उत्तम तयारी झाली होती. फॉर्मेशन्स केली जात होती. पाच ते सहा सॉर्टीज झाल्या होत्या. मात्र नेहमीप्रमाणेच भारताने आक्रमण केले नव्हते. परंतु पाकिस्तानचा डाव अचूक ओळखून आपली तिन्ही सैन्य दले युद्धाच्या जय्यत तयारीत ठेवली होती.

दिलीपना मात्र असे वाटत होते की आपण पश्चिम पाकिस्तानवर, हल्ला करून आपले अधिक नुकसान करून घेऊ नये. त्याऐवजी आपण पूर्व भागावर हल्ला केला तर पाकिस्तानला हल्ला करावाच लागेल.

दिलीप यांच्या शब्दांत सांगायचे झाले, तर ''एक देशप्रेमी म्हणून आम्हाला बांगला देशाची निर्मिती करायची होती. त्यांच्यामुळे निर्माण होणारा आपल्या देशावरचा ताण कमी करायचा होता. युद्धात विजय मिळणार होता आणि बांगला देश आपोआपच स्वतंत्र होणार होता. १९६५ मध्ये आपण उघड्यावर होतो आणि पाकिस्तानने येऊन विमाने उडवली होती. एका विमानाने अनेक विमानांवर हल्ला केला होता. त्यांच्या फक्त एका पायलटने आपली आठ विमाने उडवली होती. त्यांच्या मिराज आणि सेबरला मनमानीपणाने हल्ला करता आला होता. त्यांच्याकडे हल्ल्याचे निर्णय लष्कर घेते आणि आपल्याकडे हा निर्णय राजकीय असतो, त्यामुळेही त्यांच्या आणि आपल्या हल्ल्यांमध्ये काही प्रमाणात फरक असतो. १९७१ मध्ये अशी परिस्थिती नव्हती. लष्करी आणि राजकीय अधिकाऱ्यांच्या चर्चेनंतर पद्धतशीरपणे आधीच तयारी झालेली होती. यावेळी प्रत्येक विमान काँक्रिटच्या बंकरमध्ये लपवण्यात आले होते.''

युद्धाचा बिगूल

सुखॉय ७ हे हवाई दलाचे नवीन आणि मोठे सुपरसोनिक लढाऊ विमान होते. अमृतसरजवळच्याच तुकडीत दिलीप यांचे जिवलग मित्र मेजर इंदर खन्नाही होते. नोव्हेंबरमध्ये आदमपूरला पोहचल्यानंतर तीन डिसेंबरच्या रात्री दिलीप इंदर खन्ना यांना भेटून परतले आणि त्याच वेळी पाकिस्तानी हवाई दलाने पश्चिम आघाडीवर काही हल्ले केल्याचे त्यांना समजले. शत्रूसैन्याची ताकद कमी करण्याच्या उद्देशाने पाकिस्तानकडून युद्धाआधीच केले गेलेले ते हल्ले होते.

या हल्ल्यांची आठवण सांगताना दिलीप म्हणाले, ''अपेक्षेप्रमाणे पाकिस्तानने प्रथम पंजाबच्या भागावर हल्ला केला होता आणि युद्धाला तोंड फुटले होते. कधीपासून युद्धासाठी सज्ज असलेल्या जवानांच्या अंगात वीरश्री संचारली. स्फुरण पावणारे बाहू आणि शत्रूवर कधी तुटून पडतो अशी तयारी झालेली मने यांमुळे युद्धात भाग घेण्यास प्रत्येक जण आतुर झाला होता. याशिवाय १९६५ च्या प्रत्यक्ष युद्धाचा अनुभवही होता. यावेळी आणखीही एक फरक होता. पाकच्या लष्कराचे नीतिधैर्य कमकुवत होते. त्यांच्या हल्ल्यांच्यावेळीही ते जाणवत होते. हे हल्ले करताना त्यांचा कल हल्ल्यापेक्षाही दिलेले काम कसेबसे करून स्वतःचा जीव वाचवण्याकडेच अधिक असल्याचे दिसत होते.''

चार डिसेंबरपासूनच दिलीप यांच्या २६ स्क्वॉड्रनच्या सॉर्टीजना सुरुवात झाली होती. आपल्या तिन्ही दलांच्या हल्ल्यांत अत्यंत पद्धतशीरपणा आणि मोठा समन्वय होता. दिलीप यांच्याकडे लष्कराला मदत करण्याचे काम होते. पाकिस्तानचे सैन्यबळ कमी होते. त्यामुळे त्यांनी रणगाड्यांच्या साहाय्याने हल्ला करण्याचा प्रयत्न केला. रणगाड्यांचे एकत्रिकरण केले जात होते. परंतु हवाई दलाच्या सुनियोजित हल्ल्यांनी त्यांना सळो की पळो करून सोडले. आपल्या हवाई हल्ल्यांत पाकचे सुमारे साठ रणगाडे नष्ट झाले. हवाई दलाने पाकिस्तानचा एक संदेश पकडला होता. त्याचे रेकॉर्डिंग आजही हवाई दलाच्या म्युझियममध्ये आहे.

त्यात पाकच्या रणगाडा कमांडरने म्हटले आहे, की 'यहाँ पर हिंदुस्तानी हवाई दलने ऊपर से आकर हमारे नाक में दम कर दिया है। ऐसे में आगे जाना तो दूर की बात; पीछे आना भी मुश्किल है। जल्दी से अपने हवाई दल को भेजो वरना यहाँ कुछ भी हो सकता है।'

बावा ऑफ लोंगेवाल

आपल्या हवाई दलाच्या विमानांना सैरावैरा पळणारे पाकचे रणगाडे दिसत होते. खाली वालुकामय प्रदेश होता. दिलीप यांच्याकडे पाकिस्तानच्या लष्कराला मदत करणाऱ्या या रणगाड्यांवर आणि लष्कराला रसद पुरवणाऱ्या वाहनांवर बॉम्बवर्षाव करण्याचे काम होते. स्क्वॉड्रन नं. २६ मधून ते लढत होते. त्यांच्याकडे सुखॉय-७ हे एक इंजिन असलेले रशियन बनावटीचे सुपससोनिक विमान होते. खेमकरण, कसूर व शक्करगाढा भागात ते हल्ले करत होते. त्यावेळी विंग कमांडर एम.एस. बावा यांच्या नेतृत्त्वाखाली हे हल्ले सुरू होते. हंटर्सनी खूप हल्ले केले होते. लोंगेवालला हंटर्सनी रणगाड्यांचा होणारा हल्ला रोखला होता.

दिलीप म्हणाले, ''आमचे लोक मोठे जिंदादिल असतात. लोंगेवालचा हा हल्ला रोखल्यानंतर एम.एस. बावा स्वतःला 'बावा ऑफ लोंगेवाल' असे म्हणवून घेऊ लागले. बावा हे खूप छान व्यक्ती आहेत.''

दहा डिसेंबरची सॉर्टी

दहा डिसेंबरचा दिवस होता. नेहमीच सकाळपासून ब्रिफिंग मिळत असे. शिवाय गुप्तचरांकडून माहितीही दिली जात असे. एकूण चार विमानांचे फॉर्मेशन करून हल्ले केले जात. या चौघांपैकी कोणीही त्या त्या वेळेनुसार फ्लाईंग कमांडर असे. दिलीपनी आपल्या सुखॉय-७ मधून तोपर्यंत नऊ वेळा हल्ले केले होते. रोजच सॉर्टी करून त्यांनी पाकचे मोठे नुकसान केले होते. १० डिसेंबरला ते मोहिमेवर बाहेर पडत होते. त्यांना नेहमीप्रमाणे हवामानाची माहिती मिळाली. त्या पाठोपाठ 'फॉरवर्ड लाईन ऑफ ट्रूप्स' (एफएलओटी) ची माहिती देण्यात आली. त्यांचा हा दहावा हल्ला होता. त्यांनी २०० पाकिस्तानी रुपये खिशात ठेवले. आपल्या बुटाच्या आतील बाजूला पॉइंट ३८ रिव्हॉल्व्हर लोड करून बांधून ठेवले. जर चुकून इजेक्शन करावे लागले आणि संतप्त जमावाच्या हाती आपण सापडलो तर असावे, म्हणून ही काळजी होती. मात्र त्यांच्या मनावर कसलाच तणाव नव्हता. ते म्हणाले, ''मला काहीही होणार नाही, असे मला ठामपणे वाटत होते.''

त्या दिवशी टार्गेट वेगळे होते. लाहोरच्या पूर्वेकडे असलेल्या रडार केंद्राचा आपल्या हवाई दलाला खूप त्रास होत होता. या केंद्रामुळे आपल्या विमानांवर त्यांची विमाने लगेच हल्ला करण्यासाठी येत असत. दिलीप यांच्या तुकडीला आदेश आला की 'पाकचे लाहोरचे ते रडार केंद्र उडवा.' या हल्ल्यासाठी चौघे जण जाणार होते.

म्हणून चौथ्या क्रमांकावर

दिलीप दहाव्या सॉर्टीसाठी निघाले. त्यांचे लक्ष्य (टार्गेट) आदमपूरपासून फक्त १२५ किलोमीटरवर होते. त्यामुळे ते तिथे जेमतेम दहा मिनिटांत पोहचणार होते. विमानाचे उड्डाणही कमी उंचीवरून केले जाणार होते. नेहमीप्रमाणेच त्यांचा चौथा क्रमांक होता. ते म्हणाले, की 'मी हाच क्रमांक निवडत असे. त्याचे कारण असे की या क्रमांकांप्रमाणेच हल्ला करावा लागतो. पहिल्या क्रमांकाचे विमान हल्ला करते, त्यावेळी त्याचा वेग ताशी १००० किलोमीटर असतो. ते ५-६ किलोमीटरवर परत येईपर्यंत दिसतही नाही. त्या पाठोपाठ दुसऱ्या आणि तिसऱ्या क्रमांकांची विमाने हल्ले करतात आणि शेवटी चार

क्रमांकाचे विमान हल्ला करते. पहिल्या क्रमांकाच्या विमानाला जास्त धोका नसतो. कारण शत्रूला पटकन समजतही नाही. दोन विमानांच्या हल्ल्यांमध्ये सर्वसाधारणपणे १५-२० सेकंदांचे अंतर असते. परंतु आपल्यावरचा त्यांचा प्रतिहल्ला हा सर्वसाधारणपणे आपल्या दुसऱ्या विमानापासून सुरू होतो आणि चौथ्या विमानाच्या वेळी तो जोरदार होतो. मला त्यांच्या जोरदार हल्ल्याच्या वेळी आपण हल्ला करून त्यांचे नुकसान करण्यात आनंद होत असे.'

या युद्धात मोठे नुकसानही सहन करावे लागले होते. या युद्धात एकट्या २६ स्क्वॉड्रनमधील अठरापैकी तीन पायलट मरण पावले होते; आणि दोन युद्धकैदी बनले होते. परंतु दिलीप यांच्या मनावर हल्ल्याच्या वेळी याचा कसलाच ताण नव्हता.

संतप्त जमावाच्या हाती

त्या दिवशी त्यांनी हल्ला केला. डस्क अटॅक होता. संध्याकाळ झाली होती. आधीचे तीन पायलट हल्ले करून गेले होते. त्यांनी लक्ष्यावर केलेला गोळीबार दिलीपनी पाहिला होता. दिलीपनी हल्ला केला त्यावेळी पाकिस्तानकडून जोरदार गोळीबार सुरू झाला होता. ते 'डाईव्ह'मध्ये असतानाच थाड् थाड् असा गोळ्यांचा आवाज येत होता. एका गोळीने त्यांच्या विमानाचा अचूक वेध घेतला होता. १९६५ च्या युद्धाच्यावेळीही अशाच प्रकारे चौथ्या क्रमांकावरून हल्ला करत असताना त्यांना गोळी लागली होती. परंतु त्या गोळीमुळे विमान हवेत उंच उडाले होते. शॉट अप झाल्यामुळे विमान शत्रूच्या कचाट्यातून बाहेर पडू शकले होते. यावेळी मात्र 'शॉट डाऊन' घडले आणि विमान खाली येऊ लागले. यावेळी दिलीपना गोळी लागली नव्हती; तर विमानाला गोळी लागली होती. कंट्रोल पॅनेलला बसलेल्या गोळीमुळे विमान नियंत्रणाच्या बाहेर जाऊ लागले. ते कसेतरी हेलकांडू लागले. खाली पाकिस्तानचा प्रदेश दिसत होता. पण इजेक्शन करण्याखेरीज गत्यंतरच नव्हते, कारण इजेक्शन केले नसते, तर विमान तर हातचे गेलेच असते; शिवाय जीवही गमवावा लागला असता. आपल्या हद्दीत परतण्यासाठी फक्त दहा मिनिटांचा वेळ हवा होता. परंतु जीव वाचवण्यासाठी केवळ ५-७ सेकंदांचा काळ हातात होता. त्यांनी झटकन निर्णय घेतला आणि इजेक्शनचे बटन दाबले.

दिलीप पाकच्या रडारवर हल्ला करत होते. त्यामुळे इजेक्शन सीट वापरून पॅराशूटच्या साहाय्याने पायलट खाली येत आहे, असे दिसताच पाकिस्तानचे कित्येक नागरिक तिथे गोळा झाले.

''मी अलगद खाली तर उतरलो; परंतु या लोकांच्या गराड्यात सापडलो. मला जोरदार शिव्यागाळी सुरू झाल्या. काय होत आहे ते समजण्याच्या आतच लोकांनी अक्षरशः शिव्यांची लाखोली वहात लाठ्या, काठ्या लाथाबुक्क्यांनी तुडवायला सुरुवात केली. आपले विमान खाली आपटून, फुटून स्फोट होऊन जळून गेले असणार. परंतु मला ते काहीही पाहिल्याचे नीटसे आठवतही नाही, कारण माझे पाय जमिनीला कधी टेकतात याची वाटच पहात लोक उभे होते आणि मी प्रचंड शॉकमध्ये होतो. मला काहीही समजत नव्हते,'' दिलीप सांगतात.

बुटाच्या वरच्या पॉकेटमध्ये त्यांनी सरकवलेले रिव्हॉल्व्हर इजेक्शनच्या वेळी बसलेल्या जोरदार धक्क्याने फाटलेल्या पाकिटातून शेजारच्या झुडपांत पडले असावे. शिवाय १९-२० लोकांनी घेरल्यानंतर रिव्हॉल्व्हर काढणेही शक्य नव्हते; अन्यथा तिथेच लोकांनी ठार मारले असते.

पाकचे युद्धकैदी

यावेळी इजेक्शनमुळे त्यांना कसलीच दुखापत झाली नव्हती; परंतु या मारहाणीमुळे दुखापती झाल्या होत्या. संतप्त जमावाने त्यांचा जीवच घेतला असता; परंतु नशीब बलवत्तर होते. त्यामुळे तिथे हवाई दलाचा एक पोलीस आला. युनिफॉर्ममध्ये असलेल्या या पोलिसाने लोकांना शांत करत सांगितले, की 'इसको मारो मत, जिंदा रहेगा तो कुछ इन्फर्मेशन देगा.' त्यावेळी शत्रूचा असला तरीही त्या पोलिसाने त्यांच्यासाठी देवदूताचे काम केले होते. दिलीप नेहमीच गळ्यात सोनसाखळी घालत असत. या सोनसाखळीमुळे हवाई दलात त्यांना 'प्रिन्स' असे नाव पडले होते. ही सोनसाखळी आणि त्यांच्या मनगटावरील ओमेगा सी मास्टर घड्याळ तोपर्यंत जमावाने केव्हाच काढून घेतले होते. दिलीप म्हणाले, ''हे घड्याळ बैरुतला असलेल्या माझ्या आत्याने मला भेट दिले होते आणि जेमतेम दोन-तीन आठवडेच मी ते वापरले होते. परंतु मला त्या कशाचेच दुःख वाटले नाही, कारण जान बची तो लाखो पाये!''

दिलीप लाहोरमध्ये होते. तिथून त्यांना रावळपिंडीला पाठवण्याचा आदेश देण्यात आला होता. ताबडतोब दिलीप यांच्या हातात बेड्या अडकवल्या गेल्या आणि हात मागे बांधले गेले. त्यानंतर पाय बांधून त्यांना हवाई दलाच्या ट्रकमध्ये मागच्या बाजूला टाकण्यात आले. डोळ्यांवर काळी पट्टीही बांधली गेली होती. त्यांच्या डोक्याला आणि गुडघ्यांना मारहाणीत जखमा झाल्या होत्या. त्यावर बँडेज बांधले गेले.

मेरा बूट किधर है?

इजेक्ट करताना हवेचा खूप दबाव असतो. त्यामुळे पॅराशूटने खाली येत असताना दिलीप यांच्या पायातील एक बूट हवेतच उडून गेला होता. लाहोरमध्ये डिसेंबरच्या थंडीचा कडाका वाढलेला होता. बूट उडाल्यामुळे पाय गारठल्यासारखा झाला होता. झालेली मारहाण आणि आपण पाकच्या तावडीत सापडल्याचा जबरदस्त धक्का यामुळे दिलीप यांचे मस्तक सुन्न झाले होते. गलितगात्र आणि बधिर झाल्याचा अनुभव ते घेत होते. धक्का, अपमान, विमनस्कता, अनिश्चितता, अस्थैर्य अशा कित्येक भावनांचा कल्लोळ उडाल्यामुळे त्यांचे मन नीटसा विचार करू शकत नव्हते. त्यामुळे त्यांनी आपल्याबरोबरच्या गार्डला विचारले, ''मेरा बूट किधर है? मेरे को ठंड लग रही है!'' वास्तविक, एकूण परिस्थिती पाहता हा प्रश्न विचित्र होता. पाकिस्तानच्या गार्डला भारतीय युद्धकैद्याने हा प्रश्न विचारणे गंमतीशीरही होते. त्या गार्डने घुश्शातच उत्तर दिले, ''मुझे क्या मालूम? होगा कहीं!'' परंतु दिलीप धक्क्यातून अजून सावरलेलेच नव्हते. दर पाच मिनिटांनी ते त्याला विचारत राहिले, ''मेरा बूट किधर है?'' आणि त्यावर ''मेरे को ठंड लग रही है!'' हे पालुपदही ते जोडत होते. मुळातच भारतद्वेष्ट्या असलेल्या पाक लष्कराचे सैनिक हरत चालल्यामुळे आधीच अवमानित झालेले होते. त्यांच्या मनात भारतीय अधिकाऱ्यांविषयीचा क्रोधाग्नी भडकलेला असणेही स्वाभाविक होते. त्यामुळे दिलीप यांच्या मनःस्थितीचा विचार करण्याचे त्यांना काहीच कारण नव्हते. त्यांच्या अनुभवाप्रमाणे बहुतेक युद्धकैदी वरमलेले, घाबरलेले असतात. थिजलेल्या मनःस्थितीत असतात. पण या युद्धकैद्याचे वागणे काही औरच होते! त्याच्याकडून दर पाच मिनिटाला विचारल्या जाणाऱ्या या प्रश्नाने तो गार्ड संतप्त झाला नसता तरच नवल! या कटकटीने वैतागलेल्या गाडीतील दुसऱ्या

कोणीतरी त्याला सल्ला दिला, ''किस्सा खत्म करो ना। एक ब्रश मारो।'' ऑटोमॅटिक बंदुकीच्या 'बर्स्ट' या शब्दाचा पाकच्या अर्धशिक्षित सैनिकांनी केलेला 'ब्रश' हा अपभ्रंश होता. परंतु हा ब्रश मारण्याचा अधिकार त्या गार्डला नव्हता, त्यामुळे त्याने तसे काही केले नाही आणि दिलीप यांचा प्रश्नही थांबला नाही. या युद्धकैद्याविषयी वरिष्ठांना कळवण्यात आले होते आणि युद्धकैद्याला जिवंत आणण्याचा आदेशही मिळालेला होता. त्यामुळे 'किस्सा खत्म करण्याची' जोरदार उबळ आली असली तरीही त्याला ते शक्य होत नव्हते. लाहोर ते रावळपिंडी हा २०० किलोमीटरचा प्रवास या 'मेरा बूट किधर है?' मुळे त्या गाडीतील पाकिस्तानी सैनिकांच्याही जन्मभर लक्षात राहिला असावा.

कोठडीतील एकाकी जीवन

रावळपिंडीला रात्रीच्या सुमारास ट्रक पोहचला. तिथे पलंग आणि दोन ब्लँकेट होती. थंडी वाजणे कमी झाले आणि दिलीप यांचा तो प्रश्न आणि 'ठंड लग रही है' चे पालुपदही बंद झाले. त्यांना ठेवण्यात आलेली कोठडी जेमतेम सात बाय आठ फूट आकाराची होती आणि तिला खिडकी नव्हती. पलंगाखेरीज त्यात आणखी काहीही नव्हते. छताला एक बल्ब टांगलेला होता. त्याचा स्विच मात्र बाहेर होता. हा बल्ब कधीच बंद केला जात नव्हता. १० डिसेंबरला त्यांनी घातलेला शर्ट आणि पँटच त्यानंतर काही दिवस ते घालत होते. जमावाने त्यांचा ओव्हरऑल काढून घेतला होता. शिवाय त्यांच्याकडे असलेल्या बाकीच्या वस्तूही पळवल्या होत्या. त्यात पाकिस्तानी नोटा आणि त्यांच्या घड्याळाचा समावेश होता. रावळपिंडीला कडाक्याची थंडी होती, त्यामुळे जी सूट किंवा ओव्हरऑलची कमतरता त्यांना प्रामुख्याने भासत होती. ब्लँकेट दोन असली तरी त्यापैकी एक त्यांनी अंथरले होते आणि एक ते पांघरायला घेत होते. परंतु तरीही अगदी भर दुपारीही भरपूर थंडी वाजत असे. कोठडीच्या खालच्या भागातून जेवणाचे ताट सरकवले जात असे आणि स्वच्छतागृहात जाण्याची गरज भासली तर आतल्या दरवाजातून ते बाहेरच्या दरवाजापर्यंत हात बाहेर काढून कडी वाजवत असत. त्यानंतर बेड्या घेऊन गार्ड येत असे आणि बेड्या घालून, डोळे बांधून त्यांना स्वच्छतागृहापर्यंत नेत असे. तिथे गेल्यावर बेड्या काढल्या जात आणि डोळ्यांवरची पट्टी सोडली जात असे

आणि स्वच्छतागृहातून बाहेर पडल्यावर लगेच बेड्या घालून पुन्हा डोळे बांधून त्यांच्या कोठडीपर्यंत त्यांना आणले जात असे.

युद्धकैद्यांना जाणीवपूर्वक एकांतात ठेवले जाते. कारण एकटे असल्यामुळे बाहेरच्या जगाशी कसलाही संपर्क उरत नाही आणि मनावर मोठाच ताण येतो. दिलीप यांना सगळा मुका मार बसला होता. त्यामुळे खूप वेदना होत होत्या. डोळ्यांवर मुका मार बसला होता. त्यामुळे नीट दिसतही नव्हते. तिथे गेल्यावर त्यांच्यावर उपचार करण्यात आले. चौथ्या दिवशी हवाई दलाच्या डॉक्टरने रीतसर उपचार करण्यास सुरुवात केली. दिलीप पकडले गेले होते त्यावेळी आपण जिंकत आहोत हे त्यांना माहिती होते. त्यानंतर सातच दिवसांनी युद्धविराम झाल्याचे समजण्यास मात्र काहीच मार्ग नव्हता.

मिसिंग की युद्धकैदी?

रावळपिंडीला पोहचलेल्या रात्री हळूहळू त्यांचे मन ताळ्यावर येऊ लागले आणि आपण 'युद्धकैदी' असल्याची भयाण जाणीव मनाच्या भकास अवस्थेवर थाड्कन आदळली. पहिला विचार मनात आला, 'आपल्या तळावर काय झाले असेल?' कारण विमान कोसळताना दिसले होते. ते शत्रू प्रदेशात कोसळल्याचेही माहिती होते. मग इजेक्शन करून दिलीप बाहेर पडला असावा की विमानासोबतच, त्या स्फोटात त्याचा मृत्यू झाला? काय झाले असावे? असे नाना तर्क वितर्क लढवले जातील, हे त्यांना माहिती होते. परंतु तोपर्यंत त्यांचे नाव 'मिसिंग'च्या यादीतच राहिले असते. असे 'मिसिंग' असलेले काही जण त्यांना तेव्हाही माहिती होते आणि अगदी आजही ते 'मिसिंग'च असल्याचे आणि त्यांच्या पत्नी त्यांची आजही ते कधीतरी परततील म्हणून आशेने वाट पहात असल्याचे त्यांना माहिती आहे. त्यामुळे 'मिसिंग' जवान तुरुंगातच खितपत राहतो, त्याला गोळ्या घालून किंवा छळ करून मारले जाते की तो पुन्हा सुखरूप आपल्या मायदेशी परततो हे सारेच अनिश्चित असते. मुळातच तो आपल्याकडे सापडल्याचे भारताला कळवले गेले तरच त्याच्यावरचा 'मिसिंग' चा शिक्का पुसला जातो आणि निदान 'युद्धकैद्याचा' शिक्का तरी बसतो. देशाकडून आपल्या सुटकेचे प्रयत्न होतील अशी शक्यता या युद्धकैद्यांच्या मनात निर्माण होते आणि त्यांच्या नातेवाईकांच्या आणि मित्रमंडळींच्या वाट पाहण्यालाही निश्चित दिशा मिळते. त्यांच्या सुटकेचे प्रयत्न गतीने व्हावेत

म्हणून प्रयत्न करू शकतात. परंतु त्यासाठी 'मिसिंग' ऐवजी 'युद्धकैदी' असल्याचे आधी आपल्या तळावर समजावे लागते. तोपर्यंत अशा त्रिशंकू अवस्थेतील युद्धकैद्यांचे भवितव्यही त्रिशंकू अवस्थेतच असते. नेमके काय घडले आणि घडणार आहे, याचा अंदाज येण्यासाठी रात्र सरण्याची आणि दुसरा दिवस उजाडण्याची आवश्यकता होती. या मनःस्थितीतच कधीतरी त्यांचा डोळा लागला होता.

इकडे तळावर परतलेल्या तिघांनी 'दिलीपचे विमान कोसळले,' अशी माहिती कळवली होती. त्याबरोबर हवाई तळावर आश्चर्याची, संतापाची आणि दुःखाची मोठी लाट उसळली. दर वेळीच आपला पायलट तिकडे सापडला किंवा ठार झाला असे कळल्यावर हवाई तळावर भावनांचा हा कल्लोळ उसळतो. परंतु कोणत्याही अडचणीच्या प्रसंगी धाडसाने पुढे जाण्याच्या आणि कोणत्याही प्रसंगात आपले प्रसंगावधान शाबूत ठेवून खचून न जाण्याच्या दिलीप यांच्या स्वभावामुळे त्यांच्याविषयी एक आदराची आणि आधाराची भावना इतरांच्या मनात निर्माण झाली होती. त्यामुळे या सगळ्या भावनांबरोबरच त्यांच्या 'मिसिंग' होण्याने तळावर जबरदस्त हादरा बसला होता. तळावर संदेश थडकला होता, 'परुळकर इज मिसिंग, मे बी डेड.' या बातमीने त्यांच्या अगदी जवळच्या दोघा सहकाऱ्यांचे अवसान गळाले. त्यांच्या तळावरच्या डॉक्टरांनी नंतर दिलीपना सांगितले, की ही बातमी आल्यानंतर दोघांना वेदनाशामके देऊन शांत करण्यापर्यंत पाळी गेली होती. ते म्हणत होते, "दिलीप के साथ ये हो सकता है? कैसे? फिर हमारा क्या होगा?" वास्तविक, प्रत्येक जवान हा जीवावर उदार होऊन मातृभूमीसाठी लढत असतो. परंतु तरीही त्यांना बसलेला हा धक्का त्यांच्या विचारांना काही काळाकरता का होईना; परंतु झाकोळून टाकणारा ठरला होता. त्यांच्यावर उपचार करावे लागले होते आणि मग परिस्थिती पुन्हा ताळ्यावर आली होती. दिलीप यांना रावळपिंडीत कोठडीत आणल्यानंतर उपचार सुरू झाल्यावर हळूहळू तीन - चार दिवसांनी बरे वाटू लागले. वेदना कमी होऊ लागल्या. विचारचक्राला पुन्हा एकदा गती येऊ लागली.

प्रकरण ६.

कोठडीतील तगमग

आता दिलीप यांचे मन पुन्हा झपाट्याने आपल्यावर गुदरलेल्या प्रसंगाचे आकलन करून घेऊ लागले आणि हळूहळू यातून बाहेर पडण्याचा मार्ग शोधण्यासाठी सज्ज होऊ लागले. दिलीप म्हणाले, ''आम्हाला सकाळी चहा आणि नाष्टा मिळत असे. दुपारी जेवण येत असे. त्यानंतर संध्याकाळी पुन्हा कपभर चहा आणि रात्री जेवण मिळत असे. परंतु या पलीकडे बाहेरच्या कोणत्याही गोष्टीशी माझा संपर्क नव्हता. मला बाहेर काय चालले होते ते समजून घ्यायचे होते. निदान आम्हाला कुठे ठेवण्यात आले आहे ते तरी मला माहिती करून घ्यायचे होते. परंतु दरवाजाचा पीप होल बंद करून टाकण्यात आला होता.''

आपण एकटेच तिथे खितपत पडलो आहोत की आपल्याबरोबर आपले इतर पकडले गेलेले युद्धकैदीही आहेत ते समजून घेण्याची आतुरता त्यांच्या मनात दाटून येत होती. तसे असते तर निदान आपले सहकारी सोबत असल्याचा किंचितसा दिलासा तरी त्यांना मिळाला असता.

''जेवण मुद्दाम खराब देण्यात येत नव्हते, परंतु ते एअरमन चेंबर्समधून येत होते. ऑफिसर्स मेसमधून जेवण आणण्याची सोय त्यांच्याकडे नव्हती. त्यामुळे जेवण थंड असे. चपात्या वातड असत. परंतु जेवण पुरेसे होते. कधी कधी तर जेवण जास्तच होत असे; मात्र कधीच कमी पडले नव्हते.'' दिलीप म्हणाले, ''दिवसातून २-३ वेळा होणारे एअर रेड सायरन्स ऐकू येत असत. नंतर पाच-

सहा दिवसांनी तेही थांबले. कारण युद्धविराम झाला होता.'' परंतु दिलीपना युद्धविराम झाला होता हे समजण्यासाठी कोणतेही साधन तिथे उपलब्ध नव्हते. पीप होलवर बाहेरच्या बाजूने कार्डबोर्ड लावलेला होता. दरम्यानच्या काळात दिलीप यांनी हा कार्डबोर्ड आतून सरकवून छोटीशी फट तयार केली होती. त्यातून ते एका डोळ्याने बाहेर पाहू शकत होते. थोडीशी प्रकाशाची तिरीप दिसत होती. काही वेळा तिथे पाहरा देणारा पाहरेकरी दिसत होता. परंतु तरीही काही सुगावा लागण्याजोगे अद्याप दिसले नव्हते. जास्त काळ कार्डबोर्ड बाजूला करून पहात राहणेही शक्य नव्हते. त्यामुळे पुन्हा थोड्या वेळाने दिलीपनी बाहेर पाहिले. यावेळी मात्र तो पाहरेकरी वळला आणि त्याच्या युनिफॉर्मच्या बक्कलवर त्यांना 'रावळपिंडी पोलीस' असे लिहिल्याचे वाचता आले. याचा अर्थ ते रावळपिंडीत होते. निदान आपला ठावठिकाणा तरी त्यांनी समजून घेतला होता.

संभाषणाचा सूर गवसला

युद्धकैद्यांवर उपचार करणाऱ्या डॉक्टरचे नाव होते सरफ़राज. पुढे काही दिवसांनी सर्व युद्धकैदी एकत्र आल्यानंतर विनोदाने त्याला 'सर्पराज' म्हणत. त्याच्यावर अनेक विनोद केले जात. कारण या ऑफिसर्सनी दिलेल्या नावाप्रमाणेच सरफराज कपटी आणि छद्मीपणे वागत, बोलत असे. दिलीपना स्वच्छतागृहात नेले जात असताना त्यांच्या लक्षात आले होते की त्यांची खोली अंगणाच्या बाजूला होती आणि तिच्या शेजारीच स्वच्छतागृह होते.

हळूहळू वातावरणातील कडकपणा निवळू लागल्याचे दिलीप यांच्या लक्षात आले होते. काही वेळा त्यांच्या कोठडीचा दरवाजा आता उघडा ठेवला जात होता. एके दिवशी असाच दरवाजा उघडा असताना एका व्यक्तीला डोळे बांधून स्वच्छतागृहात नेले जात असल्याचे त्यांना दिसले. क्षणभरच त्यांच्या मनात वीज चमकून गेल्यासारखे झाले आणि त्यांना ओळख पटली. 'होय. तो विक्रमच आहे!' त्यांच्या मनाने कौल दिला. भरपूर उंच, सडपातळ असलेले फ्लाईट लेफ्टनंट आदित्य विक्रम पेठिया आणि दिलीप यांनी फ्लाईंग इन्स्ट्रक्टर म्हणून एकत्रितपणे काम केले होते. एकदम त्यांनी हाक मारली. ''विक्रम, इज दॅट यू?'' विक्रम यांनी त्यांना उत्तर दिले आणि त्यानंतर त्यांच्यातील संभाषण सुरू झाले. दुसऱ्यांदा त्यांना विक्रम यांना पुढच्याच कोठडीत नेल्याचे

दिसले आणि मग त्यांनी त्यांच्याशी आपल्या कोठडीतून थट्टामस्करी करण्यास सुरुवात केली. त्यावेळी त्यांना तिथे पोहचून तीन - चार दिवसच झाले होते. त्या मानाने ही प्रगती बरीच होती. संभाषणा दरम्यान दिलीप हसले. त्यावेळी त्यांचे हसू ऐकल्यावर त्यांच्या डावीकडच्या कोठडीतून प्रश्न आला, ''इज दॅट यू परुळकर?'' दिलीप यांनी लगेच तो आवाज ओळखला आणि ते उत्तरले, ''येस कॅमी!'' त्या कोठडीत स्क्वॉड्रन लीडर अरविंद कामत होते. हवाई दलात त्यांना 'कॅमी' या नावाने ओळखले जात होते. वास्तविक, अंबाला येथे त्यांना ते फक्त एकदाच भेटले होते. परंतु एकमेकांना ओळखण्यात दोघांचीही चूक झाली नव्हती.

दिलीप म्हणाले, ''कॅमीला 'मॅनेज' करणे हे कमालीचे काम होते. तो खूप धाडसी होता. त्याने खूप लो इजेक्शन केले होते. त्यामुळे पॅराशूट पूर्णपणे उघडले गेले नव्हते. कॅमीला जिवावरच्या अपघाताला तोंड देणे भाग पडले होते. त्याचे दोन्ही पाय जांघांपर्यंत संपूर्णपणे फ्रॅक्चर झाले होते आणि प्लास्टरमध्ये होते म्हणून तो बेडवर झोपूनच होता. त्याच्यावर उपचार सुरू होते. सुमारे तीन महिने तो तसाच बेडवर पडून होता. परंतु तो कमालीचा स्वाभिमानी होता. कोणीही त्याला चालण्यासाठी आधार देऊ करू लागले, तर तो चटकन म्हणत असे, ''डोण्ट टच मी!'' स्वतःच धडपडत तो जात असे. आधी तो व्हॅम्पायरमध्ये असतानाही त्याचा एक अपघात झाला होता. तो एक मनस्वी व्यक्ती होता. एखाद्याशी दुश्मनी केली तर तीही तो तशीच पाळायचा आणि एखाद्याशी मैत्री झाली तर त्याच्यासाठी काहीही करण्याची त्याची तयारी असे. स्वभावाने तो काहीसा तापट असला तरी 'लव्हेबल फ्रेंड' अशी त्याची प्रतिमा होती. बरा होऊन चालायला सुरुवात करण्यास त्याला जवळजवळ वर्षभराचा कालावधी लागला होता.''

चौकशीचे सत्र

दिलीप आपल्या जोरजोरात हसण्याच्या सवयीने सर्वांना माहिती होते. ते पकडले गेले होते त्यावेळच्या काही तासांचा अवधी वगळता नंतर त्यांचा धाडसी आणि आनंदी स्वभाव पुन्हा जागा झाला होता. त्यामुळे त्यांनी आणि इतरांनी एकमेकांशी संवाद साधत आपल्या आजूबाजूला कोण कोण आहे त्याचा अंदाज घेतला. पाहता पाहता तिथे ते धरून एकूण बारा भारतीय

युद्धकैदी असल्याचे त्यांच्या लक्षात आले. त्यांच्यापैकी आणखी दहा जण इजेक्शन करून आलेलेच होते. दिलीप यांना हुरूप आला. मग सगळेच जण आपापल्या कोठड्यांमधून मोठमोठ्याने एकमेकांशी संभाषण करू लागले आणि एकटेपणा थोडासा कमी झाला. युद्धकैद्यांवर उपचार सुरू होते. त्यामुळे त्यांना बरे वाटू लागले. मग त्यांची चौकशी सुरू झाली. हातातील बेड्या काढून टाकल्या गेल्या. त्याच तुरुंगात एक मोठी खोली होती. तिथेच चौकशीसाठी नेले जात असे. प्रामुख्याने तिथे विमानाविषयीच्या तांत्रिक गोष्टी आणि भारतीय हवाई दलाची माहिती काढून घेण्यावर भर असे. मात्र या बाराही जणांनी केव्हाच मनाशी ठाम ठरवून ठेवलेले होते की आपल्याकडची थोडीशी माहितीही त्यांना सांगायची नाही. त्यामुळे ते ताकास तूर लागू देत नव्हते. चौकशीचा साचा ठरलेला होता. एक अधिकारी अगदी कडक, क्रूरपणे चौकशी करत असे. वारंवार ठार मारण्याच्या, गोळ्या घालण्याच्या धमक्या देत असे आणि दुसरा अधिकारी मवाळपणाने वागून, गोड बोलून, त्या कडक अधिकाऱ्याची दहशत घालण्याचा प्रयत्न करून मन वळवून माहिती काढून घेण्याचा प्रयत्न करत असे. दिलीप यांनी ही चौकशी फारशी गांभीर्याने घेतलीच नव्हती. ते त्यांना उत्तरे देत होते, परंतु त्यात सत्याचा काहीही अंश नसे. हे दोन्ही अधिकारी आलटून पालटून चौकशी करत. मवाळ अधिकारी म्हणत असे, ''उससे (कडक अधिकाऱ्याशी) पंगा मत लो. वो तंग करेगा! उसे सब बता दो!''

चौकशी अधिकाऱ्यांची खेळी

प्रश्नांची सरबत्ती सुरू करण्याआधी अधिकारी विचारत असत, ''वुड यू लाईक टू हॅव अ कप ऑफ टी?'' युद्धकैद्यांना थोडासा दिलासा मिळत असे. चहा येत असे. कोठडीत दिल्या जाणाऱ्या चहापेक्षा हा चहा चांगला असे. त्यामुळे युद्धकैदी सहसा तो स्वीकारत. चौकशी करणारा अधिकारीही स्वतःसाठी चहा मागवत असे आणि मग चहा घेत घेत चौकशीला सुरुवात केली जात असे. काही वेळा तर आणखी एक कप चहा हवा का असे विचारण्याचा दिलदारपणाही (?) अधिकारी दाखवत आणि कोणी होकार दिला तर त्याला दोन कप चहा मिळत असे. कडक अधिकारी जिवे मारण्याच्या धमक्या जरूर देत असे; परंतु त्याने कधीही स्पर्शसुद्धा केला नव्हता. मवाळ अधिकाऱ्याने तर एकदा

दिलीप यांच्याशी आपण सहजपणाने बोलत असल्याचा आव आणत त्यांना विचारले होते, ''दिल्लीत गंमतीखातर वेळ घालवायचा असेल, तर तुम्ही काय करता?'' कठोर अधिकारी दिलीपना 'कुत्रा!' वगैरेसारख्या शेलक्या शिव्यांची लाखोली वहात असे. शिवाय भारतद्वेष्टेपणाने बोलत असे. एकूणच दिलीप यांची मनःस्थिती खच्ची करण्याचा प्रयत्न तो करत असे. अर्थातच दिलीप यांनी त्यांची ही खेळी ओळखली होती. त्यामुळे ते या गोष्टीला भीक घालत नव्हते. खरे तर कोणीच या चौकशी अधिकाऱ्यांना दाद दिली नव्हती. सर्वांनीच त्यांच्या प्रश्नांना बगल देण्याचे कसब आत्मसात केले होते. त्यामुळे जंग जंग पछाडूनही अधिकाऱ्यांच्या हाती काहीच लागले नव्हते. ही सारी बाब कितीही वरवर घेतली जात असली तरीही त्याचा तणाव मात्र मोठा असे. त्यामुळे ही चौकशी कधी एकदा संपेल असे सर्वांना झाले होते.

माणुसकीचे हृद्य दर्शन

एके दिवशी अशाच प्रकारे प्रश्नांच्या फैरीचे एक सत्र पार पडले होते. त्यांचे बहुतेक प्रश्न दिलीप गुंडाळून टाकत उत्तरे देत होते. कठोर अधिकाऱ्याने त्यांना विचारले, ''आदमपूरहून तू आला आहेस. हवाई तळाच्या संरक्षणासाठी गन्स आणि क्षेपणास्त्रे कुठे ठेवण्यात आली आहेत ते सांग.'' दिलीप म्हणाले, ''ठीक आहे. सांगतो. मला एक कागद द्या. त्यावर मी नकाशा काढून ती ठिकाणे दाखवतो.'' त्याने ताबडतोब त्यांना एक कागद आणि पेन्सिल दिली. दिलीपनी कुठेतरी १०-१२ गोल काढले आणि त्याच्याकडे कागद परत दिला. त्यावर त्यांनी १०-१२ गन्स साईट्स आणि सुमारे १२ क्षेपणास्त्रांची स्थाने दर्शवली होती. अर्थातच ती सगळी बनावट होती. तो कागद घेऊन तो अधिकारी बाहेर पडला आणि नंतर १५-२० मिनिटांनी परतला. त्यावेळी तो संतापाने लालबुंद झाला होता. येता क्षणीच तो कडाडला, ''आम्ही असे सहजासहजी कोणालाही सोडत नाही. तू काय आम्हाला मूर्ख समजतोस? तुला आम्ही मारून टाकू. लक्षात ठेव!'' दिलीप शांत होते. आपण त्या गावचेच नसल्याचा आव आणत त्यांनी साळसूदपणाने विचारले, ''पण असं झालं तरी काय?'' त्याने घुश्शातच दिलीपना विचारले, ''होशियारपूरच्या मार्गावरच आदमपूर नाही का?'' दिलीपनी त्याच्याकडून कागद घेतला आणि त्यावर एक गोल काढला. ते म्हणाले, ''हे जालंदर, हे आदमपूर, हे होशियारपूर.''

तो प्रचंड संतापला. त्याला काय करावे ते सुचतच नव्हते. त्याने दिलीपना एका कोपऱ्यात तोंड करून उभे केले आणि तो म्हणाला, ''मी तुला आज रात्रभर झोपू देणार नाही. तसाच उभा रहा.'' त्यानंतर पाहऱ्यावर असलेल्या शिपायाला त्याने हुकूम सोडला, ''देखो, इस साब पर नजर रखो. काहीही गडबड केली किंवा बसण्याचा प्रयत्न जरी केला तरी लगेच गोळी घाल.''

थोड्या वेळाने तो मवाळ अधिकारी आला आणि दिलीपना म्हणाला, ''यार दिलीप, तू भी ऐसा क्यों करता है? क्यों उससे पंगा लेता है? त्याला काय हवंय ते सांगून टाक ना बाबा! त्याला सांगायचं नसेल, तर मला सांगून टाक. चल!''

दिलीपनी त्याला वरकरणी होकार दर्शवला. परंतु त्याचे म्हणणेही त्यांनी गांभीर्याने घेतलेच नव्हते. कारण देशाशी फितुरी करण्यापेक्षा मृत्यू पत्करला, हे ब्रीदवाक्य या जवानांच्या मनावरच कोरलेले असते. साहजिकच दिलीप यांची शिक्षा कायमच ठेवण्यात आली होती.

दिलीपना झोप म्हणजे जीव की प्राण! त्यांना जांभयांवर जांभया येऊ लागल्या. थोडा वेळ ते तसेच उभे राहिले. परंतु नंतर पाय दुखू लागले, म्हणून ते बसू लागले. परंतु हुकमाची तामिली करणाऱ्या त्या शिपायाने ताबडतोब बंदूक लोड केल्याचा आवाज त्यांच्या कानांनी टिपला. त्यामुळे दिलीप पुन्हा सरळ ताठ उभे राहिले. अशीच आणखी दहा - पंधरा मिनिटे गेली. तोपर्यंत दिलीपनी विचार केला की वास्तविक ज्यांना गोळी घालायचीच असते ते असले आवाज ऐकवत बसत नाहीत. गोळी केव्हाच बंदुकीतून सुटून आपल्या लक्ष्याचा वेध घेऊन जाते. परंतु त्यांना विषाची परीक्षा बघायची नव्हती. त्यामुळे समोरून तो शिपाई येताना दिसता क्षणीच ते आणखी ताठ उभे राहिले. तो हळुवारपणे दरवाजापर्यंत आला आणि कुजबुजत्या आवाजात दिलीपना म्हणाला, ''साब, आपकी टांगे दुख तो रही होगी ना?'' दिलीप उत्तरले, ''दुख तो रही हैं।'' ''फिर बैठ जाओ!'' दिलीप त्याच्याकडे अविश्वासाने पहात राहिले. तो तसाच कुजबुजत्या आवाजात पुढे म्हणाला, ''कोणी आले तर मी खाकरेन. तुम्ही लगेच उभे रहा.'' तो आपल्या शब्दाला जागला आणि दिलीपना बसता आले. आजही दिलीप त्या शिपायाच्या माणुसकीच्या वागणुकीच्या आठवणीने गहिवरतात.

मैनेही आप को बचाया था!

एके दिवशी असाच एक पोलीस तिथे आला. त्याने दिलीपना भेटण्याची इच्छा व्यक्त केली. चाळिशीच्या घरात असलेल्या त्या पोलिसाच्या डोळ्यांत एक वेगळीच चमक होती. त्याने दिलीपना सांगितले की ज्या दिवशी ते विमानातून पाकच्या भूमीवर उतरले होते त्यावेळी तोच तिथे ड्युटीवर होता. दिलीप त्या संतप्त जमावाच्या हाती लागले होते. त्यावेळी त्याच पोलिसाने जमावाला सांगितले होते, की याला मारण्यापेक्षा तो जिवंत असेल तर ते आपल्या दृष्टीने अधिक महत्त्वाचे ठरेल. याच्याकडून आपल्याला माहिती काढून घेता येईल. आपण जाणीवपूर्वक त्यांची मारहाणीतून सुटका केल्याचे त्याने दिलीपना सांगितले. तिथून तो त्यांना विमानतळावर घेऊन गेला होता आणि तिथे त्याने त्यांच्यावर प्रथमोपचार करवून घेतले होते. परंतु तेवढ्यावरच तो थांबला नव्हता. दिलीप ठीक आहेत ना, हे पाहण्यासाठी तो लाहोरहून रावळपिंडीला येऊन त्यांना भेटला होता.

''युद्ध हवे असते ते पाकसारख्या देशातील लष्करी अधिकाऱ्यांना. सर्वसामान्य शिपाई आणि जनतेला खरे तर शांतता हवी असते. भारत असो वा पाकिस्तान; सर्वसामान्य नागरिकांच्या मनात एकमेकांविषयी खुनशीपणा नसतो. त्यांच्या मनात खरोखरच परस्परांविषयी माणुसकीचीच भावना असते,'' दिलीप आपला आवडता विचार या निमित्ताने पुन्हा एकदा मांडतात.

अमेरिकन अधिकाऱ्याकडून चौकशी

त्या काळात या सर्वांना खटकणारी एक गोष्ट घडली होती. ती म्हणजे त्यांची चौकशी करण्यासाठी पाकतर्फे चक्क एक अमेरिकन अधिकारी आला होता. युद्ध झाले होते भारत-पाकिस्तानचे. चौकशी पाकिस्तानच्या अधिकाऱ्यांनी करणे केव्हाही योग्य होते, कारण ते त्यांचे काम होते. त्यांना उत्तरे देणे किंवा न देणे हे भारतीय युद्धकैद्यांचे काम होते. परंतु अमेरिकन अधिकारी? मग व्हिएतनाममध्ये अमेरिकन युद्धकैद्यांची चौकशी करायला आपणही गेले पाहिजे, असा विचार हे युद्धकैदी आपापसात बोलून दाखवत होते. पन्नाशीतील या अमेरिकन अधिकाऱ्याचे नाव होते चक येगर. ते नामांकित अमेरिकन पायलट होते. १९४७ च्या दरम्यान, आवाजाच्या वेगाहून अधिक वेगाने चालणारे

विमान त्यांनी प्रथम चालवले होते. (याविषयी वाद आहे. मात्र ते अत्यंत निष्णात पायलट होते हे वादातीत आहे.) त्यानंतर १९६० च्या सुमारास त्यांनी अमेरिकन अवकाश संशोधन कार्यक्रमात अंतराळवीरांना प्रशिक्षण दिले होते. भारतीय युद्धकैद्यांमध्ये स्क्वॉड्रन लीडर जाफा आणि दिलीप हे दोघेच सुखॉय ७ विमान चालवणारे होते. येगर यांना सुखॉयमध्येच अधिक स्वारस्य होते. पुढे १९७१-७३ या काळात चक येगर यांनी पाकिस्तान हवाई दलाचे सल्लागार म्हणून काम केले होते. रावळपिंडीजवळच्या चकलाला हवाईतळावर भारतीय हवाई दलाने केलेल्या हल्ल्यात १९७१ च्या युद्धात येगर यांचे स्वतःचे ट्विन-इंजिन बीचक्राफ्ट नष्ट झाले होते. अमेरिकेने पाकिस्तानला आणखी विमाने पुरवावीत असा आग्रह त्यांनी धरला होता आणि त्याच वेळी भारत दोन आठवड्यांच्या कालावधीतच पाकिस्तानला नेस्तनाबूत करून टाकेल असा अंदाजही त्यांनी वर्तवला होता. तो तंतोतंत खरा ठरला होता.

दिलीप पकडले गेले होते, त्यानंतर सहा दिवसांनी म्हणजे १६ डिसेंबरला पूर्वेकडे असलेल्या पाकिस्तानच्या लष्कराने शरणागती पत्करली. त्यानंतर दुसऱ्याच दिवशी युद्धविराम जाहीर करण्यात आला होता.

पाकिस्तानची गोची

या युद्धात भारताच्या युद्धनीतीचे आणि पंतप्रधान इंदिरा गांधी यांच्या मुत्सद्देगिरीचे आणि कणखरपणाचे जगभर मोठेच कौतुक झाले होते. कारण भारताने आक्रमण केले नव्हते आणि पाकला चोख धडा शिकवून त्यांचा जिंकून घेतलेला प्रदेशही पुढे परत केला होता. साम्राज्यवादाला खतपाणी घालण्यासाठी हे युद्ध खेळले गेले नव्हते; तर शत्रू राष्ट्राच्या अनागोंदी कारभारामुळे होणारा त्रास दूर करण्यासाठी आणि देशहित जपण्यासाठी ते केले गेले होते. परिणामी, बांगला देश स्वतंत्र झाला होता आणि नंतर शत्रूसैन्याच्या शिरकाणात काडीचाही रस नसल्याचे दाखवून देत भारतानेच एकतर्फी युद्धविरामही जाहीर केला होता. भारताचा हा नेत्रदीपक विजय होता. युद्ध सुरू झाले होते त्यावेळी पाकिस्तानी हवाई दलाची पूर्वेकडे फक्त एकच स्क्वॉड्रन होती आणि ती ढाक्यात होती. सहा डिसेंबरला भारताच्या मिग-२१ विमानांनी ढाक्याच्या विमानतळावर बॉंबवर्षाव केला होता. तो हल्ला अत्यंत वेगाने आणि अचूकतेने करण्यात आला होता. त्या दिवसानंतर

पाकिस्तानच्या जमिनीवरच्या लष्करी दलाला त्यांच्या हवाई दलाचे संरक्षण मिळाले नव्हते. त्यामुळे भारतीय पॅराट्रूपर्स आणि हेलिकॉप्टर्स आपल्या लष्करी पायदळाच्या पुढे झेपावत हल्ले करत राहिली.

या सगळ्याची परिणती बांगला देशाच्या निर्मितीत झाली होती. या युद्धात पाकिस्तानच्या ताब्यात भारताचे केवळ सुमारे ६१२ युद्धकैदी होते. त्यात या बारा हवाई दल अधिकाऱ्यांचाही समावेश होता. मात्र भारत आणि बांगला देशाच्या ताब्यात पाकिस्तानचे ९३,००० युद्धकैदी होते. त्या सगळ्यांना भारतात ठेवण्यात आले होते. शिवाय आणखी एक महत्त्वाची गोष्ट अशी होती की सेबरची इजेक्शन सीट भारतीय विमानांएवढी चांगली नव्हती. किमान दोन हजार फुटांवरून इजेक्शन करणे सेबर चालवणाऱ्या वैमानिकांसाठी अनुकूल ठरत होते. हंटर आणि सुखॉय ही विमाने जमिनीजवळ आल्यानंतरही केलेले इजेक्शन सुरक्षित ठरत होते. त्यामुळे १९६५ मध्ये पाकिस्तानचे खूप लोक इजेक्शन करतानाच मरण पावले होते. जेमतेम तीनच पायलट जिवंत सापडले होते आणि त्यांना युद्धकैदी बनवण्यात आले होते.

भारतीय हवाई दलाच्या युद्धकैद्यांपर्यंत युद्धविरामाची नेमकी घोषणा कधी झाली ही बातमी पोहचण्यास विलंब झाला असला तरी एकूण परिस्थितीवरून युद्ध केव्हाच थांबल्याचे या चाणाक्ष अधिकाऱ्यांच्या लक्षात आले होते. कारण हवाई हल्ल्यांचे भोंगे (सायरन) वाजणे आता बंद झाले होते. शिवाय विमानतळावरून उडणाऱ्या किंवा उतरणाऱ्या विमानांचे आवाज ऐकू येत नव्हते. कोण जिंकले होते हा प्रश्नच नव्हता. कारण आपणच जिंकत होतो हे त्यांना माहिती होते. परंतु मनातल्या मनात अंदाज असणे आणि प्रत्यक्ष ती बातमी कानावर पडणे यात फरक असतो. त्यामुळे त्यांची उत्सुकता शिगेला पोहचली होती. दिलीपनाही ही गोष्ट जाणून घ्यायची होती. स्वच्छतागृहात घेऊन जाणाऱ्या पाहरेकऱ्यांशी ते गप्पा मारण्याचा प्रयत्न करत. आपण सहजच बोलत असल्यासारखे भासवत ते त्यांच्याकडून माहिती काढून घेण्याचा प्रयत्न करत. परंतु ते पाहरेकरी मूग गिळून गप्प होते. एक तर ते आदेशांचे पालन करत असावेत किंवा त्यांच्या मनात कमालीचा द्वेष असावा.

युद्ध संपले असेल, तर दोन्ही देशांकडून आता युद्धकैद्यांची नक्कीच देवाणघेवाण केली जाईल याची दिलीपना खात्री वाटत होती. कारण १९६५ च्या युद्धात

पाकिस्तानने सात भारतीय युद्धकैद्यांना चार महिने आपल्या ताब्यात ठेवले होते. परंतु त्या काळात त्यांना पाकिस्तानने फारशी चांगली वागणूक दिली नव्हती. फक्त वैद्यकीय मदत मात्र त्यांना पुरवण्यात आली होती. त्या उलट भारतात पकडल्या गेलेल्या पाकिस्तानी युद्धकैद्यांना चांगली वागणूक दिली गेल्याचेही सर्वांना माहिती होते. पाकच्या पायलट्सविषयी भारतीय हवाई दलात सहानुभूतीची भावना होती. त्यांच्या जगण्याच्या शक्यता अत्यल्प होत्या, कारण आधी उल्लेख केल्याप्रमाणे त्यांच्या सेबर्समध्ये कमी पातळीवर काम करणाऱ्या इजेक्शन सीट्सची वानवा होती. तीन पायलट्स वाचले होते. त्यांना दिल्लीतील उच्चभ्रू वस्तीत ठेवण्यात आले होते. पंतप्रधानांच्या निवासस्थानापासून जवळच त्यांना ठेवण्यात आले होते. शिवाय भारतीय हवाई दलाचे अधिकारी त्यांच्यावर देखरेख ठेवत होते. त्यावेळी अशीही अफवा पसरली होती, की त्यांना कनॉट प्लेसमध्ये चित्रपट पाहण्यासाठीही नेण्यात आले होते.

द ग्रेट एस्केप आणि पॅपियॉन

दिलीप हे अकरावे युद्धकैदी होते. त्यांच्यानंतर आणखी एक जण आला होता. बाकीचे सगळे युद्धकैदी तिथे आधीपासूनच होते. दिलीप यांच्या मनात तिथून सुटकेचे विचार सातत्याने घोळत होते. कारण त्यांच्या दृष्टीने कर्तव्याबरोबरच ते एक धाडसी कृत्यही होते. या सुटकेचे नियोजन करणे, त्यासाठी आपली बुद्धी पणाला लावणे आणि सर्व अडथळे पार करून सीमापार निघून जाणे हा मोठाच थरारक अनुभव असल्यामुळे त्याविषयीची त्यांची उत्सुकता आणखीच वाढली होती. त्यांना स्टीव्ह मॅक्वीनचा 'द ग्रेट एस्केप' आठवत होता. अर्थातच त्या कथेत चित्रपटाच्या दृष्टीने काही फेरफार करण्यात आले असले तरी त्यातील बहुतांश भाग सत्य होता. दुसऱ्या महायुद्धाच्या काळात सुमारे ७० पायलट्सनी जर्मन युद्धकैद्यांच्या शिबिरातून आपली सुटका करून घेतल्याची रोमांचक कथा या चित्रपटात दाखवण्यात आली होती. या पायलट्सनी सुटकेसाठी लहान मोठ्या भुयारांची मालिकाच खोदली होती. तिथून सुटका करून घेण्याआधी त्यांनी सर्वसामान्य नागरिक असल्याचे दर्शवणारी कागदपत्रे आणि पोशाख तयार करून घेतले होते आणि नंतर तिथून सुटका करून घेतली होती. दिलीप यांचे मन त्यातील थराराने भारले गेले होते.

याशिवाय त्यांच्या मनात 'पॅपियॉन'ही घुमत होते. हेन्री चॅरिअरने फ्रेंच गयानातील डेव्हिल्स आयलंडमधून करून घेतलेल्या सुटकेचे कथानक त्यात आले होते. चॅरिअरचा चाणाक्षपणा दिलीपना भावला होता. त्याने लाटांचे निरीक्षण केले आणि प्रत्येक सातवी लाट प्रचंड शक्तिमान असल्याचा निष्कर्ष काढल्याचे या कथेत म्हटले गेले होते. त्यानंतर नारळाच्या झावळ्यांचा तराफा तयार करून त्याने समुद्र पार केला होता. दिलीप यांना या कथेतील आत्मविश्वास, दृढनिश्चय आणि खंबीरपणा आवडला होता. मुळातच त्यांच्या स्वभावात तो होता आणि त्यांना त्याची पूर्ण कल्पना होती.

युद्ध समाप्तीनंतर लवकरच स्वच्छतागृहात जाताना हातात बेड्या घालणे आणि डोळ्यांवर पट्ट्या बांधणे थांबले. आता दिलीपना योग्य प्रकारे अंदाज घेण्यापासून कोणीही रोखू शकत नव्हते. त्यांच्या मनाची केव्हाच तयारी झालेली होती. आता नियोजन करायचे होते. दिलीपना त्यांच्या धाडसी कृत्यापासून रोखणे कोणालाही शक्य होऊ नये, अशा प्रकारे अगदी नियोजनबद्ध हालचाली करण्याची आवश्यकता होती. दिलीप आता त्या खटाटोपाला लागले. युद्धकैदी म्हणून त्यांच्या जीवनातील रोमांचक पर्व आता सुरू झाले होते.

प्रकरण ७.

ख्रिसमस आणि इतर बरेच काही...

दिलीप कोठडीत असतानाच सुमारे १५-१६ दिवसांनी ख्रिसमसचा दिवस आला. २५ डिसेंबरला आपल्याला वेगळे काही मिळेल याची अपेक्षाही कोणा युद्धकैद्याने केली नव्हती. परंतु त्या दिवसाची पहाटच मुळी आगळीवेगळी झाली होती. सकाळी स्पेशल चहा देण्यात आला होता. पहाटे पाच वाजता त्यांना सर्वांना एका खोलीत एका पाठोपाठ नेण्यात आले. तोपर्यंत त्या सर्वांच्याच लक्षात आले होते की तिथे फक्त हवाई दलाचे युद्धकैदीच होते आणि तेही संख्येने बारा होते. म्हणजे तशी ती छावणी लहान होती. २५ डिसेंबरला सर्वांना एकत्र भेटू दिले गेले. या युद्धकैद्यांमध्ये दोन ख्रिश्चन धर्मीय होते. त्यांच्यासाठी खास पाद्री बोलावण्यात आला होता. टेबलावर केक आणि शीतपेय होते. शिवाय चहा, पाणीही ठेवण्यात आले होते. जीव मुठीत धरून असलेल्या युद्धकैद्यांच्या दृष्टीने ती मोठीच चंगळ होती. सर्वत्र पताका आणि फुगे लावले गेले होते. त्याच खोलीत नेहमी चौकशी होत असे. परंतु पाकिस्तानच्या या अनपेक्षित औदार्याने युद्धकैदी अधिक घाबरले. नेमके काय होणार होते? त्या पाठोपाठ गोळ्या घातल्या जाणार होत्या की त्या खाद्यपदार्थांत आणि शीतपेयांत विष वगैरे मिसळलेले होते? शिवाय एकमेकांविषयीही थोडाफार संशय निर्माण झालेला होता, कारण प्रत्येकाची चौकशी स्वतंत्रपणे होत होती. त्यानंतर एकमेकांना काहीही सांगणे त्यांना शक्य झालेले नव्हते. प्रत्येकालाच वाटत होते कीं कदाचित हा फुटलेला तर नसेल...? त्यामुळे बहुतेक जण एकमेकांशी सुरुवातीला सावधपणे बोलत होते.

प्रत्यक्षात वस्तुस्थिती अशी होती की कोणीच फुटले नव्हते. सगळे सच्चे देशभक्त होते. परंतु ते कालांतराने स्पष्ट झाले. दिलीप उर्वरित अकरापैकी सात जणांना चांगले ओळखत होते. त्यांच्यापैकी काही जण तर त्यांचे जिवलग मित्र होते. त्यामुळे त्यांना त्यांच्याविषयी कसलाच संशय वाटत नव्हता. परंतु ते काहीही असले तरी वातावरण सैलावत चालले होते आणि ख्रिसमस असा चांगल्या प्रकारे साजरा झाला होता खरा! त्याला कारणीभूत होते तेथील कमांडर उस्मान हमीद हे नंतर स्पष्ट झाले होते. त्यांनी या युद्धकैद्यांना चांगली वागणूक दिली होती आणि ख्रिसमसचा कार्यक्रम घडवून आणला होता. मध्यम उंचीचे हमीद दिसायला रुबाबदार होते आणि त्यांचे वर्तन अत्यंत सौजन्यशील होते. कोयलो आणि कुरुविला हे ख्रिश्चन होते. त्यामुळे ख्रिसमस त्यांच्यासाठी खास होताच; परंतु इतरांपैकीही बरेच जण कॉन्व्हेंट स्कूलमध्ये शिकलेले असल्यामुळे ख्रिसमस साजरा करणे ही त्यांच्यासाठी नवीन गोष्ट नव्हती. मात्र त्या परिस्थितीत तोपर्यंत कोणीही ख्रिसमस साजरा करण्याच्या मनःस्थितीत नव्हते. कारण इजेक्शन आणि त्यानंतर संतप्त जमावांच्या हाती सापडल्यामुळे झालेली मारहाण यांमुळे अद्यापही बहुतेकांना वेदनांना तोंड द्यावे लागत होते. साहजिकच कोणीही पार्टी करण्याच्या मनःस्थितीत असणे शक्य नव्हते. मात्र तरीही उस्मान हमीद यांनी सर्वांना एकत्र आणले होते. त्याबद्दल सर्वांनाच त्यांच्याविषयी कृतज्ञता वाटत होती. दोघा ख्रिश्चन युद्धकैद्यांपैकी कोयलो हे सिनिअर असल्यामुळे हमीद यांनी त्यांना केक कापण्यास सांगितले. हमीद यांचे इंग्लीश अतिशय उत्तम होते. त्यांनी अस्खलित इंग्लीशमधून सर्वांना ख्रिसमसच्या शुभेच्छा दिल्या.

आम्हीच जिंकलो तर!

पाद्री आणि हमीद त्यानंतर तिथून निघून गेले. आता तिथे फक्त युद्धकैदीच होते. सर्वांच्याच मनातील संशयाने उचल खाल्ली होती. त्यामुळे त्यांनी प्रथम कुठे मायक्रोफोन सापडतो का याची शोधाशोध केली. पंखे तपासले गेले. खुर्च्या आणि टेबलांखाली शोधण्यात आले. दिलीप म्हणाले, की कुठेच काहीही सापडले नाही. कारण त्यावेळी पाककडे आपल्याएवढे प्रगत तंत्रज्ञान आणि नियोजनही नव्हते. परंतु तरीही कोणीच एकमेकांशी खुलेपणाने बोलण्याच्या मनःस्थितीत नव्हते. निदान प्रथमच एकत्र आलेल्या दिवशी तरी

नव्हते. त्यावेळी त्यांचे मनोधैर्य उंचावणारी बातमी सर्वांना समजली. तेजवंत सिंग यांनी भारताने युद्ध जिंकल्याचे सांगितले आणि तिथे प्रत्येकाच्या मनात अभिमान आणि उत्फुल्ल आनंद निर्माण झाला. तेजवंत सिंग आपल्या २४ व्या मिशनवर असताना आणि युद्धविराम जाहीर होण्याच्या फक्त एकच दिवस आधी पकडले गेले होते. १६ डिसेंबरला पाकिस्तानच्या पूर्व भागातील लष्कराने शरणागती पत्करल्याचे अमृतसरमध्ये टी.व्ही. वर त्यांनी पाहिले होते. आपल्या साहाय्याने बांगला देशला स्वातंत्र्य प्राप्त झाल्याचे त्यांना समजले होते. सर्वांना भारताच्या विजयाच्या बातमीची अपेक्षा होती आणि तीच त्यांना त्या दिवशी मिळाली होती. दिलीप तिथून निघाले ते हवेवर तरंगतच! सर्वांचेच नीतीधैर्य प्रचंड उंचावले होते. कारण आता ते फक्त युद्धकैदी नव्हते; तर 'जिंकलेल्या' राष्ट्राचे युद्धकैदी होते.

त्या पाठोपाठ आणखी एक चांगली बातमीही त्यांना समजली होती. याह्याखान यांनी २० डिसेंबरला राजीनामा दिला होता आणि झुल्फिकार अली भुट्टो यांच्या हाती सत्ता आली होती. १९६५ च्या भारत-पाक युद्धाच्या वेळी भुट्टो पाकिस्तानचे परराष्ट्रमंत्री होते. ते काही भारतप्रेमी नव्हते, पण जानेवारीच्या पहिल्या आठवड्यात भुट्टोनी भारताशी शांतता बोलणी करण्याची तयारी दर्शवली. तसेच शेख मुजीबूर रहेमान यांची तुरुंगातून बिनशर्त सुटका करण्याचेही त्यांनी जाहीर केले. आपल्या शब्दाला जागून ८ जानेवारीला भुट्टोनी शेख मुजीबूर रहेमान यांची सुटका केली. त्यानंतर दोन दिवसांनी रहेमान ढाक्याला पोहचले आणि बांगला देशाचे हंगामी राष्ट्राध्यक्ष बनले.

भारताच्या दृष्टीने याहूनही आणखी महत्त्वाची गोष्ट होती ती बांगला देशी निर्वासितांची. त्यावेळी काही प्रथितयश वृत्तपत्रांतून आलेल्या बातम्यांनुसार, सहा जानेवारीपर्यंत चार लाखांहून अधिक निर्वासित मायदेशी परतले होते आणि रोज सरासरी ६४,००० एवढ्या संख्येने निर्वासित परतत होते. तोपर्यंत या युद्धकैद्यांच्या कुटुंबीयांना मात्र आपले लोक जिवंत आहेत की नाही हे माहिती नव्हते. दिलीप यांच्या पालकांची अवस्थाही तशीच होती. दिलीप जिवंत आहेत की नाही याविषयीचा थांगपत्ताही त्यांना लागलेला नव्हता. त्या मिशनवर गेलेल्या कोणीही त्यांना इजेक्ट करताना पाहिलेले नव्हते.

१० डिसेंबरला ते आदमपूरला परतले नाहीत, तेव्हा त्यांना 'मिसिंग' जाहीर करण्यात आले होते, एवढेच त्यांनाही समजले होते.

तुरुंगातील सहकारी

ख्रिसमसच्या वेळी एकमेकांना भेटता येऊ लागल्यामुळे दिलीपना आता आपल्या सोबत कोण कोण आहेत ते चांगलेच माहिती झाले होते. त्यापैकी दोघे जण त्यांचे बॅचमेट होते. जोधपूरच्या फ्लाईंग अकॅडेमीमध्ये आणि नंतर पुन्हा सिकंदराबादमध्ये त्यांनी प्रशिक्षण घेतले होते. त्यावेळी त्यांच्यासोबत ते दोघेही होते. त्यांपैकी एक होते फ्लाईट लेफ्टनंट जवाहरलाल भार्गव आणि दुसरे होते फ्लाईट लेफ्टनंट तेजवंत सिंग. भार्गव यांना ब्रदर भार्गव असे म्हटले जात असे. कारण त्यांना सतत प्रत्येकाला 'ब्रदर' म्हणण्याची सवय होती. सिंग यांनी दाढी राखलेली होती आणि डोक्यावर केसांचा बुचडा बांधून त्यावर पांढरा साफा बांधलेला होता. मध्यंतरी बराच कालावधी उलटून गेला होता आणि दिलीप यांच्या वेगवेगळ्या ठिकाणी नेमणुका झाल्या होत्या.

विंग कमांडर कोयलो हे युद्धकैद्यांमधील सर्वात सिनिअर अधिकारी होते. दिलीप यांनी काम केलेल्या हंटर स्क्वॉड्रनमध्ये ते फ्लाईट कमांडर होते. ते काहीसे खिन्न भासत होते, परंतु तरीही त्यांचे स्वतःच्या भावनांवर उत्तम नियंत्रण होते. चाळीशीच्या जवळपास पोहचलेल्या कोयलो यांचे कानाजवळचे केस पांढरे होऊ लागले होते. युद्धाच्या प्रारंभीच्या काळात पूर्वेकडच्या आघाडीच्या स्क्वॉड्रनचे ते नेतृत्व करत होते. तिथे अल्पावधीतच उत्तम कामगिरी केल्यानंतर कोयलो आणि त्यांच्या स्क्वॉड्रनला पश्चिम आघाडीवर पाठवण्यात आले. तिथे घनघोर युद्ध सुरू होते. ९ डिसेंबरला म्हणजे दिलीप पकडले गेले होते, त्याच्या एकच दिवस आधी त्यांचे विमान पाडण्यात आले होते.

त्यांच्या खालोखाल वरिष्ठ अधिकारी होते स्क्वॉड्रन लीडर जाफा. ते दिलीप यांच्या २६ स्क्वॉड्रनमधीलच होते. युद्धाच्या आधी एअर चीफ पी.सी. लाल यांचे एडीसी म्हणून ते काम करत होते. परंतु युद्ध सुरू झाल्यावर त्यांनी युद्धात उडी घेतली होती. आदमपूर येथील आपल्या स्क्वॉड्रनबरोबर ते काम करू लागले. युद्ध सुरू झाल्याच्या दुसऱ्याच दिवशी ते पकडले गेले होते. त्यांच्या स्क्वॉड्रनच्या लोकांना त्यांनी सुरक्षितपणे इजेक्शन केले असे वाटत असले तरीही प्रत्यक्षात

मात्र त्यांच्या मणक्यांना इजा झाली होती. मात्र त्यांचा आत्मविश्वास तसाच शाबूत होता. फ्लाईट लेफ्टनंट आदित्य विक्रम पेठिया यांचे आणि दिलीप यांचे कोठडीतून एकमेकांशी संभाषण होत होते. समोरासमोर बोलताना भरपूर उंची असलेले पेठिया काहीसे अशक्त वाटत होते. स्क्वॉड्रन लीडर कामत यांचे वजनही भरपूर उतरले होते.

याशिवाय फ्लाईट लेफ्टनंट ग्रेवालही या युद्धकैद्यांमध्ये होते. शीख असले तरीही त्यांनी केस व्यवस्थित कापलेले होते आणि दाढीही राखलेली नव्हती. त्यांचे डोळे घारे होते आणि केस तपकिरी रंगाचे होते. त्यामुळे ते युरोपियन किंवा पठाण म्हणून सहज खपून गेले असते. एकदा एकाच ठाण्यावर दिलीप आणि ग्रेवाल यांची नियुक्ती झाली होती. तिथे ते हॉकी व स्क्वॉश खेळत असत. त्यामुळे दिलीप यांचे ते मित्रच बनले होते.

एकूण इतर चार पायलट्सना दिलीप ओळखत नव्हते. ते त्यांच्याहून बरेच कनिष्ठ होते. फ्लाईंग ऑफिसर कुरुविला हे उंच आणि दणकट शरीरयष्टीचे होते. फ्लाईंग ऑफिसर चाटी हे वयाने सर्वात लहान आणि किरकोळ शरीरयष्टीचे होते. त्यांच्या चेहऱ्याला दुखापत झाली होती. एका बाजूला बँडेज बांधावे लागले होते आणि ख्रिसमसच्या वेळी केक कापला गेला होता, त्यावेळी तो केक खाण्यासही त्यांना बरेच कष्ट पडले होते. फ्लाईट लेफ्टनंट हरिश सिंझी हे आणखी एक युद्धकैदी होते. फ्लाईंग ऑफिसर मुल्ला फिरोझ हे थोडेसे तापट स्वभावाचे आणि खोडकर होते. त्यांच्या एका हाताला बँडेज बांधण्यात आले होते आणि तो स्लिंगमध्ये होता. सगळेच जण ओळखू येण्याच्या पलीकडे दिसत होते.

हळूहळू तणाव निवळू लागला

दिलीपना कित्येक दिवस दाढी करता आली नव्हती. लेस नसलेले कॅनव्हासचे बूट ते वापरत होते. इतरही अनेक जण असेच बूट वापरत होते, कारण फक्त थोड्याच जणांना इजेक्शनच्या दरम्यान आपले फ्लाईंग बूट्स तसेच राखता आले होते.

ख्रिसमसच्या पार्टीनंतर हळूहळू वातावरणातील तणाव निवळत गेला. प्रत्येक युद्धकैद्याला लांब बाह्यांचा शर्ट आणि पँट्स दिल्या गेल्या. ऑलिव्ह ग्रीन

रंगाचा स्वेटरही दिला गेला. पाकिस्तानच्या हवाई दलातील लोकांसाठीचा तो हिवाळ्याचा युनिफॉर्म होता. अजूनही थंडी वाजतच होती. परंतु या युनिफॉर्ममुळे ती थोड्या प्रमाणात कमी झाली होती. मास्टर वॉरंट ऑफिसर रिझवी यांनी त्यांना आपल्या अधिकारात जास्तीत जास्त चांगले ठेवण्याचा प्रयत्न केला होता. त्यांनी सर्वांना टूथब्रश आणि टॉवेल दिले. मात्र रेझर्स दिली नव्हती. रिझवीनीच तेजवंत सिंगना त्यांचा पांढरा साफाही दिला होता.

एके दिवशी रिझवींनी कोयलोंना सांगितले की फाळणीआधी ते रॉयल इंडियन एअर फोर्समध्ये काम करत होते आणि त्यांचे कुटुंबीय कानपूरला रहात होते. ''मी याआधीही कोयलो हे नाव ऐकलं आहे. माझे वडील ब्रिटिश आर्मीत होते आणि ते नेहमीच ब्रिगेडियर कोयलो यांचा उल्लेख करत असत.'' हे ऐकल्यावर कोयलोंनी त्यांना सांगितले की ब्रिगेडियर कोयलो हे त्यांचे वडील होते. त्यानंतर रिझवी आणि कोयलो यांच्यातील संबंध अधिकच सुधारले. फाळणीनंतर पाकिस्तानात गेलेले कितीतरी 'मुहाजिर' तिथे अधूनमधून त्यांना भेटत राहिले आणि त्या सर्वांचीच भारताविषयीची उत्सुकता त्यांना जाणवत राहिली. एकदा कुरुविला यांना एक्स रे काढण्यासाठी रुग्णालयात नेण्यात आले. त्यावेळी तिथे त्यांना एक तमीळ व्यक्ती भेटली आणि आपल्या स्वतःच्या भाषेत बोलता आल्याबद्दल ती भलतीच खूश झाली. त्या छावणीत असलेला एक कर्मचारी पतियाळाहून पाकिस्तानात गेला होता. भार्गव यांचे शिक्षण पतियाळात झाले होते. त्यामुळे त्यांना पतियाळाची चांगली माहिती होती. भार्गव यांच्याकडून पतियाळाची माहिती जाणून घेण्याची विलक्षण उत्सुकता या व्यक्तीने दाखवली होती.

एकाकीपणातून सुटका

युद्धकैद्यांपैकी ग्रेवाल आणि तेजवंत सिंग हे १९४७ मध्ये पाकिस्तान सोडून भारतात आले होते. मात्र त्यावेळी ते अनुक्रमे अवघे चार आणि पाच वर्षे वयाचे होते. त्यामुळे त्यांना पाकिस्तानातील दिवसांविषयी फारसे काही आठवत नव्हते. मात्र पंजाबी भाषेवर त्यांचे प्रभुत्व होते. साहजिकच छावणीतील लोकांशी बातचीत करताना त्याचा चांगला उपयोग होत होता. पाकच्या कर्मचाऱ्यांशी आता बऱ्यापैकी चांगले संबंध प्रस्थापित झाले होते. त्यानंतर लवकरच प्रत्येक कोठडीत एकाला ठेवण्याचा प्रकार बंद करण्यात आला. चौकशीचा प्रकार

जेवढा तणावपूर्ण होता; तेवढाच एकेकट्याने राहण्याचा प्रकारही तापदायक होता. त्यातून आता सुटका झाली होती. चौकशी दरम्यानचे ते काही आठवडे थरकाप उडवणारे होते. कारण भारतात कोणालाच ते जिवंत असल्याचे आणि पाकिस्तानात युद्धकैदी म्हणून असल्याचे माहिती नव्हते. फक्त पाकिस्तानी लोकांनाच ते माहिती होते. त्यामुळे ते फक्त त्यांच्या दयेवरच जिवंत होते आणि त्यांनी त्यांचे हाल हाल करून त्यांना ठार मारून टाकले असते तरी कोणालाही त्याचा थोडासासुद्धा सुगावा लागला नसता. चौकशी दरम्यान, आपल्या स्क्वॉड्रनमधील पायलट्सची चुकीची नावे सांगितल्याबद्दल ''याचे गंभीर परिणाम तुला भोगावेच लागतील!'' अशी सज्जड धमकी तेजवंत सिंग यांना ख्रिसमसच्या आधीच मिळाली होती. कोणालाही नक्की कोण कोण तिथे होते ते ख्रिसमसपर्यंत माहिती नव्हते. त्यामुळे ख्रिसमसच्या वेळी निदान आपण जिवंत असल्याचे एकमेकांना तरी समजलेले आहे एवढा दिलासा युद्धकैद्यांना मिळाला होता. त्यामुळे नंतर काहीही केले गेले तरी ते पाकमध्ये युद्धकैदी होते हे भारत सरकारला आणि त्यांच्या कुटुंबीयांना तरी समजले असते. दिलीप यांना तर वरचेवर अशा प्रकारच्या धमक्यांना तोंड द्यावे लागत होते.

तुम्ही मला असे वागवू शकत नाही

चौकशी सुरू होण्याआधीपासूनच मुल्ला फिरोझ यांना कित्येक दिवस एकाकी कोठडीत ठेवण्यात आले होते. त्यांना फक्त एक शिपाई भेटत असे. तो काहीही बोलत नसे. फक्त जेवण त्यांच्याकडे सरकवले जात असे आणि स्वच्छतागृहात तो त्यांना घेऊन जात असे. अखेरीस त्यांची सहनशक्ती संपुष्टात आली. एके दिवशी सारे काही असह्य झाल्यामुळे त्यांनी जोरजोरात दरवाजा ठोठावण्यास सुरुवात केली. थोड्याच वेळात पाहरेकरी तिथे आला. तो येताच मुल्ला फिरोझ त्याला म्हणाले, ''तुम्ही मला अशा प्रकारे वागवूच शकत नाही. हे जिनिव्हा कराराच्या विरुद्ध आहे.'' आपली तक्रार नोंदवण्यासाठी त्यांनी कागदही मागितला. त्यानंतर तो पाहरेकरी निघून गेला आणि अवघ्या काही क्षणांतच हातात कागद पेन्सिल घेऊन एक गलेलठ्ठ व्यक्ती तिथे हजर झाली. ते रिझवी होते. मुल्ला फिरोझ यांच्या शब्दांनी चमत्कार घडवून आणला होता. त्यांना ताबडतोब ते म्हणतील ते मिळू लागले.

एके दिवशी भार्गव यांच्या बाबतीतही एक विचित्र प्रकार घडून आला होता. रिझवींनी त्यांना दाढी करून घ्यायची आहे का असे विचारले आणि न्हाव्याला पाठवून दिले. तो अत्यंत खराब ब्लेड घेऊन आला आणि दाढी करू लागला. वास्तविक, त्या ब्लेडशी भार्गवना काहीही देणे घेणे नव्हते. परंतु एकूण तणावपूर्ण, क्लेशदायक वातावरणाचा परिणामच असा होता की त्यांच्या मनाचा बांध फुटला. त्यांच्या डोळ्यांतून घळाघळा अश्रू ओघळू लागले. सुरुवातीला न्हाव्याने तिकडे दुर्लक्ष करून आपले काम सुरूच ठेवले. परंतु नंतर मात्र त्याला हे सगळे प्रकरण गंभीर वाटले. त्याने तातडीने जाऊन वरिष्ठांना ही माहिती कळवली.

ख्रिसमसनंतर मात्र हा क्लेशदायक प्रकार संपला होता. उस्मान हमीद यांनी दोघा-दोघांना एकेका कोठडीत ठेवण्यास प्रारंभ केला. शिवाय सगळ्या युद्धकैद्यांना एकमेकांना भेटू देण्यात येऊ लागले. उंच भिंतीचे कंपाऊंड असलेल्या अंगणात नाष्ट्यानंतर त्यांना मोकळे सोडण्यात येऊ लागले. त्या भिंती एवढ्या उंच होत्या की त्यांना बाहेरचे काहीही दिसू शकत नव्हते. परंतु झाडांचे शेंडे आणि काही घरांची छपरे मात्र त्यांना दिसत होती, आतल्या भिंती थोड्या कमी उंचीच्या होत्या. पाहरेकरी गस्त घालत या सर्वांवर नजर ठेवून असे. मात्र एकदा एकमेकांमध्ये मिसळता येऊ लागल्यावर आपापली इजेक्शन्स कशी झाली, चौकशीत काय घडले वगैरे गोष्टी एकमेकांना सांगितल्या जाऊ लागल्या. संशयाचे धुके हळूहळू वितळत चालले आणि पुन्हा एकदा जिव्हाळ्याचे संबंध निर्माण होऊ लागले. आपण कसे पकडले गेलो ते प्रत्येक जण एकमेकांना सांगून आपले मन मोकळे करू लागला.

असे गुदरले प्रसंग

हरिश सिंहजी यांना हवाई दलात हॅरी म्हणत. इजेक्शनच्या वेळी त्यांचा अंदाज चुकला होता. त्यांचे नारिंगी आणि पांढऱ्या रंगाचे पॅराशूट झाडांत अडकले, त्यामुळे ते तिथे असल्याचे लोकांना लगेच समजले. अंधार पडेपर्यंत जवळपासच्या उसाच्या शेतात लपावे असा त्यांचा विचार होता. पॅराशूट तिथेच सोडून ते अलगद खाली उतरले आणि त्यांनी वर पाहिले, तर त्यांच्या दिशेने तीस ते चाळीस जणांचा जमाव चालत येत होता. त्यांनी तिथून धूम ठोकली. तोपर्यंत तोंडावर असलेला मास्क आणि हेल्मेट त्यांनी काढून फेकले.

त्यामुळे आपली ओळख पटणार नाही, असे त्यांना वाटत होते. परंतु तसे झाले नव्हते. लवकरच जमावाने त्यांना पकडले. त्यात एकाच्या हातात कुऱ्हाड होती. त्यामुळे आता सारे काही संपलेच असे त्यांना वाटले होते. मात्र त्यांचे नशीब जोरावर होते. गर्दीतील काही जणांनी त्या कुऱ्हाडवाल्याला थोपवले. परंतु इतरांनी हॅरींना लाथा-बुक्क्यांनी तुडवले. डोळ्यांसमोर काजवे चमकत होते आणि आता आपण जिवंत रहात नाही याविषयी त्यांची खात्री पटली होती. परंतु ते सारे अचानकच थांबले. लष्कराचे जवान आले होते. हॅरी यांचे हात मागे बांधून त्यांच्या डोळ्यांवर पट्टी बांधण्यात आली आणि त्यांची रवानगी कोठडीत करण्यात आली.

तेजवंत सिंग यांच्याकडे नेहमीप्रमाणे २०० पाकिस्तानी रुपये नसल्यामुळे जमाव संतप्त झाल्याचे त्यांनी सांगितले. त्यांच्यापैकी एकाने त्यांचे घड्याळ लांबवले. दुसऱ्याला त्यांच्याजवळ असलेले गटका (प्रार्थनेचे पुस्तक) सापडले. ते त्याने पळवले. त्यानंतर जे त्यांच्याजवळ पोहचले त्यांना तेजवंत यांच्या खिशात काहीही सापडले नाही. त्यामुळे ते अधिक चिडले आणि त्यांना मारहाण सुरू झाली. त्याच वेळी त्यांना समोरून पॉइंट ३०३ ली एनफिल्ड रायफल्स हातात घेतलेले युनिफॉर्ममधील दोघे जण येताना दिसले. त्यांनी त्यांना गयावया करत आपल्याला ठार मारू नये अशी विनंती केली. त्यावर त्यांच्यापैकी एक जण म्हणाला, ''काळजी करू नकोस, आम्ही तुझं संरक्षण करायला आलोय.''

त्यांना लष्करी तळावर नेण्यासाठी टांगा बोलावला गेला होता. तो येण्याआधी आणखी एक अकल्पित आणि चकित करणारी घटना घडली होती. त्यांच्या खिशातील प्रार्थनेचे पुस्तक चोरणारी व्यक्ती धापा टाकत परत आली आणि ते पुस्तक तेजवंत यांच्या हाती देत म्हणाली, ''हे ठेव तुझ्याजवळच! तुला त्याची जास्त गरज आहे.'' आणि खरोखरच त्यानंतरचे काही आठवडे एकाकीपणाने घालवावे लागले होते तेव्हा त्या पुस्तकाचाच त्यांना आधार वाटला होता.

फक्त मुल्ला फिरोझ यांनीच इजेक्शन केले नव्हते. ते फॉरवर्ड एअर कंट्रोल (एफएसी) टिमचा एक भाग होते. ही टिम भारतीय हवाई दलासाठी लक्ष्ये निश्चित करण्याचे कार्य करत होती. त्यावेळी त्यांची ही टिम राजस्थान आणि सिंध यांच्या सीमेवर काम करत होती. तो वाळवंटी प्रदेश होता. कसे

कोण जाणे; परंतु त्या दिवशी आपल्या तुकडीच्या ते थोडेसेच पुढे गेले होते. समोरून धुरळा उडवत येणाऱ्या गाड्या पाकिस्तानच्या होत्या. परंतु मुल्लांना वाटले की ते आपल्या टिमसोबतच काम करत आहेत. ते पहिल्या जीपजवळ गेले आणि त्यांनी तिच्या हूडवर टकटक करून अधिकाऱ्याला भेटण्याची इच्छा व्यक्त केली. परंतु त्यावेळी त्या जवानाने रायफल उचलली आणि फिरोझनी आपल्या रिव्हॉल्व्हरला हात घालेपर्यंत त्याने त्यांच्या हातावर गोळी झाडली. फिरोझ यांच्या ट्रायसेप्सचे बहुतांश स्नायू आणि मांस निघून जाऊन जवळजवळ हाडच शिल्लक राहिलेले होते. त्यामुळे शत्रूविषयीच्या त्यांच्या रागाला आणखी धार चढली होती. ते तळावरील लोकांना चार हात दूरच ठेवून त्यांच्याशी वागत होते. त्यांच्याशी मित्रत्वाने वगैरे वागण्याच्या मनःस्थितीत ते बिलकूल नव्हते.

जवाहरलाल भार्गव उर्फ ब्रदर भार्गव यांचे मरुत हे विमानही जमिनीवरून केल्या गेलेल्या गोळीबारामुळे खाली कोसळले होते. त्यांनाही सिंधच्या वाळवंटात पकडण्यात आले होते. त्यावेळी राजस्थानच्या सीमेपासून ते थोड्याच अंतरावर होते. पाच डिसेंबरला सकाळी नऊनंतर थोड्याच वेळात ते वाळवंटी प्रदेशात उतरले होते. तिथे ते एकाकी होते. एकही खेडे दृष्टिपथात नव्हते. त्यांनी तातडीने आपला जी-सूट एका झुडपात लपवला आणि आपले घड्याळ पाकिस्तानी वेळेनुसार लावून टाकले. त्यानंतर त्यांनी आपल्या जवळची चुंबकसुई बाहेर काढली आणि पूर्वेकडे चालण्यास सुरुवात केली. दुपारपर्यंत आपल्याजवळच्या दोन लहान बाटल्या पाणी त्यांनी संपवले होते. परंतु तापलेल्या वाळूवरून चालल्यामुळे ते दमले होते. त्यांची पाठही प्रचंड दुखत होती. आता चालण्याचा प्रयत्न सोडून द्यावा असे वाटत असतानाच त्यांना समोरच एक मोठे खेडेगाव दिसले. त्यांना ती भारतीय सीमाच असली पाहिजे असे वाटले. ते एका शेतकऱ्याच्या झोपडीजवळ थांबले आणि आपण पाकिस्तानी पायलट असल्याची बतावणी करून त्यांनी त्याच्याकडे पाणी मागितले. शेतकऱ्याने जनावरांसाठी ठेवलेल्या पाण्याकडे बोट दाखवले. भार्गवनी आपली एक बाटली भरून घेतली आणि पाणीही पिऊन घेतले. त्यानंतर त्यांनी त्याला त्या गावाचे नाव विचारले होते. त्यावर त्याने त्यांना सांगितले ते तर पिरानी की पार आहे.

याचा अर्थ आपण अजूनही पाकिस्तानी हद्दीतच आहोत हे भार्गव यांच्या लक्षात आले होते. त्यांनी गावाभोवती फेरी मारली. पाणी प्यायल्यामुळेही त्यांना बरे वाटत होते. परंतु संध्याकाळच्या सुमाराला त्यांची तीन व्यक्तींशी भेट झाली. या व्यक्तींनी त्यांना प्रश्न विचारण्यास सुरुवात केली. ते कोण होते आणि तिथे काय करत होते ते त्यांना जाणून घ्यायचे होते. आपण पाकिस्तानी पायलट असल्याच्या कथेला ब्रदर भार्गव तसेच चिकटून राहिले होते. त्यांनी आपले नाव फ्लाईट लेफ्टनंट मन्सूर अली असल्याचे सांगितले. परंतु त्या लोकांना संशय आला. त्यांनी त्यांना खेड्यात नेले आणि तिथल्याच एकाच्या घराच्या अंगणात टाकलेल्या बाजेवर त्यांना बसायला लावले. त्यानंतर सीमेवरचे चार रेंजर्स तिथे आले. त्यांनी त्यांच्यावर प्रश्नांची सरबत्ती सुरू केली. त्यांनी पुन्हा एकदा तीच कथा सांगितली. त्यावर 'कलमा म्हणून दाखव.' असा आदेश त्यांच्यापैकी एका रेंजरने दिला. भार्गव यांना तर कलमा पढता येत नव्हते. ते पतौडीत लहानाचे मोठे झाले होते. पतौडी दिल्लीच्या पश्चिमेला असलेले एक छोटेसे संस्थान आहे. तिथे मुस्लीम वस्तीही भरपूर आहे. प्रसिद्ध क्रिकेटपटू मन्सूर अली पतौडी हे या पतौडी संस्थानचेच नबाब होते. भार्गव यांना कलमाचा एखादा शब्दही आठवत नव्हता. दुसऱ्या दिवशी सकाळीच भार्गव यांना अटक करून तळावर आणले गेले. परंतु त्यांचा हा प्रवास दारुण होता. त्यांना डोळे आणि हात पाय बांधून उंटावर टाकण्यात आले होते आणि दोन दिवस असा प्रवास करावा लागला होता. त्यामुळे त्यांच्या पाठीच्या मणक्यांना मोठीच दुखापत झाली होती.

विक्रम पेठिया यांना तर प्रचंड मारहाण झाली होती. त्यांच्याएवढा असह्य त्रास इतरांना झाला नव्हता. नागरिकांनी आणि प्रशासकीय दलांनीही त्यांना भरपूर मारहाण केली होती. जमावाच्या तावडीतून सोडवून त्यांना थेट चौकशी कक्षात नेण्यात आले होते. तिथे त्यांच्यावर प्रश्नांच्या फैरी झाडण्यात आल्या. त्यांची चौकशी करणारे लोक युनिफॉर्ममध्ये नव्हते. परंतु त्यांनी विचारलेले प्रश्न आणि ज्या पद्धतीने ते बोलत होते, ते पाहता, ते लष्कराचे लोक होते याविषयी पेठियांची खात्री पटली. पेठिया यांनी आपले नाव, हुद्दा आणि अनुक्रम सांगण्यापलीकडे इतर माहिती देण्यास नकार दिल्यावर त्या लोकांनी त्यांना शरीरभर सिगरेटचे चटके दिले. त्यांना त्या खोलीत त्यानंतरही अनेक

वेळा नेण्यात आले. परंतु प्रत्येक वेळी ते शांत राहिले होते. त्यांना चालणे आणि खाणेही कठीण जात होते. त्यांना खास जेवण दिले जावे आणि खास वैद्यकीय मदत दिली जावी ही इतर युद्धकैद्यांनी केलेली मागणी मात्र दुर्लक्षितच ठेवण्यात आली होती.

एम. एस. ग्रेवाल उर्फ गॅरी यांचे विमान चार डिसेंबरला पाडण्यात आले होते. बहुधा विमान पाडले गेलेले ते पहिलेच भारतीय पायलट असावेत. चार डिसेंबरलाच जाफा आणि चाटी यांची विमानेही पाडली गेली होती. फक्त ती ग्रेवाल यांच्या विमानांनंतर पडली होती. ग्रेवाल यांना लगेच पत्रकार परिषदेसाठी बातमीदारांसमोर नेण्यात आले होते. पत्रकारांशी संपर्क साधणारे ते पहिलेच भारतीय वैमानिक ठरले होते.

गॅरी अमृतसरहून ३२स्क्वॉड्रनमधून सॉर्टी करत होते. पहिलीच मोहीम होती. ते आणि त्यांचे सहकारी सकाळी उत्साहाने निघाले होते. शत्रूचा खातमा करूनच परतण्याच्या ईर्ष्येने त्यांनी हवेत भरारी घेतली होती. 'सिटिंग डक्स' मानल्या जाणाऱ्या जमिनीवर पार्क करून ठेवलेल्या पाकच्या विमानांवर त्यांनी जोरदार बाँबहल्ला केला होता. हवाई तळावरील काही इन्स्टॉलेशन्सचाही त्यांनी विनाश केला होता. त्या सकाळी ३२ स्क्वॉड्रनच्या सगळ्याच्या सगळ्या मोहिमा यशस्वी झाल्या होत्या. सगळे पायलट्स सुरक्षितपणे परतले होते. आता ते दुसऱ्या सॉर्टीवर निघाले होते. दुपारची वेळ होती. त्यांना नवीन लक्ष्ये देण्यात आली होती. गॅरी आणि त्यांच्या सहकाऱ्यांनी रफिकी हवाई तळावर हल्ला केला होता. हा विमानतळ लाहोरच्या नैऋत्येला असलेल्या शोरकोट रोड या शहराजवळ होता.

पाकिस्तानच्या दिशेने त्यांनी दुसऱ्यांदा केलेल्या या सॉर्टीमध्ये ते लक्ष्याच्या खूपच जवळून विमान उडवत होते. सुरुवातीच्या स्थितीपासून पुल आऊट पॉइंटपर्यंत त्यांना खालून होणाऱ्या जोरदार गोळीबाराला तोंड द्यावे लागत होते. ते चारच्या फॉर्मेशनमध्ये होते. या फॉर्मेशनमध्ये ते चौथ्या क्रमांकावर होते. त्यामुळे इतर तिघे जण सुरक्षितपणे बाहेर पडत असल्याचे त्यांनी पाहिले. परंतु हल्ला करण्यासाठी गॅरी गेले त्यावेळी त्यांना अँटी एअरक्राफ्ट आर्टिलरीचा जोरदार मारा सहन करावा लागला. त्यांचे विमानावरचे नियंत्रण सुटले आणि त्यांनी सुरक्षितपणे इजेक्शन करण्याचा निर्णय घेतला.

दिलीप यांच्याप्रमाणेच गॅरींभोवतीही तातडीने ग्रामस्थांचा गराडा पडला होता. ग्रामस्थांना वैमानिकांकडून पैसे, चीजवस्तू लांबवण्याची सवयच लागलेली होती. त्यानंतर त्यांना चोप देऊन पुन्हा नामानिराळे होण्यात त्यांना गंमत वाटत होती. देशप्रेमापरी देशप्रेम आणि त्या नावाखाली आपले खिसे शक्य तेवढे भरून घेण्याची संधी ते सोडत नव्हते. गॅरींचे घड्याळ आणि इतर मौल्यवान वस्तू त्यांनी लांबवल्या आणि त्यांना मारहाण केली. परंतु गॅरी हवाई तळापासून सुमारे मैलावर उतरले होते. त्यामुळे लष्कराचे पोलीस लवकरच तिथे पोहचले. लगेच त्यांचे डोळे बांधले गेले आणि हात मागे बांधून त्यांना जीपमध्ये टाकण्यात आले. रावळपिंडीपर्यंतचा त्यांचा प्रवास पूर्ण होण्यासाठी संपूर्ण रात्रीचा कालावधी जावा लागला. हा प्रवास खुल्या जीपमधून सुरू होता. थंडीमुळे ते हैराण झाले होते. अगदी अल्प काळ त्यांना कोठडीत ठेवण्यात आले आणि लगेच त्यांना पत्रकार परिषदेसाठी नेण्यात आले. त्यांना रात्रभर झोप नव्हती आणि लगेच पत्रकारांसमोर जावे लागले होते. विविध वृत्त वाहिन्यांच्या बातमीदारांनी त्यांच्यावर प्रश्नांचा भडिमार केला. त्याचबरोबर पाकिस्तान हवाई दलाच्या अधिकाऱ्यांनीही त्यांना अनेक प्रश्न विचारले.

त्या पत्रकार परिषदेला बीबीसीसारख्या मातब्बर वाहिन्यांचे पत्रकार उपस्थित होते. त्यामुळे गॅरी तसे नशीबवानच म्हटले पाहिजेत. ते कुठे होते ते त्यांच्या कुटुंबीयांना आणि हवाई दलाच्या अधिकाऱ्यांना तातडीने समजले होते. त्यावेळी भारतात टीव्ही आले नव्हते. त्यामुळे गॅरींच्या अमेरिका आणि कॅनडा येथे असलेल्या कुटुंबीयांनी आणि मित्रांनी त्यांना टी.व्ही.वर पाहिले होते. सीमा भागात लाहोरचे प्रक्षेपण व्यवस्थित दिसू शकत असल्यामुळे गॅरींच्या वडलांना कोणीतरी तातडीने सांगितले की गॅरींना त्यांनी टी.व्ही.वर पाहिले होते.

तेव्हापासूनच गॅरी त्या कोठडीत अडकले होते आणि इतरांच्या तुलनेत किमान ८-१० दिवस आधीच ते, चाटी आणि जाफा युद्धकैदी बनले होते. सुमारे दहा दिवस त्यांना एकट्यालाच ठेवण्यात आले होते. त्यांचा फ्लाईंग ओव्हरऑल काढून घेण्यात आला होता आणि त्यांना फक्त पँट आणि शर्टावर कडाक्याच्या थंडीत कुडकुडत ठेवण्यात आले होते. रात्रीच्या वेळी त्यांना बॉंबवर्षावाचे आवाज येत आणि युद्ध अद्याप सुरू असल्याचे समजत असे. दिवसा त्यांची चौकशी केली जात असे. दोन ते तीन वेळा त्यांना चौकशीच्या खोलीत एका

कोपऱ्यात रात्रभर उभे राहण्याची शिक्षा देण्यात आली होती, कारण त्यांनी काही प्रश्नांना उत्तरे देण्याचे नाकारले होते. दिलीप यांना दयाळू चौकीदार भेटला होता. परंतु गॅरींना तसा चौकीदार भेटला नव्हता. सकाळी त्यांना चहा हवा का? असे विचारले जात असे आणि त्यांनी होकार दिल्यावर त्यांना कधीच चहा दिला जात नसे.

चक येगर यांनी त्यांचीही चौकशी केल्याचे गॅरी यांनी आपल्या मित्रांना सांगितले. येगरनी गॅरींना आपले नाव सांगून ''ही चौकशी नाही, तर मला फक्त काही प्रश्न विचारायचे आहेत,'' असे सांगितले होते. तसेच आपण आवाजाच्या वेगाहून अधिक वेगाने धावणारे विमान उडवणारे पहिले पायलट असल्याचेही त्यांनी गॅरींना सांगितले होते. वास्तविक, त्यावेळी ब्रिटिश पायलट जॉन डेरी यांनी तसे विमान प्रथम उडवल्याचे मानले जात होते. परंतु गॅरींनी त्याविषयी मौन बाळगण्याचा सुज्ञपणा दाखवला होता. येगरनी सुखॉय विमानांच्या इजेक्शन सीट्सविषयी गॅरींकडे चौकशी केली.

गॅरींना खरे पाहता विमान उडवण्याचा शौक नव्हता. त्यांचा जन्म शेफिल्ड येथे झाला होता. दुसऱ्या महायुद्धाच्या दरम्यान त्यांचे वडील धातुशास्त्राच्या अभ्यासासाठी इंग्लंडला गेले, परंतु तिथे त्यांची त्यांच्या भावी पत्नीशी भेट झाली आणि विवाह झाला. त्यांना तीन मुलगे झाले. त्यांपैकी एक म्हणजेच गॅरी. ते भारतात परतले त्याच दरम्यान फाळणी झाल्यामुळे ते लाहोरहून दिल्लीत परतले होते. आपल्या काकांपासून स्फूर्ती घेऊन त्यांनी यूपीएससीची परीक्षा दिली आणि ते हवाई दलात दाखल झाले होते.

दिलीप म्हणाले, ''गॅरी सांगत की ते साधी सायकलसुद्धा अपघात न करता चालवू शकत नव्हते. त्यामुळे ते विमान कसे काय चालवू शकतील याविषयी वडलांनी साशंकता व्यक्त केली होती. परंतु गॅरींनी अपघात न करता विमान चालवले होते. पुढे तर त्यांना त्याविषयी भरपूर आत्मविश्वासही प्राप्त झाला होता.''

१६ डिसेंबरला म्हणजे तब्बल दहा दिवसांनंतर प्रथमच त्यांना हरीश सिंह आणि कुरुविला यांना भेटू दिले गेले. दिलीप जेवढे धाडसी होते तेवढेच गॅरी बळकट शरीरयष्टीचे होते. पुढे दिलीप यांच्या सुटकेच्या योजनेत गॅरी सहभागी झाले.

त्यावेळी दिलीप यांच्या या योजनेसाठी 'अतियोग्य भागीदार' म्हणूनच इतर युद्धकैदी त्यांच्याकडे पहात होते आणि दिलीप यांनाही गॅरींविषयी तेवढाच विश्वास वाटत होता.

रेडक्रॉसच्या अधिकाऱ्याची भेट

त्यानंतर इंटरनॅशनल कमिटी ऑफ रेडक्रॉसच्या अधिकाऱ्याने भेट दिली. पुन्हा एकदा सर्व युद्धकैद्यांना चौकशी कक्षात बोलावण्यात आले. रेडक्रॉसच्या अधिकाऱ्याला भेटण्याने सर्वांनाच मोठा आनंद झाला, कारण त्या सर्वांची नोंद युद्धकैदी म्हणून झाली असल्याची खात्रीशीर माहिती त्यांनी सर्वांना दिली. सर्वत्र आनंदाचे वातावरण पसरले. याचा अर्थ आता त्यांना जिनिव्हा करारांतर्गत संरक्षण मिळणार होते आणि त्यांच्या कुटुंबीयांनाही ते सुखरूप असल्याचे समजले होते.

दिलीप म्हणाले, ''ते एक चाळिशीचे, कमी उंचीचे, पांढऱ्या केसांचे आणि अत्यंत सौजन्यशील व्यक्ती होते. ते बहुधा स्वीस असावेत. परंतु त्यांना तिथे आल्याचे पाहिल्यावरच आमच्यात उत्साह संचारला होता.'' त्यांनी या सर्वांना प्रथम आपल्या संस्थेचा थोडक्यात इतिहास सांगितला. या संस्थेने १८९९ च्या दक्षिण आफ्रिकन युद्धापासूनच आपल्या कामाला सुरुवात केली होती. त्यांनी सर्वांनाच हमी दिली की शक्य तेवढ्या लवकर त्यांना कुटुंबीयांची पत्रे आणि पार्सल्स मिळू लागतील. त्याला जास्तीत जास्त एक-दोन महिन्यांचा कालावधी लागेल. दरम्यानच्या काळात ते पत्र लिहू शकत होते आणि तळावरच्या कार्यालयात देऊ शकत होते. याशिवाय त्यांना तातडीने पाकिस्तानी चलनात मासिक भत्ताही सुरू होणार होता. ती रक्कम अर्थातच संघटनेने निश्चित केलेल्या रकमेनुसार आणि त्यांच्या पदानुसार असणार होती. पेठिया यांना त्यांना दिली जाणारी भयावह वागणूक सांगण्याची तीव्र इच्छा होती. कारण जिनिव्हा करारानुसार, सर्व आजारी आणि जखमी सैनिकांना आणि युद्धकैद्यांना मानवतेची वागणूक देणे आवश्यकच होते. पाकिस्ताननेही या करारावर सही केली होती. परंतु ते नियम पेठियांच्या बाबतीत पाळण्यात आले नव्हते.

तेजवंत यांना त्यांनी काही तरी बनावट माहिती द्यायला हवी होती असे वाटले. कारण प्रशिक्षणाच्या काळात त्यांना याविषयी माहिती सांगितली गेली होती.

चुकून शत्रूच्या हद्दीत ते शिरले असे समजून प्रशिक्षण म्हणून त्यांना पकडून त्यांची शत्रूकडून केली जावी अशा प्रकारे चौकशी करण्यात आली. त्यावेळी त्यांनी काहीही सांगण्यास नकार दिला होता. त्यानंतर त्यांच्या प्रशिक्षकांनी त्यांना ती चूक असल्याचे सांगितले होते. तेजवंत यांनी नंतर दिलीपना आपले हे मत सांगितले होते.

चार अधिकारी 'मिसिंग'

या बैठकीच्या अखेरीस त्या अधिकाऱ्यांनी आणखी चार 'मिसिंग' अधिकाऱ्यांची नावे वाचून दाखवली आणि त्यांच्यापैकी कोणी त्यांच्याविषयी काही ऐकले होते का ते विचारले. त्या सर्वांनीच इजेक्ट केल्याचे या युद्धकैद्यांपैकी कोणी ना कोणी पाहिलेले होते. परंतु त्यांच्यापैकी कोणीही मरण पावल्याची किंवा पकडले गेल्याची नोंद पाकिस्तानी अधिकाऱ्यांनी केली नव्हती.

''या संदर्भात तुम्ही काही माहिती काढू शकाल का? कारण इथे कर्मचारी तर आहेतच; शिवाय हवाई तळावरील लोकही तुम्हाला भेटायला येतात. तुम्हाला जेवढे शक्य असेल तेवढे करा.'' त्या अधिकाऱ्यांनी सूचकतेने सांगितले.

त्या बैठकीद्वारे प्रथमच पेठियांचा झालेला अमानुष छळ सर्वांसमोर आला होता. त्यामुळे सर्व जण सुन्न झाले होते. चौघांच्या या 'मिसिंग' प्रकरणामुळे तर त्याचा कडेलोटच झाला. सगळेच जण दिङ्मूढ झाले होते. प्रत्येकाच्याच अंगावर सहसंवेदनेने शहारे आले होते. आपण संतप्त जमावाच्या हाती सापडलो होतो, त्यावेळी ऐन वेळी आपली सुटका करायला आलेलेही अशाच राक्षसी वृत्तीचे असते तर? चौकशीच्या वेळी आपण देत असलेली उत्तरे चुकीची आणि बनावट असल्याचे समजल्यावर आपल्यावरही असेच अमानुष अत्याचार करण्यात आले असते तर? योग्य वैद्यकीय मदत दिली गेली नसती तर? अनेक प्रश्नांचा झंझावात प्रत्येकाच्या मनात सुटला होता. काहीही होऊ शकत होते. संतप्त जमाव तिथल्या तिथे जीव घेऊ शकला असता. चौकशीच्या दरम्यान अनन्वित छळ करून मारले जाऊ शकले असते. चारऐवजी दहा 'मिसिंग' असते तरी त्यामुळे काही फरक पडला नसता. नकळतच मनातल्या मनात प्रत्येकाने परमेश्वराचे आभार मानले. दिलीप यांच्याप्रमाणेच सर्वांनाच त्या चार 'मिसिंग' लोकांचे काय झाले असावे, ते समजण्यास वेळ लागला नव्हता.

वैद्यकीय उपचार सुरू

रेड क्रॉसच्या अधिकाऱ्याच्या भेटीनंतर लवकरच पाकिस्तानी हवाई दलाचे चीफ फ्लाईट सर्जन तिथे पोहचले. तोपर्यंत डॉ. सरफराज कोठडीतील कैद्यांवर उपचार करत होते. या भेटीचा असा परिणाम झाला की ज्या अकरा जणांनी इजेक्शन केले होते, त्या सर्वांना चकलाला हवाईतळावर नेण्यात आले आणि तिथे त्यांची वैद्यकीय तपासणी करण्यात आली. एक्स रे काढले गेले आणि मुल्ला फिरोझ यांना लष्करी रुग्णालयात दाखल करण्यात आले. वैद्यकीय तपासण्या केल्यानंतर कामत यांच्या पायांची हाडे मोडली होती, ती व्यवस्थित बसवण्यात आली. जाफाना बॉडी कास्टवर ठेवण्यात आले. जाफा आणि सिंग या दोघांच्याही पाठीच्या कण्यांना दुखापती झाल्या होत्या. त्यामुळे त्यांना बेड रेस्ट देण्यास सांगण्यात आले. कामत यांच्याबरोबरच या दोघांनाही पुढचे दोन महिने वैद्यकीय देखरेखीखाली ठेवण्यात आले. चाटी हे युद्धकैद्यांमध्ये सर्वात लहान होते. इजेक्शन करताना त्यांचा जबडा दुखावला गेला होता. त्यांना वैद्यकीय देखरेख कक्षात हलवण्यात आले आणि जबड्याला नियमित इन्फ्रारेड ट्रिटमेंट दिली जाऊ लागली. तसेच दंतरोगतज्ज्ञाकडेही त्यांना पाठवण्यात आले.

ब्रदर भार्गव यांच्या मणक्याची दुखापत एवढी गंभीर होती की तिच्यावर उपचार करणेही अशक्य असल्यासारखे भासत होते. वाळवंटात एवढी भरपूर पायपीट केल्यामुळे आणि उंटावरून दोन दिवस अवघडलेल्या स्थितीत कराव्या लागलेल्या प्रवासामुळे हे घडले होते. त्यामुळे ते अधिकच अस्वस्थ बनले होते. आपणच आपले नुकसान करून घेतले की काय, या विचाराने ते स्वतःलाच दूषणे देत होते. डॉक्टरांनी त्यांना अजिबात वाकू नये असे सांगितले होते. अगदी आपल्या बुटाची लेससुद्धा वाकून बांधू नका अशी सूचना त्यांना मिळाली होती. कदाचित या सूचनांचे तंतोतंत पालन केले तर आपण कधी ना कधी पुन्हा विमान चालवू शकू असा आशावाद त्याही परिस्थितीत ब्रदर भार्गव यांच्या मनात होता.

वैद्यकीय देखरेख कक्षात, लष्करी रुग्णालयात किंवा दंतवैद्याकडे जाताना युद्धकैद्यांना व्हॅनमधून नेले जात असे. त्यावेळी त्यांच्या डोळ्यांवर आता पट्ट्या बांधलेल्या नसत. त्यांना आजूबाजूचा परिसर नीटपणे न्याहाळता येत

असे. रावळपिंडीच्या नं. ३ प्रोव्होस्ट अँड सिक्युरिटी फ्लाईटमध्ये त्यांना ठेवण्यात आले होते हे त्यांना आधीच माहिती झाले होते. आता त्यांना असेही आढळून आले होते की रावळपिंडी कँटोन्मेंटच्या मध्यभागी असलेल्या मॉल रोडजवळच त्यांना ठेवण्यात आलेल्या तळाचे कंपाऊंड होते. सर्वच युद्धकैद्यांना उर्दू बोललेले समजत होते, कारण उर्दूचे हिंदीशी मोठ्या प्रमाणात साधर्म्य आहे. परंतु त्यांच्यापैकी काही जणांनाच उर्दू वाचता येत होते. फाळणीनंतर हिंदी भाषा देवनागरी लिपीत लिहिण्यात येऊ लागली. त्याआधी ती पर्सो-अरेबिक लिपीत लिहिली जात होती. कोयलो आणि जाफा यांनाच फक्त शाळेत असताना उर्दू वाचायला शिकवले गेले होते. परंतु त्यालाही वीसहून अधिक वर्षे उलटून गेलेली होती. परंतु उर्दूतून लिहिले गेलेले रस्त्यावरचे बोर्ड जाता जाता वाचणे त्यांना जमत नव्हते.

परंतु कँटोन्मेंटची रचना मात्र दिलीप यांच्यासह सर्वांनाच चांगलीच परिचित होती. त्यांचे हवाई दलातील बरेचसे आयुष्य तशाच प्रकारच्या जागी गेले होते. कारण अखंड भारतात ब्रिटिशांनी कँटोन्मेंट म्हणजे लष्करी छावण्या बांधल्या होत्या. त्यामुळे फाळणीनंतरच्या भारत आणि पाकिस्तानच्या कँटोन्मेंटची रचना तंतोतंत एकसारखीच होती. कार्यालये, बराकी आणि लष्करी अधिकाऱ्यांचे आणि त्यांच्या कुटुंबीयांचे बंगले यांच्या रचना अगदी एकसारख्या होत्या. कँटोन्मेंटचा परिसर हा हिरव्यागार वनराईने नटलेला आणि प्रशस्त होता. जवळपासच्या जुनाट धाटणीच्या शहरांच्या रचनेच्या तुलनेत या रचना त्यामुळेच प्रसन्न आणि शांत वाटत होत्या.

प्रकरण ८.

थोडासा दिलासा, थोडासा विरंगुळा

सन १९७२ मध्ये चकलाला हवाई तळाच्या जवळ पाकिस्तानची नवीन राजधानी इस्लामाबाद वसवली जात होती. तिचे काम अद्याप सुरू होते. दरम्यानच्या काळात व्यवहार्य दृष्टीने सोईस्कर म्हणून रावळपिंडी कँटोन्मेंट हे सत्ता केंद्र होते. तिथे राष्ट्रपतींचे निवासस्थान आणि पाकिस्तानी लष्कराची मुख्यालये होती. भारतीय युद्धकैद्यांना त्यावेळी माहिती नसले तरीही पाकिस्तानचे राष्ट्राध्यक्ष झुल्फीकार अली भुट्टो हे त्यांच्या कोठड्यांपासून अगदी जवळ रहात होते.... आणि खरे तर या युद्धकैद्यांचे भवितव्य ठरवण्यात त्यांचाही मोलाचा वाटा असणार होता.

जानेवारीमध्ये भुट्टोंना अनेक समस्या सोडवायच्या होत्या. त्यापैकी प्रथम प्राधान्याची समस्या होती ती ९३,००० युद्धकैद्यांना मायदेशी परत आणण्याची. परंतु त्यासाठी आपल्याला स्वतंत्र देश म्हणून पाकिस्तानने प्रथम मान्यता द्यावी, अशी मागणी बांगला देशाने केली होती आणि भारताने त्या मागणीला पाठिंबा दिला होता. भारताच्या पाठिंब्याला दोन अर्थांनी महत्त्व होते. एक तर भारत जेते राष्ट्र होते आणि दुसरे म्हणजे प्रत्यक्षात हे सगळे युद्धकैदी भारतात होते. काही पाकिस्तानी कैद्यांची युद्धकैदी म्हणून तपासणी करण्याची मागणीही बांगला देशाने केली होती. भुट्टोनी या मागणीचा विचार करण्यासाठी न्यायालयीन आयोगाची नेमणूक केली होती. परंतु पाकिस्तानी अधिकाऱ्यांना युद्धकैदी म्हणून बांगला देशात पाठवून देण्याची परवानगी देणे त्यांना शक्य नव्हते. साहजिकच, भुट्टोंवर मोठाच ताण आला होता.

दरम्यानच्या काळात संपूर्ण परिसराची तपशीलवार आणि सुटकेच्या दृष्टीने उपयुक्त ठरणारी रूपरेषा जाणून घेण्याचा प्रयत्न दिलीप करत होते. भारतीय युद्धकैदी आपल्या वैद्यकीय तपासणीसाठी बाहेर पडत होते. या कामी ते त्यांची मदत घेत होते. लवकरच चकलाला तळाकडे जाणारा रस्ता युद्धकैद्यांच्या लक्षात राहिला. मॉल रोड हाच ग्रँड ट्रंक हायवे आहे हेसुद्धा त्यांच्या लक्षात आले. हा प्राचीन रस्ता कोलकत्याहून पेशावरपर्यंत जात होता. मॉल रोडवरून डावीकडे वळून चालत राहिले तर नक्कीच आपण भारतीय सीमेपर्यंत पोहचू याची त्यांना खात्री पटली होती. जर ते उजवीकडे वळले असते तर पेशावरपर्यंत पोहचले असते आणि त्यापलीकडे खैबर खिंडीतून अफगाणिस्तानला पोहचले असते.

आता चार युद्धकैदी रुग्णालयात असल्यामुळे तळावर फक्त आठच युद्धकैदी उरले होते. आपल्या उर्वरित चार मित्रांची आठवण त्यांना सतावत असली तरी त्यांच्यावर उपचार होणे अत्यंत महत्त्वाचे होते. परंतु तसे ते आशावादीच होते. त्यांच्या गप्पांतूनही हा आशावाद व्यक्त होत असे. भारताने युद्ध जिंकले आहे. आपण शत्रूच्या तावडीतही अद्याप सहीसलामत आहोत आणि लवकरच आपण घरीही जाऊ असे त्यांच्या मनाने घेतले होते. आपण कोणत्या तारखेपर्यंत घरी जाऊ शकू यावर त्यांनी पैजाही लावल्या होत्या. गॅरी वास्तववादी होते. त्यांनी २९ मे अशी तारीख जाहीर केली होती. तर इतरांनी मार्च ते एप्रिल दरम्यानच्या तारखा सांगितल्या होत्या.

गंमत चहाच्या आणि नूडल्सच्या औदार्याची!

सूर्योदयानंतर आता युद्धकैद्यांना उन्हात शेकत बसता येत होते. त्यासाठी नाष्ट्यानंतर त्यांना सुमारे २० बाय ४० आकाराच्या कंपाऊंडमध्ये सोडले जात असे. त्यावेळी चौकशीच्या वेळी कोणाला काय विचारले आणि आपण काय उत्तरे दिली याविषयी हे युद्धकैदी चर्चा करत.

चौकशीची सुरुवातच व्हायची ती 'तुम्ही चहा घेणार का?' या प्रश्नाने, हे आधी सांगितले आहेच. त्यावेळी युद्धकैदी सैलावायचे. चौकशी करणारा अधिकारी आणि युद्धकैदी चहा घेत बोलत रहात. अर्थातच वाघाच्या समोर शेळी बांधून तिला गवत खायला लावल्यासारखा हा प्रकार असला तरी निदान आपल्याला गवत खायला तरी मिळत आहे एवढा आनंद शेळीला मिळतो.

तसाच काहीसा हा प्रकार होता. फक्त इथल्या शेळ्याही शेळ्यांचे तात्पुरते सोंग घ्यावे लागलेले वाघच होते, हा भाग अलाहिदा! सकाळी चहा झाला की पुन्हा दुपारीच चहा असे. थंडीच्या दिवसांत आणखी एखादा कप चहा कोणाला नको होता? त्यामुळे बहुतेक सर्वच जण या चहासाठी चौकशीला जायला तयार असत. कारण माहिती तर खरी सांगायचीच नव्हती; मग कपभर चहा प्यायला काय हरकत आहे? असा विचार लोक करत होते. दिलीप म्हणाले, की 'मीसुद्धा असाच विचार करत असे.' एखाद्या दिवशी जास्त वेळ चौकशी चालली तर अधिकारी पुन्हा एकदा विचारत असे 'आणखी चहा मागवू का?' काही दिवस चौकशी झाली. त्यानंतर चौकशी करणारे अधिकारी आपापल्या कामावर निघून गेले. नंतर एक-दोनदा ते इतर कामासाठी तिथे आले होते. परंतु या युद्धकैद्यांनी त्यांची आपापसात शक्य तेवढी टर उडवली होती. आता या वागण्यामागे आणखीही एक कारण होते. ते म्हणजे कालांतराने गाणी ऐकण्यासाठी युद्धकैद्यांना ट्रान्झिस्टर दिला गेला होता. गाणी ऐकली जात होतीच; परंतु ऑल इंडिया रेडिओवरून दिल्या जाणाऱ्या बातम्या सर्वांच्या सर्वाधिक आवडत्या होत्या. हा ट्रान्झिस्टर कसा मिळाला होता ते आपण पुढे पाहणारच आहोत. परंतु आपण निर्विवादपणे जिंकल्याचे त्यावरून युद्धकैद्यांना स्पष्टपणे समजत चालले होते आणि तिथे जल्लोषाचे वातावरण निर्माण होत होते. दुसरी गोष्ट म्हणजे त्यांच्या ताब्यातील आपल्या युद्धकैद्यांच्या तुलनेत आपल्या ताब्यातील त्यांच्या युद्धकैद्यांची संख्या कित्येक पटींनी अधिक म्हणजे अगदी प्रचंड म्हणावी अशी होती. त्यामुळे त्यांना फार काही करणे शक्य होणार नाही, असा कयास आपल्या युद्धकैद्यांनी बांधला होता. परंतु अखेरीस ते शत्रूच्या गोटात होते आणि एखाद्याला गोळी घालून मारून त्यासाठी समर्पक कारण तयार करण्यापासून पाकला कोणीही रोखू शकत नव्हते, हे सर्वांना माहिती होते. त्यामुळे प्रत्येक पाऊल जपून टाकले जात होते.

के.सी. कुरुविला आणि विद्याधर चाटी या दोघा अधिकाऱ्यांना एका कोठडीत ठेवण्यात आले होते. इजेक्शन करताना चाटींची दाढ दुखावली गेली होती. चाटीही एकदम थंड डोक्याचे अधिकारी होते. परंतु त्या बेचव, कडक चपात्या चावणे त्यांना कठीण जात होते. चौकशीच्या दरम्यान त्यांना काही त्रास आहे का असेही विचारण्याचे सौजन्य दाखवले जात होते. चाटींना मात्र हे सौजन्य तसे महागात पडले, हे नंतर कळले. त्यांनी त्या मवाळ अधिकाऱ्याला

सांगितले, ''यार, यहाँ खाना बहुत बेकार है! मैं तो रोटी चबा भी नही सकता!'' त्या मवाळ अधिकाऱ्याने आणखी 'सौजन्य' दाखवत विचारले, ''मग तुला दुसरे काय हवे?''

चाटींनी त्याच्याकडे चायनीज नूडल्सची मागणी केली. झाले! आता कुरुविलांवर चकित होण्याची वेळ आली होती. कारण चाटींनी इच्छा प्रदर्शित करण्याचीच काय ती खोटी होती; तत्काळ त्यांच्यासाठी चायनीज नूडल्स हजर झाले. आता कुरुविलांच्या मनात कोणतीच शंका उरली नव्हती. त्यांचा विचार पक्का होता. 'चाटीने आपला देश विकला. तो त्यांना मिळालाय. नाही तर त्याला नूडल्स आणि इतरांना वातड चपात्या कशा काय दिल्या जातात?' चाटींसमोर रोजच्या रोज येणाऱ्या नूडल्सनी हा संशय आणखी बळावला गेला आणि मग कुरुविलांना ते असह्य झाले. त्यांनी चाटींशी बोलणेच सोडून दिले. देशद्रोही, विश्वासघातक्याशी आपला संपर्कच नको!

डिसेंबर संपला आणि जानेवारी उजाडला. जिनिव्हा करारानुसार, आंतरराष्ट्रीय रेड क्रॉस संघटनेच्या अधिकाऱ्यांनी सांगितल्याप्रमाणे प्रत्येक युद्धकैद्याला रेड क्रॉसच्या देखरेखीखाली युद्धकैद्यांचा भत्ता देण्यात आला. पहिल्या महिन्यात फ्लाईट लेफ्टनंटसाठी ५७ पाकिस्तानी रुपये भत्ता ठरवण्यात आला होता. परंतु एकाही युद्धकैद्याला भत्त्याची संपूर्ण रक्कम पहिल्या महिन्यात देण्यात आली नव्हती. युद्धकैद्यांना आपापल्या पदानुसार स्थानिक चलनात भत्ता दिला जाणार होता. सर्वांना बोलावण्यात आले आणि त्यांचा भत्ता वाटला जाऊ लागला. प्रत्येकाच्या हातात ठरलेल्या भत्त्याहून कमी भत्ता होता; चाटींना तर चक्क एक पैसाही मिळाला नव्हता. शिवाय आणखी दोन-तीन महिनेही त्यांना तो मिळण्याची शक्यता नव्हती. हे काय घडले होते? त्यांनी चौकशी केल्यावर समजले, की चहाचे औदार्य महागात पडले होते. त्यांच्या चहाच्या पैशांबरोबरच चौकशी अधिकाऱ्यांनी स्वतःच्या चहाचे पैसेही त्यांच्या पगारातूनच कापून घेतले होते आणि चाटींनी तर चक्क चायनीज नूडल्स मागवले होते. त्यांचा सगळाच्या सगळा भत्ता त्यात खर्ची पडला होता. शिवाय आणखी कर्जही झाले होते. दिलीप यांच्यासह बहुतेकांच्या हातात पडलेले पैसेही त्या काळात खूप होते. परंतु चाटींना मात्र नूडल्स खाल्ल्याबद्दल दात ओठ खाण्याखेरीज काहीच करता आले नव्हते. मात्र त्यामुळे एक चांगली गोष्ट घडली होती.

कुरुविला जोरात हसले. त्यांच्या मनातील सगळ्या शंका पार रसातळाला गेल्या होत्या. त्यांनी चार्टीना स्पष्टपणे आपल्या मनातील संशयाविषयी कबुली दिली. ते म्हणाले, ''मला वाटलं होतं, की तू त्यांना मिळालायस. म्हणून ते तुझे चोचले करत आहेत.''

सर्वच युद्धकैद्यांना बेचव जेवणाचा कंटाळा आला होता. ब्रदर भार्गव यांच्याकडे सार्वजनिक निधी म्हणून सर्वांनी आपापल्या भत्त्यातील काही पैसे बाजूला काढून ठेवून दिले. प्रथम त्यामधून लोणच्याची बाटली आणि गूळ मागवण्यात आला. जेवताना थोडेसे लोणचे आणि जेवल्यानंतर 'स्वीट डिश' म्हणून गूळ मिळू लागल्यावर जेवणाला चव आल्यासारखे वाटू लागले.

पत्रव्यवहाराला परवानगी

थोड्याच दिवसांत पत्रव्यवहाराला परवानगी मिळाली. मात्र प्रत्येक पत्र सेन्सर होऊन वाचूनच पुढे जात असल्याचे सर्वांना माहिती होते. परंतु तरीही आपल्या कुटुंबीयांशी आपण संपर्क साधू शकत असल्याचा आनंद मोठा होता. हा सगळा परिणाम स्वीस रेडक्रॉसच्या लोकांमुळे घडून आला होता. दिलीप त्यांच्याविषयी कृतज्ञता व्यक्त करताना म्हणाले, ''स्वीस रेडक्रॉसचे लोक कमालीचे सन्माननीय आणि तत्त्वनिष्ठ. खऱ्या अर्थाने 'जंटलमन.' ते कोणाच्याही बाजूला नव्हते. त्या दृष्टीने ते उदासीन होते. परंतु त्यांच्या दृष्टीने माणुसकीच्या दृष्टिकोनातून युद्धकैद्यांना मदत करणे ही महत्त्वाची गोष्ट होती. मला आठवते की त्यावेळी आंतरराष्ट्रीय रेड क्रॉसतर्फे एक अधिकारी आला होता. पहिल्या महायुद्धापासून तो युद्धकैद्यांना सेवा देण्याच्या कामात गुंतलेला होता. तो म्हणाला, ''मी खूप देश पाहिले. अनेक युद्धकैद्यांशी माझा संपर्क आला. परंतु भारत-पाकिस्तानची गोष्टच न्यारी आहे! इतरत्र कुठेही युद्धकैद्यांना एवढी चांगली 'ट्रीटमेंट' दिली जात नाही.'' मला खूप अभिमान वाटला, कारण या औदार्याची सुरुवात आपण १९६५ च्या युद्धापासून केली होती आणि आता पाकिस्ताननेही ती परंपरा जोपासली होती. मला खात्री होती की भारतात सापडलेल्या पाकिस्तानी युद्धकैद्यांना मानवतापूर्ण वागणूकच दिली जात असणार. या अधिकाऱ्याच्या प्रतिपादनाने ते स्पष्ट झालेच होते आणि नंतर भारतात परतल्यावरही मला ते सत्य असल्याचे समजले.''

त्यांचे रखवालदार, शिपाई, नाईक, हवालदार, सुभेदार आणि इतर अधिकारी यांच्याशी दिलीप आणि इतर लोक गप्पा मारत. ते लोकही उत्तरे देत. चौकशा करत. परंतु प्रत्येक जणच आपल्या तोंडून काही नको ती माहिती फुटू नये, यासाठी कमालीचा दक्ष असे.

सौजन्यशील उस्मान हमीद

स्क्वॉड्रन लीडर उस्मान हमीद हे दिलीप यांच्या छावणीचे कमांडर होते. दिलीप म्हणाले, ''खूप सज्जन माणूस. ते खुल्या, परिपक्व स्वभावाचे होते. त्यांच्या स्वभावात खुनशीपणा, कट्टरपणा नव्हता. द्वेष हा शब्दही त्यांच्याजवळ फिरकलेला नव्हता. ते अत्यंत कर्तव्यतत्पर अधिकारी होते. 'माझ्या ताब्यात या युद्धकैद्यांना दिले गेले आहे. त्यांची जबाबदारी माझ्यावर आहे. त्यामुळे त्यासाठी आवश्यक असलेले सारे काही मी करेन,' हा त्यांचा खाक्या होता. शिवाय फाळणी नुकतीच झालेली होती. तिचे दोन्ही प्रकारचे परिणाम दिसून येत होते. बरेचसे अधिकारी पक्के भारतद्वेष्टे होते. तर काही जण उदासिन होते. हमीद हे दुसऱ्या प्रकारातील अधिकारी होते.''

नंतर युद्धकैदी खुर्च्या आणून कंपाऊंडमध्ये बसू लागले. तिथे ते खेळही खेळत. फ्रेंच क्रिकेट हा आवडता खेळ होता. पाकिस्तानी अधिकाऱ्यांनी खेळण्यासाठी बॅट दिली होती. हे क्रिकेट टेनिसबॉलने खेळले जाते. तिथे विकेट कुठून येणार? खेळणाऱ्याचे पाय हीच विकेट समजून खेळ रंगत असे. नंतर हे लोक लगोरी खेळू लागले. पहिल्या सात-आठ दिवसांतच चौकशी संपली होती. त्यामुळे नंतर ठरावीक वेळ खेळणे आणि कोठडीत जाऊन बसणे असा दिनक्रम सुरू झाला होता.

दिलीप आणि जाफा यांचा स्वभाव तसा तडफदार आणि बेधडक होता. त्यामुळे त्यांनी काही प्रसंगी आपला स्वाभिमानही व्यक्त केला होता. ''आम्ही जिंकलो आहोत. पुढच्या वेळी युद्ध झाले, तर लाहोरच्या मेसमध्ये बसून मी दारू पीईन,'' असे दिलीप यांनी ऐकवले होते. (दिलीप दारूला स्पर्शही करत नव्हते आणि नाहीत, ही गोष्ट अलाहिदा!) जाफा यांनीही अशीच बाणेदार वक्तव्ये केली होती. परंतु काळवेळाचे औचित्य पाहूनच ही वक्तव्ये करावी लागत होती... कारण अखेरीस तो शत्रूचा प्रदेश होता याचे भान

सुट्टू देऊन चालणार नव्हते. त्यामुळे पाकिस्तानच्या औदार्याविषयी संशय, कट्टर अधिकाऱ्यांविषयीची धास्ती आणि 'जगलेला क्षण आपला होता, पुढचा माहिती नाही,' अशा प्रकारचे अनिश्चित वातावरण सर्वत्र होते. त्यातच अधूनमधून अशाही गोष्टी घडत होत्या. मुल्ला फिरोझ हे अधिकारी आपल्या नावामुळे पाकच्या अधिकाऱ्यांना मुस्लीम वाटत आणि त्यामुळे ते त्यांना फितवण्याचा प्रयत्न करत. खरे तर मुल्ला फिरोझ पारशी होते. शिवाय हवाई दलात आणि एकूणच सैन्यदलांमध्ये जे मुस्लीम होते, ते देशातील इतर मुस्लीम नागरिकांप्रमाणेच कट्टर स्वाभिमानी आणि देशभक्त होते. त्यामुळे ते खरोखरच मुस्लीम असते तरी पाकिस्तानी सैनिकांची डाळ काही शिजली नसती. रात्रीच्या जेवणानंतर पुन्हा एकदा सारे जण एका खोलीत एकत्र येत. त्यानंतर प्रत्येकाला आपापल्या कोठडीत जावे लागत असे.

हम सब खैरियत से हैं!

पाकिस्तानी अधिकाऱ्यांना भारताच्या खऱ्या औदार्याच्या बातम्या रेड क्रॉसकडून कळत होत्या. एवढे युद्धकैदी सापडलेले असूनही त्यांना चांगली वागणूक दिली जात होती. आठवड्यात एखादा चित्रपट दाखवला जात होता. बॉलीवूडची गाणी ऐकवली जात होती. शिवाय ऑल इंडिया रेडिओवरून खास पाक युद्धकैद्यांसाठी एक कार्यक्रम सुरू करण्यात आला होता. त्याचे नाव होते, 'हम सब खैरियत से हैं!' त्याद्वारे हे युद्धकैदी आपापल्या कुटुंबीयांना संदेश देत असत, की 'माझे नाव अमुक अमुक आहे. मी अमुक ठिकाणचा रहिवासी आहे. मी पकडला गेलो आहे; माझ्यासोबत अमुक तमुक आहेत. परंतु मी सुखरूप आहे. हम सब खैरियत से हैं!' तळावर आपल्याला कशा प्रकारे वागवले जाते याविषयीही तो थोडक्यात सांगत असे. शिवाय त्यांना शांतता काळातील नियम लागू करण्यात आले होते. त्यांच्यासाठी अधिक प्रमाणात रेशन दिले जात होते. आपले रखवालदार पाहरा देत आणि बाहेरच्या तंबूत रहात असले तरी युद्धकैद्यांना पक्क्या इमारतीत ठेवण्यात आले होते. पाकिस्तानने म्हणूनच आपल्या युद्धकैद्यांसोबतचे वर्तन तुलनेत सौम्य ठेवले होते. रात्री जेवल्यानंतर सर्व बारा अधिकारी एका खोलीत एकत्र जमले की पत्ते खेळत असत. उस्मान हमीद यांच्या हाताखालचे मास्टर वॉरंट अधिकारी रिझवी यांना बुद्धिबळाचा नाद होता. ते एकदा भार्गव, पेठिया आणि जाफा

यांच्याबरोबर चक्क बुद्धिबळ खेळले. दुसरे कोणी जवळपास नसले की रिझवी खेळाचा आनंद घेत. जाफानी एकदा रिझवीना हरवल्याची आठवणही दिलीप सांगतात. त्यानंतर मात्र जाफा पुन्हा कधीच त्यांच्याबरोबर बुद्धिबळ खेळले नाहीत. कारण ते म्हणत, ''आता कसला आलाय इंटरेस्ट? मी तर त्यांना हरवलंय.'' प्रत्येक अधिकारी असा मनस्वी स्वभावाचा आणि उसळत्या रक्ताचा होता.

चप्पल कबाब

दिलीप म्हणाले, ''मुल्ला फिरोझ रागरंग पाहून फार खोड्या काढत असे. आम्हाला नंतर समजले होते की तेथील मॉल रोडवर ही युद्धकैद्यांची छावणी होती. जेवण तर कंटाळवाणे, नीरस होतेच. आमच्यासाठी एक चपरासी देण्यात आला होता. त्याचे नाव होते औरंगजेब. कधी फारच कंटाळा आला तर आम्ही त्याला विचारत असू, ''बाहेर खायला काय आहे?'' तो काहीतरी सांगत असे. परंतु चप्पल कबाब हा आमचा आवडता पदार्थ होता. कधीतरी आम्ही त्याला ते आणायला सांगत असू. अर्थातच ड्युटीवर कोण अधिकारी आहे, ते पाहूनच हे करावे लागत असे. कारण काही अधिकारी अत्यंत कडक आणि कट्टर होते. एहसान नावाचा असाच एक अधिकारी होता. एकदा आम्ही असाच औरंगजेबकडे चप्पल कबाब मागितला. त्याने टेलीफोन डिरेक्टरीतील काही पाने फाडून आम्हाला कबाब आणून दिले. नेमका त्याच वेळी एहसान ड्युटीवर होता. त्याच्या कावळ्याच्या नजरेतून ते सुटले नाही. त्याने ताबडतोब औरंगजेबला बोलावून घेतले आणि त्याची चौकशी केली. त्याने सारे काही सांगितले. त्याच वेळी एहसानला ऐकू जावे अशा प्रकारे; परंतु त्याच्यासाठी आपण बोलत नसल्याचे भासवत मुल्ला मला हळूच म्हणाला, ''त्या कागदात तर अधिकाऱ्याचा नंबर आहे.'' ताबडतोब तो कागद एहसानने आपल्या ताब्यात घेतला आणि त्याची कसून तपासणी केली. प्रत्यक्षात त्या कागदात काहीच नव्हते. मुल्लाने एहसानची चांगलीच फिरकी घेतली होती.''

झाडू नाही, पान महाग

त्यानंतर काही दिवसांनी दिलीपनी औरंगजेबकडे कोठडीची स्वच्छता करण्यासाठी झाडूची मागणी केली होती. परंतु चार-चार वेळा आठवण

करूनही एरव्ही सगळी कामे करण्यात तत्पर असलेल्या औरंगजेबने झाडू आणला नव्हता. अखेरीस पाचव्या वेळी फक्त आठवण करण्याऐवजी दिलीपनी सरळच त्याला झाडू न आणण्यामागचे कारण विचारले. त्यावर औरंगजेब म्हणाला, ''साब, झाडू नही मिलता आजकल. वो सब ईस्ट पाकिस्तान से आता था।''

पानाच्या बाबतीतही अशीच परिस्थिती उद्‌भवली होती. पान खाणाऱ्या युद्धकैद्यांना पाने मिळणे कठीण झाले होते आणि ती अत्यंत महागही होती. त्याचेही कारण तेच होते. पानेही पूर्व पाकिस्तानातून येत होती आणि आता बांगला देशाच्या निर्मितीमुळे तीही मिळणे कठीण झाले होते.

बांगला देशच्या निर्मितीमुळे पाकिस्तानवर झालेले परिणाम अशा प्रकारे युद्धकैद्यांनाही तिथे जाणवत होते.

प्रतीक्षा संपली

इकडे भारतात युद्धकैद्यांचे कुटुंबीय आपल्याला प्रथम मिळालेल्या तारेचा कागद जपून ठेवून कधीतरी आपल्या मुलाची किंवा पतीची माहिती समजेल म्हणून वाट पहात होते. कारण हवाई दलाच्या मुख्यालयाकडून त्यांना तारा पाठवल्या गेल्या होत्या. 'कळवण्यास अत्यंत खेद होत आहे की तुमचा मुलगा /पती ...हा मोहिमेवर असताना 'मिसिंग'आहे. (हरवला आहे.) तुम्हाला त्याची किती चिंता वाटत आहे त्याची मी चांगलीच कल्पना करू शकतो. त्याच्याविषयी काहीही समजले तरी अर्थातच मी ते तुम्हाला कळवत राहीन. दरम्यान, मी तुमच्याविषयी आत्यंतिक सहानुभूती व्यक्त करत आहे.' त्यानंतर कित्येक आठवडे या सर्वांच्या कुटुंबीयांनी व्याकुळतेत घालवले. परंतु त्यांना काहीच समजले नव्हते.

दिलीप यांच्या पालकांची अवस्थाही याहून वेगळी नव्हती. आपण होऊन कसा शोध घ्यावा, ते कोणाच्याही कुटुंबीयांना माहिती नव्हते. त्यामुळे सगळेच जण रोज नव्या दिवसाची आतुरतेने आणि आशेने वाट पहात आलेला दिवस ढकलून अंथरुणावर पडत होते. डोळ्यांसमोर आपल्या मुलाच्या किंवा पतीच्या आठवणी फेर धरून नाचत असताना मूकपणे अश्रू ढाळत होते. आपल्यामुळे कुटुंबातील इतरांना त्रास होऊ नये याची प्रत्येक जण काळजी घेत होता. परंतु

कधी कधी सारे असह्य होऊन बांध फुटत असत. असे वरचेवर घडत होते. कारण 'मिसिंग' चा अर्थ सर्वांनाच माहिती होता. मिसिंग म्हणजे युद्धकैदी. मिसिंग म्हणजे खरोखरच वाट न सापडल्यामुळे आणि शत्रूच्याही तावडीत न सापडल्यामुळे भटकत राहिलेला. मिसिंग म्हणजे जखमी अवस्थेत वेळेवर मदत न मिळाल्यामुळे आणि कदाचित एकाकी जागी असल्यामुळे यातनांनी तळमळत राहिलेला आणि अशाच परिस्थितीत मृत्यूने झडप घातलेला. मिसिंग म्हणजे विमानाच्या स्फोटात जागीच ठार झालेला. मिसिंग म्हणजे लुळापांगळा झाल्यामुळे परत येऊ न शकणारा. 'मन चिंती ते वैरी न चिंती' म्हणतात, तेच खरे! चित्रपटांतील इतर दृश्ये विसरलेले मन यावेळी नेमके स्मृतिभ्रंश झालेल्या नायकाची दृश्ये समोर आणत असे. काय झाले असेल? त्याला काहीच आठवत नसेल का? की त्यालाही आपली अशीच आठवण येत असेल? पण आपण सुखरूप आहोत. चार घास सुखाने खात आहोत. त्याच्या पोटात अन्नाचा कण गेला असेल का? तो भुकेने तडफडत असेल का? त्याचे हाल हाल केले जात असतील का? आणि या सगळ्यात महत्त्वाचा मुख्य प्रश्न होता ...तो जिवंत असेल ना? परमेश्वराची आळवणी केली जात होती. असे करताना कधीतरी रात्री डोळा लागत होता. दुसऱ्या दिवशी चांगली बातमी येईल या आशेपोटी! दुसऱ्या दिवशी पुन्हा तेच दुष्टचक्र तिसऱ्या दिवसाला जन्म देत होते. असे करता करता काही दिवसांनी युद्धकैद्यांच्या कुटुंबीयांच्या आयुष्यात आशेचा सोनेरी किरण आला.

भारतीय हवाई दलाच्या मुख्यालयाकडून त्या दिवशी त्यांना तार मिळाली होती, 'कळवण्यास अत्यंत आनंद होतो की तुमचा मुलगा /पती ...हा पाकिस्तानात युद्धकैदी असल्याचे रेड क्रॉस सोसायटीने कळवले आहे.' महत्त्वाच्या प्रश्नाचे उत्तर तर मिळाले होते. खरोखरच आनंदाची बातमी होती आणि तिच्यामुळे आता वाट पाहण्याला खरा अर्थ प्राप्त झाला होता.

तो दिलीपच असणार

दिलीप यांच्या नातेवाईकांना याआधीच थोडे दिवस हा आशेचा किरण दिसला होता. दिलीप यांच्या आत्या बैरुतला होत्या. दिलीप मिसिंग असल्याचे समजल्यावर त्यांच्या आत्याच्या पतींनी आपले राजनैतिक संबंध वापरले आणि त्यांना समजले की परुळकर नावाचा एक युद्धकैदी पाकिस्तानमध्ये आहे.

आत्यांनी लगेच भारतात दिलीप यांच्या वडलांना फोन केला आणि सांगितले की तो दिलीपच असला पाहिजे. हवाई दलाच्या मुख्यालयाकडून आलेल्या पत्राने आशा आणखी पल्लवित झाल्या.

रेडक्रॉसच्या अधिकाऱ्याने सांगितल्यानुसार पत्रव्यवहार सुरू झाला होता. दिलीप यांनी आपल्या कुटुंबीयांसमवेतच मेजर इंदर खन्ना या आपल्या जिवलग मित्राला पत्र लिहिले. त्यांना त्यांची काळजी वाटत होती. युद्धापूर्वी अखेरचे ते अमृतसरमध्ये इंदर यांना भेटले होते. परंतु त्यांच्या काळजीमागे आणखीही एक कारण होते. काही वर्षांपूर्वी ते दोघे जण हस्तरेषातज्ज्ञाकडे गेले होते. तिने इंदर यांना या कालखंडाच्या दरम्यान मोठी दुखापत होण्याची शक्यता वर्तवली होती. अगदी नेहमीसुद्धा इंदर यांना सतत कोणते ना कोणते अपघात होत असत. त्यामुळे युद्धाच्या या कालखंडात दिलीप यांना त्यांची जास्तच काळजी वाटत होती. भविष्य सांगणाऱ्यांवर कितपत विश्वास ठेवायचा असा विचारही त्यांच्या मनात येत असे. परंतु आपल्या माणसांपासून दूर असताना आणि आपण तिथून कधी परत येऊ याविषयी कमालीची अनिश्चितता असताना अस्वस्थ मनःस्थितीत बारीकसारीक गोष्टीसुद्धा खूपच गंभीर वाटत होत्या. त्यामुळे ही चिंता वाढली होती. त्यांनी ९ जानेवारी १९७२ रोजी इंदर यांना लिहिलेल्या या पत्रातून एवढ्या अवघडलेल्या अवस्थेत आणि विपरीत परिस्थितीत असतानाही त्यांनी आपली मनःस्थिती भक्कम ठेवली होती हे स्पष्टपणे समोर येते. या मूळ इंग्लीश पत्राचा मराठी अनुवाद पुढे दिला आहे.

भारतीय हवाई दलाच्या युद्धकैद्यांची छावणी,
रावळपिंडी, पाकिस्तान.
९ जाने.७२

प्रिय इंदर आणि पम्मा,

तुम्हा दोघांना आणि अंजू व अनु यांनाही नवीन वर्षाच्या खूप खूप शुभेच्छा. उजव्या कोपऱ्यातील पत्ता बरेच काही सांगून जातो. याचा अर्थ तुमचा मित्र सुरक्षित आहे आणि खरे तर कोणत्याही मोठ्या जखमाही त्याला झालेल्या नाहीत आणि तो फक्त आता आपला वेळ वाया घालवत आहे. सर्व राष्ट्रीय

आणि आंतरराष्ट्रीय शक्ती आम्हाला घरी जाता यावे म्हणून दबाव टाकत आहेत. या दबावांचा परिणाम लवकरात लवकर व्हावा अशी आम्हा सर्वांची इच्छा आहे.

या छावणीत आम्ही एकूण १२ जण आहोत. आधी आम्ही सगळे जण एकत्रच होतो; परंतु तातडीच्या वैद्यकीय मदतीची गरज असलेल्या आमच्यापैकी चौघांना आता रुग्णालयात हलवण्यात आले आहे. आम्ही कसे पकडले गेलो, आम्हाला कसे वागवले गेले, आम्हाला इथपर्यंत कसे आणले गेले आणि कोणकोणते प्रश्न विचारले गेले हा सगळा भाग प्रत्यक्ष भेटीत होणाऱ्या चर्चेत बोलणे उचित ठरेल. त्यातही काही प्रमाणात विनोदी किस्से आहेतच.

विशेषतः युद्धविरामानंतर आयुष्यात हळूहळू सुधारणा होत आहे. ख्रिसमसला आम्हा सर्वांना प्रथमच एकत्रितरित्या भेटू देण्यात आले. दोन ख्रिश्चन अधिकाऱ्यांसाठी पाद्रयाला बोलावण्यात आले होते आणि आम्हाला दोन चवदार केकही मिळाले होते. नवीन वर्षाचे स्वागत असे मजेत झाले. सजावटीसाठी पताका मिळाल्या होत्या आणि चांगले जेवणही जास्त प्रमाणात दिले गेले होते. ख्रिसमसपासून रोजच आम्ही दिवसभर एकमेकांच्या सान्निध्यात घालवत आहोत. रावळपिंडीचे थंड वातावरण आल्हादक आहे. संध्याकाळच्या सुमारास आम्ही माझ्या खोलीत जमतो. तिथे शेकोटीभोवती (फायरप्लेस) उबदार वातावरणात आम्ही रात्रीच्या जेवणापर्यंत गप्पा मारत राहतो. युद्धकैद्यांच्या छावणीतील आयुष्याविषयी जी अपेक्षा असते, त्या तुलनेत आम्हाला वाटले होते त्याहून आयुष्य खूपच अधिक चांगले आहे.

घरी जाण्याची अत्यंत चिंता वाटत असणाऱ्याच्या दृष्टीनेही आयुष्य सुसह्य आहे. कंटाळवाणेपणा आणि कोणतीही बातमी न समजणे हे दोन शाप मात्र या जागेला मिळालेले आहेत. कंटाळवाणेपणा घालवण्यासाठी आम्ही बुद्धिबळ, कॅरम आणि ब्रिज खेळतो. परंतु बातम्या समजण्याचा कोणताही मार्ग दिसत नाही. युद्धोत्तर परिस्थितीची आम्हाला खरोखरच काहीही कल्पना नाही.

या कैदेतही आम्हाला मासिक ५७ रुपये दराने भत्ता दिला जात आहे आणि तो अगदी चांगला आहे. हा पैसा बहुतांश वेळा चहासाठी आणि जेवणाच्या वेळी काहीतरी खायला मागवण्यासाठीच खर्च होतो. आम्हाला पकडणारे

पाकिस्तानी लोक अत्यंत योग्य पद्धतीने आमच्याशी वागत आहेत. मानवतेच्या पायावर आमचे त्यांच्याशी चांगले संबंध निर्माण झाले आहेत.

तुमचा, दिलीप.

पाकिस्तानी अधिकाऱ्यांच्या काटेकोर तपासणीत पत्र कुठेही अडकू नये याची पुरेपूर काळजी घेऊन दिलीप यांनी हे पत्र लिहिल्याचे दिसते. मात्र तरीही त्यात कसलाही खोटेपणा नव्हता. लिहिलेल्या सगळ्या गोष्टी खऱ्या होत्या. कोणाचेही लांगुलचालन करण्यासाठी काहीही लिहिले गेले नव्हते. मित्र आणि कुटुंबीय यांच्याविषयीचा मनावरचा ताण अशा प्रकारच्या पत्रव्यवहारांनी बऱ्यापैकी कमी होत चालला होता.

प्रजासत्ताक दिनाचा कार्यक्रम

रेडक्रॉसच्या अधिकाऱ्याने भेट दिली होती त्याला जवळजवळ महिना होत आला होता. परंतु तरीही पुढे काय घडले होते ते समजायला काहीच मार्ग नव्हता. पत्रे आली नव्हती. सरकार त्यांच्या सुटकेचे प्रयत्न करत होते का, काही वाटाघाटी सुरू होत्या का ते त्यांना समजत नव्हते. या परिस्थितीत आजारी आणि जखमी लोकांची देवाणघेवाण प्रथम केली जाते. ती तरी सुरू झाली होती का तेही त्यांना तोपर्यंत माहिती नव्हते. अशातच २६ जानेवारी उजाडला होता. युद्धकैद्यांनी कोठडीतच तो साजरा करण्याचे ठरवले. आपले वाचवलेले पैसे त्यांनी खर्च करायचे ठरवले. छावणीतील कर्मचाऱ्यांना काही मिठाया आणि फळे वाटण्यात आली. दुपारच्या जेवणापूर्वी त्यांनी राष्ट्रगीत म्हटले आणि दोन मिनिटे स्तब्ध राहून धारातीर्थी पडलेल्या जवानांना श्रद्धांजली वाहिली. या कार्यक्रमाला उस्मान हमीद यांना निमंत्रित करण्यात आले होते. परंतु त्यांनी काही कारणाने रिझवी यांना पाठवून दिले. सर्व युद्धकैदी राष्ट्रगीत म्हणत असताना रिझवीही आदरपूर्वक उठून उभे राहिल्याचे पाहून सर्वांनाच बरे वाटले होते.

या काळात पेठिया यांना सर्वांत मिसळण्यास परवानगी देण्यात आली होती. त्यांची स्थिती फारशी सुधारलेली नसली तरी ते सर्वांमध्ये आले होते. त्यामुळे

तिथे समाधान पसरले होते. पेठिया हे ब्रिज खेळण्यात निष्णात होते. एका वेळी चौघे जण खेळत असत आणि बाकीचे सारे त्यांना प्रोत्साहन देत रहात.

मन रमवण्याचे प्रयत्न

कोयलो हे सुमारे दहा वर्षांनी सिनिअर होते. त्यामुळे इतरांनी त्यांना आदराने वागवणे अपेक्षितच होते. गेली कित्येक वर्षे ते नवोदितांना शिस्तीने आणि आदराने वागण्यास शिकवत होते. परंतु आता 'अति परिचयात अवज्ञा' असे काहीसे होत होते. अशा वेळी ते अस्वस्थ झाल्याचे लक्षात येत असे आणि ते आपल्या कोठडीत निघून जात. या सगळ्या परिस्थितीत मनोधैर्य टिकवून ठेवणे सर्वांसाठीच आवश्यक आणि अवघड बाब होती. रोज सकाळी कोयलो थंड पाण्याने अंघोळ करत असत. त्याच वेळी शर्ट, पँट्ससह सर्व कपडे धुऊन शक्य तेवढे वाळवत असत आणि मग दमट, ओलसर असलेले कपडेच ते घालत असत. शिस्तप्रिय कोयलो आपल्या ब्लँकेटच्या घडीखाली कपडे ठेवत. त्यामुळे त्यांना आपोआपच इस्त्री झाल्याचा 'फील' येत असे. ब्रेकफास्टच्या आधी कुरुविला रोज सकाळी पुशअप्स मारत. कोयलो बायबल वाचत. दिलीप फिटनेसच्या दृष्टीने अत्यंत जागरुक होते. रोज व्यायाम झालाच पाहिजे आणि उत्साहही वाढला पाहिजे यावर त्यांचा कटाक्ष होता. ते आणि गॅरी स्पर्धात्मक खेळ खेळत. लगोरी हा बालपणी खेळला गेलेला खेळ खेळण्यास त्यांनी प्रथम सुरुवात केली. खापऱ्या किंवा चपट्या दगडांचे सात तुकडे एकावर एक ठेवून ते लगोरी तयार करत. बाजारातून त्यांनी चेंडू आणवून घेतला होता. हा त्यांचा खेळ मोठ्या प्रमाणात रंगत असे. या खेळात मोठ्या प्रमाणात गंमत येत असे. पेठिया आणि भार्गव सगळ्यांना प्रोत्साहन देण्याचे काम करत.

एकसुरी, कंटाळवाणे

भार्गवना तोपर्यंत पाठीची काळजी घ्यावीच लागत होती. पेठियांची तब्येतही खेळण्याएवढी सुधारलेली नव्हती. फ्रेंच क्रिकेट हा त्यापुढचा टप्पा गाठूनही आता बरेच दिवस झाले होते. सुरुवातीला खेळून झाल्यानंतर गप्पा मारण्यात गंमत होती. प्रत्येकाकडेच काही ना काही सांगण्यासारखे नावीन्यपूर्ण होते. युद्धाच्या आधी ग्रेवाल युरोपला गेले होते. तिथून ते अथेन्सला जाऊन आले होते. त्यांनी दिलीपना सांगितले होते की तिथे त्यांनी केसांचे पोनीटेल बांधले

होते आणि लोक त्यांना हिप्पी समजत होते. परंतु नंतर नंतर मात्र कोणाकडेच काहीही सांगण्यासारखे नव्हते. कारण त्यांच्या आयुष्यात त्यानंतर काही घडतच नव्हते. एकसुरी आयुष्य सुरू होते. त्यात इतरांना सांगण्यासारखे काहीच नव्हते. आता उबग येऊ लागला होता.

प्रकरण ९.

सुटकेची पूर्वतयारी...

पकडल्या गेलेल्या दिवसापासूनच तिथून सुटका करून घेण्याचे विचार दिलीप यांच्या मनात घोळत होते. बहुतेक सगळ्याच जणांना ते चांगले ओळखत होते. एकत्र येण्याची संधी मिळाल्याबरोबर त्यांनी तिथे आपल्या या मित्रांना सांगितले की मी आता पळणार. मी इथे जास्त काळ राहणार नाही. त्या सर्वांनीच त्यांना परावृत्त करण्याचा प्रयत्न केला. ते धोकादायक असल्याचे सांगितले. ते म्हणत, की तू खूप महत्त्वाचा आहेस. तुझा जीव खूप मौल्यवान आहे. शिवाय दिलीप पळाले तर कदाचित आपल्याला ठार मारले जाईल का अशी शंकाही त्यांच्या मनात असणे साहजिक होते. वरवर पाहता दिलीप यांच्या खेळकर, प्रसन्न स्वभावामुळे ते त्या वातावरणाशी जुळवून घेत होते. मनात कुठेतरी इथून आपण सुटका करून घेऊ अशी आशाही होती. परंतु युद्धकैदी असणे ही तशी भयावह बाब होती. मृत्यू घिरट्या घालत आहे हे माहिती असते आणि आपण त्याला दाद देत नाही, असा बहाणा करत जगावे लागते.

सुटका करून घेणे हे तर कर्तव्यच!

आता तर युद्ध संपले होते. त्यामुळे आपल्याला आता कशा प्रकारे वागवले जाईल आणि युद्धकैद्यांना आपापल्या देशांत पाठवण्यास किती कालावधी लागेल याविषयी दिलीप विचार करत होते. त्यावेळी ते अविवाहित होते आणि त्यांच्या मनात प्रामुख्याने आपल्या हळव्या आई-वडलांचा विचार येत

होता. रात्री झोपल्यानंतर त्यांना हा विचार अनेक वेळा अस्वस्थ बनवत होता. शिवाय आपण शत्रूच्या ताब्यात सापडल्यानंतर तिथून सुटका करून घेणे हे आपले कर्तव्य आहे, असे त्यांना वाटत होते आणि तसा मार्ग दिसत नसल्यामुळेही ते अस्वस्थ बनत होते. १९६५ च्या युद्धानंतर पाकिस्तानातून भारतात परतलेले अनेक युद्धकैदी त्यांना माहिती होते. त्यावेळी त्यांना त्यांनी एकच प्रश्न विचारला होता, ''तुम्ही तिथून सुटका करून घेण्याचा प्रयत्न केला होता का?'' परंतु प्रत्येकाने त्यांना नकारार्थी उत्तर दिले होते.

युद्धकैदी म्हणून शत्रूच्या ताब्यात राहणे ही भयावह गोष्ट होती. त्यामुळे १९६५ नंतर ते उघडपणेच म्हणत की मी पकडला गेलो, तर नक्कीच तिथून सुटका करून घेण्याचा प्रयत्न करेन. त्यांनी तशी जवळजवळ शपथच घेतली होती म्हणा ना! त्यामुळे कालांतराने भारतीय हवाई दलाला दिलीप पाकिस्तानात युद्धकैदी म्हणून पकडले गेल्याचे कळल्यानंतर अनेकांची पहिली प्रतिक्रिया अशीच होती की 'दिलीप जास्त काळ त्यांच्या ताब्यात राहणार नाही.'

बावांनाही खात्री

सन १९६९ मध्ये दिलीप यांच्या स्क्वॉड्रनचे प्रमुख अधिकारी विंग कमांडर एम. एस. बावा यांच्या घरी दिलीप दिल्लीत जेवायला गेले होते. त्यावेळीही दिलीपनी त्यांच्यासमोर हे मत व्यक्त केले होते. त्यावर बावा उद्‌गारले होते, ''छे, छे! ती अतिशय धोकादायक गोष्ट ठरेल. असा मूर्खपणा कधीच करू नकोस.''

''परंतु ते माझे कर्तव्य असेल. आपली सुटका करून घेण्याचे सर्वतोपरी प्रयत्न करणे हे प्रत्येक युद्धकैद्याचे कर्तव्यच नसते का?'' दिलीपनी त्यावर प्रतिप्रश्न केला होता.

दिलीप यांची ही मते पूर्णपणे माहिती असल्यामुळे दिलीप पकडले गेल्याचे कळल्यावर ते तिथे राहणार नाहीत आणि नक्कीच आपली सुटका करून घेतील, याविषयी बावांची खात्रीच होती. सुटकेच्या या धाडसात आततायीपणा किंवा उतावळेपणा नसेल याविषयीही त्यांच्या मनात शंका नव्हती. ४ फेब्रुवारीला 'टाइम्स ऑफ इंडिया'त ५७६ भारतीय युद्धकैद्यांच्या नावांची यादी प्रसिद्ध करण्यात आली. त्यात दिलीप यांचे नावही होते. सकाळी पेपर वाचताना ही

नावे वाचल्यावर दिलीप यांचे हे आधीचे कमांडिंग ऑफिसर एम.एस. बावा आपल्या पत्नीला म्हणाले, ''परुळकर तसाच सुटकेची वाट बघत बसणार नाही, तो स्वतःची सुटका करून घेण्याचा प्रयत्न करेल याची मला खात्रीच आहे. फक्त या प्रयत्नांत त्याने आपले प्राण गमावू नयेत एवढीच माझी इच्छा आहे.''

नवीन खोलीत स्थलांतर

आता त्या सर्व गोष्टींचा कस लागणार होता. धाडसी स्वभाव उपजतच होता की आपण त्याचा आव आणला होता हे पारखण्याचा प्रसंग समोर उभा होता. खरे पाहता दिलीप यांच्या मनात हा प्रश्नच नव्हता. कारण त्यांना तसे करणे ही नैसर्गिक गोष्ट वाटत होती. आपले कर्तव्य वाटत होते.

डिसेंबरच्या अखेरीस आपल्या एकाकी कोठडीतून त्यांना चौकशी कक्षाच्या शेजारच्या प्रशस्त खोलीत हलवण्यात आले. सुरुवातीला तिथे जाफांना ठेवण्यात आले होते. परंतु त्यांना रुग्णालयात ठेवण्यात आल्यापासून त्या खोलीला दिलीपची खोली किंवा इंडियन टी क्लब असे सर्व जण म्हणत होते. प्रवेशद्वाराजवळच्या गार्ड हाऊसपासून सुरू होणाऱ्या कोठड्यांपासून खोल्या मोजल्या असत्या तर ती पाचवी खोली होती. परंतु पहिल्या चार कोठड्यांच्या तुलनेत तिचे बांधकाम बरेच जुनाट होते. शिवाय ती खोली इतर खोल्यांहून खूपच भिन्नही होती. या खोलीत फायरप्लेस आणि सीलिंग फॅन होता. दिलीप यांनी खोलीचे निरीक्षण केले होते. त्यांची नजर युद्धकैद्याची नव्हती; तर त्यावेळी सुटका करून घेण्याचे उद्दिष्ट ठेवणाऱ्या वीराच्या नजरेतून ते पाहणी करत होते. त्यांच्या या नजरेचा शोध अचानकच थांबला. त्यांना हवे होते ते सापडले होते. या खोलीत जमिनीपासून जेमतेम कमरेपर्यंतच्या उंचीवर एक खिडकी होती. शिवाय स्वच्छतागृह व इतर चार खोल्या आणि ती खोली यांमध्ये एक अरुंद बोळासारखा भाग होता. त्यामुळे ती जागा तशी इतर भागापासून विभक्तही होती.

सिंदबादची सफर!

ते पाहिल्यावर दिलीपना थोडासा दिलासा मिळाला. त्यांच्या मनाने त्यांना सावधानतेचा इशारा दिला. अधिक सावध, अधिक जागरूक आणि अधिक

जिज्ञासू, अधिक विज्ञाननिष्ठपणाने आपल्या मनातील योजनेचा प्रत्येक तपशील न् तपशील पारखावा लागणार होता, कारण तिथून निसटून जाण्याचा विचार त्यांचा होता. तो फक्त विचारच नव्हता; तर निर्धार होता. त्यासाठी हवे तेवढे प्रयत्न करण्याची, कष्ट झेलण्याची त्यांची तयारीही होती. परंतु फक्त आपलाच फायदा झाला पाहिजे, असे त्यांना वाटत नव्हते. आपल्यासोबत जास्तीत जास्त जणांनी त्या कंटाळवाण्या, अनिश्चिततेच्या वातावरणातून बाहेर पडून मायदेशी परतावे अशी त्यांची इच्छा होती. अर्थातच यासाठी मैत्रीच्या नात्याने विचारणे एवढेच ते करू शकत होते. बाकीचा निर्णय ज्याचा त्याने घ्यायचा होता आणि दिलीप यांच्या मनात त्यांच्या निर्णयाविषयी आदर असणारच होता, कारण आपल्या निर्णयाची जबाबदारी कोणीही बरोबर आले असते तरी पूर्णतया त्यांनी स्वतःच स्वीकारलेली होती. निसटून जाण्याच्या मोहिमेचे नेतृत्त्व ते करत होते, त्यामुळे त्याच्या भल्या-बुऱ्या परिणामांची जबाबदारी त्यांची होती, हे त्यांना माहिती होते. त्यांच्या चाणाक्ष, धाडसी स्वभावाने त्यांना आपल्या ध्येयपूर्तीच्या मार्गावरून हळूहळू पुढे नेण्यास सुरुवात केली होतीच; फक्त त्या मार्गावरून चालण्यासाठी कोण कोण त्यांच्यासमोर सहकार्याचा हात पुढे करणार होते, एवढाच आता प्रश्न होता. योजनेच्या शृंखलेतील एकेक कडी त्यांच्या मनःचक्षूंसमोर आकार घेत होती. कोणकोणती संकटे येऊ शकतात, नेमका कोणता मार्ग वापरायचा, आपली ओळख लपवण्यासाठी काय करावे लागेल या प्रश्नांचा विचार सुरू होता. त्यानुसार योजना आखली जात होती. परंतु मुळात कोणतीही साधनसामग्री नसताना, शत्रूच्या गोटातून बाहेर पडणे हीच मोठी आव्हानात्मक बाब होती. सिंदबादची अचाट सफरच होती म्हणा ना! जरा चूक झाली तर प्राणाशी गाठ; नाहीतर यशस्वी धाडसाबद्दल पाठीवर विजयी थाप! अशा प्रकारच्या साहसात या दोनच गोष्टी असू शकतात. त्यामुळे जिवावर उदार होऊनच निसटावे लागणार होते. एकदा बाहेर पडल्यावर ते अर्ध्या किलोमीटरवर जरी पकडले गेले असते तरी धडगत नव्हती. मग ते अर्ध्या किलोमीटरचे अंतर कोठडीपासून असते तरी किंवा सीमेपासून असते तरीही!

कधी होणार सुटका?

पत्रव्यवहार सुरू झाले असले आणि वरकरणी आपण तिथे रुळत आहोत,

असा धीर प्रत्येक जण एकमेकांना देत असला तरी दिलीप यांच्यासह बहुतेक सर्वच जण रात्री काही काळ तरी कुटुंबीयांच्या आठवणीने तळमळत काढत होते. आपला जोश, आपली ताकद कोठडीत खितपत पडण्यात किती काळ अशीच वाया घालवायची हा प्रश्नही सर्वांना छळत होता. आपले वागणे, बोलणे..एवढेच काय; पण चालणे, फिरणे या सर्वांवरच बंधने असलेल्या परावलंबी, गुदमरल्यासारखे वाटणाऱ्या वातावरणातून बाहेर पडून आपण कधीतरी मोकळा श्वास घेऊ शकू का की काही बिनसले तर अचानकच इथेच अखेरचा श्वास घ्यावा लागेल? शिवाय किती दिवस शत्रूच्या दयेवर मिळालेले आयुष्य म्हणून रोजचा दिवस ढकलत रहायचे? त्यांनी देशाची सेवा नक्कीच केली होती. परंतु सगळेच जण अगदी तरुण होते. सळसळत्या रक्ताच्या उमद्या तरुणांना तुरुंगात खितपत टाकून देशापासून लांब रहावे लागले तर एक प्रकारे ते त्यांचे खच्चीकरणच नव्हते का? ते आपण का सहन करायचे? कपटी मित्रापेक्षा दिलदार शत्रू बरा हे अनुक्रमे चीन आणि पाकिस्तान यांच्या बाबतीत म्हणण्याजोगी परिस्थिती होती का? पाकिस्तान खरोखरच दिलदार शत्रू होता का? आधीच्या युद्धाच्या अनुभवावरून आणि मुळातच या युद्धाच्या कारणांवरून तसे म्हणणे म्हणजे वेडेपणा आणि अविचारी धाडसच ठरले असते.

परिस्थिती उलट असती आणि युद्धकैद्यांची आकडेवारीही उलट असती तर पाकिस्तानचे वागणे कसे असते? कल्पनेनेही अंगावर शहारे येत होते. युद्ध काळात रेडिओवरून प्रसारित होणारी याह्याखान यांची भाषणे काय दर्शवत होती? भारताच्या पंतप्रधानांनी, नेत्यांनी पाकविरुद्ध भाषणे नक्कीच केली होती, परंतु त्यात पाकद्वेष्टेपणा नव्हता. मात्र याह्याखान भारताला जी शिव्यांची लाखोली वाहिल्याप्रमाणे शिव्याशाप देत भाषणे करत होते, सरसकट ‘भारत जंगली है!’ चा उच्चार करत होते त्यावरून भारतद्वेष्टेपणाच समोर येत नव्हता का? त्यांच्या विरोधात गेलेल्या सगळ्या गोष्टी आणि जिनिव्हा करार यामुळे दगडाखाली हात सापडलेल्या शत्रूचे वर्तन दगडाचा दबाव किंचितसा जरी कमी झाला किंवा दबाव अति वाढला आणि त्यातून नैराश्यपूर्ण संतप्तपणा निर्माण झाला, तर कसे असेल हे वेगळे सांगण्याची गरज नव्हती. चार ‘मिसिंग’ अधिकाऱ्यांच्या उदाहरणांवरून ते स्पष्ट होते. असे काही घडले की वातावरण

अत्यंत तंग बनत असे. आपल्या हवाई तळाची आठवण बेजार करत असे. सर्वांच्याच मनात एक प्रश्न पुनःपुन्हा धक्के मारल्यासारखा निर्माण होत असे, 'कधी? कधी इथून सुटका होईल?' परंतु नंतर असाहाय्यपणे वातावरणाशी जुळवून घेत ते पुन्हा आपल्या दैनंदिन कामात स्वतःला गुंतवून टाकण्याचा प्रयत्न करत.

खोलीतील भागीदार

दिलीप यांच्या पाच क्रमांकाच्या या कोठडीत रोज संध्याकाळी पाच वाजता सगळे जण जमत आणि चहा घेत. या खोलीत टेबल, खुर्च्या आणि दोन खाटा टाकलेल्या होत्या. त्यामुळे सर्व कैद्यांना ती खोली सोईची वाटू लागली. तेथील फायरप्लेसही काही काळासाठी पेटवले जात असे. त्यामुळे उबदारपणाही वाटत असे. सगळे जण तिथे जेवणासाठीही जमू लागले. एक मांजरही तिथे येत असे. तिचा रंग एकदम चकाकता होता. ज्यावेळी बाहेरच्या कोणाचाही संपर्क नसतो, त्यावेळी अशा एखाद्या प्राण्याच्या आगमनानेही अधिक चांगले वाटू लागते. मानवी मानसिकतेचा अभ्यासही हळूहळू युद्धकैद्यांना तिथे होत होता का? त्या मांजरीविषयी सर्वांनाच जिव्हाळा वाटू लागला. तिला भारत - पाकिस्तानशी काहीही देणे-घेणे नसल्यामुळे तो मुका जीव या युद्धकैद्यांमध्ये पूर्णपणे मिसळून गेला. दिलीप यांच्या या खोलीत काही दिवसांनी चाटीही राहू लागले. कदाचित पेठियांनाही त्या खोलीत ठेवले गेले असते. परंतु त्या दरम्यान त्यांना क्षयरोगाची लागण झाल्याचा संशय निर्माण झाला होता आणि त्यामुळे त्यांना प्रतिजैवके (अँटिबायॉटिक्स) सुरू करण्यात आली होती आणि त्यांच्या कोठडीतच त्यांना इतरांपासून स्वतंत्र ठेवण्यात आले होते.

ती खिडकी आणि मॉल रोडवरचा प्रवास

सुटकेचा मार्ग शोधताना दिलीप यांची नजर पुनःपुन्हा त्या खिडकीकडे वळत होती. सुटकेचा तेवढा एकच मार्ग उपलब्ध होता. खिडकीचे निरीक्षण करत असताना त्यांना तिची लाकडी चौकट कुजत चालल्याचे दिसले. शिवाय खिडकीचे गज फक्त फ्रेममध्येच बसवण्यात आले होते. ते त्या बाहेर भिंतीत बसवले गेलेले नव्हते, हेही त्यांच्या लक्षात आले होते. दिलीप यांनी थोडासाच प्रयत्न करण्याचाच काय तो अवकाश होता; चौकट पूर्णपणे निखळून आली

असती असे त्यांना वाटत होते. परंतु तिथून बाहेर पडल्यावर कुठल्या दिशेने जावे लागले असते? त्यांना वैद्यकीय तपासणीसाठी नेले जात असताना त्यांना रस्ते समजले होते. मॉल रोडच्या डावीकडे आणि उजवीकडे वळल्यावर कुठे जाता येते, एवढेच माहिती असणे पुरेसे नव्हते. त्यासाठी दिवसा-दिवसाचा तपशीलवार नियोजनबद्ध आराखडा तयार करण्याची गरज होती. तो तयार करण्यासाठी नकाशाची आवश्यकता होती. फक्त नकाशा बरोबर घेऊन प्रवास केला असता तर रस्त्यावर दिशांचा गोंधळ होण्याची शक्यता होती. त्यासाठी चुंबकसूची (मॅग्नेटिक कंपास) जवळ असायला हवी. रस्त्यांतून किंवा बसने जाताना अंगावरच्या कपड्यांना मोठेच महत्त्व असणार होते. युद्धकैद्यांचे कपडे असून चालणार नव्हते. आपल्याला किती दिवस प्रवास करावा लागेल याचा नेमका अंदाजही बांधणे गरजेचे होते. याशिवाय नेमकी वेळ साधण्याची गरज होती. साहजिकच इतर कोणाहीप्रमाणे दिलीपनांही यासाठी रात्रीची वेळ सोईची असली तरी आणखी फायदेशीर काय ठरेल याचा विचार करावा लागणार होता. पाहऱ्यावरच्या रखवालदाराची नजर चुकवून गेटच्या बाहेर पळ काढणे हा पहिला टप्पा होता. तिथून वाट फुटेल तिकडे जाता येणार नव्हते; तर पद्धतशीर नियोजनबद्धरित्या पहिल्या पावलापासूनच भारताच्या दिशेने रोख असणे गरजेचे होते. या सगळ्या नियोजनात थोडीशीही त्रुटी राहून चालणार नव्हते, हा विचार तर प्रत्येक क्षणी मनात होताच. या सगळ्यातील महत्त्वाची बाब अशी होती की मनाची संपूर्ण तयारी झालेले फक्त दिलीपच होते. त्यामुळे योजना आखणे, तिच्यातील त्रुटींचा अंदाज बांधणे, आवश्यक सामग्री मिळवणे आणि आपल्याबरोबर येण्यास तयार होण्याची शक्यता असलेल्यांची खात्री पटवून देणे या सगळ्या जबाबदाऱ्या त्यांना पार पाडायच्या होत्या.

'मुघल -ए -आझम'चे प्रचंड आकर्षण

हे लोक काय करत आहेत ते पाहण्यासाठी बहुतेक वेळा रिझवी किंवा उस्मान हमीद रोज एखादा तरी फेरफटका मारत. बुद्धिबळाचा डाव सुरू असला तर रिझवी नक्कीच रेंगाळत असत. या अधिकाऱ्यांचा उत्साह वाढवण्याजोग्या कथा सांगण्याकडे उस्मान हमीद यांचा कल होता. स्टाफ कॉलेजच्या ट्रेनिंगसाठी आपण इंग्लंडला कसे गेलो होतो ते त्यांनी एके दिवशी या लोकांना सांगितले. इंग्लंडला जाण्याआधी अगदी थोडेच दिवस त्यांना तशी कल्पना दिली गेल्याचे

त्यांनी सांगितले. त्यामुळे 'मुघल -ए -आझम' चित्रपट पाहता आला नसल्याची हळहळ त्यांनी व्यक्त केली. त्यावेळी तो नुकताच पाकिस्तानात लागला होता. त्यावेळी त्यांच्या वडलांनी त्यांना दिलासा देत सांगितले होते की 'काही काळजी करू नकोस. तू इंग्लंडला जाऊन परत आलास तरी चित्रपट लागलेला असेल.' ते जवळजवळ वर्षभराने परतले होते आणि खरोखरच तो चित्रपट तरीही चित्रपटगृहांत झळकत होता. भारतीय हिंदी चित्रपटांचे पाकिस्तानात प्रचंड वेड होते. आजही आहे. येथील गाण्यांचे वेडही तेथील जनतेला आहे. कला आणि कलाकार कोणत्याही एका देशाचा नसतो आणि रसिक त्याच्यावर त्याचा देश बघून प्रेम करत नाहीत, हे सिद्ध करण्यासाठी आणखी काय हवे?

नकाशा मिळवण्याचा मार्ग खुला

''मला नेहमीच खुष्कीच्या मार्गाने युरोपला जाण्याची इच्छा होती,'' उस्माननी एके दिवशी त्यांना सांगितले. ''अरेच्चा! माझीसुद्धा तीच इच्छा आहे,'' दिलीप उत्स्फूर्ततेने म्हणाले. त्यांच्या मनात वेगळाच विचार डोकावला होता. त्यांना त्यात एक संधी दिसत होती. ''ग्रेवालचा आणि माझा येत्या उन्हाळ्यात म्युनिकमध्ये भरणाऱ्या ऑलिंपिक्सला जाण्याचा विचार आहे. लेबेनॉनमध्ये माझी आत्या आहे आणि ग्रेवालचे काका इजिप्तमध्ये आहेत. आम्हाला जाताना या दोन्ही ठिकाणी थांबण्याची इच्छा आहे.'' त्यांनी पुढे सांगितले होते. युद्धकैद्यांच्या बाबतीत काहीच सांगता येत नव्हते. कदाचित उन्हाळ्याच्या आधी ते सुटलेही असते किंवा नसतेही! परंतु विरंगुळा म्हणून त्यांना जर आपला मार्ग आखायचा असेल तर त्याला काय हरकत असणार होती? दिलीप यांनी या मिषाने उस्मान यांच्याकडे नकाशाची मागणी केली. त्यांनाही त्यात काहीही वावगे वाटले नाही, कारण विषय सहजगत्या आणि त्यांच्या बोलण्यावरून निघाला होता. दिलीप यांनी त्यांच्याकडे मुद्दाम विषय काढून थोडीच नकाशाची मागणी केली होती? दिलीपनी त्यांच्याकडे तर स्कूल अॅटलसची मागणी केली होती. अर्थातच दिलीप यांच्या सहकाऱ्यांना त्यावेळी दिलीप यांच्या हेतूची कल्पना होती.

त्यानंतर एके दिवशी दुपारी अंगणात फेऱ्या मारत असताना दिलीपनी आपल्या सहकाऱ्यांना आपला तिथून निसटण्याचा विचार पक्का असल्याचे सांगितले. त्यांनी खिडकीच्या अवस्थेविषयी सांगितले आणि त्यावर काम करण्याचा

आपला उद्देश असल्याचेही सांगितले. ''तू काहीतरीच सांगतो आहेस. होय ना?'' मुल्ला फिरोझ यांनी विचारले. रुग्णालयात असताना मुल्ला फिरोझ यांना बाहेरच्या जगाचा विचित्र अनुभव आला होता. ते भारतीय युद्धकैदी असल्याचे समजल्याबरोबर रुग्णालयात त्यांच्यावर लोकांनी हल्ला केला होता. अखेरीस मुल्ला फिरोझ बाहेर पडू नयेत म्हणून नव्हे; तर जमाव आत शिरू नये म्हणून त्यांच्या खोलीच्या बाहेर पाहरेकरी नेमला गेला. पेठिया यांनाही रुग्णालयात एकदा असाच अनुभव आला होता. सुटका करून घेणे हा त्यांना वेडेपणा वाटत होता. कारण एक वेळ पोलीस आणि लष्करापासून युद्धकैदी स्वतःची सुटका करून घेऊ शकत होते, परंतु बाहेर दबा धरून बसलेल्या संतप्त जमावाच्या हातून त्यांना कोणीही सोडवू शकले नसते. विमानातून पाकच्या भूमीवर इजेक्शन करून उतरल्यावर जवळजवळ प्रत्येकालाच तो अनुभव आलेला होता आणि नंतरही वातावरण तसेच गंभीर होते. त्यामुळे जमावाच्या हाती सापडणे म्हणजे आत्महत्या असेच समीकरण प्रत्येकाच्या मनात होते. परंतु संकटे असतात, अडचणी असतात आणि त्याच वेळी त्यामधून मार्गही काढता येतो हे दिलीप यांचे सूत्र होते.

आपण उस्मान हमीद यांच्याकडून नकाशा मिळवणार असल्याचे दिलीप यांनी आपल्या मित्रांना सांगितल्यावरही त्यांनी त्यांना असेच वेड्यात काढले होते. ''तू वेडा आहेस का दिलीप? उस्मान तुला कधीच नकाशा देणार नाहीत. तो काही मूर्ख माणूस नाही!'' त्या बहुतेकांची हीच प्रतिक्रिया होती. परंतु कोणत्याही परिस्थितीत आपण नकाशा मिळवायचाच आणि तोही फक्त उस्मान हमीद यांच्याकडूनच, असा पक्का निश्चय दिलीप यांनी केला होता.

''काही नाही रे, त्याला फक्त सुटकेची योजना आखून ठेवायची आहे. म्हणजे इथून सुटका झाल्यावर तो इतरांसमोर तशी प्रौढी मिरवू शकेल,'' मुल्ला फिरोझ इतरांना सांगत होते. दिलीप यांचे म्हणणे कोणीही गांभीर्याने घेतले नव्हते.

फक्त त्यांचे बॅचमेट ब्रदर भार्गव दिलीपना चांगलेच ओळखत होते. दिलीप कधीच बढाया मारत नाहीत आणि जे बोलतात ते करून दाखवतात याची त्यांना खात्री होती. त्यांचा दिलीप यांच्या म्हणण्यावर पुरेपूर विश्वास बसला होता.

दिलीपना खरोखरच ओळखणाऱ्या लोकांच्या मनात त्यांच्या बोलण्यातील प्रामाणिकपणाविषयी कसलीच शंका नव्हती. फक्त या धाडसीपणातील प्रचंड धोका ओळखून ते त्यांना सावध करू पहात होते. म्हणूनच मृदू मनाचे भार्गव अत्यंत काळजीत पडले होते. ''असे करू नकोस. त्यामुळे तू स्वतःचा मृत्यू ओढवून घेशील.'' त्यांनी त्यांना कळकळीने सांगितले होते.

उस्मान यांच्याकडे दिलीपनी नकाशा मागितल्यावर त्यांनी बिलकूल नकार दिला नव्हता. खरे तर आपण तो देऊ असेच त्यांनी दिलीपना सांगितले होते; पण प्रत्यक्षात तो दिला मात्र नव्हता. दर वेळी ते अंगणात दिसले किंवा इंडियन टी क्लबमध्ये आले की दिलीप त्यांना विनोदी ढंगाने त्याची आठवण करून देत रहात होते, ''अरेच्चा! तुम्ही पुन्हा एकदा आमचा नकाशा विसरलात वाटतं. मग आमच्या ट्रिपचं नियोजन आम्ही कसं काय करायचं?'' ते म्हणत आणि उस्मान किंचित हसून त्यांच्या प्रश्नाचे थेट उत्तर टाळत. त्यामुळे ते दिलीपना नकाशा देणार नाहीत, असे इतरांचे मत अधिकाधिक ठाम बनत चालले होते.

मुल्ला फिरोझ भारतात

फेब्रुवारीच्या अखेरीस आणखी एक चांगली बातमी युद्धकैद्यांना समजली होती. वैद्यकीय उपचार सुरू असलेल्यांना भारतात पाठवले जाणार होते. ते तिथे पोहचल्यापासून प्रथमच युद्धकैद्यांना भारतात पाठवण्याविषयीची काहीतरी बातमी त्यांच्या कानांवर पडली होती. त्यामुळे सर्वांच्याच मनात उत्साह संचारला. जाफा, कामत आणि तेजवंत सिंग यांची केव्हाही तिथून निघण्याची एका पायावर तयारी होती. तर मुल्ला फिरोझ यांना पाठवण्याचे निश्चित झाले होते. सर्वांच्या एकत्रित निधीतून काही रक्कम काढून भार्गव यांनी या आनंदाच्या बातमीप्रित्यर्थ मिठाई वाटण्याची तयारी केली. मुल्ला फिरोझ यांचा जखमी हात आता जवळजवळ पूर्णपणे बरा झाला होता. उर्वरित युद्धकैद्यांना मुल्लांना जाता येत असल्याचे पाहून आनंद झाला होता. तसेच आपलाही जाण्याचा मार्ग आता खुला होईल, असे वाटल्यामुळे ते खूशही झाले होते. एकदा वैद्यकीय प्रकरणातील अधिकाऱ्यांना मायदेशी धाडले गेले असते की त्यापाठोपाठ त्यांनाही जाता आले असते हे त्यांना माहिती होते. परंतु मुल्ला फिरोझ यांना भारतात पाठवण्याच्या योजनेत दरवेळीच काही ना काही अडथळे येत होते.

मुल्ला फिरोझ यांना चार वेळा विमानतळावर नेण्यात आले. परंतु तीन वेळा कोणत्या ना कोणत्या कारणाने विमानाचे उड्डाणच रद्द झाले होते. अखेरीस चौथ्या वेळी फिरोझना भारतात पाठवले गेले आणि त्यानंतर असे स्पष्ट झाले की वैद्यकीय प्रकरणांतील उर्वरित तिघांना पाठवण्यात येणारच नव्हते. ते तिघेही तोपर्यंत रुग्णालयातच होते. फक्त मुल्लांनाच का पाठवले गेले यावर तिथे चर्चा सुरू झाली. कदाचित मुल्ला फिरोझ हे मुस्लीम असावेत असे पाकिस्तानी लोकांना वाटल्यामुळे त्यांना अशी वेगळी वागणूक दिली गेली होती का? जर तसे घडले असेल तर दिलीप आणि इतर जण यांना गंमत वाटत होती, कारण फिरोझ तर पारशी होते. की फिरोझ सर्वात कनिष्ठ अधिकारी असल्यामुळे पाकिस्तानच्या दृष्टीने ते सर्वात कमी धोकादायक आहेत असे पाकला वाटत होते? डिसेंबरमध्ये ज्यावेळी रेडक्रॉसच्या अधिकाऱ्यांशी या सर्वांची भेट झाली होती त्यावेळी त्यांची जखम खरोखरच गंभीर होती आणि सर्वांनीच त्यांना भारतात पाठवून देण्यास सहमती दर्शवली होती. परंतु त्यानंतर मुल्ला फिरोझ यांची तब्येत उत्तम प्रकारे सुधारली होती. त्यामुळेच फक्त त्यांनाच भारतात पाठवून देण्याचा पाकचा निर्णय संभ्रमित करणारा ठरला होता.

भारताने मुल्ला फिरोझ यांच्या बदल्यात पाकचे काही पायलट परत पाठवून दिले; परंतु त्यांमध्ये पाकिस्तानला हव्या असलेल्या त्यांच्या खास पायलटचा समावेश नव्हता. त्याच्यापेक्षाही अधिक जखमी असलेल्या लोकांना पाठवण्यात आले होते.

पहिले टपाल आले!

मुल्ला फिरोझ यांना भारतात नेणारे विमान परत आले, त्यावेळी त्यामधून इतरांसाठी टपाल आणले गेले होते. रेड क्रॉसच्या प्रतिनिधीची सर्व कैद्यांनी चौकशी कक्षात भेट घेतली. यावेळी वेगळा प्रतिनिधी आला होता. आपापल्या नावे आलेले टपाल आणि पार्सल्स घेण्यात सर्वांना मोठेच स्वारस्य होते.

पुन्हा एकदा त्यांना जेवणाविषयी आणि त्यांना दिल्या जाणाऱ्या इतर वागणुकीविषयी विचारण्यात आले. त्यावेळी त्यांनी जेवण तसेच बेचव असल्याचे सांगितले. तसेच सर्वांमध्ये फक्त एकच स्वच्छतागृह आणि शॉवर असल्याची तक्रारही करण्यात आली. मात्र छावणीतील कर्मचारी त्यांच्याशी

सौजन्यपूर्वक वागत असल्याचे त्यांनी मान्य केले. शिवाय पेठियांची तब्येत सुधारली नसली तरीही वैद्यकीय मदत मिळण्यात सुधारणा झाली होती. त्यानंतर या प्रतिनिधीने सर्वांना आपापले टपाल देऊन टाकले. परंतु आता पार्सल्स असतील असे वाटले असले तरीही एकही पार्सल नव्हते. त्यामुळे त्यांचा मोठाच विरस झाला होता. काही युद्धकैद्यांना चार चार, पाच पाच पत्रे मिळाली होती. परंतु भार्गव यांना मात्र एकही पत्र आले नव्हते. भार्गव यांना त्यांची पत्नी अनु आणि दोन मुलांची काळजी वाटत होती. त्यांची खुशाली समजणे त्यांना अत्यंत महत्त्वाचे वाटत होते. या परिस्थितीत दिलीपनी त्यांना आपल्याला आलेली पत्रे वाचण्यास देऊ केली. सिंगनींही तसेच केले. पत्रे बरीच जुनी होती. सुमारे महिनाभरापूर्वी ती लिहिलेली होती. दिलीपना त्यांच्या पालकांनी आणि बहिणींनी लिहिलेली पत्रे मिळाली होती. मात्र त्यांना ज्या मित्राची काळजी होती त्या इंदर यांच्याकडून कोणतेच पत्र आले नव्हते. इंदर यांच्याविषयीची दिलीप यांची काळजी आणखी वाढली. त्यांनी त्यांना आणखी एक पत्र लिहिले. या मूळ इंग्लीश पत्राचा मराठी अनुवाद पुढे दिला आहे.

भारतीय हवाई दलाच्या युद्धकैद्यांची छावणी,
रावळपिंडी, पाकिस्तान.
९ जाने.७२

प्रिय इंदर आणि पम्मा,

गेल्याच आठवड्यात आम्हाला पहिल्यांदाच टपाल मिळाले. परंतु तुमचे एकही पत्र नसल्यामुळे मी थोडासा निराश झालो. मी इथून लिहिलेले पहिले पत्र बहुधा तुम्हाला मिळाले नसावे असे वाटते.

माझे मन हस्तरेषातज्ज्ञाच्या त्या भविष्याभोवती घुटमळत राहिले आहे. या कालखंडात कदाचित तू गंभीररित्या जखमी होशील असे तिने भविष्य वर्तवले होते. मला नेहमीच असे वाटते की ज्योतिषांनी नेहमी चांगल्या गोष्टींचेच भाकित वर्तवावे आणि इतर गोष्टी दूर साराव्यात. खरे तर मला असे वाटते की आपण पुन्हा भेटू त्यावेळी तिने चुकीचे भाकित वर्तवल्याबद्दल आपण या भाकिताची टर उडवत असू.

१९६५ आणि १९७१ ही दोन्ही वर्षे तुझ्या दृष्टीने कित्येक घडामोडींनी भरलेली वर्षे ठरली आहेत. युद्धकैद्यांच्या छावणीतच कदाचित आपला अंत होईल अशी भीती माझ्या मनाला कधीही शिवलेली नाही आणि जोपर्यंत आपण अशा प्रकारे राहण्याची सवय जडवून घेत नाही, तोपर्यंत हे सगळे अनुभवही मोठेच महत्त्वपूर्ण असतात.

या छावणीतील आयुष्य सुसह्य आहे. न्याहारीनंतर संध्याकाळी पाच वाजेपर्यंतचा वेळ आम्ही एका लहानशा भिंतींच्या कंपाऊंडमध्ये घालवत आहोत. कॅरम, बुद्धिबळ, ब्रिज खेळण्यात आम्ही सारा दिवस घालवतो. याशिवाय आम्ही लगोरीही खेळतो. शिवाय कंपाऊंडच्या बाहेर बॉल जाऊ नये अशा बेताने क्रिकेटही खेळतो.

अन्न खरोखरच पुरेसे असते. खरे तर इथे आल्यापासून आमच्यापैकी प्रत्येकाचेच वजन वाढले आहे. काही दिवस आम्हाला टेप रेकॉर्डरही मिळाला होता. परंतु तो खराब झाला आणि गेला महिनाभर तो गायबच आहे.

आता प्रथमच टपाल मिळाले आहे आणि आम्ही पार्सल्सची वाट पहात आहोत. खरे तर त्याहूनही अधिक आतुरतेने आम्ही युद्धकैद्यांच्या पाठवणीविषयीच्या बातमीची वाट पहात आहोत. आजारी आणि जखमी लोकांची देवघेव झाली. या छावणीतून फक्त एकच पायलट आपले नाव त्या यादीत समाविष्ट करून घेण्यात यशस्वी ठरला. मी हे लिहित असताना तो बहुधा मुंबईत किंवा दिल्लीत गंमत करत बसला असेल. आता निदान ही देवघेव सुरू तरी झाली आहे. परंतु बहुतेक आमची पाळी बऱ्याच उशीरा येण्याची शक्यता आहे का? कदाचित तसेच असावे.

आमच्या आयुष्यातील या दुःखद कालखंडाचा लाभ काय आहे याचा जर एखाद्याने शोध घेतलाच तर या कालखंडातील आमचे पैसे भारतात साठत आहेत हाच एकमेव फायदा असल्याचे त्याला आढळून येईल.

आमच्यातील एक पायलट गेल्याच वर्षी युरोपमध्ये भटकून, मजा करून आला आहे. त्याला आणि मलाही शारीरिक तंदुरुस्ती आणि खेळ यांचे वेड आहे. म्हणूनच म्युनिक ऑलिंपिक्सला एकत्र जाण्याचा विचार आम्ही करत आहोत.

आमच्या मनातील हा वाईट अनुभव धुऊन काढण्याचा बहुधा तो एक अधिक लाभदायक भाग असेल.

तुम्हा दोघांनाही खूप शुभेच्छा.

तुमचा, दिलीप

दिलीप यांनी या पत्रात व्यक्त केलेला आशावाद खरा ठरला होता आणि ज्योतिषाचे भविष्य साफ चुकले होते. इंदर सुखरूप होते. त्यांनी पाठवलेले पत्र गहाळ झाले असावे. युद्धात अंधत्व आलेल्यांची सेवा करणाऱ्या डेहराडूनच्या संस्थेत वयाच्या ५५ व्या वर्षापासून आजतागायत इंदर समाजसेवी स्वरूपाचे काम करत आहेत आणि दिलीप यांच्याशी त्यांचा सातत्याचा संपर्कही आहे.

उस्मान हमीद यांनी युद्धकैद्यांना खरोखरच एक टेपरेकॉर्डर दिला होता आणि एक टेपही दिली होती. नवीन वर्षाच्या आदल्या संध्याकाळी त्यांनी त्यांना तो टेपरेकॉर्डर दिला होता. ती टेप ऐकणे हा या तरुणांना एवढा विरंगुळ्याचा भाग वाटत होता की त्यांनी ती सतत ऐकली. अखेरीस ती टेप वापरून, वापरून खराब झाली. दिलीप, गॅरी, चाटी, हॅरी आणि पेठिया हे ब्रह्मचारी होते. इतर जण विवाहित होते. त्यामुळे त्यांचे पगार यांच्याप्रमाणे जमा होत राहिले नव्हते; तर त्यांच्या पत्नींच्या हाती ते गेले होते. साहजिकच ब्रह्मचारी तरुण साठलेल्या पैशामुळे; तर विवाहित अधिकारी कुटुंबीयांची काळजी नसल्यामुळे खूश होते.

खिडकीवर हल्ला

आता दिलीपनी आपल्या हातात असलेल्या गोष्टीकडे लक्ष देण्याचे ठरवले. याहून अधिक उशीर करण्यापेक्षा त्यांनी ज्या गोष्टी जमतील तशा करण्यास सुरुवात केली. त्यांचे पहिले लक्ष्य होती ती खिडकी! ती खिडकी एका भिंतीवर होती आणि कंपाऊंडमधील दोन इमारतींमधील अरुंद बोळात ती उघडत होती. खिडकीच्या समोरच स्वच्छतागृह आणि शॉवर होता. युद्धकैदी हाच शॉवर वापरत असत. त्यामुळे भिंतीच्या दोन्ही बाजूंनी खिडकीची चौकट तपासणे सोपे होते. खिडकीच्या चौकटीची बाहेरची बाजू तर आतल्या बाजूहूनही अधिक कुजलेली होती. त्या अरुंद बोळात खिडकीपासून थोड्याच अंतरावर

काटेरी तारांचे कुंपण होते. कुंपणाच्या पलीकडेच कर्मचाऱ्यांचे भरती कार्यालय होते. तेथील काही कर्मचारी आपल्या सायकली त्या कुंपणाच्या पलीकडच्या भागात कुंपणालगत लावत असत. परंतु संध्याकाळी पाचनंतर कार्यालयाचे कामकाज संपले की तिथे शुकशुकाट असे. खिडकीतून बाहेर पडल्यावर त्या बाजूने पळून जाण्याचे दिलीपनी ठरवले होते. युद्धकैद्यांना ठेवण्यात आलेल्या कुंपणाच्या या बाजूला चार सशस्त्र शिपायांची गस्त सतत सुरू असे. त्यामुळे आपल्याला बरोबर वेळ साधली पाहिजे हे दिलीपना माहिती होते. बोळाकडच्या भागात गस्त घालणाऱ्या तिन्ही शिपायांची नजर चुकवून त्यांना जावे लागणार होते. रावळपिंडीच्या परिसरात मोठ्या प्रमाणात वाळूची वादळे होतात. कोरड्या हवेच्या महिन्यांत मान्सूनचा पाऊस सुरू होण्याआधी अशी वादळे होणे ही सर्वसामान्य बाब असते. या वादळांच्यावेळी समोरचे काहीही दिसणे केवळ अशक्य असते. दिलीप म्हणाले की आपण हात समोर धरला तर स्वतःचा हातही दिसत नाही. या वादळांचा फायदा घेऊन निसटण्याचा पक्का बेत दिलीप यांनी आखला होता. पाच वाजता चहा दिला जात असे आणि साडेसात वाजता जेवण असे. या मधल्या काळात इतर लोक कॅरम, पत्ते किंवा असेच काहीतरी खेळत बसत. दिलीप मात्र त्यावेळी इतरांकडे पाठ करून खिडकीची कुजलेली चौकट काढण्याच्या प्रयत्नांत मश्गूल असत. त्यासाठी जेवणासाठी दिले जाणारे काटे, सुरी, चमचे यांचा वापर ते करत होते. इतरांना दिलीप यांच्या कामातही सहभागी व्हायचे नव्हते आणि त्यांच्याबरोबर पळूनही जायचे नव्हते. त्याचबरोबर दिलीप पकडले जाऊ नयेत याची काळजीही घ्यायची होती. त्यामुळे त्यांच्या कापाकापीच्या कामाचा आवाज येत असला तरीही आपल्याला काहीच ऐकू येत नसल्याचे ढोंग करत ते खेळत रहात. खिडकीच्या खालच्या बाजूला काँक्रिट पडत होते. तिथे आधी एक मोरी होती. मुस्लिम कर्मचारी नमाजापूर्वी हात, पाय, तोंड धुण्यासाठी म्हणजेच उजू करण्यासाठी तिचा पूर्वी वापर करत असत. परंतु नंतरच्या काळात मात्र तिचा उपयोग केला जात नव्हता. आता तर तिथे युद्धकैद्यांचा वावर होता. तो भाग जुनाट झाला होता. तिथे आणखी कचरा आणि इतर गोष्टींचा पसारा पडलेला होता. त्यात दिलीप यांच्या खोदकामामुळे पडणाऱ्या सिमेंट काँक्रिटची भर पडत चालली होती. परंतु आधीपासून असलेल्या कचऱ्यामुळे ते कोणाच्याही लक्षात आले नव्हते. अगदी रोजच्या रोज तिथे झाडझूड करणाऱ्या सफाई

कर्मचाऱ्याच्या लक्षातही ते आले नव्हते. वाईट हवामान असताना एक धक्का दिला की खिडकी पडली असती.

खिडकीचा मार्गच खुंटला

नमाजाआधी उजू करण्यासाठी लागणारी जी मोरी त्या खिडकीखालून जात होती, तिला तडे गेले होते. काही दिवसांपूर्वीच पाकिस्तानी कर्मचाऱ्यांनी ती दुरुस्त करून घेतली होती. पण चार - पाच दिवसांतच तिला पुन्हा तडे जाऊ लागले. एके दिवशी कोठडीच्या बाहेरच भार्गव रिझवींबरोबर बोलत उभे होते. त्यांचे लक्ष त्या मोरीकडे गेले आणि ते म्हणाले, ''हे बघा. नुकतीच दुरुस्त केलेली मोरी आज पुन्हा खराब झाली आहे.'' रिझवी ते काम पहात पहात खिडकीजवळ आले. त्यांनी खालची मोरी तर दुरुस्त करून घेतलीच; पण त्याच वेळी त्यांचे लक्ष वरच्या बाजूला गेले आणि त्यांनी खिडकीही खराब झाल्याचे पाहिले. लगेच ती खिडकी त्यांनी बाहेरच्या बाजूने पूर्णपणे बंद करून टाकली. खिडकी बुजवण्याचा रिझवी यांचा निर्णय ऐकून भार्गव जागच्या जागीच थिजून गेले. त्यांना खूप वाईट वाटले. आपल्यामुळे दिलीपच्या कामावर पाणी पडले याची चुटपुट त्यांच्या मनाला लागून राहिली. त्यांनी दिलीपना जाण्यापासून परावृत्त करण्याचे कळकळीचे प्रयत्न केले होते; परंतु त्यामुळे असे काही व्हावे अशी त्यांची कधीच इच्छा नव्हती. दिलीपनी कित्येक दिवस खपून केलेले काम असे मातीमोल व्हावे असे त्यांना अजिबातच वाटत नव्हते. पण दिलीपनी त्याबद्दल त्यांना दोष दिला नाही.

दिलीप म्हणाले, ''मी एक पथ्य पहिल्यापासूनच पाळले आहे. मी कोणावरच कसलेही आरोप करत नाही. जे चांगले वाटते त्याची प्रशंसा जरूर करतो; परंतु दोषारोप करून संबंध गढूळ करण्याचे काम करत नाही. कारण बऱ्याचशा गोष्टी आपोआप घडतात. त्यावेळी आपण त्या का घडल्या असा विचार करत नाही. आयुष्यात माझी तीन इंजेक्शन्स झाली होती. पाठीला दुखापत झाली असली तरीही मी अद्याप टेनिस खेळू शकतो. जिवावरच्या प्रसंगांतून तरून गेलो. अगदी मरता मरता वाचण्याचे प्रसंग माझ्या आयुष्यात आले. मग एखादा असा प्रसंग आला तर कुठे बिघडले? तेव्हा मलाही वाईट वाटले होतेच. क्षणभर सारे संपले असेही वाटून गेले. परंतु असे सारे कधीच संपत

नसते. त्यातून कोणता ना कोणता मार्ग निघतोच हे मला माहिती होते. मी ते दुःख गिळून टाकले आणि नव्याने विचार करू लागलो.''

रिझवींना मात्र ही खिडकी एवढी खिळखिळी कशी झाली आणि चौकट सहजगत्या काढण्याजोगी कशी बनली होती याचे आश्चर्य वाटल्याखेरीज राहिले नव्हते. त्यांनी ही गोष्ट भार्गवना बोलून दाखवली. परंतु भार्गवनी त्यांची खात्री पटवून देत सांगितले की आम्ही इथून कशाला पळायचा प्रयत्न करू? आम्हाला इथे काय त्रास आहे? वगैरे. तरीही आणखी एक - दोनदा रिझवींनी त्यांना याविषयी छेडले होतेच.

गॅरींची तयारी

दिलीप यांच्या मनात विविध विचार एकाच वेळी सुरू होते आणि त्यावर ते पद्धतशीरपणे कामही करत होते. ऑगस्ट उजाडत आला होता आणि आता अधिक उशीर करून चालणार नाही, असे त्यांना खात्रीने वाटत होते. ते म्हणाले, ''मला वाटू लागले की एकापेक्षा दोघे बरे. त्यासाठी मी गॅरीला तयार करण्याचा प्रयत्न केला. गॅरींचे वडील पंजाबी आणि आई आयरिश होती. त्याचे केस तपकिरी होते. टक्कल पडू लागल्यामुळे त्याने केस कापले होते. तिकडे आला होता तेव्हा त्याने दाढी राखली होती आणि त्याला टक्कल पडले होते. तो खूप फिट आणि दणकट होता. पठाण म्हणून तो छान शोभून दिसला असता. आम्ही दोघेही आदमपूरला एकत्र होतो. वाटेत कुठेही बोलावे लागले असते तर त्याला पंजाबी बोलता येत होते. पहिल्यांदा तो तयारच नव्हता. मी त्याचे मन वळवण्याचा फार प्रयत्न केला नाही. फक्त त्याला विचारले होते. सुरुवातीच्या नकारानंतर त्याच्या मनात बदल झाला आणि एके दिवशी तो आपण होऊनच मला म्हणाला, 'ठीक आहे दिलीप. मीही येतो तुझ्याबरोबर!''

भिंत खोदण्यास प्रारंभ

मित्रांशी अशा प्रकारे संभाषण सुरू होते. निर्णय घेतले जात होते. तिथून सुटका करून घेऊन निसटण्यात पराक्रम होता. सशासारखे शेकडो वर्षे जगण्यापेक्षा सिंहासारखे थोडीच वर्षे जगावे असा दिलीप यांचा बाणा होता. त्यामुळे त्यांना वाटाघाटी सफल होऊन आपल्याला कधी सोडले जाईल याची

वाट पहात पाकच्या दयेवर जगणे मंजूर नव्हते. म्हणूनच एवढा मोठा धोका समोर दिसत असतानाही ते आपल्या निर्णयापासून तसूभरही ढळले नव्हते.

गॅरी यांचे वडील अमृतसरमध्ये न्यायाधीश होते. त्यांनी दिलीपना सांगितले, की कैदी एका रात्रीत भुयार खोदून, ९ इंची भिंत फोडूनही पळून जातात. दिलीप यांनाही ही कल्पना आवडली. त्यांनी भिंत खोदायला सुरुवात केली. ते सोपे काम नव्हते. विटा काढून पळून जाण्याचा विचार त्यांनी केला. दिलीप यांनी पळून जाताना आपण मुस्लीम भासावे यासाठी दाढी वाढवली होती. तिची निगा राखता यावी, यासाठी त्यांनी न्हाव्याकडून कात्री घेतली होती. कोणी पकडलेच आणि धर्म सांगण्याचा प्रश्न आला तर ख्रिश्चन धर्म सांगायचा; परंतु सहसा ती वेळच येऊ नये यासाठी मुस्लीम दिसायचे अशी ही युक्ती होती. तोपर्यंत त्यांना ट्रान्झिस्टर मिळाला होता. तो कसा मिळाला होता ते आपण पुढे पाहणारच आहोत. तर या ट्रान्झिस्टरमध्ये काहीतरी बिघाड झाला आहे असे सांगून त्यांनी पाक कर्मचाऱ्यांकडून स्क्रू ड्रायव्हरही मागून घेतला. त्यानंतर त्यांनी दोन विटांमधील सिमेंट काढून टाकायला सुरुवात केली. ९-१० दिवस हे काम सुरू होते. गॅरींना वास्तविक पत्ते खेळता येत नव्हते. परंतु आम्ही ब्रिज खेळतो असे सांगून त्यांनी त्यांनाही दिलीप यांच्या कोठडीतच ठेवण्याची विनंती केली. ती मान्यही झाली. गॅरीही आता दिलीप यांच्या कोठडीतच आले होते.

पूर्ण अंधार असताना काम करणे कठीण होते. त्यामुळे भार्गवनी पाहरेकऱ्याला सांगितले की त्यांना पुस्तक वाचायचे असल्यामुळे त्यांना एक टॉर्च दिला जावा. त्यांना दिलेला टॉर्च त्यांनी दिलीपना देऊन टाकला. आता टॉर्चच्या प्रकाशझोतात खणण्याचा प्रकार सुरू झाला होता. काम सुरू करण्यापूर्वी दिलीप यांची खाट सरकवली जात असे. त्यानंतर दिलीप किंवा गॅरी त्या खाटेखाली पडून काम करत. टॉर्चचा लाईट बाहेर पडू नये याची खबरदारी घेतली जात असे. दर अर्ध्या तासाला ते दोघेही आपापल्या जागा बदलत रहात होते.

विटा काढण्याचा आवाज येता कामा नये याची दक्षताही त्यांना घ्यावी लागत होती. कारण तसा आवाज झाला असता, तर पाहरेकरी धावत आला असता आणि मग या तिघांना वाचवणे कोणालाही शक्य झाले नसते. कारण

पाहरेकऱ्याने प्रथम लाईट सुरू केली असती. तेवढ्या क्षणार्धात या दोघांना खाटेखालून बाहेर पडणे आणि खाट जागेवर सरकवून आपापल्या जागी जाऊन झोपणे शक्य झालेच नसते. ते मुद्देमालासकट पकडले गेले असते. त्यामुळे ड्युटीवरचा पाहरेकरी लांब असताना किंवा बाहेर पाऊस पडत असताना ते खणत होते. पावसाच्या आवाजात हा आवाज बाहेर जाणे केवळ अशक्य होते. चाटी आणि हॅरी दरवाजाजवळ उभे रहात आणि पाहरेकऱ्यावर नजर ठेवत.

सुरुवातीला विटा काढण्यासाठी दिलीप सुरी आणि चाकू वापरत होते आणि नंतर कात्री आणि स्क्रू ड्रायव्हर आला असला तरीही कामाला हवा तसा वेग येत नव्हता. कारण पाहरेकरी जवळ आला की हॅरी आणि चाटी कुजबुजत्या आवाजात सूचना देत आणि काम तत्काळ थांबवले जात असे. तो दूर गेला की पुन्हा ते सुरू केले जात असे. दिलीप म्हणाले, ''सुरुवातीला आम्ही ठरवले होते त्यानुसार आठ ते दहा दिवसांत आम्हाला ते भगदाड तयार करायचे होते. परंतु प्रत्यक्षात सुमारे पंधरा दिवसांचा कालावधी लागला.''

बझुका, बझुका!

कोठडीत असलेला एकुलता एक बल्ब काम सुरू करण्याआधी खाली काढून ठेवला जात असे आणि काम झाल्यावर पुन्हा लावला जात असे. अर्थातच जर पाहरेकऱ्याने लाईट सुरू केली असती आणि ती लागली नसती तरी त्याला संशय आला असता. परंतु त्यावर त्यांनी एक उपाय केला होता. अशा वेळी ते बल्बच्या आतील फिलॅमेंट तोडून टाकत आणि बल्ब गेल्यामुळे लाईट लागली नाही, असे पाहरेकऱ्याला वाटत असे. परंतु असे सतत करता येत नसे. कारण त्यामुळे संशयाला जागा झाली असती.

विटा खिळखिळ्या करत असताना काही वेळा आवाज येत असे. अशा वेळी पाहरेकरी येऊन बाहेरून बघून जात असे. परंतु त्याला संशय येण्याजोगे काही कधीच आढळले नाही. याखेरीजही एक उपाय दिलीप यांनी कल्पकतेने योजला होता. बल्बचे बटण बाहेर होते. परंतु अँटेनासाठी मोठी वायर हवी असे सांगून त्यांनी अधिक लांबीची वायर मिळवली होती. तिला पीळ घालून त्यांनी तिला यू्‌ चा आकार दिला होता. प्लग पॉईंट आत होता. त्यात ती वायर घातली की फ्यूज उडत असे. त्याला दिलीप आणि इतर जण 'बझुका'

असे म्हणत असत. नेहमीप्रमाणेच यासाठी कॅमींनी मदत केली होती. परंतु हे तंत्र त्यांनी क्वचितच वापरले, कारण ते सतत वापरले गेले असते तरीही पाहरेकऱ्याला संशय येण्याची शक्यता होती.

दिलीप म्हणाले, ''आम्ही रोज रात्री खणायला सुरुवात करत असू, त्यावेळी बल्ब काढून खाली ठेवत असू. नंतर पुन्हा तो लावत असू. एकदा गार्डला संशय आला. आम्ही बल्बचे फिलॅमेंट तोडले आणि त्याला म्हणालो, ''आपके देश में ये ऐसा कैसा होता है?'' त्याला काहीच समजले नाही. त्याने नवीन बल्ब आणून लावला. अशा प्रकारे अधून मधून बल्ब 'जात' असे. पाहरेकरी सकाळी आला की आम्ही त्याच्याशी गप्पा मारायचो. त्याचे नावही हमीद होते. आम्ही त्याला विचारायचो, ''हमीद कुठे राहतोस? पेशावरपासून तुझे गाव किती अंतरावर आहेस? कधी तिकडे जातोस की नाही?'' त्याच्याशी मैत्रीपूर्ण संबंध तयार केले होते. त्यामुळेही तो थोडासा गाफील राहिला असावा. परंतु अखेरीस तो पाकिस्तानचा पाहरेकरी आहे हे विसरून चालणार नव्हते. त्यामुळे आम्ही गाफील राहिलो नव्हतो. अत्यंत दक्षतेने आमचे काम आम्ही तडीला नेत होतो.''

कॅमी यांच्या 'बझुका'चा वापर केला की सुरुवातीला छोटासा स्फोटासारखा आवाज येत असे. ठिणगीही पडत असे. परंतु नंतर त्यांनी ती वायर मिळवल्यावर 'बझुका'चा हवा तसा परिणाम मिळू लागला होता.

कल्पकतेने चुंबकसुई तयार

नाल्यांच्या मोऱ्यांमध्ये दिवसा लपायचे असा आडाखा दिलीप यांनी बांधला होता. पण रात्रीच्या प्रवासासाठी चुंबकसुई आवश्यकच होती. कोणाकडेही चुंबकसुई मागणे शक्यच नव्हते. दिलीप यांची विचारचक्रे फिरू लागली. काय करता येईल? एन.डी.ए.तील विज्ञानाचे धडे कामी आले. साध्या सुयांच्या चुंबकसुया बनवता येतात हे त्यांना माहिती होते. शिवाय ट्रान्झिस्टरच्या बॅटऱ्या त्यांच्याकडे होत्या. कॅमींना याची चांगली माहिती होती. त्यांचे भौतिकशास्त्र उत्तम होते. मग त्यांच्या साहाय्याने दोन चुंबकसुया तयार करण्यात आल्या. मात्र त्यांवर चुंबकत्व खूपच कमी होते. त्यामुळे किंचितसेही घर्षण होऊन चालले नसते. चुंबकत्व नष्ट झाले असते. आता त्या सुया कशा ठेवाव्यात असा प्रश्न निर्माण झाला. दिलीप यांच्या मनाने पुन्हा एकदा बुद्धीला कामाला

लावले आणि झटकन त्यांना कल्पना सुचली. त्यांनी कपड्याची प्रेसची बटने काढली आणि त्यांच्या पोकळ भागाचा वापर करून सुयांना समतोलत्व प्राप्त करून दिले. पळताना कदाचित आदळआपट झाली तर चुंबकत्व गेले असते. त्यामुळे सुया पद्धतशीरपणे न आदळता राहणे आवश्यक होते. मग कॅमीनी बॉल पेनच्या बॉल पॉइंटमधील शाई काढली आणि त्याच्यात कापूस भरला आणि त्यात सुया घट्ट रुतवून बसवल्या. त्यावर बॉलपेनचे टोपण लावले आणि पेन म्हणून या सुया असलेले ते पेन शर्टाला लावून टाकण्यास सांगितले. या चुंबकसुईची त्यांनी चाचणी घेऊन पाहिली. ती चालत होती. निदान कामापुरती तरी चालत होती. ही आणखी एक महत्त्वाची गोष्ट तयार करण्यात कॅमींच्या साहाय्याने यश आले होते. दिलीप म्हणाले, ''कॅमीने अशा अनेक कामांत मोलाची मदत केली होती.''

चक्क हमीद यांच्याकडून नकाशा!

दिलीप यांच्यावर आता नशीब प्रसन्न असावे. कारण तीन - चारदा आठवण करूनही उस्मान हमीद यांनी नकाशा दिला नव्हता. त्यामुळे ते नकाशा देणे टाळत असावेत असाच सर्वांचा ग्रह झाला होता. परंतु अचानकच एके दिवशी हमीद यांनी दिलीप यांना नकाशा आणून दिला. तो ऑक्स्फर्ड स्कूल ॲटलस होता. हमीद यांनी दिलीप यांच्या मांडीवर नकाशा आणून ठेवला आणि ते म्हणाले, ''आता करा म्युनिक ऑलिंपिक्सचे नियोजन!'' दिलीपनी सर्वांकडे विजयी मुद्रेने पाहिले. आता ते नियोजन करणारच होते; पण 'म्युनिक ऑलिंपिक्स'चे नव्हे, तर 'पलायन ऑलिंपिक्सचे!'

'खुरमानी' (जर्दाळू) आणि इतर खाद्यपदार्थ

या प्रवासात नुसता पैसा असून चालणार नव्हता. सोबत खाद्यपदार्थ असणेही आवश्यक होते. दिलीप यांच्या अचाट कल्पनाशक्तीने पुन्हा त्यांना हात दिला. बरेच दिवस ते सुका मेवा आणवून घेत होते. बेदाणे, काजू, खजूर, जर्दाळू यांचा भरपूर साठा त्यांनी करून ठेवला होता. अर्थातच सहजगत्या वाहून नेता येण्याजोगा आणि तेवढ्याच प्रमाणातील सुका मेवा त्यांना बरोबर घ्यावा लागणार होता. बाहेरून काही वस्तू, खाद्यपदार्थ आणायचे असतील तर त्यासाठी औरंगजेब तिथे दिमतीला होताच. दिलीप म्हणाले, ''हा खूपच मस्त

माणूस होता. तो कशालाही 'नाही' म्हणायचा नाही. माझा पगार झाला की मी खुरमानीबरोबरच ग्लुकोजचे डबे, कंडेन्स्ड मिल्कचे डबे, ॲस्प्रोसारखी औषधे, मलम आणून घेण्यास सुरुवात केली होती. दर महिन्यात मी खाद्यपदार्थांची जय्यत तयारी करून ठेवत असे. त्या महिन्यात निसटण्याची संधी मिळाली नाही तर आम्ही सारे मिळून २८-३० तारखेला ते सारे फस्त करत असू. पुढच्या महिन्यात पुन्हा मी साठा करून ठेवत असे.''

दिलीप पुढे म्हणाले, ''आमच्या एअर फोर्समध्ये कधीच परकेपणा नसतो. त्यामुळे कोणीही कोणालाही सहजगत्या खायला द्यायला सांगत असे किंवा सरळ साठवलेल्या गोष्टीवर डल्ला मारत असे. त्यात ना घेणाऱ्याला वावगे वाटत असे ना देणाऱ्याला. अगदी निवृत्तीनंतरही ही अनौपचारिक नाती तशीच राहतात. एक उदाहरण सांगतो. सर्वसामान्य लोकांना याचे आश्चर्य वाटल्याखेरीज राहणार नाही. पुण्यातील एका बंगल्यात राहणाऱ्या हवाई दलाच्या अधिकाऱ्याला तो बंगला मोठा वाटू लागला. त्याला फ्लॅटमध्ये राहण्याची गरज भासू लागली. त्याच वेळी एका लष्करी अधिकाऱ्याला त्याचा फ्लॅट लहान वाटू लागला होता. कोणताही करार न करता, कागदपत्रांच्या भानगडीत न पडता त्या दोघांनीही आपापल्या राहत्या जागांची अदलाबदल केली आणि सरळ एकमेकांच्या जागांमध्ये जाऊन ते राहू लागले. एकमेकांवरचा गाढ विश्वास आणि प्रेम ही आमच्या लष्करी जीवनाची वैशिष्ट्ये असतात.''

पाण्यासाठी एअरबॅग

पिण्याचे पाणी हा पुढचा भाग होता. पायपीट केल्यावर अन्नापेक्षाही त्याची अधिक गरज भासणार होती. जी सूटच्या एअरबॅगमधून पाणी न्यावे असा सर्वांनी मिळून निर्णय घेतला. या बॅगला स्प्रिंग व्हॉल्व्ह असतो. कोयलोंकडे जी सूट होता. कामतनी कोयलोंच्या जी सूटच्या पायाकडच्या बाजूच्या ट्यूब्ज काळजीपूर्वक कापून काढून दिल्या होत्या. व्हॉल्व्ह दाबल्यावर पाणी भरता येत होते. पळताना अशा प्रकारे पाणी वापरावे असे ठरले. वास्तविक, जलद गतीने विमान उडत असताना वैमानिकाच्या शरीराच्या खालच्या भागात रक्त खेचले जाऊ नये अशा प्रकारे ॲंटी ग्रॅव्हिटी सूटची रचना केलेली असते. उड्डाणा दरम्यान, पायलटचा जी सूट कॉकपिटमधील व्हॉल्व्हशी जोडला गेलेला असतो. त्यामुळे आवश्यकता असेल त्यावेळी ट्यूब्जमध्ये आपोआपच हवा

भरली जाते. त्या ट्यूबमध्ये पाणी भरून घेता येणार होते. त्यानंतर संधी मिळेल तेव्हा तेव्हा त्यात पाणी भरून घेता येणार होते. एखाद्या नॅपसॅकमध्ये ती ट्यूब घ्यावी असा दिलीप यांचा विचार होता. तयार केलेली ती बॅग दिलीपनी रेड क्रॉसच्या सामानाच्या खोलीतील सामानात हळूच ठेवून दिली. सामानाची बऱ्यापैकी जमवाजमव सुरू होती. परंतु ते घेऊन जाण्यासाठी सॅकपॅकही हव्या होत्या. आता काय करायचे?

पडद्यांची रकसॅक

भारतीय लोकांसाठी भारतीय प्रकारचे स्वच्छतागृह होते. एकदा तिथे दुसरे कोणीतरी गेले असताना तेथील पाहरेकऱ्याने तेथील कमांडरच्या कार्यालयातील कमोड दिलीपना दाखवले होते. या कमोडभोवती भिंत बांधलेली नव्हती. त्या भोवती जाडजूड कपड्याचे पाच मोठेच्या मोठे पडदे खालपर्यंत सोडण्यात आले होते. दिलीपनी ते पाहिले होते. एका रविवारी दिलीपनी एक योजना आखली. त्यांनी हरीश सिंगना (हॅरीना) भारतीय पद्धतीच्या स्वच्छतागृहात जाऊन बसण्यास सांगितले. स्वच्छतागृहाचा दरवाजा तोडला गेला तरी बाहेर पडायचे नाही असे त्यांनी त्यांना बजावले. मग दिलीपनी त्यांना स्वच्छतागृहात जाण्याची भलतीच निकड असल्याचे पाहरेकऱ्याला सांगितले. त्याने दिलीपना कमोड असलेल्या खोलीत नेले आणि तो निघून गेला. दिलीपनी तेथील एक पडदा काढून घेतला आणि कमरेभोवती गुंडाळला व त्यावर पँट चढवली. त्यानंतर ते बाहेर पडले. दोन शॉर्ट्सची बक्कल काढून घेण्यात आली आणि त्यांचा वापर करून या पडद्यापासून हरिश सिंग आणि कॅमी यांच्या मदतीने दिलीपनी दोन नॅपसॅक बनवल्या. नॅपसॅक तयार झाल्याबरोबर दिलीपनी सुटकेचा निःश्वास टाकला आणि त्या आपल्या कोठडीतील पलंगावरील गाद्यांखाली ठेवून दिल्या.

''पडदा गायब झाल्याचे पाकिस्तानी लोकांच्या लक्षात अखेरपर्यंत आलेच नाही,'' दिलीप मिश्किलपणे हसत सांगतात. आपण भारताच्या पूर्वेच्या दिशेने कूच करावे की अफगाणिस्तानच्या दिशेने याचा निर्णय मात्र अद्याप त्यांना घेता आला नव्हता. अफगाणिस्तानची निवड त्यांनी केली असती तर वायव्य सीमा प्रदेशातून त्यांना जावे लागले असते. तो पठाणी प्रदेश होता.

दिलीपना अधिकाधिक विचार केल्यावर गॅरीना बरोबर घेण्याची आपली योजना अधिकाधिक योग्य असल्याचे पटत गेले. जर ही योजना सफल झाली असती तर उन्हाळ्यापर्यंत ते घरी पोहचलेसुद्धा असते.

मरेज गाईड हाती लागले

तिथल्या लायब्ररीतील काही पुस्तके वाचायला मिळत असत. दिलीप म्हणाले, ''ही पुस्तके फारशी इंटरेस्टिंग नव्हती. हरीशने मरेज हँडबुक ऑन इंडिया, बर्मा अँड सिलोन वाचले. ते प्रवासी गाईड होते. त्याला मरेज गाईड असे म्हटले जात असे. हे पुस्तक प्रथम १८९५ मध्ये प्रसिद्ध झाले होते. १९७२ पर्यंत त्याच्या बऱ्याच आवृत्त्या निघाल्या होत्या. त्यापैकी सर्वात अलीकडच्या आवृत्तीचे शीर्षक होते, 'अ हँडबुक फॉर ट्रॅव्हलर्स इन इंडिया.' परंतु ती आवृत्ती उपलब्ध नव्हती. हॅरींच्या हाताला लागलेली आवृत्ती नक्कीच १९४७ च्या आधीची होती. परंतु तिच्यात कित्येक नकाशे आणि मार्ग दाखवले गेले होते. दिलीपना आणि गॅरींना रस्त्यांच्या व रेल्वेमार्गांच्या तपशीलवार नकाशांमध्ये विशेष स्वारस्य होते. कित्येक वर्षे भारत आणि पाकिस्तानमधील रस्त्यांमध्ये तोपर्यंत तरी फारसा बदल झालेला नव्हता. त्यांनी रात्रीची बस पकडली नसती तर ते रेल्वेने पेशावरला जाणार होते. त्यावेळी दिवसा लपणे आणि रात्रीचा प्रवास हे त्यांचे तत्त्व लागू पडले असते. रेल्वे लाईन पकडून त्या दिशेने जाण्याचे कित्येक फायदे असतात. सर्वात मोठा फायदा होता तो दिशा न चुकण्याचा. शिवाय बैलगाड्या, सायकली, बस, पादचारी यांच्या गर्दीला तोंड द्यावे न लागता त्यांनी थोड्या वेळात अधिक अंतर पार केले असते. त्यांना सिंधु नदी पार करण्यासाठी आवश्यक असलेला पूलही आपोआपच सापडला असता. यातच त्यांनी खैबर खिंडीची माहितीही पाहिली. पेशावरहून निघणारी रेल्वेलाईन थेट अफगाण सीमेपर्यंत पोहचत असल्याचे पाहून दिलीपना अत्यानंद झाला. लंडी खाना हे या मार्गावरचे अखेरचे गाव होते. त्याला जोडूनच तोरखाम हे अफगाणी गाव होते. सिंगनी स्वतः ते वाचले आणि लगेच काळजीपूर्वक ते दिलीप यांच्याकडे दिले. खैबर खिंडीला भेट द्यायची असेल तर पेशावरहून जाणे खूपच चांगले होते, अशी माहितीही त्या पुस्तकात होती. त्या गाईडमध्ये असे स्पष्टपणे म्हटले होते की सन १९२० पर्यंत रेल्वे फक्त जामरुदपर्यंतच होती. जामरुद पेशावरच्या पश्चिमेला दहा मैलांवर आहे. परंतु १९२५ मध्ये खैबर

खिंड रेल्वे सुरू झाली. त्यामुळे जामरुद हे अफगाण सीमेला लंडीखान्याजवळ जोडले गेले. जामरुदच्या थोडासा पलीकडे खैबर खिंडीचा चढ सुरू होत होता. परंतु तो जामरुदच्या रस्त्यावरूनच दिसत होता. त्या आधी लंडीकोटल हा भाग असून तिथून लंडीखान्याला जाता येत असल्याचेही पुस्तकात दिले गेले होते. लंडीखाना हे अफगाण सीमेपासून फक्त दोन मैलांवर होते. गॅरी आणि दिलीप यांनी आपण पेशावरपासून जामरुदपर्यंतचा दहा मैलांचा प्रवास करावा असे ठरवले. तिथून चढावरून जाण्यापेक्षा रेल्वे रुळांवरून जावे असे त्यांनी ठरवले. त्यांना दोघांनाही कालका ते सिमल्यापर्यंतची नॅरो गेज रेल्वे लाईन माहिती होती. या जुन्या रेल्वे लाईन्स हळूहळू वर चढत राहतात. त्यामुळे त्यांच्यावरून चालणे सोपे जाते. अशा रेल्वे लाईन्सवर लांबलचक बोगदे वगैरे नसतात. त्यामुळे ते सहजगत्या त्यांच्यावरून जाऊ शकले असते. म्हणजेच काहीही झाले तरी त्यांना लंडीकोटल पार करावेच लागणार होते आणि नंतर लंडी खान्याला पोहचावे लागणार होते. दिलीपनी ते पुस्तक आपल्या ब्लँकेटमध्ये लपवून ठेवले. आता त्यांच्या डोळ्यांसमोर स्पष्ट चित्र तयार झाले होते. प्रथम पेशावरला जायचे. तिथे ग्रँड ट्रंक रोड संपत होता. त्यानंतर जामरुदला जाणारा रस्ता शोधावा लागणार होता. तिथून रेल्वे लाईनने लंडीखान्याला जावे लागले असते. हॅरींनी अगदी योग्य पुस्तक उचलले होते असेच त्यांना वाटले होते.

सर्व्हायव्हल किट

दिलीपना आणि इतर दोघांना आपला जीव आपण प्रतिकूल परिस्थितीत कसा वाचवू शकू याची काळजी नव्हती. कारण हवाई दलाचे जवान म्हणून वाळवंटात किंवा जंगलात अगर डोंगराळ भागात गेल्यावर काय करायचे याचे प्रशिक्षण तिघांनाही देण्यात आले होते. चुंबकसूची, प्रथमोपचाराची पेटी, काही काड्या आणि आग पेटवण्यासाठी आवश्यक असलेले काड्याच्या पेटीसारखे किंवा चकमकीच्या दगडांसारखे साधन एवढे असले की ते तग धरून राहू शकत होते. डोंगरांमध्ये कितपत गारठा असेल त्याचा अंदाज त्यावेळी कोणालाही नव्हता. युद्धात प्रत्येक सॉर्टीच्यावेळी एका छोट्याशा कापडी पिशवीत हे सामान त्यांच्याजवळ असे. परंतु ते सारे एक तर जमावाने किंवा लष्करी सैनिकांनी त्यांच्याकडून काढून घेतले होते. फक्त चाटींचे पॅराशूट आणि कोयलोंचा अँटी ग्रॅव्हिटी सूट तेवढाच परिसरात होता. कोयलोंनी आपला

जी सूट त्यांच्या कोठडीत ठेवला होता. पूर्वी पेठिया रहात असलेल्या कोठडीत पॅराशूट होते. पेठियांची भारतात पाठवणी केली गेल्यानंतर ती खोली स्टोअर रूम म्हणून वापरली जाऊ लागली. रेड क्रॉसकडून आलेल्या गोष्टी तिथे ठेवल्या जाऊ लागल्या. त्यातील बहुतेक बॉक्स रिकामेच होते. परंतु त्यांच्यापैकी काहींमध्ये आधी आणलेल्या वस्तूंपैकी काही उरलेल्या वस्तू होत्या. ब्रदर भार्गव यांच्या ताब्यात ती कोठडी आणि तिची चावी होती. त्यांनाही अर्थातच खोलीत जाण्यासाठी आणि बाहेर पडण्यासाठी परवानगी घ्यावी लागत असे. परंतु रखवालदार त्यांना नेहमीच परवानगी देत असत. कारण त्यांनाही काही वेळा त्याची बक्षिशी मिळत असे. युद्धकैद्यांना त्यांच्या नातेवाईकांनी पाठवलेली उरलेली मिठाई किंवा हवाबंद डब्यांतील पदार्थ त्यांना दिले जात.

आता सर्व्हायव्हल किटसाठी मजबूत कापड हवे होते. युद्धकैदी व्हॉलीबॉल खेळत ते नेट खराब झाले होते. त्याची एका बाजूची दोरी तुटली होती. परंतु अनेकदा त्याविषयी सांगूनही कोणीच त्याची दखल घेतली नव्हती. मग कोणीतरी सुचवले की पॅराशूटचा त्यासाठी वापर करावा. भार्गवनी रितसर परवानगी घेऊन खोलीचा दरवाजा उघडला आणि ते पॅराशूट बाहेर काढले. त्यावर रक्ताचे डाग होते. परंतु त्याचा थोडा भाग कापून व्हॉलीबॉलच्या नेटला लावण्यात आला आणि त्याबरोबरच आणखी बराचसा भाग कापून तो सर्व्हायव्हल किटमध्ये ठेवण्यात आला. पॅराशूटचा पिवळा आणि पांढरा नायलॉनचा भाग कापला गेला होता. हाताच्या मुठीत मावण्याएवढी त्याची घडी करता येत होती. त्याचा रंग एवढा गडद नसता तर एवढे मजबूत कापड त्यांनी पाठीवर टाकायची बॅग तयार करण्यासाठीही वापरले असते. पॅराशूटला २० फुटांहून अधिक लांबीच्या दोऱ्या असतात आणि ते कापड अत्यंत मजबूत असते. त्यामुळे रात्री पांघरण्यासाठीही त्याचा उपयोग होऊ शकला असता.

नकाशा तसाच राहिला

उस्मान हमीद यांनी फेब्रुवारीच्या मध्यावर दिलीप यांना नकाशा दिला होता आणि आठवडाभरातच तो आपण परत नेऊ असे दिलीपना सांगितले होते. परंतु प्रत्यक्षात ती वेळ कधीच आली नाही. त्यामागे एक चांगले कारण होते. ते म्हणजे उस्मान हमीद यांची बढतीवर बदली झाली होती. थोड्याच दिवसांत त्यांना समजले की चीफ ऑफ एअर स्टाफचे एडीसी म्हणून उस्मान हमीद

यांची नियुक्ती झाली होती. भुट्टो यांच्या अध्यक्षपदाच्या अस्थैर्याचा तो काळ होता. त्यावेळी उस्मान हमीद मोठी महत्त्वपूर्ण भूमिका पार पाडत होते. तीन मार्चला म्हणजे एअर मार्शल रहिम खान यांचे एडीसी म्हणून काम करायला लागून काही आठवडे झालेले असताना हमीद आणि त्यांचे बॉस यांना भुट्टोंच्या निवासस्थानात आमंत्रित करण्यात आले होते. त्यांच्यासोबत लष्कर आणि नौदल यांच्या प्रमुखांनाही आमंत्रित करण्यात आले होते. सर्व एडीसींना एका कार्यालयात बसवण्यात आले आणि तिन्ही दलांच्या प्रमुखांना तडकाफडकी काढून टाकण्यात आले. त्यानंतर गुप्त मार्गाने त्यांना गुप्त ठिकाणी पाठवण्यात आले. भुट्टोंनी त्यांच्या जागी झटपट नवीन नियुक्ती केल्या. आता नूतन हवाई दल प्रमुख होते एअर मार्शल जफर चौधरी. चौधरी तोपर्यंत पाकिस्तान इंटरनॅशनल एअरलाईन्सचे व्यवस्थापकीय संचालक म्हणून काम करत होते. परंतु अचानकच लष्करी उतरंडीत त्यांना अव्वल स्थान प्राप्त झाले होते. कदाचित म्हणूनच त्यांनी उस्मान हमीद यांना एडीसी म्हणून तसेच नियुक्त ठेवण्याचे धोरण अवलंबले असावे.

नकाशाचा बारकाईने अभ्यास

या सर्व घडामोडी घडत असताना दिलीप पाकिस्तानच्या ऑक्सफर्ड ॲटलस मॅपचा बारकाईने अभ्यास करण्यात दंग होते. नेमक्या अंतरांची मोजदाद करण्यात ते गुंतले होते. आपण पूंछच्या ईशान्येच्या दिशेने जावे असा निर्णय त्यांनी घेतला होता. पूंछ हे भारताच्या अधिपत्याखालील काश्मीरमधील सर्वाधिक जवळ असलेले शहर होते. रावळपिंडीपासून ते सुमारे शंभर किलोमीटरवर होते. त्यांना झेलम नदी पार करावी लागली असती. परंतु तो जूनपूर्वीचा कालखंड होता. कोरडी हवा होती. त्यामुळे त्यांना तसे करणे अवघड वाटत नव्हते. त्यांना आता रेल्वे, रस्ते आणि पुलांचा अधिक तपशीलवार नकाशा हवा होता. या वाहतुकीच्या साधनांचा वापर ते कमीत कमी करणार होते. तरीही तो नकाशा जवळ असणे त्यांना आवश्यक वाटत होते. म्हणूनच आपल्या खाटेवरच्या ब्लँकेट्सखाली त्यांनी हमीदनी दिलेला तो नकाशा ठेवून दिला होता. पुढे -मागे संदर्भासाठी तो उपयुक्त ठरणार होता.

मुल्ला फिरोझ भारतात परतल्यानंतर आणि सुरुवातीचे टपाल आल्यानंतर लवकरच चकलालाच्या वैद्यकीय देखरेख कक्षातून जाफा, कामत आणि

तेजवंत सिंग आपापल्या कोठड्यांमध्ये परतले होते. ते परत आल्याचे पाहून सर्वांनाच आनंद झाला होता. कुरुविला यांनी तो सर्वांसमवेत साजराही केला.

पेठियांना परत पाठवण्याचा निर्णय

मे महिना सुरू झाला होता आणि आता थंडीचा कडाका संपला होता. रावळपिंडीत असलेल्या युद्धकैद्यांच्या दृष्टीने एक गोष्ट चांगली होती. ती म्हणजे अखेरीस पेठियांनाही वैद्यकीय कारणासाठी परत पाठवले जाणार होते. मुल्ला फिरोझ यांना निरोप देताना ज्याप्रमाणे युद्धकैद्यांनी मिठाई वाटली होती, त्याप्रमाणेच आता पेठियांसाठीही त्यांनी निरोपाची तयारी केली. मिठाई आणली गेली. आठ मे रोजी पेठियांना भारतात पाठवण्यात आले. पाच महिने आणि तीन दिवसांचा तुरुंगवास तोपर्यंत त्यांनी भोगला होता. त्यानंतर त्यांची भारतात रवानगी झाली होती.

आता बारापैकी दोन युद्धकैदी भारतात परतले होते आणि दहा पाकिस्तानात होते. हे दहाही जण दिलीप यांच्या खोलीतच बराचसा वेळ घालवत होते. त्याचे एक प्रमुख कारण म्हणजे ती खोली ऐसपैस तर होतीच; परंतु तिथे पंखा होता. उन्हाळ्याचे दिवस सुरू झाले होते. त्यामुळे पंख्याच्या वाऱ्याची गरज भासत होती.

एका महिन्यात तब्बल पावणेतीन पट पगारवाढ

११ मे रोजी बांगला देशाच्या युद्धामुळे रुपयाचे अवमूल्यन झाले. अमेरिकन डॉलरच्या तुलनेत पाकिस्तानी रुपया आणखी पाच रुपयांनी घसरला. त्यामुळे जूनमध्ये युद्धकैद्यांना त्यांचा पगार मिळाला त्यावेळी फ्लाईट लेफ्टनंट्सना चक्क १४७ पाकिस्तानी रुपये पगार मिळाला. आधीच्या महिन्यात मिळालेल्या ५७ रुपयांच्या तुलनेत जवळजवळ पावणे तीन पट पगारवाढ झाली होती. यावर टिप्पणी करताना दिलीप विनोदाने म्हणाले, ''माझ्या कारकीर्दीत काही वेतन आयोगांच्या शिफारशी लागू झाल्या. परंतु कधीही एकाच महिन्यात एवढी मोठी पगारवाढ झाली नव्हती.''

दिलीप यांच्या मोहिमेला जणू काही सर्वांचेच पाठबळ लाभले होते. त्यांच्या हातात आता भरपूर पैसाही आला होता.

प्रकरण १०.

फुंकर घालणाऱ्या गाठीभेटी

दिलीप सतत तेथील कर्मचाऱ्यांशी बोलून माहिती काढून घेण्याचा प्रयत्न करत रहात होते. आधी त्यांनी लपतछपत चालत जाण्याचा विचारच पक्का केला होता. कारण त्यावेळी भारतात रात्री बसगाड्यांची वाहतूक सुरू नव्हती. परंतु रावळपिंडीहून मात्र रात्रीची बस वाहतूक सुरू होती.

रात्रीच्या बसची माहिती

एके दिवशी एक पठाण पाहरेकरी पाहऱ्यावर होता. त्याच्याकडून आपल्याला वायव्य सरहद्द प्रांताविषयी काहीतरी माहिती समजू शकेल असे दिलीपना वाटले. त्यांनी त्याच्याशी संभाषणास सुरुवात केली. ''आपका गाँव कहाँ है?'' आपल्या गावाविषयी माहिती विचारली की कोणताही मनुष्य खुलतो. तो पठाणही तसाच खुलला आणि त्याने माहिती सांगायला सुरुवात केली. दिलीपनी त्याला विचारले, ''तुम्हाला किती वेळा गावाला जाता येते?'' आता हा प्रश्नसुद्धा तसा जिव्हाळ्याचाच आहे. कारण कितीही वेळा गावाला जाता आले तरी कोणालाही ते कमीच वाटते आणि नकळत तो आपल्या मनातील सल बोलून दाखवताना सलगीने बोलू लागतो. त्या पाहरेकऱ्याने दिलीपना सांगितले की ज्या दिवशी त्याची ड्युटी संपते, त्या रात्रीच तो बस पकडून पेशावरला जातो. पेशावर तर अफगाणच्या सीमेपासून फक्त ५० किलोमीटरवर होते हे दिलीपना माहिती होते. पेशावर मोठे शहर होते. त्यामुळे ते टाळावे असे त्यांनी आधी ठरवले होते. परंतु पहाटेच ते तिथे पोहचले असते तर

कदाचित संशय निर्माण होण्याआधीच ते तिथून बाहेरही पडू शकले असते. रावळपिंडीहून पेशावरला बसमधून जाण्याने त्यांचा काही रात्रींचा प्रवासही वाचणार होता आणि वेळही!

दिलीप यांच्या स्मरणशक्तीने त्यांना लगेच आणखी एका गोष्टीची आठवण करून दिली. चाटींनी दंतवैद्याकडे जाऊन येताना आपल्याला बस स्टँड दिसल्याचे त्यांना एकदा सांगितले होते. आता ते स्टँड नेमके कुठे होते आणि तिथपर्यंत कसे जायचे ते त्यांना हवे होते. त्यांनी चाटींना सांगितले, ''आता तू काहीही कर. काहीही कारण सांग. परंतु पुन्हा एकदा दंतरोगतज्ज्ञाकडे जा आणि स्टँडचा नेमका रस्ता माहिती करून घेऊन ये.'' चाटींनी आपली जबाबदारी चोख पार पाडली होती.

त्यांनी दातदुखीचे निमित्त करून दंतवैद्याकडे जाण्याचा मार्ग खुला करून घेतला. अर्थातच जाण्याचा हेतू रस्ता शोधणे हाच होता. त्यांनी रस्ता व्यवस्थित लक्षात ठेवला. आल्याबरोबर त्यांनी दिलीपना सांगितले, ''मॉल रोडवर बाहेर पडलास की सरळ डावीकडे वळ. त्यानंतर येणाऱ्या पहिल्याच मुख्य रस्त्यावर पुन्हा डावीकडे वळ. तुला सरळ गावात जाणारा रस्ता दिसेल. त्यावरून पुढे जा. तो बराच लांबलचक रस्ता आहे. परंतु त्यावरून तसाच पुढे जात रहा. त्यानंतर सुमारे चार - पाच किलोमीटरचे अंतर कापल्यावर तुला उजवीकडेच मोठेच्या मोठे बस स्टँड दिसेल. तिथून आंतरराज्य बसेस सुटतात.''

दिलीपना अत्यंत महत्त्वाची माहिती समजली होती. त्यांच्या सुटकेचा मार्ग आता बऱ्यापैकी स्पष्ट होत चालला होता.

ॲन आय स्पेशलिस्ट

उस्मान हमीद तिथून गेल्यामुळे सर्वांनाच चुकल्या-चुकल्यासारखे वाटत होते. त्यांचे सौजन्यपूर्ण वर्तन त्यांना आवडत होते. त्यांच्या जागी आलेले स्क्वॉड्रन लीडर वहिदुद्दीन यांचा स्वभाव हमीद यांच्या विरुद्ध प्रकारचा होता. वहिदुद्दीन हे उंच आणि आडदांड व्यक्तिमत्त्वाचे होते. त्यांचा स्वभाव मोठा कडक होता. 'आपल्याला सर्व काही समजते,' अशा प्रकारचे त्यांचे वागणे होते. हे सर्व तरुण युद्धकैदी त्यांना 'ॲन आय स्पेशलिस्ट' म्हणत. इथे 'आय' हा शब्द ते 'डोळा' या अर्थाने वापरत नसून तो 'मी' या अर्थाने वापरला जात

होता. वहिदुद्दीन फक्त एक ग्राऊंडेड पायलट (विमान न चालवणारे) होते हे समजल्यावर तर त्यांच्याविषयीचा आदर आणखीच कमी झाला होता. उर्वरित तिघांना रुग्णालयातून परत आणल्यानंतर एके दिवशी वहिदुद्दिन अचानकच आले. ते पूर्वीच्या खूप गोष्टी सांगत आणि सतत बढाया मारत रहात. आपण भारतीय हवाई दलाच्या छावणीचा कमांडर असल्याचाच त्यांना खूप अभिमान वाटत असे. एकदा या अधिकाऱ्यांशी बोलत असताना त्यांनी त्यावेळी बांगला देशाची निर्मिती झालेली असतानाही बांगला देशाचा उल्लेख 'पूर्व पाकिस्तान' असा केला. सुरुवातीला त्यांनी तो केला त्यावेळी चुकून तो उल्लेख झाला असेल, असे सर्वांना वाटले. परंतु त्यांनी दोन-तीनदा मुद्दाम तसाच उल्लेख केला. जणू काही बांगला देश निर्माण झालाच नव्हता.

दिलीप म्हणाले, ''जाफांचा स्वभाव खूपच वेगळा आणि छान होता. 'छुरी से कट जाय, पर खून भी ना निकले' अशा प्रकारे त्यांचे बोलणे असे. मिश्किलपणे बोलण्यात त्यांचा हात धरणारा कोणीच नव्हता.'' जाफांनी ते सारे ऐकले आणि ते शेजारीच असलेल्या दिलीप यांच्याकडे वळून म्हणाले, ''दिलीप, इजन्ट ही टॉकिंग इन पास्ट टेन्स?'' (हे भूतकाळात बोलत नाहीत का?) त्यावर वहिदुद्दीन संतापाने चांगलेच उसळले आणि झटकन तिथून निघून गेले. त्यांनी रिझवींना काहीतरी सांगितले. रिझवी आणि भार्गव यांच्यात चांगले संबंध निर्माण झाले होते. रिझवी सर्वांना व्यवस्थित सांभाळून घ्यायचे. त्यांनी भार्गवना सांगून जाफांना बोलावून घेतले. त्यानंतर त्यांनी जाफांना लेखी सूचना दिली. तुम्ही लहान तोंडी मोठा घास घेत आहात, अशी समज त्यांना देण्यात आली. या घटनेनेही वहिदुद्दीन यांच्याविषयी अधिकाऱ्यांमध्ये संताप आणि नाराजी निर्माण झाली होती. त्यात आणखी एका घटनेचीही भर पडली. एके दिवशी त्यांनी सर्वांना सांगितले की त्यांच्या कुटुंबातील काही सदस्य युद्धकैद्यांना पहायला येणार होते. अर्थातच अधिकाऱ्यांना ते आवडले नव्हते. कारण ते काही सर्कशीतील जनावरे नव्हते. त्यांना पहायला कुटुंबातील सदस्यांनी येणे ही गोष्ट त्यांना संतापजनक वाटली होती. परंतु प्रत्यक्षात वेगळेच घडले होते.

काही अधिकाऱ्यांच्या भेटी

त्याआधीही पाकिस्तान हवाई दलातील काही अधिकाऱ्यांनी त्यांना भेटी

दिल्या होत्या. त्यात चकलाला तळाच्या कमांडरांचाही समावेश होता. परंतु त्या 'ड्युटी व्हिजिट्स' होत्या. बहुतांश पाकिस्तानी अधिकाऱ्यांना आपणही याच स्तरावर असल्याचे माहिती होते आणि त्यामुळे त्यांच्या भेटींमधून ते या अधिकाऱ्यांचा उत्साह वाढवण्याचे काम करत असत. एका अधिकाऱ्याने तर त्यांना स्पष्टपणे सांगितले होते की 'कदाचित आपण हवेत असताना शत्रू असू. परंतु जमिनीवर मात्र मित्रच आहोत. तुम्हाला काहीही लागले तरी मला कळवा.' परंतु ते पोकळ शब्दच ठरले होते. कारण त्यानंतर त्या अधिकाऱ्याने पुन्हा त्यांना कधीच तोंडही दाखवले नव्हते. परंतु काहीही असले तरी अशा भेटींमुळे अधिकाऱ्यांचे मनोधैर्य त्या वेळेपुरते का होईना; परंतु काही प्रमाणात तरी उंचावले जात होते. अशा भेटींच्यावेळी एक प्रकारचे अवघडलेपणही जाणवत असे. कारण पाकिस्तानने अगदी सपाटून मार खाल्ला होता आणि त्यांची चांगलीच नाचक्की झाली होती. त्यामुळे विजेत्या देशाच्या युद्धकैद्यांना भेटायला येताना त्यांच्या मनातील ही घालमेलही त्यांच्या वागण्यातून दिसत असे. फाळणीच्या जखमा सर्वांनाच झालेल्या होत्या. परंतु फाळणी का घडली याविषयीच्या कारणांबद्दल वाद निर्माण होत होते. म्हणूनच या सगळ्या प्रकरणात आपण तोंडघशी पडल्याची एक प्रकारची जाणीव त्यांच्या वर्तनातून दिसून येत होती.

तुम्ही माझे भाऊच

जाफा, तेजवंत सिंग आणि भार्गव यांना परदेशातील प्रशिक्षणाच्या वेळी मित्रत्वाने वागलेल्या पाकिस्तानी पायलट्सच्या पुनर्भेटीने नक्कीच आनंद होत होता. तेजवंत सिंग आणि भार्गव यांनी अमेरिकेत आणि जाफांनी यूकेच्या स्टाफ कॉलेजमध्ये प्रशिक्षण घेतले होते. अशा पायलट्सच्या भेटीच्या वेळी कसलेही अवघडलेपण जाणवत नव्हते. कोणतीही औपचारिक भाषणे होत नव्हती. विनोद, हसत-खेळत संभाषण, थट्टा-मस्करी होत असे. जुन्या काळच्या आठवणी निघत. वेळ छान जात असे. सिंग आणि भार्गव यांनी अमेरिकेत प्रशिक्षण घेतले होते ती जागा डिस्नेलँडजवळ होती. ते सगळे आठवडाअखेरीला तिकडे जायचे. डॉनल्ड पार्कमध्ये मिकी माऊससह त्यांनी फोटोही काढून घेतले होते. सगळे सगळीकडे एकत्रच फिरायचे. एकदा त्यांचा

असाच एक पाकिस्तानी मित्र त्याच्या पत्नीला घेऊन आला. त्याने आपले डिस्नेलँडमधील फोटो बरोबर आणले होते.

तो एकटाच आला होता. परंतु आपल्या भेटीच्या अखेरीस त्याने आपली पत्नीही बाहेर कारमध्ये असल्याचे सांगून सर्वांनाच आश्चर्याचा धक्का दिला. तो सिंग आणि भार्गव यांचा मित्र होता. तो त्यांना म्हणाला, ''आमच्याकडे खूपच कडक पडदा पद्धती आहे. कुटुंबीयांखेरीज कोणीही तिला बघू शकत नाही. परंतु तुमच्या बाबतीत कसला आलाय पडदा? तुम्ही दोघेही माझे भाऊच आहात. तेव्हा माझ्याबरोबर येऊन माझ्या पत्नीला भेटा.'' त्याच्या बोलण्याने सर्वच जण हेलावले. पाहऱ्यावरील चौकीदारांनीही त्याच्या विनंतीचा मान राखून त्या दोघांना प्रवेशद्वाराबाहेर नेले आणि त्याच्या पत्नीशी त्यांची भेट घडवून आणली. आपली मित्रत्वाची भावना व्यक्त करण्यासाठी त्याने असे अपवादात्मक वर्तन केले होते, ते पाहून सर्वांना सुखद आश्चर्याचा धक्का बसला होता. येताना त्याने सर्वांसाठी मिठाई आणि केक आणला होता.

तुमचे नीतिधैर्य उच्च आहे!

जाफांबरोबर कॅरापिएट नावाच्या एका अँग्लो पाकिस्तानी अधिकाऱ्याने इंग्लंडमध्ये प्रशिक्षण घेतले होते. तोही त्यांना भेटायला आला होता. त्याची पत्नी त्याच्या सोबत होती. तो पाकिस्तान हवाई दलात होता. जाफा उत्तम नृत्य करत असल्याबद्दल त्याच्या पत्नीने त्यांचे खूपच कौतुक केले. त्यानंतर युद्धाचा विषय निघाला. त्यावर जाफा ठामपणे आनंदी स्वरात म्हणाले, ''काही का असेना; पण जिंकलोय तर आम्हीच ना!'' मिसेस कॅरापिएटला जाफांच्या या उद्‌गारांचे खूपच कौतुक वाटले. ''तुमचे नीतिधैर्य खूपच उच्च आहे,'' तिने शेरा मारला.

मार्च-एप्रिलच्या सुमारास पाकिस्तानचे हवाई दलप्रमुख जफर चौधरी आपले एडीसी स्क्वॉड्रन लीडर उस्मान हमीद यांच्यासह अचानकच एके दिवशी अगदी सकाळी युद्धकैद्यांना भेटण्यास आले. चौधरी यांच्याशी बोलणे झालेल्या अधिकाऱ्यांना त्यांना आपल्याविषयी कळकळ असल्याचे जाणवले होते. शिवाय या भेटीच्या वेळी उस्मान हमीद आता तिथे असल्याचेही समजले होते.

वहिदुद्दीन कुटुंबीयांची सुखद भेट

वहिदुद्दीन यांचा स्वभाव, त्यांचे वागणे याचा विचार करता त्यांच्या कुटुंबीयांच्या भेटीविषयी कोणाच्याच मनात आनंदाची भावना नव्हती. 'देखल्या भटा दंडवत' किंवा 'आलिया भोगासी' असाच काहीसा विचार त्यांच्या मनात आला होता. परंतु तिथे अनेक धक्कादायक गोष्टी घडल्या होत्या. तशीच ही भेटसुद्धा चांगल्या अर्थाने धक्कादायक ठरली होती. तो मे किंवा जूनचा कालावधी होता. हवा बऱ्यापैकी उबदार होती. वहिदुद्दीन यांचे सर्वच्या सर्व कुटुंबीय कारमधून अंगणात आले होते. चहाच्या वेळी वहिदुद्दीन स्वतः कारमधून सर्वांना घेऊन आले होते. कोठडी क्र. ५ या दिलीप यांच्या कोठडीत सर्व जण जमा झाले होते. तिथून त्यांना दोन महिला आणि बरीच मुले गाडीतून बाहेर पडल्याचे दिसले. कोठडीचा दरवाजा उघडाच होता आणि हे सगळे लोक कोठडीत शिरले. वहिदुद्दीन यांनी एकेका महिलेकडे निर्देश करत सांगितले, ''ही माझी पत्नी आणि ही मेव्हणी.'' त्या दोघींनीही बुरखे घेतले नव्हते आणि सलवार कमीज घातले होते. त्या दोघीही अत्यंत देखण्या होत्या. खोलीत गर्दी झाली होती. प्रथमच महिला आणि मुले अधिकाऱ्यांना दिसली होती. मुलेही खूपच सुंदर होती. त्यांपैकी दोन मुली जुळ्या होत्या. त्या सुमारे सात-आठ वर्षांच्या होत्या.

अशीच काही मिनिटे गेली आणि त्यांच्यापैकी एक तरुण स्त्री रडू लागली. ''माझा भाऊही लष्करात आहे आणि सध्या भारतात युद्धकैदी आहे,'' तिने या अधिकाऱ्यांना सांगितले. ''त्याची काळजी कशी घेतली जात असेल, याचीच मला चिंता वाटते,'' ती रडत रडत म्हणाली. अधिकाऱ्यांनी तिला धीर देण्याचा प्रयत्न केला आणि भारतात त्याला नक्कीच चांगल्या प्रकारे वागवले जात असेल असे सांगितले. यावेळी वहिदुद्दीननी पत्नीला दटावून गप्प करण्याचा प्रयत्न केला होता. परंतु तिला स्वतःच्या भावनांना आवर घालणे शक्य झाले नव्हते. त्यांच्या पत्नीने या अधिकाऱ्यांना 'काही खाण्याची इच्छा होत असेल, तर सांगा. मी पाठवून देते,' असे सांगितले. त्यावर या अधिकाऱ्यांनी 'दमपोख्त खाने का बडा मन हो रहा है' असे सांगितले. दमपोख्त हा बिर्याणीचा एक चवदार प्रकार आहे. नंतर ते कुटुंबीय निघून गेले आणि अधिकाऱ्यांच्या लक्षात आले की त्यांचे चुरगाळलेले कपडे, वाढलेल्या दाढ्या आणि काही

जणांच्या पायांतील कॅनव्हासचे बूट पाहून त्या स्त्रिया कळवळल्या होत्या आणि आपल्या भावाच्या आठवणीने विव्हळ झाल्या होत्या. कारण हे सारे युद्धकैदी अजिबातच अधिकाऱ्यांसारखे वाटत नव्हते. 'ऑफिसर' हा शब्दही त्यांच्या त्या वेळच्या अवताराच्या जवळपास फिरकू शकत नव्हता. आपले शब्द या स्त्रिया मनावर घेतील आणि खरोखरच आपल्याला दमपोख्त पाठवून देतील असे अधिकाऱ्यांना वाटले नव्हते.

परंतु दुसऱ्या दिवशीच वहिदुद्दीन परतले, त्यावेळी त्यांनी आपल्या कारमधून शिपायांकरवी भले मोठे जेवणाचे डबे आणले आणि टेबलावर मांडून सर्व अधिकाऱ्यांना बोलावले. त्या चवदार जेवणावर सर्वांनीच ताव मारला. ते जेवण वहिदुद्दीन यांच्या पत्नीने आणि मेव्हणीने बनवले होते. काही वेळा कडक, निष्ठूर भासणाऱ्या अधिकाऱ्याच्या मुखवट्याखालीही अशी माणुसकी लपलेली असू शकते तर!

तुम भी पतंग उडाओ!

काही दिवस त्यांना अंगणातून बाहेरच्या बाजूला पतंग उडवणारे तरुण दिसले. जवळपासच्या इमारतींच्या गच्चींवरून हा पतंग उडवण्याचा कार्यक्रम चालत असे. एके दिवशी एक पतंग अंगणात आला. त्याचा दोरा कापला गेला होता. दोन्ही बाजूच्या तरुणांना तो पतंग मिळवायचा होता. लवकरच तरुणांचा घोळका भिंतीजवळ गोळा झाला. एका अधिकाऱ्याने त्यांना तो पतंग परत देऊन टाकला. काही दिवसांनी त्या तरुणांनी मुद्दामहून पतंग आणले आणि ते भिंतीपलीकडे या अधिकाऱ्यांकडे पाठवून दिले. या अधिकाऱ्यांनी ते पतंग उडवावेत अशी त्यांची इच्छा होती. जाफांना उर्दू लिहिता येत होते. त्यांनी आपला पत्ता त्या पतंगावर लिहिला. नं. ३, प्रोवोस्ट अँड सिक्युरिटी फ्लाईट, मॉल रोड.

एके दिवशी दुपारी ते असेच वेळ घालवत अंगणात बसलेले असताना बाहेरच्या भिंतीवरून ते तरुण डोकावून पहात असल्याचे त्यांना आढळले. त्या तरुणांनी संभाषणास सुरुवात केली. ''कसं काय चाललंय? तुम्ही कसा वेळ घालवता?'' त्यांनी विचारले. रावळपिंडी क्लबमध्ये येणारे ते तरुण होते. तो क्लब तर युद्धकैदी खेळत असत, त्या कंपाऊंडच्या पलीकडेच होता. दुसऱ्या दिवशीही

ते तरुण परत आले. क्लबमध्ये 'बोनस पॅक' हा पत्त्यांचा महागडा कॅट वापरला जात असे. हे पत्ते अत्यंत गुळगुळीत आणि सुंदर असतात. त्या तरुणानी या अधिकाऱ्यांसाठी बाहेरून बरीच कॅट्स आत टाकून दिली. पत्त्यावर नखांनी खुणा केल्या जातात. म्हणून ४-५ हात झाले की कॅट बदलले जात असे. ब्रिज खेळणारे सर्वच जण ही सुंदर कॅट्स पाहून एकदम खूश होऊन गेले होते. एकदा पतंगाचा दोरा कापल्याचा आवाज त्यांना आला आणि तो परत दिला गेल्याचेही समजले. त्यानंतर पुन्हा त्यांना कधीच पतंग दिसला नव्हता. त्यानंतर ते तरुण पुन्हा आले नाहीत. कदाचित छावणीच्या कर्मचाऱ्यांनी त्यांना पाहिले असावे आणि येण्यास मज्जाव केला असावा.

ब्रिज खेळताना पॉइंट्स लावून हे अधिकारी खेळत. परंतु महिना संपला की जिंकलेले आणि हरलेले असे सर्व जण मिळालेले सगळे पैसे एकत्र करत आणि त्यातून औरंगजेबकडून खाद्यपदार्थ आणि कोका कोला आणवून घेऊन पार्टी करत. पाकिस्तानात हे अधिकारी वर्षभर होते. त्यामुळे प्रत्येकाचा एकेक वाढदिवस त्यांनी अशाच प्रकारे तिकडे साजरा केला होता. दिलीप म्हणाले, ''त्यावेळी तिकडे सेव्हन अप मिळायचे. तेही आम्ही मोठ्या प्रमाणात आणत असू.''

दुसरे टपाल आणि पार्सलही!

आता एप्रिल उजाडला होता. ज्यांचे टपाल आले नव्हते किंवा येऊनही ज्यांना ते अपुरे असल्यासारखे वाटले होते, त्यांना आणि इतरही प्रत्येकालाच आपल्या कुटुंबीयांच्या आणि मित्रांच्या टपालांची उत्सुकता होती. त्याबरोबरच आपल्यासाठी पाठवल्या जाणाऱ्या वस्तूंचीही ते आतुरतेने वाट पहात होते. त्या दृष्टीने रेडक्रॉसचे लोक हे त्यांना देवदूतच वाटत होते...आणि अखेरीस एप्रिलमध्ये या देवदूताचे पुन्हा एकदा आगमन झाले. यावेळी त्यांनी पत्रे तर आणली होतीच; शिवाय पार्सलही आणली होती आणि व्हॉलीबॉलचे नेटही होते. प्रत्येक युद्धकैद्याला हवाई दलाकडून कित्येक अत्यावश्यक वस्तू पाठवण्यात आल्या होत्या. त्यात विशेषतः अंडरवेअर, मोजे, सुया आणि दोरा, नाईट सूट्स, टूथ पेस्ट, रेझर्स, साबण यांचा समावेश होता. हॅरी आणि गॅरींना पूर्ण लांबीचे साफेही मिळाले होते. या सगळ्या गोष्टी पाहून अधिकाऱ्यांना अर्थातच आनंद झाला होता. आपल्या विभागाला आपली काळजी आहे,

असे त्यांना वाटले. परंतु प्रत्यक्षात बहुतेकांना अंडरवेअर लहान होत होत्या. त्यामुळे त्यांचा विरस झाला. काही युद्धकैद्यांना त्यांच्या कुटुंबीयांनी काही वस्तू पाठवल्या होत्या. युद्धकैद्यांच्या कुटुंबीयांना ते युद्धकैद्यांसाठी सिगरेट आणि अन्न पाठवू शकतील, असे सांगण्यात आले होते. परंतु कोणीही सिगरेट्स पाठवल्या नव्हत्या.

आधुनिक सुपरमॅन (?)

यात काही गंमतीजमतीही होत होत्या. त्यामुळे वातावरण हलकेफुलके होत होते. हवाई दलाने पाठवलेल्या कपड्यातील अंडरवेअर कॅमींना (कामतना) बऱ्याच लहान होत होत्या. त्यांनी गंमत केली. सुपरमॅनप्रमाणे त्यांनी पँटवर ती जिथपर्यंत चढवणे शक्य होते तिथपर्यंत चढवली. गुडघ्याच्या किंचित वर आलेली ती अंडरवेअर तशीच ठेवून ते फिरत होते आणि ते जिथून जात होते, तिथून हास्याचे फवारे उडत होते.

दिलीपनी आपल्या बहिणीला सुरुवातीला एक पत्र लिहिले होते. ते वाचल्यामुळे तिथे भरपूर थंडी असल्याचे समजल्यावर त्यांच्या दिल्लीतील बहिणीने त्यांना निळ्या रंगाचा लाऊंजिंग सूट पाठवून दिला होता. तो हास्याचे आणखी एक कारण बनला होता. दिलीपनी हसत हसत म्हटले होते, ''मला कुठे ठेवण्यात आलंय असं तिला वाटतंय? दिल्लीच्या रिट्झमध्ये?'' तो सूट पुन्हा बॉक्समध्ये घालून त्यांनी तो आपल्या खाटेखाली ठेवून दिला होता. दिलीप यांच्या कुटुंबीयांनी दोन लाऊंज सूट, शर्ट, पँट, पुल ओव्हर आणि स्लिव्हलेस स्वेटर पाठवले होते. दिलीपना या कपड्यांचा पुढे खूपच उपयोग झाला.

हमारा लिबाज बहुत जँचता है

दिलीप यांच्या योजनेला आता चांगलाच आकार आला होता. त्यांनी स्वतःही पंजाबी आणि पश्तो भाषांतील काही शब्द व लकबी उचलण्यास सुरुवात केली होती. मात्र तरीही स्थानिक भाषा बोलण्याची ढब त्यांच्या बोलण्यात उतरत नव्हती. काही वेळा दिशा विचारण्यासाठी किंवा इतर काही कारणाने त्यांना कोणाच्या प्रश्नाचे उत्तर द्यावे लागले असते, तर बोलणाऱ्याच्या ते सहज लक्षात आले असते. गॅरींनी आपल्याबरोबर यावे असे म्हणूनच त्यांना वाटत होते. आपण कोणतेही सार्वजनिक वाहन शक्यतो वापरायचे नाही असे

दिलीप यांनी ठरवले होते. म्हणूनच रात्री चालायचे आणि दिवसा लपायचे अशी त्यांची रणनीती होती.

आता प्रश्न होता कपड्यांचा. त्यांच्या अंगावर कैद्यांचे कपडे होते. त्यामुळे पळण्यासाठी त्यांना वेगळे कपडे लागले असते. मार्च महिन्यापासून ऑगस्ट महिन्यापर्यंत तिथून निसटण्याची तयारी दिलीप करत होते. तिथला एक चपरासी शिंपीकाम करायचा. त्यांनी त्याला स्वतःसाठी पठाणी कोट शिवायला सांगितले. औरंगजेबकडून बाजारातून त्यांनी त्यासाठी हिरव्या रंगाचे कापड विकत आणले आणि त्याचा सलवार कमीज शिवून घेतला. त्याला वाटले, 'साहब लोगों को हमारा लिबाज बहुत पसंद आ गया।' तो खूश झाला आणि त्याने त्यांना तो कोट शिवून दिला. दिलीप यांचा एका महिन्याचा पगार त्यात खर्ची पडला. दोन - तीनदा तो पठाणी कोट घालून दिलीप बाहेरही आले होते. त्यावेळी त्यांना पाहून औरंगजेबने ''आप हमारा लिबाज पहन रहे हो साब, बहुत जँचता है।'' अशी त्यांची स्तुतीही केली होती. इतरांनाही त्यात काहीही वावगे वाटले नव्हते. कारण आता उन्हाळा सुरू झाला होता. तापमान वाढले होते. हवेशीर कपडे घालण्यात काहीच गैर नव्हते. दिलीप यांनी जोरदार आखणी केली होती, असे पाकिस्तानी कर्मचाऱ्यांना चुकूनही वाटलेच नव्हते.

आम्हालाही ट्रान्झिस्टर हवा

भारतीय युद्धकैद्यांना ट्रान्झिस्टर आपोआपच मिळाला नव्हता. त्याची मागणी त्यांना करावी लागली होती. एप्रिलच्या सुमारासच युद्धकैद्यांना 'हम सब खैरियत से है' या ऑल इंडिया रेडिओवरील कार्यक्रमाविषयी समजले होते. शिवाय भारतात पाकिस्तानी युद्धकैद्यांना हिंदी गाणी ऐकू दिली जातात, असेही त्यांना समजले. पाकिस्तानी युद्धकैद्यांच्या छावणीत भारतात ध्वनिवर्धकावरून गाणी लावली जात होती. कॉर्पोरल मेहफूज खान हा एक उंच पठाण कर्मचारी छावणीत होता. तो युद्धकैद्यांशी अगदी मित्रत्वाने वागत असे. तो त्यांना आदराने वागवत असे. बहुधा त्याच्याकडूनच त्यांना या बातम्या कळल्या असाव्यात. दिलीप यांनी सांगितले की अधिकारी मागवत असलेले चप्पल कबाब वृत्तपत्राच्या कागदात गुंडाळून आणले जात असत. बहुतेक अधिकारी ते वृत्तपत्र वाचण्याचा प्रयत्न करत. ही वृत्तपत्रे उर्दू असली तरीही जाफा

आणि कोयलो यांना उर्दू वाचता येत होते. त्यामुळे ते त्यातून अर्थ काढून इतरांना सांगत असत. कदाचित अशाच एखाद्या वृत्तपत्रातून त्यांना या बातम्या समजल्या असाव्यात.

आता आपल्या अधिकाऱ्यांनी पाकिस्तानी अधिकाऱ्यांकडे आम्हालाही 'समान वागणूक हवी' असा आग्रह धरला. रेड क्रॉसचे प्रतिनिधी नेहमीच याचा उल्लेख करत असत. 'तिकडे दिल्या जाणाऱ्या वागणुकीचे पडसाद इकडे उमटतात,' असे ते नेहमी म्हणत. बारा लोकांसाठी ध्वनिवर्धक लावणे शक्य नव्हते. परंतु वहिदुद्दीनने ट्रान्झिस्टर देण्यास मान्यता दिली. त्यावर त्यांनी काय ऐकावे यावर बंधन नव्हते. त्यामुळे मग बीबीसीपासून ते ऑल इंडिया रेडिओपर्यंत सर्व प्रकारचे कार्यक्रम ऐकण्यास युद्धकैद्यांना परवानगी मिळाली होती. त्यामुळे युद्धकैद्यांचा जगाशी संपर्क साधला गेला. ते पुन्हा एकदा माणसात आले होते. पाकिस्तानमध्ये युद्धकैद्यांना परत आणण्यासाठी सरकारवर मोठाच दबाव असल्याचे त्यांना समजले होते. परंतु तरीही हे सारे जण सुमारे वर्षभर पाकिस्तानातच राहिले होते.

गुरुद्वारा पुंजा साहिबची सहल

दिलीप म्हणाले, ''तेजवंत सिंगला रेडिओवरील बातम्यांवरून असे समजले होते की पाकिस्तानातील पुंजा साहिब गुरुद्वारामध्ये दरवर्षीप्रमाणेच त्या वर्षीही हजारो शीख जमणार होते आणि बैसाखीचा सण साजरा करणार होते. तेजवंतच्या मनात एक कल्पना आली. मुस्लीम लोक आपल्या धर्माचे आचरण करण्यात कट्टर असतात. मग शीख कैद्यांना तो हक्क का नसावा? त्याने वहिदुद्दीन यांच्यासमोर ती कल्पना मांडली. गॅरींना आणि आपल्याला बैसाखीसाठी पाठवले जावे असा आग्रह त्याने धरला. कारण गुरुद्वारा पुंजा साहिब हे रावळपिंडीपासून फारसे दूरवर नव्हते. ते हिमालयाच्या पायथ्याशी होते आणि रावळपिंडीपासून फक्त ४८ किलोमीटरवर होते. तेथील दगडावर शीख धर्माचे संस्थापक गुरु नानक यांच्या हातांचे ठसे असल्याचे मानले जात होते. थोडीशी मनधरणी केल्यावर वहिदुद्दीन यांनी ते मान्यही केले. परंतु बैसाखी १३ एप्रिलला होती. त्यानंतर आठवडाभरानंतर त्यांनी त्यांना तिथे जाऊ देण्यास मान्यता दिली. जाफांनी दाढी राखली नसल्यामुळे ते शीख आहेत का याविषयी वहिदुद्दीन यांच्या मनात साशंकता होती. परंतु तरीही

त्यांनी त्यांनाही जाऊ देण्यास मान्यता दिली. खरे तर जाफा यांचे वडील शीख आणि आई हिंदु होती. त्यामुळे त्यांच्या कुटुंबात दोन्ही धर्म पाळले जात होते.''

ते तिघेही चार पाहरेकऱ्यांच्या पाहऱ्यात एके दिवशी सकाळी बाहेर पडले. या तिघांनाही एका जीपमध्ये बसवण्यात आले. ती एक छोटीशी सहलच होती. जीप प्रवेशद्वारातून उजवीकडे वळल्या. त्यानंतर आणखी एकदा मॉल रोडवर उजवीकडे वळल्या आणि मग पेशावरच्या पश्चिमेकडून पुढे निघाल्या. त्यावेळी या युद्धकैद्यांच्या लक्षात आले की रावळपिंडी हे फार मोठे शहर नव्हते.

लवकरच कँटोन्मेंटचा परिसर मागे पडला. त्यांना उत्तरेकडे हिमालयाचा पायथा दिसू लागला. आणि त्याही पलीकडे दूरवर आणखी उंच पर्वतरांगा दिसत होत्या. ती 'मार्गाला खिंड' होती. ती ओलांडल्यावर जीपनी नयनरम्य निसर्गसौंदर्य असलेल्या एका प्रदेशात प्रवेश केला. लवकरच त्यांनी एका अरुंद रस्त्यावर प्रवेश केला. तिथूनच ते गुरुद्वाराच्या प्रवेशद्वारापर्यंत पोहचले होते. अत्यंत कलाकुसर करून बांधलेल्या त्या इमारतीत तीन लोकांनी त्यांचे प्रवेशद्वाराजवळच स्वागत केले. त्यानंतर दुपारपर्यंत जीप तिथून परत तळावर आल्याही होत्या. आपल्या युद्धकैद्यांचे मनोधैर्य आपण उंचावल्याचे समाधान वहिदुद्दीनना वाटल्यासारखे त्यांच्या चेहऱ्यावरून दिसत होते. परंतु पुढे दिलीप यांच्या पलायनाच्या योजनेविषयी समजल्यावर त्यांना असे वाटले की जाफांनी त्यावेळी रस्ता पाहण्यासाठी ही युक्ती केली होती. खरे पाहता तसे काहीच नव्हते. त्यावेळी जाफांच्या मनात दिलीपना मदत करण्याचा हेतूच नव्हता. ते खरोखरच गुरुद्वारा पाहण्यासाठी गेले होते. तोपर्यंत दिलीप यांच्या या योजनेत कोणीही सहभागी झाले नव्हते.

तणावातून दातखीळ

वरवर असे सगळे बरे चाललेय असे दिसत असले तरीही अधिकाधिक दिवस उलटत चालले होते, तसा मनावरचा ताणही वाढत चालला होता. एके दिवशी असाच एक प्रसंग लगोरी खेळताना घडला होता. नेहमीप्रमाणेच दिलीप मोठ्या उत्साहाने सर्वस्व ओतून खेळत होते. त्या दिवशी चेंडू पकडण्याचा प्रयत्न करत असताना त्यांचे डोके भिंतीवर आदळले आणि अचानकच ते बेशुद्ध

होऊन जमिनीवर कोसळले. त्यांना फिट आली होती. दात आवळले गेले होते. आता ही स्थिती अधिकाऱ्याला दिसू नये यासाठी सगळे जण धडपडू लागले. कामतनी चमचा मागितला आणि लगेच जबरदस्तीने तो दिलीप यांच्या तोंडात घुसवला. (अशा प्रकारे चमचा किंवा काहीही तोंडात घालणे ही अशास्त्रीय पद्धत आहे. परंतु त्यावेळी ती सर्वमान्य पद्धती होती.) थोडा वेळ त्यांनी प्रयत्न केले आणि बाकीचे सारे जण देवाची प्रार्थना करत राहिले. हळूहळू दिलीप पूर्वस्थितीला आले आणि आपल्या नेहमीच्या उत्साही ढंगात त्यांनी विचारले, ''आपण खेळायचे का थांबलो आहोत?'' नेमके काय घडले होते ते त्यांना समजलेच नव्हते आणि कधीही समजले नसते. कारण त्यांना कधीच अशा प्रकारे फिटचा त्रास आधीही नव्हता आणि नंतरही आजतागायत कधी झाला नाही. अति तणावाचा तो परिणाम असला पाहिजे. काय झाले होते ते सांगून इतरांनी डॉक्टरकडे जाण्याचा दिलीपना सल्ला दिला. परंतु त्यांनी नकार दिला. आपल्या वैद्यकीय स्थितीवर अकारणच कोणतीही संशयाची सुई रोखली जाणे त्यांना नको होते.

टीव्हीची मागणी

२४ जूनला रेड क्रॉसने आणखी एकेक पार्सल आणि पत्रे आणली होती. त्यांनीही भारतातील पाकिस्तानी युद्धकैद्यांना दर आठवड्याला एक हिंदी चित्रपट दाखवला जात असल्याचे सांगितले होते. त्यांनी दहा जणांसाठी तशी सोय करता येत नसेल तर तुम्ही त्यांना टीव्ही संच बसवायला का सांगत नाही? असे विचारले. त्याच दिवशी युद्धकैद्यांनी वहिदुद्दीन यांना ताबडतोब ही माहिती दिली आणि टी.व्ही. संचाची मागणी केली. वहिदुद्दीन संतापाने काहीही न बोलता जातील किंवा तिरसटपणाने उत्तर देतील अशी सर्वांची अपेक्षा होती. परंतु त्यांनी या दहा जणांना सांगितले, की खरोखरच जर पाकिस्तानी युद्धकैद्यांना आठवड्याला एक चित्रपट दाखवला जात असेल, तर मी तातडीने टी.व्ही. संच बसवून देईन.

खरे तर दिलीप यांच्यासह सर्वांनाच टी.व्ही. संचापेक्षाही आपल्या पार्सलमध्ये अधिक स्वारस्य होते. दिलीप यांच्या बहिणीने त्यांच्यासाठी आणखी दोन शर्ट पाठवून दिले होते. तसेच एक पँटही पाठवून दिली होती. दिलीपनी ताबडतोब रेडक्रॉसच्या बॉक्समध्ये घालून ते आपल्या पलंगाखाली ठेवून दिले.

वहिदुद्दीन आपल्या शब्दाला जागले होते. दुसऱ्याच दिवशी त्यांच्या कार्यालयात टेलीव्हिजन संच बसवला गेला. त्या दिवशी संध्याकाळी व्हॉलीबॉलचा खेळ रद्द करण्यात आला. सगळेच्या सगळे दहाही युद्धकैदी आपापल्या खुर्च्या घेऊन टी.व्ही. समोर येऊन बसले होते. पाकिस्तानमधील टी.व्ही. चे कार्यक्रम हे हिंदी चित्रपटांप्रमाणे मनोरंजक नव्हते हे सर्वांच्याच लक्षात आले होते. मात्र त्यांना सर्वांना त्याहूनही अधिक स्वारस्य हे बातम्यांमध्ये होते. संध्याकाळच्या बातम्या या निलोफर मलिक ही अत्यंत देखणी महिला पत्रकार वाचत असे. काही संध्याकाळी अशाच गेल्या आणि नंतर दिलीप व्हॉलीबॉल खेळण्यात अधिक स्वारस्य दर्शवू लागले. मात्र निलोफरच्या बातम्यांना सर्वांची जोरदार हजेरी असे. नंतर नंतर तर व्हॉलीबॉल खेळणाऱ्या दिलीपना निलोफर दिसली रे दिसली की हाक मारली जाऊ लागली आणि तेही धावत येऊ लागले आणि सर्व सहकारी त्यांना त्यावरून चिडवू लागले.

प्रकरण ११.

मित्रांची कळकळ आणि सहकार्य

दिलीप तिथून निसटून जाणार असल्याचे समजल्यावर काही मित्रांच्या हृदयाचा ठोकाच चुकला. दिलीपना काही झाले तर? त्यांनी पाकिस्तानी युद्धकैद्यांना गोळ्या घातल्या गेल्याचे ऐकले होते. तीच गोष्ट दिलीप यांच्या बाबतीतही घडली तर? असे विचार बहुतेकांच्या मनात आले. परंतु ब्रदर भार्गव या बाबतीत अधिकच हळवे बनले होते.

ब्रदर भार्गव यांची घालमेल

ब्रदर भार्गव त्यांना हवी ती मदत करत होते. परंतु आपल्या मित्रांच्या जिवाला असलेला धोका ते जाणून होते. दिवसेंदिवस त्यांचे नियोजन अधिकाधिक पुढच्या स्तरावर चाललेले ते पहात होते. त्यांनी दिलीपना परोपरीने विनंती करून, विनवणी करून रोखण्याचे प्रयत्न केले होते. त्यांची आर्जवे केली होती. त्यातील धोके सांगून तसे न करण्याबद्दल त्यांनी त्यांना संतप्तपणे रोखण्याचा प्रयत्न केला होता. परंतु दिलीप त्यांचे काहीही ऐकून घेत नव्हते. ते सारे ते हसण्यावारी नेत होते आणि आपल्याला काहीही होणार नाही असा दिलासा आपल्या या मित्राला ते देत राहिले होते. ब्रदर भार्गव यांना आता सारे आपल्या हाताबाहेर चालले आहे असे वाटू लागले. आपल्या मित्राला पकडले गेले तर...त्यांच्या नजरेसमोर ती दृश्ये तरळत रहात होती. गोळ्या घातल्या गेल्या जातील की तडफडवून, हाल हाल करून मारले जाईल? कशाला हा उपद्व्याप? त्यापेक्षा इतरांबरोबर सुटका होईल त्यावेळी जाता येईलच

की! निदान त्याचा जीव तरी वाचेल. त्याला समजत कसे नाही? आपल्या मनातील विचारांनी ते व्याकूळ झाले आणि त्यांनी जाफांच्या कानांवर ते सारे घालण्याचा निर्णय घेतला. त्यांनी त्यांच्याशी चर्चा केली आणि दिलीपना आदेश देऊन थांबवावे अशी विनंती केली.

कोयलोंनी रोखले नाही

तिथून सुटका करून घेण्याचा दिलीप यांचा निर्णय नक्कीच धाडसी होता. परंतु त्यांनी गुपचुपपणे तो घेतला नव्हता, ही या निर्णयाची खासीयत होती. त्यांनी तिथे असलेल्या आपल्या वरिष्ठांशी आणि सहकाऱ्यांशी त्याविषयी चर्चा केली होती. मे - जूनपर्यंत ते एकाकीपणेच सगळी योजना आखत राहिले होते. त्यांना सल्ले मिळत होते. परंतु कोणीही त्यांच्याबरोबर बाहेर पडण्यास तयार नव्हते. जाफा आणि कोयलो हे तिथे त्यांच्याहून वरिष्ठ अधिकारी होते. दिलीप यांनी त्यांना आपल्या या सुटकेच्या योजनेची कल्पना दिली. भार्गव यांनीही आता त्यांच्याकडे या संदर्भात आत्यंतिक काळजीपोटी जवळजवळ तक्रारच केली होती. वास्तविक, कोयलो यांनाही ती योजना आवडली नव्हती. कारण दिलीप साधेसुधे पायलट नव्हते. ते उच्च दर्जाचे प्रशिक्षण घेतलेले पायलट होते. त्यांनी आपला जीव अशा प्रकारे धोक्यात घालावा ही गोष्ट त्यांना वेडेपणाची वाटत होती. ती धाडसी नक्कीच होती; परंतु त्यात प्रचंड धोका होता. इतर सर्वांबरोबरच त्यांचीही कालांतराने सुटका होणारच होती. मग आपला जीव एवढ्या मोठ्या धोक्यात का घालायचा असा प्रश्न त्यांनाही सतावत होता. परंतु उघडपणे त्यांनी दिलीपना विरोध केला नव्हता. कारण शत्रूच्या तावडीतून निसटून जाणे हे युद्धकैद्याचे कर्तव्य असते हे त्यांना माहिती होते. दिलीपना विरोध करणे म्हणजे त्यांना कर्तव्यापासून परावृत्त करण्यासारखे होते. शिवाय दिलीप स्वतःही हे आपले कर्तव्यच नाही का? असा प्रश्न सर्वांना विचारत होते. त्यामुळे तात्त्विक पातळीवर त्यांना दिलीप यांचे म्हणणे नक्कीच पटत होते. मात्र व्यावहारिक पातळीवर त्यातील धोक्यामुळे ते स्पष्ट होकार देण्यासही धजत नव्हते. त्यांची स्थिती ना नकार, ना होकार अशी होती. त्यामुळेच आपल्या अधिकाराचा वापर करून दिलीपना तिथल्या तिथे ते रोखू शकले असते. परंतु त्यांनी तसे केले नाही.

'मी त्यांच्या मार्गात येणार नाही'

याशिवाय जुलैच्या दरम्यान, आणखी एक मतप्रवाह पुढे आला. तो म्हणजे फक्त ब्रह्मचारी लोकांनीच निसटून जाण्याचा प्रयत्न करावा. विवाहितांवर घरची जबाबदारी होती. कुटुंबीय त्यांच्यावर अवलंबून होते. त्यामुळे त्यांनी या धोकादायक मोहिमेत सहभागी होऊ नये, असे मत सर्वांनीच व्यक्त केले. जाफा, ब्रदर भार्गव, कोयलो, कामत आणि तेजवंत सिंग हे विवाहित होते. त्यांना पत्नी आणि मुले होती. त्यामुळे त्यांनी या धोकादायक मोहिमेत सहभागी होऊ नये, हे सर्वांना पटण्याजोगेच होते. अगदी वयाने लहान असलेले कुरुविलाही विवाहित होते. युद्ध सुरू होण्याच्या अगदी अल्प काळच आधी त्यांचा विवाह झाला होता. परंतु ब्रदर भार्गव यांचे म्हणणे असे होते की अविवाहित व्यक्तीची काळजी करणारे कोणीच नसते का? त्याच्या मृत्यूचा शोक व्यक्त करणारे कोणीच नसते का? आपल्या कुटुंबाची जबाबदारी अविवाहित व्यक्तीवरही असते की नाही? त्यांनी जाफांसमोर कळकळीने आपले म्हणणे मांडले आणि ते म्हणाले, ''यांना समजत नाही. ठीक आहे. परंतु त्यांच्या पालकांचा तरी विचार करा.'' परंतु जाफांची परिस्थिती इकडे आड आणि तिकडे विहीर अशी झाली होती.

अखेरीस ब्रदर भार्गव यांनी त्यांना विचारले, ''तुम्हालाही मुले आहेत. तुमच्या मुलांपैकी कोणी असे पकडले गेले असते आणि त्यांनी तुरुंग फोडून पळून जाण्याचा निर्णय घेतला असता तर तुम्ही काय केले असते? तुम्हाला तो निर्णय योग्य वाटला असता का?'' जाफांना त्यांचे म्हणणे पटत होते. परंतु अशा प्रकारे आदेश देऊन मोहीम थांबवणे त्यांना तर्कसंगत आणि नैतिकदृष्ट्या योग्य वाटत नव्हते. त्यांनी उत्तर दिले, ''हे लोक प्रौढ आहेत आणि अत्यंत शूर आहेत. मी त्यांचा मार्ग रोखणार नाही.''

जाफांचे प्रोत्साहन

जाफांना दिलीप आणि नंतर गॅरी हे दोघेही सुटका करून घेऊन तिथून निसटून जाण्यासाठी एका पायावर तयार असल्याचे स्पष्टपणे दिसल्यावर त्यांनी त्यांना प्रोत्साहन देण्याची भूमिका बजावली. आपण ते करू शकत नाही. परंतु जे करत आहेत, ते योग्य तेच करत आहेत याची त्यांना खात्री होती.

त्यासाठी फक्त त्यांनी काळजीपूर्वक तयारी करण्याची आवश्यकता होती हे त्यांना माहिती होते. त्यात आपल्याला शक्य असेल तेवढी मदत ते त्यांना करू इच्छित होते.

कॅमींची प्रचंड मदत

कामत उर्फ कॅमी यांना दिलीप यांच्याबरोबर निसटण्याची अत्यंत इच्छा होती. परंतु त्यांचे दोन्ही पाय तोपर्यंत चांगले झालेले नव्हते. ते दिलीपना सतत म्हणत की मलासुद्धा यायचेच आहे. परंतु पायांमुळे ते जायबंदी झाले होते. त्यामुळे त्यांना ते शक्य नव्हते. धाडसी कॅमींनी मग दुधाची तहान ताकावर भागवली. त्यांनी दिलीपना हर प्रकारे प्रचंड मदत करून त्यांच्या सुटकेच्या प्रयत्नांत आपले मोठे योगदान दिले.

गॅरीपाठोपाठ हॅरीही!

दिलीपनी गॅरींचे उत्स्फूर्तपणे स्वागत केले होते. हॅरींचीही त्यांच्याबरोबर जाण्याची तीव्र इच्छा होती. ''मला तुझ्याबरोबर ने. तुला पश्चात्ताप होणार नाही, माझा तुला उपयोगच होईल,'' असे त्यांनी दिलीपना सांगितले होते.

आता दिलीप यांचा मार्ग अगदीच मोकळा झाला होता. अविवाहित असल्यामुळे हॅरी मोहिमेत सहभागी होण्यास पात्र ठरत होते. शिवाय हॅरींचा आग्रह पाहून दिलीपना वाटले की त्यांना निसटून जाण्याच्या मोहिमेत सहभागी करून न घेणे हा लोकशाही प्रक्रियेचा भंग ठरेल. त्यांची इच्छा पूर्ण करण्याचा हक्क त्यांनाही आहे. त्यांना अडवणारे आपण कोण? तेव्हा त्यांनी यावे. मोहीम फत्ते झाली तर आपल्याबरोबर त्यांचीही सुटका होईलच. हॅरींकडे एक महत्त्वाचा गुण होता. ते निर्भय होते; निधड्या छातीचे होते आणि खेळकर स्वभावाचे होते.

रावळपिंडीच्या छावणीत असताना हॅरींना एका महिलेचे पत्र आले होते. एका विवाह समारंभात त्यांची तिच्याशी भेट झाली होती आणि ती त्यांच्या प्रेमात पडली होती. आता ते पत्र हिंदीतून होते. त्यामुळे त्यातील मजकुर समजून घेण्यासाठी हॅरींना ते पत्र इतरांना दाखवणे आणि वाचून घेणे आवश्यकच होते. ते पत्र वाचले गेले आणि त्यावरून हॅरींना सर्व जण कित्येक दिवस चिडवत राहिले. परंतु हॅरींनी ते सगळे नेहमीच्या खिलाडू वृत्तीने घेतले आणि ते हसत राहिले होते.

हॅरी म्हैसूरच्या राजकुटुंबातील होते. त्यांचे सगळे शिक्षण इंग्लीश शाळांतून झाले होते. त्यामुळे त्यांचे इंग्लीश उत्तम होते. मात्र हिंदी अत्यंत खराब असल्यामुळे या मोहिमेत सहभागी होताना त्यांच्यावर एक बंधन घातले गेले होते. त्यांनी आपले तोंड सतत बंदच ठेवायचे होते. चुकून त्यांना कुठे रोखले गेले असते आणि त्यांना प्रश्न विचारले गेले असते तर आपण अँग्लो पाकिस्तानी असल्याचे त्यांनी सांगावे असे ठरवून ठेवण्यात आले. तसेच आपण पाकिस्तानमधील हैदराबादवरून आल्याचे त्यांनी सांगावे असेही ठरले होते. दिलीप आणि गॅरी या दोघा हवाई दल अधिकाऱ्यांचा आपण मित्र असून आपण हवाई दलात नाही असे त्यांना सांगावे लागणार होते. दिलीप यांच्या बहिणीने पाठवलेला निळा-हिरवा शर्ट आणि तुरुंगातील बेज पँट त्यांनी घालावी असे सर्वांनी मिळून ठरवले.

दिलीप म्हणाले, ''हॅरीच्या उत्साहाचा विजय झाला होता. तोही आमच्या मोहिमेत सहभागी होण्यास तयार झाला होता. एकसे भले दो, दो से भले तीन! त्याला एकदा बरोबर न्यायचे ठरल्यावर आमचा उत्साह वाढला होता. आत्मविश्वास दुणावला होता. हॅरी आणि गॅरीमुळे मला भक्कम पाठबळ लाभणार होते. कदाचित ते दोघे नसते तर माझी मोहीम एवढ्या उत्साही पद्धतीने पार पडलीच नसती. हॅरीने तर कमालच केली होती. त्याने आणि कॅमीने पडद्यांपासून रकसॅक खूपच उत्तम प्रकारे बनवल्या होत्या. शिवाय हॅरीने आमच्या योजनेत काही महत्त्वाच्या सूचनाही केल्या होत्या. आता ती फक्त माझी योजना नव्हती. आम्हा तिघांची योजना बनली होती. हॅरी खूप हुशार होता. त्याच्या सूचना अत्यंत सावधगिरीच्या आणि हुशारीच्या असत. इतरांना सहजासहजी जे सुचत नसे, ते त्याच्या बरोबर लक्षात येत असे. बारकाईने, सावधपणे तपशीलवार विचार करण्यात त्याचा हातखंडा होत असे. त्यामुळे त्याच्या सूचनांमधून मोठेच मार्गदर्शन मिळत असे. त्याच्या सूचनेनुसारच, आम्ही फक्त पाकिस्तानी कंडेन्स्ड मिल्कच बरोबर घेणार होतो. हवाई दलाने पाठवलेले कंडेन्स्ड मिल्कचे डबे बरोबर घेणार नव्हतो. आमच्या सुटकेच्या मोहिमेला त्याच्यामुळे या दृष्टीने मोठेच बळ लाभले होते.''

हॅरींना दिलीप यांच्या खोलीत हलवणे ही पुढची पायरी होती. गॅरी, चाटी दिलीप आणि हॅरी ब्रिज खेळत बसू लागले. आपला खेळ रंगात आल्यामुळे

हॅरींना आणखी काही वेळ आपल्या कोठडीत बसू द्यावे अशी विनंती दिलीप ड्युटीवरच्या पाहरेकऱ्याला करत असत. तेही ती मान्य करत. नंतर हॅरींनाही आपल्या खोलीत राहू द्यावे अशी विनंती दिलीपनी पाहरेकऱ्यांना केली. पाहरेकऱ्यांना कसलाच त्रास होऊ न देता आपल्याला हवा तेवढा वेळ आपण खेळत बसू शकू असे त्यांनी त्यासाठी कारण सांगितले. ही युक्ती सफल झाली होती. हॅरी आपली खाट आणि इतर सामानासह दिलीप यांच्या खोलीत आले. परंतु रात्रभर ब्रिज खेळत बसण्याचे ढोंग करणे ही तशी सोपी गोष्ट नव्हती. त्यांना इतर बऱ्याच गोष्टींचा विचारही करायचा होता. त्या खेळात गॅरींना कसलेच स्वारस्य नव्हते. त्यांना तो येतही नव्हता. म्हणून मग त्यांनी आपले वेगळेच वेळापत्रक आखले. रात्री दहापर्यंत ते ब्रिज खेळत बसत. त्यानंतर पाहरेकरी लाईट बंद करत असे आणि दिलीप व गॅरी भिंतीकडे वळत. ते विटा काढण्याचा आपला उद्योग शांतपणे सुरू करत. खोलीच्या कोपऱ्यापासून काही फुटांवर असलेली खोलीची मागची भिंत ते पोखरत होते.

निसटून कुठे जावे?

कसे निसटून जावे याविषयीच्या चर्चा सुरू झाल्या होत्या. सुरुवातीला ऐकणाऱ्या प्रत्येकाने लगेच होकार दिला नव्हता. काहींनी तर अखेरपर्यंत परावृत्त करण्याचा प्रयत्न केला होता. प्रत्येक जण आपापले मत प्रदर्शित करत होता. त्यांनी अफगाणिस्तानच्या दिशेने जावे की त्यांच्या पलायनाच्या प्रवासाचा रोख भारताच्या दिशेने असावा यावरही भरपूर चर्चा झाली होती. त्यांची निसटून जाण्याची योजना ज्यांना पसंत पडली नव्हती त्यांनीसुद्धा त्यांच्या योजनेत आपले योगदान देण्यास सुरुवात केली होती. त्यांनी आपल्याबरोबर काय काय न्यावे, कशा-कशाची त्यांना आवश्यकता भासेल याची सूचना प्रत्येक जण करत होता. आता त्या छावणीत काहीतरी हालचाल सुरू झाली होती. ती कंटाळवाणी उरली नव्हती. परंतु त्याच वेळी स्फोटक मात्र नक्कीच बनत चालली होती. त्या कंपाऊंडमध्ये आणि बाहेर रोज ३५ ते ४० पाहरेकरी वेगवेगळ्या तासांना पाहरा देत होते. त्यांच्या नजरेपासून त्यांच्या सुटकेची तयारी लपवून ठेवणे हा मोठाच महत्त्वाचा भाग होता. कारण रिझवींना खिडकीच्या वेळी काहीसा संशय आलेला होताच. आता त्यात ही तयारी दिसली असती तर नक्कीच स्फोट झाला असता. दिलीप म्हणाले, ''प्रत्येकाच्या

सूचनेचा मी विचार करत होतो आणि त्यावर माझे विचार मांडत होतो. त्यातून आम्हाला अनेक उपयुक्त सूचना मिळाल्या होत्या. काही जणांकडून निदान त्यांचा पाठिंबा आहे एवढे नैतिक बळ तरी लाभत होते.''

पाहरेकऱ्यांविषयीचा अंदाज

बाथरूमच्या व्हेंटिलेटरमधून निरीक्षण केल्यावर त्यांच्या लक्षात आले होते की रिक्रूटिंग स्टेशनच्या कंपाऊंडमध्ये संध्याकाळी पाचनंतर फक्त एकच पाहरेकरी असत होता. तो काही वेळा चारपाईवर बसायचा. चारपाई कुंपणाजवळच होती. परंतु सहसा त्याची अधिकाऱ्यांच्या कोठडीकडे पाठ असे आणि मॉल रोडकडे तोंड करून तो बसत असे. त्याने जर खरोखरच त्या दिवशी सहज वळून पाहिले असते तर या तिघांचीही धडगत नव्हती. म्हणून त्याच्यावर लक्ष ठेवणे ही तिघांचीही जबाबदारी होती. भिंत पार केल्यावर कसलीच भीती नव्हती. कारण मग ते सरळ मॉल रोडवर असणार होते आणि तोच ग्रँड ट्रंक रोड असल्याचे त्यांना माहिती होते. तिथून उजवीकडे वळल्यावर ते पेशावरच्या मार्गाला लागणार होते आणि तिथून खैबर खिंडीकडे जाणार होते. परंतु रात्रीसुध्दा खुलेपणाने प्रवास करण्याचा धोका ते पत्करणार नव्हते.

अखेर अफगाणिस्तानची दिशा निश्चित

एप्रिल, मे पर्यंत तापमानही हळूहळू ३० अंशांपर्यंत पोहचले होते. काही अधिकारी दुपारी थोडीशी डुलकी काढत किंवा थोडेफार वाचन करत. दिलीप त्यांच्याकडे पाठ करून आपले नित्याचे काम सुरू ठेवत. ती भिंत सुमारे २५ सेंटिमीटर जाडीची होती याचा अंदाज त्यांना आला होता. आपला चाकू विटांमध्ये खुपसून त्यांनी तो अंदाज बांधला होता.

भारताची सीमा नक्कीच अधिक जवळ होती. पूंछ हे रावळपिंडीपासून फक्त शंभर किलोमीटरवर होते. दिलीपनी सुरुवातीला पूंछच्या दिशेनेच कूच करायचे ठरवले होते. परंतु आता पावसाळ्यात त्यांना पूंछला पोहचण्यासाठी झेलम नदी पार करावी लागली असती. अफगाणिस्तानची सीमा दुपटीहून अधिक अंतरावर होती आणि तिथे पोहचण्यासाठी त्यांना सिंधु नदी ओलांडावी लागणार होती. कोणत्याही बाजूने ते बाहेर पडले असते तरी त्यांना पूल आणि इतर चेकपॉइंट्सचा सामना करावाच लागणार होता. अधिकाऱ्यांना ते भारताच्या

दिशेनेच गेले असणार असे वाटले असते ही यातील आणखी एक महत्त्वाची बाब होती. त्यामुळे त्यांना गुंगारा द्यायचा असेल तर अफगाणिस्तानच्या दिशेने जाणे अधिक योग्य ठरणार होते. शिवाय काश्मीरच्या वादग्रस्त भागातून जाताना कदाचित भारतीय सैन्यानेच त्यांना गोळ्या घातल्या असत्या. त्या तुलनेत अफगाणिस्तानची सीमा शांततापूर्ण होती. एकदा ते पेशावरला पोहचले असते की पाकिस्तानच्या वायव्य सीमा भागातून त्यांना सीमेपर्यंत पोहचावे लागले असते आणि तो भाग तर कायदा आणि सुव्यवस्था या दोन्ही शब्दांपासून कित्येक योजने दूर होता. परंतु अफगाणिस्तानात आपले चांगले स्वागत होईल अशी त्यांना खात्री वाटत होती. सोव्हिएत रशियाच्या पाठिंब्यावर कार्यरत असलेल्या तेथील सरकारचे भारताशी चांगले संबंध होते. त्यानंतर सुमारे सात वर्षांनी तिथे तालिबानचा जन्म झाला आणि संपूर्ण टापू अशांत बनला. मात्र १९७२ मध्ये अफगाणिस्तानात शांतता होती.

पलंगाखाली शूजची रांग

दिलीपनी गोळा केलेल्या ब्लँकेटमुळे त्यांच्यामागची भिंत दिसू शकत नव्हती. त्यामुळे ते भिंत पोखरण्याचे काम आरामात करू शकत होते. नंतरच्या काळात सर्वांना पीटी शूज दिले गेले होते. दिलीप यांनी एक युक्ती केली आणि इतरांचेही शूज आणून तिथे पलंगाखाली शूजची रांग लावून ठेवली. शक्यतो लोक दुसऱ्यांच्या शूजना हात लावत नाहीत. पलंगाखाली शूजची रांग असल्यामुळे सफाई कामगारही तिथे हात लावत नसत. त्यामुळे तिथे भगदाड पाडण्याचे काम सुरू असले तरी इतर लोकांना ते कधीच दिसले नव्हते.

१८ विटा गायब, पण..

ती भिंत सुमारे २५ सेंटिमीटर जाडीची असल्याचा अंदाज दिलीप यांनी आधीच घेतला होता. आतील प्लास्टर काढल्यावर त्यांना विटा दिसल्या. त्यावेळी त्या २२.५×१०×१० आकाराच्या असल्याचे दिसले होते. म्हणजे विटांचा आकार नियमितच होता. काही विटा उभ्या वापरण्यात आल्या होत्या. त्यामुळे अशा भागांमध्ये त्या विटांच्या मागे आधारासाठी तशाच प्रकारे आणखी एक वीट बसवलेली होती. त्यानंतर दोन -दोन विटांचा भाग होता. अशा एकूण १८ विटा त्यांनी काढल्या. आता फक्त बाहेर प्लास्टर तेवढेच उरले होते. त्यामुळे

आता ते फोडून पळायचे एवढेच सोपे काम उरल्याचे त्यांना आणि गॅरींना वाटत होते.

भक्कम शरीरयष्टीची व्यक्ती बाहेर पडू शकेल एवढे मोठे भगदाड तयार होणार होते. सगळ्या विटा काढेपर्यंत सात ते आठ बॉक्स कचरा तयार झाला होता. तो रेडक्रॉसच्या रिकाम्या बॉक्समध्ये भरून त्यांनी ब्रदर भार्गव यांच्या मदतीने संबंधित खोलीत नेऊन ठेवला होता. आता मुख्य काम संपले होते. ज्या दिवशी निघायचे त्याच दिवशी प्लास्टर फोडून बाहेर पळायचे अशी योजना होती.

प्रकरण १२.

सुटकेचे जोरदार प्रयत्न; पण...

एप्रिल महिन्यात सतत युद्धकैद्यांच्या मनात अशी आशा निर्माण होत राहिली होती की बहुधा त्या महिनाअखेरीपर्यंत त्यांना तिथून भारतात पाठवले जाईल. रेडिओवरील बातम्यांमुळे त्यांना तसे वाटत होते. २० एप्रिलला रेडिओ ऐकत असताना त्यांना अशी बातमी समजली की मुर्री येथे २६ एप्रिलला उच्चस्तरीय बैठक होणार होती. मुर्री हे रावळपिंडीजवळचे थंड हवेचे ठिकाण होते. ठरल्याप्रमाणे तीन दिवस ही उच्चस्तरीय चर्चा झाली. तिचे तपशील जाहीर झाले नव्हते. पाकिस्तानचे परराष्ट्रमंत्री आणि इंदिरा गांधींचे खास राजदूत व केंद्रीय मंत्री असलेले डी.पी. धर यांच्यात ही चर्चा झाली. या चर्चेची फलनिष्पत्ती मात्र समाधानकारक नव्हती. या सर्वांतून फक्त भारतात इंदिरा गांधी आणि भुट्टो यांच्यात होणाऱ्या पुढील चर्चेचा हंगामी कार्यक्रम तयार करण्यात आला होता. ही बातमी कानांवर पडताच युद्धकैद्यांच्या लक्षात आले की एप्रिल-मे तर सोडाच; परंतु त्यांना आणखी काही महिने आपल्या सुटकेची वाट पहात तिथेच रहावे लागणार होते. प्रत्यक्षात त्यानंतर पुढे आणखी सहा महिने त्यांना युद्धकैदी म्हणून रहावे लागले होते.

दिलीप म्हणाले, ''युद्धकैद्यांच्या मनात नैराश्य पसरले होते. त्यांना असे वाटले होते की आपले भवितव्य फक्त आपल्याच दृष्टीने सर्वाधिक महत्त्वाचे आहे. राजकारणी व्यक्तींना त्याच्याशी काहीही देणे-घेणे नाही.'' वास्तविक, अशा प्रकारची भावना तळहातावर शीर घेऊन लढणाऱ्या सैनिकांच्या मनात निर्माण होऊ देणे सरकारच्या दृष्टीनेही योग्य नव्हते. परंतु तसे झाले होते खरे!

राजकीय नेत्यांच्या दृष्टीने तीन देशांचे प्रतिनिधी या सर्व प्रकरणात गुंतलेले असल्यामुळे ते किचकट बनले होते. सोव्हिएत रशियाच्या गटातील देशांनी आणि ब्रिटिश कॉमनवेल्थमधील देशांनी एका पाठोपाठ बांगला देशाला स्वतंत्र देश म्हणून मान्यता दिली होती.

शेख मुजीबूर रहेमान यांनी आपल्या ताब्यातील ९३,००० पाकिस्तानी कैद्यांना परत पाठवण्यास स्पष्टपणे नकार दिला होता. बांगला देशाला स्वतंत्र देश म्हणून पाकिस्तान मान्यता देत नाही, तोपर्यंत आपण त्यांना मायदेशी परत पाठवणार नसल्याचे त्यांनी सांगितले होते. या बाबतीत कोणतीही तडजोड केली जाणार नव्हती. ते आपल्या म्हणण्यावर ठाम होते. पाकिस्तानकडे आता फारसा पर्याय उरलेला नव्हता. चर्चेत त्यांच्या म्हणण्याला फारशी किंमत असणार नव्हती. भारत आणि बांगला देशाने समोर ठेवलेल्या प्रस्तावावर मुकाट्याने सही करण्याखेरीज त्यांच्याकडे अन्य पर्याय नव्हता.

असाहाय्यता आणि उद्विग्नता

आपापल्या खोल्यांतून सहसा खुर्च्या आणून सगळे जण या खोलीत बसत असत. काही जण तिथेच आडवे होत. काही जण ब्रिज खेळत. काही जण चकलाला तळावरून रिझवींनी आणलेली पुस्तके वाचत. या पुस्तकांत डिकन्सपासून ऑर्वेलपर्यंतच्या सर्वांची पुस्तके होती. मात्र सगळे लेखक जुनेच होते. नवीन पुस्तकांची वानवा होती. पुस्तके वाचल्यानंतर जाफा आपल्या वहीत त्यातील टिपणे काढून ठेवत असत. सिंग यांनी डायरी लिहिण्यास सुरुवात केली होती. आपल्या डायरीसाठी काढलेल्या नोट्सच्या कागदांचा गठ्ठा ते आपल्या शूजच्या हिल्समध्ये साठवून ठेवत होते. सिंग आणि कोयलो यांना आणखीही एक देणगी लाभलेली होती. ते आपल्या सहकाऱ्यांची सुंदर स्केचेस काढत असत. शिवाय त्या छावणीतील जे कर्मचारी त्यांना स्वारस्यपूर्ण वाटत होते, त्यांची चित्रेही ते काढून ठेवत होते. अशा प्रकारे प्रत्येक जण आपापले मन जास्तीत जास्त रमवण्याचा प्रयत्न करत होता. परंतु प्रत्येकालाच आपल्या पायात मणामणाच्या बेड्या पडल्याची जाणीव होती. त्यामुळे हे सगळे प्रयत्न काही काळ बरे वाटले तरी नंतर निष्फळ ठरत होते. आयुष्यात एक प्रकारची पोकळी निर्माण झाल्याची भावना सगळ्यांच्या मनात येत होती. काही वेळा सहजगत्या होणारा श्वासोच्छवास जड झाल्यासारखे वाटत होते. कोणाच्या

तरी डोळ्यांत अचानकच अश्रू येत होते. इतरांना दिसू नयेत म्हणून मग ते काहीतरी निमित्त काढून तिथून निघून जात होते. परंतु दिलीप यांच्याप्रमाणेच शक्य तेवढ्या आनंदात राहण्याचे प्रयत्न तिथे प्रत्येक जणच करत होता. त्यातून निर्माण होत होती चेष्टा मस्करीची लाट आणि हास्याचे फवारे. परंतु मनातून प्रत्येकालाच आता परतीचे मोठेच वेध लागले होते. आपली मातृभूमी, आपले गाव, आपले घर, आपली माणसे, आपला हवाई तळ...एक ना अनेक बारीकसारीक गोष्टींची ओढ त्यांना लागलेली होती. रोजचा रेडिओ केवळ गाणी ऐकण्याचे साधन कधीच नव्हता. परंतु आता तर फक्त सैनिकांच्या सुटकेच्या बातम्यांखेरीज इतर बातम्यांमध्ये त्यांना काहीही गम्य वाटेनासे झाले होते.

नीतिधैर्य राखण्याची धडपड

आपले नीतिधैर्य खचू नये याची काळजी प्रत्येक जण घेताना दिसत होता. दिलीप यांना सुटकेच्या प्रयत्नासाठी एकेक महिना पुढे ढकलणे कठीण जात होते. प्रत्येक २८-३० तारखेनंतर ते पुन्हा खुरमानी साठवत होते आणि नव्या जोमाने या महिन्यात तरी सुटका करून घेता यावी म्हणून कामाला लागत होते. अनुकूल वातावरणाची वाट पहात होते. इतरांना तिथून पळून जायचे नव्हते. त्यामुळे त्यांची आणखी कुचंबणा झाली होती. आपण इथून कधी सुटू ते त्यांच्या दृष्टीने 'राम भरोसे' होते. यातून विरंगुळा म्हणून ते व्हॉलीबॉलचे सामने आखत होते. ब्रिज, बुद्धिबळाचे डाव रंगवत होते. मध्येच चहा पार्ट्या करत होते. रेड क्रॉसच्या लोकांनी पत्रे आणि पार्सल आणून दिल्यापासून पुढच्या पत्रांची आणि पार्सल्सची वाट पहात होते. तिथल्या कर्मचाऱ्यांशी बऱ्यापैकी मैत्री झाली होती. त्यामुळे त्यांच्याशी गप्पा मारूनही झाल्या होत्या. आता त्या सगळ्यातील नवेपणा निघून गेला होता. सगळ्याच गोष्टीचे ओझे वागवणे आता कठीण होत चालले होते. काळ तसाच पुढे सरकत चालला होता. आपली भारताच्या नेतृत्त्वाला फिकीर आहे की नाही याचीसुद्धा शंका यावी असे वातावरण होते. आपल्याला विसरून तर गेले नसतील ना? इतर अनेक राजकीय महत्त्वाच्या विषयांत आपला विषय मागे तर पडणार नाही ना? वर्षानुवर्षे भिजत तर पडणार नाही ना? या प्रश्नांनी युद्धकैद्यांची मने विदीर्ण होत होती. तोपर्यंत भुट्टो आणि इंदिरा गांधी यांच्यात होणाऱ्या शिखर

परिषदेची तारीखही निश्चित झाली नव्हती. खरे तर मनाच्या या अवस्थेतच गॅरींनी दिलीपना होकार दिला होता. इकडे आड आणि तिकडे विहीर अशा परिस्थितीत निदान तिकडे सुटण्याची शक्यता तरी होती, असे त्यांना वाटले होते.

शिखर परिषदेची बातमी

दरम्यान, २७ मे रोजी पाकिस्तान रेडिओने भुट्टो २८ जूनला पंतप्रधान इंदिरा गांधी यांच्याबरोबरच्या शिखर परिषदेसाठी दिल्लीला जात असल्याची बातमी दिली. २८ जूनला शिखर परिषद पार पडणार होती. पुन्हा एकदा युद्धकैद्यांच्या मनात सुटकेच्या आशा निर्माण झाल्या. मात्र यावेळी दिलीप आणि गॅरींनी या आशांमुळे काम थांबवले नव्हते. आधीच्या अनुभवावरून पुन्हा एकदा दारुण निराशा वाट्याला यावी, असे त्यांना वाटत नव्हते. सुटकेची योजना जय्यत तयार ठेवण्याची गरज त्यांना निश्चितपणे वाटत होती. ठरल्याप्रमाणे २७ तारखेला भुट्टो दिल्लीला गेल्याची बातमी रेडिओ पाकिस्तानने दिली. आपल्या चर्चेच्या कार्यक्रमपत्रिकेवर युद्धकैद्यांची देवाणघेवाण आणि व्याप्त सरहद्दींवरून सैन्य मागे घेणे हे दोन प्राधान्याचे विषय असतील असे भुट्टोंनी पाकिस्तानातून दिल्लीत येण्यास निघण्यापूर्वी जाहीर केले होते. युद्धविराम जाहीर करण्यापूर्वी भारताचे सैन्य पाकिस्तानच्या सिंध आणि पंजाब हद्दीत सुमारे ५,००० मैलांपर्यंत आत घुसले होते. मात्र इंदिरा गांधींचे प्राधान्यक्रम वेगळे होते. त्यांना वादग्रस्त काश्मीरप्रश्नी उभयपक्षी मान्य होणारा तोडगा हवा होता. युद्धकैद्यांची देवाणघेवाण हा विषयच त्यांच्या कार्यक्रमपत्रिकेवर नव्हता.

भारत आणि बांगला देश यांच्या संयुक्त सैन्यासमोर पाकिस्तानच्या सैन्याने शरणागती पत्करलेली असल्यामुळे युद्धकैद्यांच्या देवाणघेवाणीचा प्रश्न गुंतागुंतीचा होता. हे भुट्टोंना माहिती नव्हते असे म्हणता येणार नाही. त्यांना लगेच युद्धकैद्यांची देवाणघेवाण करायची असली तरीही ते शक्य नव्हते हे त्यांनाही नक्कीच माहिती होते.

मी उद्याच जाणार

२७ जुलैला दिलीपनी अखेरची अठरावी वीट काढली होती आणि प्लॅस्टर काढायचे राहिले होते. त्याच रात्री दिलीपनी गॅरी आणि हॅरींना सांगितले होते

की 'चला. आता आपले काम पूर्ण झाले आहे आणि तयारीही झाली आहे. आता उद्या रात्री आपण निघूया.' परंतु गॅरींनी त्यांना थोडी प्रतीक्षा करायला सांगितले. सिमला करारात नेमके काय होते ते त्यांना पहायचे होते. जर त्यात अनुकूल निर्णय झाला असता आणि युद्धकैद्यांच्या देवाणघेवाणीला हिरवा कंदील मिळाला असता तर? त्यांना मग मुद्दाम जीव धोक्यात घालायचा नव्हता. आणखी काही दिवस वाट पाहिल्यामुळे सारे काही सुरळीतपणे पार पडणार असेल, तर का वाट पाहू नये असे त्यांना वाटत होते. त्यांनी दिलीप यांच्यासमोर तो विचार मांडल्यावर दिलीप म्हणाले, ''मला या देवाणघेवाणीद्वारे मायदेशी परतण्याची इच्छा नाही. जर उद्यापासून ही देवाणघेवाण सुरू होणार असेल, तर मी आज रात्रीच सुटका करून घेईन. कारण आधीच आपण बराच वेळ वाया घालवला आहे. आणखी वाट पाहण्याची माझी इच्छा नाही.''

त्यांचे संभाषण ऐकणाऱ्या हॅरींनी दिलीपना बाजूला घेतले आणि ते म्हणाले, ''गॅरीवर जबरदस्ती करू नकोस. त्यामुळे सगळ्याच गोष्टी बिघडतील. सगळ्या गोष्टींची जबाबदारी तुझ्यावर येईल. हिज ब्लड विल बी ऑन युवर हँड्स.''

त्यावर दिलीप यांनी तडफदारपणे त्यांना सांगितले की 'मी कोणावरही जबरदस्ती करत नाही. मी एकटाच जाईन. माझ्यासोबत कोणीही येण्याची गरज नाही. परंतु मी आता आणखी काळ वाया घालवू इच्छित नाही.' परंतु हॅरी आणि गॅरी यांनी त्यांना शांत केले. हॅरी यांनी निदान आणखी एक दिवस तरी थांबावे असे सुचवले. २८ जुलैला शुक्रवार होता आणि ते शनिवारच्या रात्रीपर्यंत थांबले असते तर ते नसल्याचे रविवारी समजले असते. त्या दिवशी छावणीच्या कमांडंट अधिकाऱ्याची सुट्टी होती. रविवारी सगळीकडची शिस्त विस्कळीत झालेली असे. त्यामुळे ते निसटल्याचे समजण्यास आणखी बराच कालावधी जाण्याची शक्यता होती. म्हणजेच त्यांची शोधाशोध उशीरा सुरू झाली असती आणि त्यांना आणखी अधिक अवधी मिळाला असता.

परंतु दिलीप आपल्या निर्णयावर ठाम होते. फक्त त्यांना अनुकूल वातावरणाची प्रतीक्षा होती. कारण अधूनमधून पाऊस पडत असला तरी त्या काळात आकाश निरभ्र होते. अशा रात्री असल्या की सहसा ड्युटीवर नसलेले कर्मचारीही आपापल्या चारपाया बाहेर टाकत आणि हवा खात झोपत किंवा गप्पा मारत

बसत. स्वच्छ हवा असती तर प्लास्टर फाडल्याचा आवाज अनेकांना ऐकू गेला असता. अखेरीस गॅरी आणि हॅरींनी त्यांच्या योजनेला मान्यता दिली.

आई-वडलांना पत्र

आता दिलीप यांच्या मनात आई-वडलांची आठवण दाटून आली होती. या सुटकेच्या मोहिमेत आपले काही बरे-वाईट झाले, तर त्यांच्यापर्यंत आपल्या भावना पोहचवाव्यात म्हणून त्यांनी त्यांना अखेरचे, निरोपाचे पत्र लिहिले. जीवन-मृत्यूच्या सीमेवर आपण आपले आयुष्य झोकून देत असल्याची स्पष्ट जाणीव असूनही केवळ कर्तव्यपूर्तीसाठी सुटकेचे प्रयत्न करत असल्याविषयी त्यांनी त्या पत्रात त्यांना स्पष्टपणे लिहिले होते. 'माझा मृत्यू झालाच तर शोक करू नका, कारण तुमचा मुलगा कर्तव्यपूर्ती करत असताना मरण पावणार आहे. तुम्ही केलेल्या नीतिमत्तेच्या उच्च संस्कारांमुळेच मी हे करू शकत आहे,' असे त्यांनी त्या पत्रात लिहिले. आपल्या एका सहकारी मित्राकडे त्यांनी आई-वडलांना देण्यासाठी ते पत्र देऊन ठेवले.

आभाळात ढग दाटून आले

त्यांची सगळी तयारी पूर्ण झाली होती. आता सारे काही हवामानाच्या स्थितीवर अवलंबून होते. परंतु तेही त्या दिवशी त्यांना अनुकूल होते. संध्याकाळच्या सुमारास आकाशात चारही बाजूंनी ढग दाटून आले. अपेक्षित हवामान तयार झाले होते. आता बाहेर पडण्यात कोणतीच आडकाठी नव्हती. त्यांनी सर्वांसोबत संध्याकाळी साडेसात वाजता नित्याप्रमाणे रात्रीचे जेवण केले आणि 'गुडनाईट' म्हणून एकमेकांचा निरोप घेतला. सर्वांनाच त्यांच्या निसटण्याची माहिती असल्यामुळे त्यांनी एकमेकांचा मनापासून निरोप घेतला होता. त्यानंतर त्यांचे ते तीन मित्र त्यांना पुन्हा नजरेस तरी पडणार होते की नाही कोणास ठाऊक! प्रत्येकाच्याच मनात भीती, रोमांच, अनिश्चितता अशा अनेक भावना दाटून आल्या होत्या. दिलीप यांच्या मनात त्याबरोबरच एक प्रकारची धाडसाची आणि आत्मविश्वासाची भावना निर्माण झाली होती. कधी एकदा आपण प्लास्टर फाडून बाहेर पडतो यासाठी त्यांचे हात शिवशिवत होते. चाटींनी त्यांच्यासोबत जाण्याची तयारी दर्शवलीच नव्हती. परंतु ते या तिघांपेक्षाही त्यावेळी अधिक धोकादायक परिस्थितीत होते. आपण कोठडीत

असताना आपले तीन सहकारी पळून गेले हे आपल्याला माहितीच नव्हते असे त्यांनी सांगितले असते तरी त्यांच्यावर कोणाचाही विश्वास बसला नसता. सुरुवातीला पाक अधिकाऱ्यांची प्रतिक्रिया कशी असती ते कोणीही सांगू शकले नसते. कदाचित ते हिंस्त्रपणे वागले असते. त्यांनी क्षणाचाही विलंब न लावता त्यांच्यावर गोळ्या झाडल्या असत्या किंवा निर्घृण चौकशीला त्यांना सामोरे जावे लागले असते. तेही पळून जात असताना आपण त्यांच्यावर गोळ्या झाडल्या असा बचाव पाकचे अधिकारी करू शकले असते.

मध्यरात्रीची तयारी

मध्यरात्रीच्या सुमारास प्लॅस्टर फाडायचे अशी योजना होती. त्यावेळी पाहरेकऱ्याचे लक्ष विचलित करण्यासाठी तेजवंत सिंग त्याला हाक मारून आपल्याला स्वच्छतागृहात नेण्याची विनंती करणार होते. त्या कोठडीचे कुलूप उघडून तेजवंत सिंग यांना स्वच्छतागृहात घेऊन जाऊन पाहरेकरी तिथेच थांबला असता. त्यानंतर त्यांना परत आणून त्यांच्या कोठडीच्या दरवाजाला कुलूप लावून तो तिथून निघून गेला असता. तोपर्यंत हे तिघेही सहजगत्या निसटून गेले असते. लाईट काढले गेल्याबरोबर दिलीपनी बल्ब काढला आणि ते हॅरी व गॅरी यांच्यासह बाहेर पडण्याच्या तयारीत उभे राहिले. आपले गुलाबी रंगाचे युद्धकैद्याचे ओळखपत्र त्यांनी आपल्याजवळच्या पट्ट्यात लपवून ठेवले. चुकून पकडले गेलोच तर त्या ओळखपत्रामुळे कदाचित आपल्याला थोडीफार मदत मिळू शकेल असा त्यांचा होरा होता. जी-सूट ट्यूबमध्ये त्यांनी पाणी भरून घेतले. त्यानंतर लगेच दोन्ही नॅपसॅक्समध्ये ग्लुकोज पावडर, सुका मेवा, प्रथमोपचार पेटी, दोरखंड आणि चार्टीच्या जुन्या पॅराशूटचा फाडलेला कपडा असे सारे साहित्य त्यांनी पटापट टाकले. प्रत्येकाकडे १८० रुपये होते. ते त्यांनी बरोबर घेतले. त्यानंतर आपापल्या पलंगावर त्यांनी उशा, ब्लँकेट्स टाकून आपल्या डमी तयार करून ठेवल्या. त्यामुळे तिथे ते झोपले आहेत असेच कोणालाही सकृत्दर्शनी तरी वाटले असते. आपण सिंधच्या दक्षिणेला जात आहोत, असे तपास अधिकाऱ्यांना वाटावे यासाठी त्यांनी खोलीच्या कोपऱ्यात त्या भागाचे नकाशे चुरगाळून फेकून दिले. त्यामुळे ते त्या दिशेने तपास करतील आणि आपल्याला आणखी थोडी उसंत मिळेल अशी त्यांची अपेक्षा होती.

तोपर्यंत पाऊसही सुरू झाला होता. अनुकूल वातावरणनिर्मिती झाली होती. ड्युटीवरचे पाहरेकरी आडोशाला गेले. ड्युटीवर नसलेले पाहरेकरी आतील भागात डाराडूर झोपलेले होते. तेजवंत सिंगनी स्वच्छतागृहात नेण्यासाठी पाहरेकऱ्याला हाक मारली. पाहरेकऱ्याच्या नक्कीच जिवावर आलेले असणार. परंतु त्याने तेजवंत सिंगना बाहेर काढले आणि तो त्यांना स्वच्छतागृहात घेऊन गेला आणि तिथेच बाहेर पावसात त्यांची वाट पहात उभा राहिला.

प्लॅस्टरने दगा दिला

आता गॅरी पुढे सरसावले. त्यांनी प्लास्टरच्या बाहेरच्या थराला हाताने धक्का दिला. परंतु तो थर जागचा हललासुद्धा नाही. त्यांना वाटले होते त्याहून तो थर अधिक मजबूत होता. सहज दिलेल्या धक्क्याने काम न झाल्याचे पाहिल्यावर त्यांनी हाताने आणि पायानेही त्या प्लास्टरवर एका पाठोपाठ एक प्रहार करण्यास सुरुवात केली. परंतु त्यांच्या कल्पनेहून ते प्लास्टर कितीतरी पटींनी अधिक मजबूत होते. थोडा वेळ थांबून त्यांनी ''कोणीतरी क्रिकेट बॅट आणा,'' असे सांगितले. जोरदार आवाज होऊ नये म्हणून बॅटला रबरी हवाई चप्पल बांधून त्यांनी त्या साहाय्याने प्रहार केले; परंतु ते प्लॅस्टर ढिम्म तसेच होते. बरेच प्रयत्न केल्यानंतर त्याला एक छोटेसे भोक पडले. त्यामधून जेमतेम टेबल टेनिसचा छोटा बॉल बाहेर पडू शकला असता. तोपर्यंत हा आवाज बाहेर गेला होता. ड्युटीवरच्या पाहरेकऱ्याने तो आवाज ऐकला होता. काय चालले आहे ते पाहण्यासाठी तो झटकन दिवा लावायला धावत आला. त्या पाहरेकऱ्याने पुनःपुन्हा स्विच खाली ओढला आणि लाईट लावण्याचा प्रयत्न केला. परंतु लाईट लागलीच नाही. कशी लागणार? परिस्थितीचा अचूक अंदाज घेण्याच्या दिलीप यांच्या दक्ष आणि प्रसंगावधानी वृत्तीने चोख काम केले होते. त्यांनी तो बल्ब होल्डरमधून काढून घेऊन आपल्या तळहातावर आपटला होता.

पाहरेकऱ्याच्या धावपळीचा आवाज ऐकून आपण विचारतो आहोत असे भासवत दिलीपनी ओरडून विचारले, ''काय झालंय?''

''लाईट गेलेय,'' पाहरेकऱ्याने उत्तर दिले.

''शमसुद्दीन तुम्हीच आहात का?'' दिलीपनी त्याचा आवाज ऐकून विचारले. तोपर्यंत हातातील बल्बचे फिलॅमेंट तुटले होते. दिलीप त्याला दिलासा देत म्हणाले, ''ठीक आहे. तुम्ही लाईटची काळजी करू नका. ती सारखीच जात असते. आपण ते उद्या बघूया. उगीच तुम्ही आता पावसात तिथे उभे राहू नका.'' पाहरेकऱ्याने आणखी काही वेळा बटन वर-खाली करून पाहिले आणि तो तिथून निघून गेला.

क्षणार्धात बल्ब सॉकेटमध्ये बसवला गेला आणि सगळे जण आपापल्या पलंगावर आडवे झाले. कारण आता शमसुद्दीन चावी घेऊन येईल आणि कोठडी उघडून बल्ब पाहील असे त्यांना वाटत होते. परंतु त्याने दिलीप यांचा सल्ला भलताच मनावर घेतला असावा. कारण तो पुन्हा तिकडे फिरकलासुद्धा नाही. 'एवढ्या पावसात मुद्दाम येऊन काय बघायचं? बघू उद्याच. आता कोण पळून चाललंय?' असा विचार त्याने केला असावा. परंतु दिलीप यांची ती योजना त्या दिवशी सफल झाली असती तर दुसऱ्या दिवशी कोण पळून गेलंय ते त्याला प्रत्यक्षच दिसले असते. पण दिलीपना अनेकदा आलेला अनुभवच यावेळीही आला होता. ती म्हण खरी होती. नशीबात असलेल्याहून अधिक आणि ठरलेल्या वेळेच्या आधी कोणालाही काहीही मिळत नाही. गॅरींना उद्याच जायचे यासाठी तयार करूनही ते बाहेर पाऊलसुद्धा टाकू शकले नव्हते...कारण तोपर्यंत ती वेळ आलेली नव्हती!

ब्रदर भार्गव खूश

दुसऱ्या दिवशी दिलीप आणि गॅरींनी आपल्या कोठडीतील बल्ब जळल्याची तक्रार केली. काहीच दिसले नाही तर ब्रिज कसे काय खेळायचे अशी पुस्तीही त्यांनी जोडली. इतर दोघांनी त्यांचीच री ओढली होती. मनातून वाटणारी गंमत चेहऱ्यावर दिसू न देण्याची काळजी घेत ते बोलत होते. टेबल टेनिसच्या बॉलच्या आकाराच्या त्या भोकातून आता लाईट बाहेर पडण्याची शक्यता होती. रिक्रूटिंग कार्यालयाच्या लोकांचे लक्षही ते भोक मोकळेच असते तर त्याकडे दिवसाही गेले असते, कारण कंपाऊंडच्या पलीकडेच कुंपणाजवळ ते आपापल्या सायकली लावत होते. मग त्यांनी त्यात लगेच एक बोळा कोंबून ठेवला होता.

दुसऱ्या दिवशी सकाळी ब्रेकफास्टच्या वेळी तिघांनाही पुन्हा त्या खोलीत पाहिल्यावर सर्वांच्याच चेहऱ्यावर भले मोठे आश्चर्य उमटले होते. मात्र ब्रदर भार्गव यांच्या चेहऱ्यावर भले मोठे प्रसन्न हसू उमटले होते! त्यांना वरिष्ठ अधिकाऱ्यांतर्फेही जे करणे जमले नव्हते, ते परस्परच झाले होते.

सिमला अधिवेशन

काही बातम्यांच्या प्रसारणावरून सर्वच भारतीय हवाई दल युद्धकैद्यांनाही सुटकेचा प्रश्न सुलभ नाही, हे चांगलेच माहिती होते. परंतु तरीही भुट्टोंच्या प्रतिपादनामुळे त्यांच्या अपेक्षाही वाढल्या होत्या. काश्मीरमध्ये शांतता प्रस्थापित व्हावी याबरोबरच युद्धकैद्यांची देवाणघेवाणही व्हावी, त्यालाही प्राधान्य असावे असे त्यांना वाटणे केव्हाही स्वाभाविकच होते. भुट्टोंच्या घोषणेमुळे त्यांना नक्कीच दिलासा मिळाला होता. तसे घडले असते तर त्यांना ते दोन प्रकारे लाभदायक ठरेल असे वाटत होते. पहिला फायदा अर्थातच घरी जायला मिळणे हा होता. दुसरा फायदा असा होता की काश्मीरमध्ये शांतता प्रस्थापित झाली असती तर कदाचित त्यांना दुसरे युद्ध करावेच लागले नसते. त्या परिस्थितीत गॅरी आणखी खुशीत होते. कारण मग पळून जाण्याची गरजच उरली नसती. आयुष्य धोक्यात घालण्याऐवजी सुरक्षितपणे सुटका झाली असती. पण त्यावेळी वाईट वाटले असते ते फक्त एकट्या दिलीपनाच! कारण त्यांच्या पलायनाचा बेत त्यामुळे रद्द करावा लागला असता.

२८ जूनला सिमला येथे भुट्टो आणि इंदिरा गांधी यांच्यात बोलणी सुरू झाली. रोज संध्याकाळी वहिदुद्दीन यांच्या कार्यालयात युद्धकैदी डोळ्यांत आणि कानांत प्राण आणून बातम्या ऐकण्यासाठी जमत होते. परंतु कोणतीही गोष्ट त्यांना वाटत होती तशी थेट आणि सरळपणे घडत नव्हती. काश्मीरवर चर्चा सुरू होण्याआधी पाकिस्तानने आपले युद्धकैदी परत दिले जावेत आणि व्याप्त सीमाभागातून सैन्य मागे घेऊन भारताने तो भाग परत करावा अशा अटी घातल्या होत्या. एक जुलैला म्हणजे परिषद संपण्याच्या आधी एक दिवस इंदिरा गांधी आणि भुट्टो यांची भेट झाली. परंतु त्यामधून काहीही निष्पन्न झाले नव्हते. अखेरीस सिमला अधिवेशन युद्धकैद्यांच्या हस्तांतराच्या दृष्टीने अयशस्वी ठरण्याची चिन्हे स्पष्ट दिसत होती.

तुम्ही पळणार होतात असे का म्हणू नये?

एकदा वहिदुद्दीन खूपच भडकलेल्या अवस्थेत आले. त्यांनी लगेच ''गेट बंद करा, उघडे का ठेवलेय?'' असा आरडाओरडा केला. काय घडले होते ते कोणालाही माहिती नव्हते. 'डॉन' या वृत्तपत्राचा आपल्या हातातील अंक त्यांनी टेबलावर आपटला. नंतर ते संतप्तपणे अकांडतांडव करत ओरडू लागले, ''तुम्हा हिंदु लोकांना राज्य करण्याची माहितीच नाही. तुम्ही कधी राज्य केलेलंच नाही. आता तरी कशाला करता?'' युद्धकैद्यांना कसलाच उलगडा होत नव्हता. सर्व जण शांतपणे ऐकत बसले होते. त्यानंतर थोड्या वेळाने त्यांना समजले की भारतातील पाकिस्तानी युद्धकैद्यांनी पळून जाण्याचा प्रयत्न केला होता आणि त्यावेळी तिकडे गोळीबार झाला होता. त्यात पाकचे काही युद्धकैदी मरण पावले होते. थोड्या वेळात हा संताप शांत झाला आणि नंतर पुन्हा नियमिपणे कामकाज सुरू झाले.

पुन्हा एकदा असेच घडले. वहिदुद्दीन पाच क्रमांकाच्या कोठडीत संतप्तपणे आले होते. दिलीप यांची तीच कोठडी होती. सगळे जण तिथेच सापडत असल्यामुळे ते तिथे येत असत. त्यांनी आल्याबरोबर सर्वांना प्रश्न विचारला, ''तुम्ही सगळे पळून चालला होतात असे म्हणून मी तुम्हाला सगळ्यांना का गोळ्या घालू नयेत? काही उत्तर आहे का तुमच्याकडे? असेल तर ते मला द्या.'' पाकिस्तानचा एक युद्धकैदी त्यावेळी मारला गेला होता, असे त्यांनी सांगितले. त्यानंतर ते दाणदाण पाय आपटत बाहेर पडले. पुन्हा त्यांच्या हातात वृत्तपत्राची सुरळी होती. त्यामुळे ते खरोखरच घडलेली गोष्ट सांगत होते की उगीचच वड्याचे तेल वांग्यावर काढत होते ते युद्धकैद्यांना समजत नव्हते. मात्र त्याचा अर्थ असा होता की त्या दिवशी युद्धकैद्यांना आपापल्या कोठड्यांमध्ये बंद करून ठेवण्यात येणार होते. त्यांना रेडिओ देण्यात येणार नव्हता. खेळू देण्यात येणार नव्हते आणि एकत्र जेवणही करू देण्यात येणार नव्हते. त्यानंतर त्यांच्या हातात दुसऱ्या दिवशी रेडिओ आला आणि त्यांच्या लक्षात आले की वहिदुद्दीन खरे बोलत होते. पाकिस्तानचे युद्धकैदी पूर्णपणे विटले होते. सतत शाकाहारी जेवण जेवून ते वैतागले होते. काही ठिकाणी या युद्धकैद्यांनी बंड केल्याच्या बातम्या होत्या. त्यामुळे नाईलाजाने भारतीय

पोलिसांना गोळीबार करावा लागला होता. परंतु अशा प्रकारे गदारोळ केला किंवा बंड पुकारले तर ही प्रतिक्रिया असणे स्वाभाविक होते.

पाच क्रमांकाच्या कोठडीत भयाण शांतता पसरली होती. कारण त्याआधीही त्यांनी गोळ्या घालून ठार मारू वगैरे गोष्टी वहिदुद्दीन यांच्याकडून ऐकल्या होत्या. त्यांनी केलेला थयथयाट अनुभवला होता. परंतु 'पळून जाण्याचा प्रयत्न' असे ते कसे काय म्हणाले होते? तोपर्यंत कधीच त्यांनी तसे म्हटले नव्हते. म्हणजे त्यांना दिलीप यांच्या पलायनाचा सुगावा लागला होता की काय? सगळेच सुन्नपणे बसून राहिले होते. की ते नेहमीप्रमाणेच आपला राग काढत होते? कारण त्यांचा मेव्हणा आणि इतरही अनेक मित्र भारतात युद्धकैदी म्हणून अडकलेले होते. युद्धकैद्यांवर तोंडसुख घेतल्यानंतर वृत्तपत्र बगलेत मारून ते तिथून तडक बाहेर पडले. आता युद्धकैद्यांना पुन्हा एकदा कोठड्यांत बंद करून टाकण्यात येणार होते किंवा त्याहूनही अधिक वाईट गोष्ट म्हणजे कदाचित त्यांच्या खोल्यांची झडतीही घेतली गेली असती. त्या परिस्थितीत दिलीप यांच्या कोठडीची झडती घेतली गेली असती तर तिथे पळून जाण्याची तयारी दर्शवणाऱ्या अनेक गोष्टी सापडल्या असत्या. त्यांविषयी कोणत्याही प्रकारे स्पष्टीकरण देणे कोणालाही शक्यच झाले नसते. परंतु त्या दिवशी कोणालाही कोंडून ठेवण्यात आले नाही. त्यामुळे दुपारपर्यंत त्यांची भीती बरीचशी कमी झाली.

दोन जुलैला संध्याकाळी ते पुन्हा सिमला परिषदेविषयीची बातमी ऐकण्यासाठी म्हणून टी.व्ही. रूममध्ये जमले होते. कारण तोपर्यंत सिमला परिषद सुरू होती. त्या दिवशी संध्याकाळी इंदिरा गांधी आणि भुट्टो यांची खासगी भेट होणार होती. पाच दिवसांच्या वाटाघाटींनंतर या भेटीतून काय निष्पन्न होईल, याकडे सर्वांचे लक्ष लागले होते.

भिजत घोंगडे

तीन जुलैला भुट्टो लाहोरला परतले. विमानतळांवर त्यांच्या हजारो समर्थकांनी त्यांचे स्वागत केले. याह्याखान यांची निवडणुकीत हार झालीच होती. शिवाय युद्धातही त्यांना जोरदार हार पत्करावी लागल्यामुळे त्यांची नाचक्की झाली

होती. त्यांना भुट्टोंकडे सत्ता सुपूर्द करावीच लागली होती. त्यामुळे भुट्टो यांच्यावर पाकिस्तानी जनतेच्या आशा अवलंबून होत्या.

भुट्टो परतल्यानंतर नेमके काय घडले ते टी.व्ही.वरून युद्धकैदी पहात होते. भुट्टो राष्ट्राध्यक्ष होऊन सहा महिन्यांचा कालावधी उलटला होता आणि त्यावेळी ते लोकप्रियतेच्या शिखरावर होते. त्यांनी देशाला उद्देशून सांगितले की ते युद्ध हरले होते. परंतु त्यांनी शांतता जिंकून आणली होती. ''शांततेलाही एक संधी देऊन बघा,'' असे आवाहन त्यांनी केले होते आणि आपल्या भाषणाच्या अखेरीस आपल्या अंगातील जाकीट त्यांनी गर्दीत भिरकावले होते. ते घेण्यासाठी कोण चढाओढ झाली होती. अखेरीस त्या जाकिटाचे तुकडे तुकडे झाले होते.

दिलीपनी आणि इतर युद्धकैद्यांनी ते सारे पाहिले आणि ते समजायचे ते समजले होते. युद्धकैद्यांच्या देवाणघेवाणीचे भिजत घोंगडे तसेच पडलेले होते.

सिमला करारावर दोन जुलैच्या रात्री उशीरा सह्या करण्यात आल्या होत्या. आपला पाच हजार चौरस मैलांचा प्रदेश परत मिळवण्याच्या अटीवर भुट्टोंनी काश्मीरमध्ये नियंत्रण रेषेचे उल्लंघन न करण्याला मान्यता दिली होती. इंदिरा गांधींनी आपले उद्दिष्ट साध्य केले होते. भारताच्या ताब्यात काश्मीरचा बहुतांश प्रदेश होताच. हळूहळू नियंत्रण रेषा ही आंतरराष्ट्रीय सीमारेषा म्हणून ओळखली जावी असा त्यांचा प्रयत्न असणेही स्वाभाविकच होते. त्या दृष्टीने त्यांनी वाटाघाटी बऱ्यापैकी जिंकल्या होत्या.

वहिदुद्दीनना अत्यानंद, युद्धकैद्यांचा भ्रमनिरास

युद्धकैद्यांचा मात्र चांगलाच भ्रमनिरास झाला होता. आपल्या देवाणघेवाणीविषयी कोणती ना कोणती चर्चा झाली असेल अशी त्यांची अपेक्षा होती. परंतु ती धुळीस मिळाली होती. दुसऱ्या दिवशी सकाळी वहिदुद्दीन पुन्हा एकदा नेहमीप्रमाणेच वृत्तपत्र घेऊन तिथे दाखल झाले होते. आता पुन्हा एकदा तीच रंगीत तालीम होणार अशी युद्धकैद्यांची अपेक्षा होती. परंतु यावेळी ते जाम खूश होते. त्यांना तेवढे खूश झाल्याचे युद्धकैद्यांनी कधीच पाहिलेले नव्हते. ते हसत होते. त्यांनी युद्धकैद्यांसमोरच वृत्तपत्र उघडले आणि त्यातील पहिल्या पानावरच्या मुख्य बातमीचे शीर्षक वाचून दाखवले. ''इंडिया रिटर्न्स टेरिटरी''

भारताने जिंकलेला सगळा प्रदेश परत केला होता. युद्धकैद्यांना त्यात काहीच स्वारस्य नव्हते, उलट राजनैतिकदृष्ट्या ते कितीही योग्य असले तरी आपल्या कित्येक सहकाऱ्यांच्या प्राणांच्या बदल्यात त्यांनी जिंकून आणलेला तो भाग परत केला गेला म्हणून त्यांच्या मनात दुःखच होते. त्यांना युद्धकैद्यांच्या हस्तांतराच्या बातमीची प्रतीक्षा होती. त्या संपूर्ण बातमीत त्याविषयीचा काही उल्लेख आहे का याविषयी त्यांच्या मनात उत्सुकता होती. त्यांनी वहिदुद्दीन यांना वृत्तपत्र तिथेच ठेवून जाण्याची विनंती केली.

वहिदुद्दीन यांनीही अत्यंत आनंदाने ती मान्य केली आणि वृत्तपत्र तिथेच ठेवून ते तिथून निघून गेले. ते गेल्याबरोबर प्रत्येकाने त्या बातमीचा शब्द न शब्द वाचून पाहिला. परंतु युद्धकैद्यांच्याविषयी चकार शब्द काढण्यात आलेला नव्हता. असेच आणखी काही दिवस गेले आणि सिमला करारावर सही केल्यानंतर १२ जुलैला प्रथमच इंदिरा गांधी यांनी पत्रकार परिषद घेतली. त्यावेळी पत्रकारांनी त्यांना युद्धकैद्यांविषयी प्रश्न विचारला. त्यावर पूर्ण शांतता प्रस्थापित झाल्याची हमी मिळाल्याखेरीज सर्वसामान्यपणे युद्धकैद्यांची देवघेव सुरू होणार नाही असे त्यांनी स्पष्ट केले. युद्धकैद्यांच्या दृष्टीने ही काही समाधानाची बाब नव्हती. कारण फाळणीनंतर २५ वर्षे भारत-पाकिस्तान दरम्यान शांतता प्रस्थापित झालीच नव्हती. १९६५ चे युद्ध होऊन गेले होते आणि त्यानंतर लगेच सात वर्षांत दुसऱ्या युद्धाला तोंड द्यावे लागले होते.

दिलीप यांच्यासमोर आता काय करायचे हा प्रश्नच नव्हता. त्यांचा निर्णय अधिक ठाम झाला होता. आणखी २५ वर्षे इथेच राहण्यात अर्थ नव्हता. त्यांनी आपला मार्ग तयार केला होता आणि त्यावरून ते निघणारच होते.

यार, उस तरफ कोई है।

प्लास्टर काढणे अवघड असल्यामुळे आता प्लास्टरचे भगदाड मोठे करण्याऐवजी चौकोनी आकाराच्या प्लास्टरच्या कडेने चर पाडण्याचे काम त्यांनी सुरू केले होते. या चराला ठरावीक अंतरावर भोकेही पाडली जात होती. त्यामुळे जाण्याच्या दिवशी कडा कापलेल्या भागातून प्लास्टरचा तुकडा काढणे त्यांना सहजशक्य झाले असते. मध्ये पडलेल्या भोकात बोळा कोंबून ठेवलेला असे. रात्री प्लास्टर कापण्याच्या कामाच्या वेळी या भोकातून टॉर्चचा प्रकाश बाहेर

जाऊ नये यासाठी ही दक्षता घेतली गेली होती. एके दिवशी दिलीपना हा बोळा हलल्यासारखे वाटले. दिलीप यांच्या मनात चर्र झाले. आपण पकडले गेलो की काय? त्यांनी पुन्हा त्यावर नजर रोखून ठेवली. बाहेरच्या बाजूने बोळा हळूहळू खेचला जात होता. दिलीपनी आतील बाजूने बोळा तसाच ओढून धरला. परंतु तरीही तो खेचला जात होताच. आता काय करायचे? बाहेरून बहुधा चौकीदार किंवा एखादा अधिकारी तो बोळा खेचत असावा. याचा अर्थ त्यांच्या लक्षात ते भोक आले होते. आता त्याच भोकातून बंदुकीची नळी आत आली असती आणि धाड् धाड् गोळ्या सुटल्या असत्या. दिलीप यांच्या छातीतील धडधड वाढली होती. ते चटकन आपल्या पलंगावर आडवे झाले आणि हॅरी, गॅरी व चार्टीकडे भयचकित नजरेने पहात म्हणाले, ''यार, उस तरफ कोई है।''

हलणाऱ्या बोळ्याकडे जीव मुठीत धरून ते पहात राहिले. परंतु बोळा पलीकडे पडला तरीही बंदुकीची नळी बराच वेळ आत शिरलीच नव्हती. त्यांनी डोकावण्याची वाट तर कोणी पहात नव्हते ना? काय झाले होते? आता थोडासा धीर चेपल्यावर त्यांनी भोकातून पलीकडे पाहिले आणि त्यांच्या तोंडातून उदगार बाहेर पडले, ''इट्स दॅट डॅम कॅट!'' त्यांची लाडकी मांजरी पलीकडे त्या बोळ्याशी पंज्याने खेळण्यात रमलेली होती. सर्वांनीच सुटकेचा निःश्वास टाकला. प्लास्टर कापण्याच्या खुडबुडीमुळे तिला बहुधा तिथे उंदीर असावा, असे वाटले असावे. म्हणून नेहमी त्यांच्या खोलीतच असलेली ती मांजरी त्या खुडबुडीच्या आवाजाच्या रोखाने बाहेरून तिथे पोहचली होती. त्या भोकात पुन्हा एकदा नवीन बोळा बसवला गेला आणि सगळेच जण हसू लागले.

रोज रात्री सुमारे दीडपर्यंत काम करून ते झोपत आणि सकाळी सात वाजता ते पुन्हा ब्रेकफास्टसाठी तयार होऊन टेबलाजवळ बसलेले असत. कारण ब्रेकफास्ट त्या खोलीतच घेतला जात असल्यामुळे त्यांना जास्त काळ पलंगावर लोळत पडणे शक्य नसे. आठवडाभरात हव्या त्या आकारात प्लास्टरभोवती चर तयार झाला होता आणि त्याला भोकेही पाडली गेली होती. आता फक्त बाहेर पडायचे होते.

आणखी तीन, चार प्रयत्न

त्यानंतरही तीन ते चार वेळा निसटण्याचे निश्चित करण्यात आले होते. निसटण्यासाठी आवश्यकता होती ती फक्त अनुकूल वातावरणाची. सूर्यास्तापूर्वी तसे वातावरण तयार झाल्याचे त्यांना आढळत होते. आकाशात काळ्याकुट्ट ढगांची गर्दी झालेली असायची. परंतु नंतर जाण्याआधी आकाशाचा अंदाज घेण्यासाठी म्हणून ते स्वच्छतागृहात जाण्याच्या मिषाने बाहेर पडत, त्यावेळी आकाश अगदी निरभ्र असे. ढगांची केव्हाच पांगापांग झालेली असे आणि आकाशातून कित्येक तारे त्यांना वेडावून दाखवत त्यांच्याकडे पहात असत. दर वेळी त्यांनी आपल्या सहकाऱ्यांचा निरोप घेतलेला असे आणि दुसऱ्या दिवशी सकाळी ब्रेकफास्टच्या टेबलावर त्यांची त्यांच्याशी पुन्हा एकदा गाठ पडत असे.

असे करता करता १२ ऑगस्ट उजाडला होता. १४ ऑगस्टला पाकिस्तान आपला २५ वा स्वातंत्र्यदिन साजरा करणार होते. नेमका १४ ऑगस्टला सोमवार होता. त्यामुळे शनिवार - रविवारला जोडून सुट्टी आली होती. छावणीचे कमांडंट अधिकारी वहिदुद्दीन आपल्या कुटुंबीयांसह मुरी या थंड हवेच्या ठिकाणी जाणार होते. याचा अर्थ ते छावणीत असणार नव्हते. वॉरंट ऑफिसर रिझवी शहराच्या दुसऱ्या टोकाला रहात होते. छावणीत आता सौम्य व मवाळ मेहफूज खान यांचे राज्य असणार होते. त्या दिवशी संध्याकाळी सहज फिरताना जाफांना वीज चमकल्याचे दिसले होते. ''वादळ आधीच आले तर मध्यरात्रीच्या सुमारास किंवा त्याहूनही थोडे आधीच निघा,'' त्यांनी दिलीपना सल्ला दिला होता.

चाटींची माघार

सर्व तयारी करून वादळाची वाट पाहणाऱ्या या अधिकाऱ्यांमध्ये आधी काही काळ चाटीही सहभागी झाले होते. दिलीप यांच्या कोठडीतील चौघांनीही तिथून निघून जाण्याचे निश्चित केले होते. परंतु यावेळी जाणे निश्चित झाले, त्याच्या आधी आठ दिवस चाटींनी या तिघांना इजेक्शनमुळे अद्यापही आपला पाय दुखत असल्याचे सांगितले. बाहेर पडल्यानंतर आपल्यामुळे या लोकांच्या गतीला खीळ बसेल असे त्यांना वाटले. त्यापेक्षा आपण न जाणेच चांगले

असे त्यांनी त्यांना सुचवले. दिलीप यांच्यासह या तिघा अधिकाऱ्यांनी त्यांच्या भावनांचा आदर राखत त्यांना सांगितले, की 'ठीक आहे. तू इथेच रहा आणि आम्ही बाहेर पडलो की आमच्या डमी तयार करण्याचे काम कर'. दिलीप त्यांना म्हणाले, ''आम्ही निघून गेल्यावर कोणीतरी व्यक्ती कोठडीत असली पाहिजे, असे आम्हालाही वाटत होते. कोठडीत फक्त डमीच असल्या तर आम्ही पळाल्याचे लवकर समजेल. त्यामुळे तुझा निर्णय आम्हालाही आवडला आहे.''

ती बारा ऑगस्टची रात्र होती. आपल्या स्वातंत्र्यदिनी म्हणजे १५ ऑगस्टला आपण खरेखुरे स्वातंत्र्य मिळवायचेच असे दिलीपनी ठरवले होते. त्यासाठी बारा तारखेच्या रात्री निघायचा बेत आखण्यात आला होता. दिलीप म्हणाले, ''आम्हाला वादळी वातावरणाची आशा होती. नेमके तसेच वातावरण निर्माण झाले. रिक्रुटिंग ऑफिसचे कंपाऊंड ३-४ फूट उंचीचे होते. त्यावरून उडी मारून बाहेर पडायचे असा आमचा बेत होता.''

प्रकरण १३.

रोमहर्षक पर्व

बारा ऑगस्टच्या रात्री पुन्हा एकदा प्रयत्न करायचे निश्चित करण्यात आले. परंतु यावेळी सर्वांनाच सांगण्यापेक्षा फक्त तेजवंत सिंग आणि कामत यांनाच सांगितले गेले होते. कारण इतरांना आता त्यांच्या तिथून जाण्याविषयी कदाचित संशयही येण्याची शक्यता होती. कारण जवळजवळ तीन वेळा तसे घडले होते. ठरल्याप्रमाणे तेजवंत सिंग यांनी स्वच्छतागृहात जाण्यासाठी पाहरेकऱ्याला हाक मारली. त्यालाही आता सवय झाली असावी. या अधिकाऱ्याला मध्यरात्रीच्या सुमारासच काय होते, ते त्याला कळले नसावे. परंतु त्याची ती ड्युटी होती. तो मुकाट्याने त्यांच्या कोठडीकडे गेला. पुन्हा एकदा दिलीप, हॅरी आणि गॅरी यांनी झटपट आपल्या नॅपसॅक तयार केल्या. ओळखपत्रे पट्ट्यांत लपवली. पाणी भरलेली ट्यूब नॅपसॅकमध्ये टाकली आणि गॅरींनी प्लास्टरवर जोरदार बुक्का मारला. पुढची व्यक्ती बाहेर पडेपर्यंत आधी बाहेर पडलेल्याने त्या भगदाडाच्या अगदी जवळ उभे रहायचे. पुढची व्यक्ती बाहेर पडत असल्याचा इशारा चार्टीकडून मिळाला की पाऊल वाजवून बाहेर सारे आलबेल असल्याचा इशारा पुढच्या व्यक्तीला द्यायचा असे ठरले होते.

चलो यार, लेट्स गो!

सगळ्या गोष्टींची किमान दहा वेळा तरी मनातल्या मनात उजळणी झाली होती. तरीही प्रत्यक्षात ती वेळ आली त्यावेळी अंगावर रोमांच उभे राहिले होते. छातीतील धडधड वाढली होती. इतके दिवस केलेल्या तयारीनंतर तो क्षण

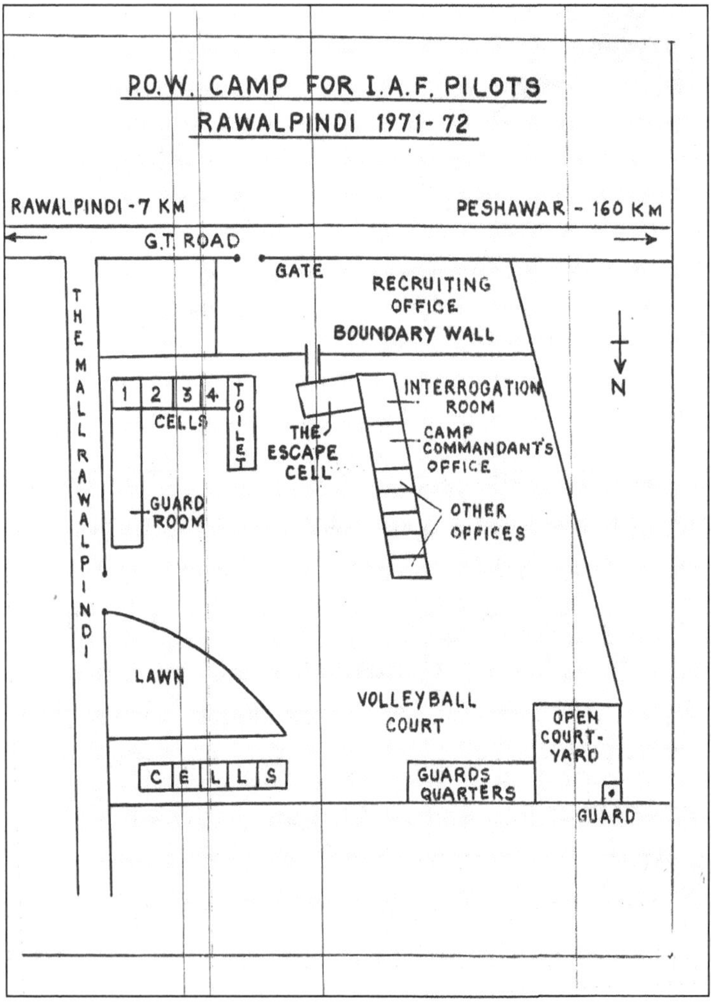

पाकिस्तानने युद्धकैदी म्हणून पकडलेल्या भारतीय हवाई दल अधिकाऱ्यांना ठेवण्यात आलेल्या रावळपिंडी येथील छावणीचे रेखाचित्र.

आला होता. बाहेर जोरदार वादळ सुरू झाले नव्हते. परंतु हलके वादळ सुरू झाले होते. वाळूचे वादळ. भयानक गारठा पडलेला होता. समोरचे काहीही दिसू नये असे वादळ सुरू झाले होते. हॅरी, गॅरीकडे पहात दिलीप हलक्या आवाजात म्हणाले, ''चलो यार, लेट्स गो!'' रात्री बाराचा सुमार होता. प्लॅस्टर काढण्यास हॅरींनीही मदत केली. दिलीपनी त्यांना हलक्या आवाजात विचारले, ''निघतंय ना? कसं वाटतंय?'' त्यावर गॅरीही तशाच कुजबुजत्या आवाजात त्यांना म्हणाले, ''चर उत्तम पाडला गेलाय. प्लास्टर अगदी बिस्किटासारखे कुरुकुरु फाटत चाललेय.'' त्या चरातून प्लास्टर पूर्णपणे निखळून आले. मोठे भगदाड तयार झाले. त्यामुळे तयार झालेल्या भगदाडातून प्रथम दिलीप बाहेर पडले. त्यांनी पावलाचा आवाज करत हॅरींना इशारा दिला. सारे काही आलबेल असल्याची सूचना मिळताच त्यांच्या पाठोपाठ हॅरींनी बाहेर पाऊल टाकले आणि हॅरींकडून तसाच इशारा मिळताच शेवटी गॅरीही बाहेर पडले.

पावसाचा जोर वाढला

आता चाटींना आपल्याला सांगितली गेलेली कामगिरी चोखपणे पार पाडायची होती. त्यांनी भराभर या तिघांच्या डमी तयार केल्या. त्यांच्यावर पांघरुण घातले. त्यामुळे दिलीप, हॅरी आणि गॅरी आपापल्या अंथरुणावर झोपले असावेत असे भासत होते. बाहेरून पाहणाऱ्याला काहीच समजले नसते. सकाळी उशिरापर्यंत तरी आता कसलीच धास्ती नव्हती. कारण वाळूच्या वादळानंतर सकाळी उशिरा उठणे स्वाभाविक होते. शिवाय स्वातंत्र्यदिनाच्या कार्यक्रमात सगळे दंग होते. त्यामुळे या लोकांच्याकडे कमी लक्ष होते. चाटींनी झटपट विटा बसवून टाकल्या.

दिलीप, हॅरी आणि गॅरी हे तिघेही बाहेर पडले खरे; परंतु आता त्यांना त्या वॉचमनची काळजी होती. जोरदार वाहणाऱ्या वाऱ्याबरोबर तिघांच्याही तोंडावर धूळ आणि वाळूचे सपकारे बसत होते. तो वॉचमन मात्र अद्याप तिथून हलण्याचे काहीच चिन्ह दिसत नव्हते. आजच त्याला काय झाले होते? दिलीपनी किंचित जवळ जाऊन पाहिल्यावर त्याने तोंडावर घोंगडे घेतल्याचे त्यांना दिसले. थोड्याच वेळात पाऊस सुरू झाला. आता वॉचमनची सहनशक्ती संपली होती. त्याने सरळ आपली बाज उचलली आणि तो व्हरांड्यात जाऊन झोपला. शिवाय भरीत भर म्हणून त्याने आपले घोंगडे पुन्हा एकदा तोंडावर

ओढून घेतले आणि नंतर तर त्याने ते डोक्यापासूनच घेतले. त्यातच पावसाचा जोर आणखी वाढला.

मॉल रोडवर पाऊल

कोठडीच्या मागच्या बाजूने निघून बाहेरच्या भिंतीच्या दिशेने तिघांनीही चालायला सुरुवात केली. ते भिंतीवर चढले आणि त्यांनी खाली पाहिले. समोरच मॉल रोड पसरला होता. त्यांच्या हातात त्यांनी तयार केलेल्या दोन्हीही रकसॅक होत्या. रात्री बाराचा सुमार असल्यामुळे कोणता तरी चित्रपट सुटला असावा. बरेच लोक समोरून येत होते. सुरुवातीला एवढी प्रचंड गर्दी पाहून या तिघांनाही नेमका अंदाज आला नाही. चोराच्या मनात चांदणे म्हणतात तशी गत होती. परंतु क्षणभरातच त्यांच्या लक्षात आले आणि त्यांनी काही क्षण वाट पहायचे असे ठरवले. कोठडीचा मागचा भाग आणि रिक्रुटिंग कंपाऊंड यांच्या मध्ये असलेल्या जागेत दिलीप, हॅरी आणि गॅरी उकिडवे बसून राहिले. त्याच क्षणी सोसाट्याचा वारा सुटला. वाऱ्याचा वेग चकित करणारा होता. पाऊस जोरात बरसू लागला. आता तिघांनीही एकाच वेळी पुन्हा एकदा वॉचमनकडे नजर टाकली. त्याची ब्रह्मानंदी टाळी लागली होती. तिघांनीही झटपट भिंतीवरून खाली उड्या टाकल्या. चार्टीनी आधीच कोणत्या बाजूला वळल्यावर बस स्टँड लागते ते सांगून ठेवले होते. चित्रपट पाहून बाहेर पडलेल्या लोकांची गर्दीही आता विरळ झाली होती. गॅरी आणि दिलीप यांच्याकडे जास्त सामान होते. बस स्टँड कुठे आहे, हे नेमके माहिती असल्यामुळे भिंतीवरून उड्या टाकल्याबरोबर ते मॉल रोडवर डावीकडे वळले आणि तिथलेच रहिवासी असल्याप्रमाणे निर्धास्तपणाचा आव आणत चालत राहिले. पाऊस आणि वादळी वाऱ्यांमध्ये एकमेकांकडे पाहण्यासही कोणाला फुरसत नव्हती. त्यातच रात्रीची वेळ. त्यामुळे हे तिघेही सहजगत्या, कोणाच्याही फाजील चौकशांना तोंड देण्याची वेळ न येताच बस स्टँडच्या दिशेने निघाले. जणू काही तेही रात्री नऊ ते बाराचा चित्रपट पाहून निघाले होते आणि घरी जाण्याची त्यांनाही घाई होती. होय! त्यांनाही घरी जाण्याची घाई होतीच; पण त्यांचे घर बरेच दूर होते. किमान आठ ते पंधरा दिवसांच्या अंतरावर! आणि त्यांचे घर कुठे होते हे समजले असते तर ते तिथे पोहचूही शकले नसते. म्हणून तर त्यांच्या

आणि इतरांच्या घरी परतण्यात जमीन - अस्मानचे अंतर होते आणि ते फक्त त्यांनाच माहिती होते.

इतरांना वादळी वारे आणि पावसाचा त्रास वाटत होता; तर नेमक्या याच गोष्टीचा या तिघांना आधार वाटत होता. त्यातच हॅरींचा उत्साह एकदम ऊतू जाऊ लागला. मॉल रोडवरून खाली निघाल्यावर आजूबाजूला आणि आपल्या आवाजाच्या टप्प्यातही कोणीच नसल्याचे पाहून ते एकदम चित्कारले, ''स्वातंत्र्य! फ्रीडम!'' त्यांच्या पापण्यांचे लांबलचक केस कोणाचेही लक्ष वेधून घेण्याएवढे आकर्षक होते आणि आता पावसात तर त्यांचे चमकते डोळे अधिक उत्साही बनले होते. गॅरी दक्षतेने म्हणाले, ''नाही. अजून स्वातंत्र्य मिळालेले नाही.'' दिलीपनी दोघांचेही संभाषण ऐकले, परंतु त्यावर कोणतीही प्रतिक्रिया व्यक्त केली नाही. त्यांच्या अंगावर तो पठाण कोट होता. गॅरी एकूण शरीरप्रकृतीमुळे पठाण वाटत होते; तर दिलीप पठाण कोटामुळे आणि वाढवलेल्या दाढीमुळे पठाण दिसू पहात होते. त्यामुळे कोणालाही संशय येण्याचे काहीच कारण नव्हते. त्यांनी हिरव्या रंगाची सलवार आणि कुडता घातला होता.

फिलीप पीटर्स, अली आमीर आणि जॅकोब

आणखीही एक गोष्ट त्यांनी पक्की तयार ठेवली होती. ती म्हणजे मुस्लीम असल्यासारखे वाटून कोणालाही आपला संशय येऊ नये असा पोशाख त्यांनी केला होता. परंतु तरीही चुकून आपण पकडले गेलोच तर आपण ख्रिश्चन असल्याचे सांगायचे असे ठरवले होते. कारण त्यांना मुस्लीम कलमा किंवा इतर गोष्टी येत नव्हत्या. भाषाही येत नव्हती. परंतु कॉन्व्हेंट स्कूलमुळे ते पक्के ख्रिश्चन असल्याचे सोंग मात्र हुबेहूब वठवू शकले असते. शिवाय हवाई दलातही अनेक अँग्लो इंडियन आणि ख्रिश्चन लोक होतेच. पाकिस्तानी हवाई दलातही मोठ्या प्रमाणात ख्रिश्चन लोक असल्याचे त्यांना माहिती होते. या सगळ्याचा फायदा घेण्याचे त्यांनी ठरवले होते.

नेमके काय सांगायचे याचा आराखडा त्यांच्या मनात पक्का होता. त्यांनी त्याचे कित्येकदा पारायणच केले होते म्हणा ना! त्यामुळे दिलीप बनणार होते फिलीप पीटर्स आणि गॅरी स्वतःला अली आमीर म्हणवून घेणार होते.

लाहोरच्या पाकिस्तान हवाई दल तळावर आपण काम करत असल्याचे ते सांगणार होते. हॅरी बनणार होते हॅरोल्ड जॅकोब. सिंधमधील हैदराबादमधील आपण अँग्लो -पाकिस्तानी ड्रमर असल्याचा बहाणा ते करणार होते. नुकत्याच लाहोरच्या ला बेला हॉटेलमध्ये झालेल्या एका समारंभात आपण आल्याचे ते सांगणार होते. यातली मेख अशी होती की एखाद्या चतुर अधिकाऱ्याने प्रश्नांची सरबत्ती केली असती, तर कदाचित हा डोलारा लगेच कोसळलाही असता. कारण लाहोरमध्ये ला बेला नावाचे हॉटेल होते का हे कोणालाच माहिती नव्हते. शिवाय अली आमीर हे नाव ख्रिश्चन होते का याविषयी ऐकणाऱ्याच्या मनात शंका आली असती, ते वेगळेच. परंतु अशा प्रकारच्या काही किरकोळ त्रुटी असल्या तरीही बाकीची योजना अगदी पक्की होती. अली आमीर हे नाव ख्रिश्चन का नसावे याला काहीच आधार नव्हता. कारण कित्येक अँग्लो पाकिस्तानी लोक तिथे रहात होते.

आपण हात उचलणार नाही

स्वतःसह या दोघांनाही दिलीप एकच वाक्य पुनःपुन्हा सांगत राहिले होते, ''आपण बिलकूल हात उचलणार नाही. बिलकूल नाही. आपण सौजन्यपूर्वकच वागणार आहोत. आपण फक्त आपल्या प्रसंगावधानाचा आणि बुद्धिचातुर्याचा वापर करणार आहोत. बाकी हिंसाचार, दंगा, आवाज चढवणे, भांडणे, मारामारी याच्याशी आपला काडीचाही संबंध नसेल.'' अखेरीस ते भारतीय हवाई दलातील जबाबदार अधिकारी होते. रस्त्यावरचे गुंड नव्हते. त्यामुळे आपल्या आणि भारतीय हवाई दलाच्या इभ्रतीला साजेसे वर्तन करण्याची जबाबदारी त्यांच्यावर होती आणि त्याची त्यांना पूर्ण कल्पना होती.

पाकिस्तानात आपल्याला कोण ओळखणार आहे? शिवाय बाहेर पडलोच आहोत, तर तसेच कशाला मरायचे? चार जणांना मारून मरू, असा विचार ते करणार नव्हते. आदबशीरपणा आणि सौजन्यानेच शौर्य खुलून दिसते, हे त्यांना माहिती होते. त्यामुळे ही तत्त्वे ते पाळणार होते. शेवटी संस्कार कामी येतात आणि कुठेही उठून दिसतात आणि कोणत्याही प्रसंगातून तारून नेतात ते असे!

दिवे अचानकच गायब

एकमेकांच्या साथीने आणि एकमेकांच्या आधारावर मॉल रोडवरून ते सुमारे शंभर यार्ड गेले असतील नसतील; तोच अचानकच रस्त्यावरचे दिवे गेले. त्यांना अर्थातच याचा आनंद झाला. पूर्ण रात्रभर दिवे गेले असते तर किती बरे झाले असते असा विचार तिघांच्याही मनात आला होता. दिलीप म्हणाले, ''आंधळा मागतो एक डोळा आणि देव देतो दोन अशी आमची स्थिती झाली होती. आम्ही फक्त वाळूच्या वादळाचीच अपेक्षा करत होतो. त्या जोडीला पाऊस आणि आता तर चक्क अंधार झाला होता. आम्हाला खूपच आनंद झाला होता.'' चार्टीनी त्यांना रस्त्यांविषयीची अचूक माहिती सांगितली होती. त्यानुसार पुन्हा एकदा ते डावीकडे वळले. आता थोडा मोठा रस्ता लागला. बारा केव्हाच वाजून गेले होते. एकही वाजून गेला असावा. त्यामुळे आता रस्ता जवळजवळ निर्मनुष्य होता. सुमारे तासभर ते चालत असावेत. त्यानंतर त्यांना हवे होते ते बस स्टँड आले होते. एवढ्या रात्रीही तिथे मात्र भरपूर वर्दळ होती. त्यांच्या मागच्या बाजूलाच एक बस उभी होती. तिचे इंजिन सुरू होते.

सार्वजनिक वाहन जास्त वापरायचे नाही असे ठरले असले तरीही रावळपिंडीत जास्त काळ फिरत राहणे धोकादायक होते. तिथून बाहेर पडणे आवश्यक होते. स्टँडवर कंडक्टर ओरडत होते रावळपिंडी-पेशावर, रावळपिंडी-लाहोर. ते तिघेही झटकन पेशावरच्या बसमध्ये चढले. हरीश आणि दिलीप एकत्र बसले. तिघांनी सतत एकत्र राहणे धोकादायक होते. संशयाला विनाकारणच जागा उरली असती. कारण तिकडे तळावर ते नसल्याचे कधी समजेल याचा काहीच नेम नव्हता. क्षुल्लक कारण घडले असते तरी ते नसल्याचे लक्षात येण्यास वेळ लागला नसता.

चलो पेशावर

ते बसमध्ये चढले त्यावेळी ते तिघेच होते. बस पूर्ण भरेपर्यंत कंडक्टरने वाट पाहिली. त्यात जवळजवळ तासभर गेला. त्यांनी जास्तीत जास्त पाकिस्तानी दिसण्याचा प्रयत्न केला होता. परंतु तरीही आपण वेगळे दिसत असल्याचे त्यांना लगेच समजून आले, कारण कंडक्टरने त्यांना मोडक्यातोडक्या इंग्लीशमधून विचारले, ''कुठे?'' हे लोक स्थानिक असल्यासारखे त्याला वाटले

असते तर त्याने त्यांना हिंदीतून विचारले असते. किंचितसा धक्का बसला असला तरी चेहऱ्यावर काहीही न दाखवता त्यांनी 'पेशावर' म्हणून सांगितले. बसने रावळपिंडी सोडले आणि प्रवास सुरू झाला. वास्तविक, छावणीतील अधिकारीही एकमेकांशी बोलताना 'सलाम आलेकूम' असेच एकमेकांना पाहिल्यावर म्हणत होते. कोणीही गुड मॉर्निंग किंवा गुड आफ्टरनून म्हणत नव्हते. त्यामुळे आपण वेगळे दिसतो आहोत अशी शंकेची पाल प्रत्येकाच्या मनात सारखी चुकचुकत राहिली. परंतु तिकडे दुर्लक्ष करून त्यांनी पुढच्या प्रवासावर लक्ष केंद्रित केले.

त्या तिघांच्याही मनातील भीती, धाकधूक आणि धास्ती यांमुळे तिघांनीही आपले चेहरे कमीत कमी दिसावेत याची काळजी घेतली होती. त्यासाठी आपण पेंगत असल्याचे सोंग करत ते माना खाली घालून बसले होते. साधारणपणे रात्री अडीचच्या सुमारास बस सुटली होती. आपल्याविषयी कशामुळे कंडक्टरला आपण स्थानिक नसल्याचा संशय वाटला याविषयी ते बुचकळ्यात पडले होते. कारण वरवर पाहता तर ते स्थानिकच वाटत होते. परंतु तरीही कंडक्टरच्या सराईत नजरेने त्यांना बरोबर अनोळखी म्हणून टिपले होते. कशामुळे? या प्रश्नावर त्यांनी बराच विचार केला. परंतु अद्यापही ठामपणे दिलीपना याचे कारण सांगता येत नाही. ते म्हणाले, ''कदाचित आमचे तिघांचेही कपडे नवे कोरे असल्यामुळे असू शकेल; किंवा आमच्या पायांतील कॅनव्हासच्या शूजमुळे त्याला तसे वाटले असू शकेल. कारण इतर लोकांच्या पायांत चपला होत्या आणि आमचे ड्रेस इस्त्री केल्यासारखे नवीन दिसत होते.''

काही का असेना; परंतु आपण परकी दिसत असल्याची आणि म्हणूनच अधिक सजगतेने वागले पाहिजे याची खूणगाठ त्यांनी मनाशी बांधली होती.

दिलीप म्हणाले, ''आम्ही अटकेपर्यंत पोहचलो. अटकेला दोन नद्यांचा होणारा संगम विशाल पात्र तयार करतो. अगदी समुद्रासारखा भास होतो. जुनी दिल्ली व शहादरा येथे असलेल्या एका पुलासारखाच तिथेही एक पूल आहे. आमच्यावर खूपच तणाव होता. परंतु तरीही त्या निसर्गसौंदर्याने आम्हाला भुरळ घातली होती.'' परंतु तिथे रेंगाळून चालणार नव्हते. पेशावरमध्ये बस शिरल्यावर जामरुदचा रस्ता गाठायचा होता. त्यांच्या अंदाजापेक्षा ते खूपच लवकर तिथे पोहचले होते. अटक हे पेशावरच्या निम्म्या रस्त्यावर होते. तिथे

एक धाबा होता. त्यामधून मंद प्रकाश बाहेर पडत होता. बस तिथे थांबली. सगळे प्रवासी खाली उतरले आणि चहा पिऊ लागले. जवळूनच सिंधु नदी वहात होती. परंतु दिलीप यांच्या मनात आता आणखी एक विचार सारखा येत होता, छावणीच्या तळावर काय झाले असेल? आपल्या मागावर पोलीस निघाले असतील का? हवाई दलाच्या तळांवर सूचना पाठवल्या गेल्या असतील का? समोरून येणाऱ्या व्यक्तीने एकदाऐवजी दोनदा जरी पाहिले तरी कदाचित त्याने आपल्याला ओळखले तर नसेल ना? अशी शंकेची पाल त्यांच्या मनात चुकचुकत होती. त्यांनी गॅरीकडे पाहिले. त्यांच्या मनातील विचार गॅरींच्याही मनात सुरू असल्याचे न बोलताच त्यांच्या लक्षात आले. हॅरींनी दोघांच्याही चेहऱ्यावरून नजर फिरवली आणि काहीही न बोलता आपल्याला सारे काही समजल्याप्रमाणे मान हलवली.

पेशावर ते जामरुद

बस पेशावरला पोहचली तेव्हा सकाळचे सहा वाजले होते. रस्त्याच्या कडेला असलेल्या चहाच्या टपरीत ते पुन्हा एकदा शिरले. जवळजवळ वर्षभराने स्वतंत्र हवेचा वारा त्यांच्या शरीरांवर खेळत होता. थोडासा आनंद वाटलाच; परंतु मनात धाकधूक होती. त्या टपरीत ते चहा प्यायला गेले. चहा टी पॉटमधून दिला गेला. जुने चायना कप होते. ते फुटले होते. नक्कीच ते अनेकदा फुटले असावेत. पण ब्रासचे क्लास्प वापरून कप्स आणि टी पॉट्स जोडले गेले होते. त्यामुळे त्यांमधून थेंबभरही चहा गळत नव्हता. आपण सुट्टीवर असल्यासारखे ते भासवत होते, त्याप्रमाणे ते खरोखरच तसे सुट्टीवर असते, तर त्या चहाच्या कपांविषयी त्यांनी मोठेच कौतुक केले असते. परंतु आता त्यांना तिथे रेंगाळून चालणार नव्हते. कारण इतरांना माहिती नसले तरी आपल्या तळावरून पळालेले ते युद्धकैदी होते.

पेशावरहून त्यांना जामरुदला जायचे होते. तिथे लपण्यासाठी जागा शोधायची होती. त्यांच्या ठरलेल्या योजनेनुसार आता त्यांना दिवसभर तिथेच लपून रहायचे होते आणि रात्र पडल्यावर पुढे निघायचे होते. पेशावरहून अफगाणिस्तानची सीमा ही चाळीसहून अधिक किलोमीटर अंतरावर होती. ठरल्याप्रमाणे ते लपतछपत गेले असते तर त्यांना किमान दोन ते तीन रात्री प्रवास करत रहावे लागले असते. "ठीक आहे, आता निघूया" दिलीप यांनी दोघांकडे बघत

तयारी दर्शवली. ''आपल्याला आधी पेशावरमधून बाहेर पडले पाहिजे,'' त्यांनी म्हटले. तिथून फिरताना कित्येक लोकांकडे बंदुका असल्याचे पाहून त्यांच्या आश्चर्याला पारावर राहिला नव्हता. मग रिक्षा करावी असे दिलीपनी सुचवले. एका रिक्षावाल्याकडे ते गेलेही. दिलीप म्हणाले, ''आम्ही रस्ता पार केला आणि आपल्या आजूबाजूला पठाण असल्याचे आम्हाला आढळले. त्यांच्यापैकी किमान निम्म्या लोकांकडे बंदुका होत्या. शिवाय एका रिक्षावाल्याकडेही बंदूक असल्याचे आम्ही पाहिले. प्रत्येकाने खांद्यावर काडतुसांच्या माळा टाकलेल्या होत्या. या भागावर ब्रिटिशांना नियंत्रण प्रस्थापित करताच आले नव्हते.'' पुन्हा त्यांनी विचार केला की रिक्षावाल्यापेक्षा टांगेवालाच बरा ठरेल. तो फारशा चौकशा करणार नाही आणि आपण बिनबोभाट जामरुदला पोहचू. रिक्षावाले बऱ्यापैकी चिकित्सक असतात, टांगेवाला तसा नसेल असे त्यांना वाटत होते.

टांगेवाल्याची टकळी

ठरल्याप्रमाणे त्यांनी एका टांगेवाल्याला विचारले. तो तयार झाला. गॅरींनी टांगेवाल्याबरोबर जरा घासाघीस केली आणि टांगा ठरवला. गॅरींनी संभाषण करायचे ठरले होते. कारण त्यांना पंजाबी येत होते. टांगेवाल्याने त्याचा विशिष्ट पांढरा सलवार-कमीज घातला होता. त्याच्याशेजारीच गॅरी बसले. मागच्या बाजूला दिलीप आणि हॅरी बसले. गॅरींनी टांगेवाल्याला सांगितले, ''जामरुद रोड चलो!'' त्याने विचारले, ''कहाँ?'' ''वहाँ पर ऐसेही कुछ लोग मिलनेवाले हैं'' गॅरींनी ठोकून दिले. त्यामुळे टांगेवाल्याच्या मनात संशय निर्माण झाला असावा. संभाषणाच्या बाबतीत या दोघांचीही भिस्त गॅरींवर होती. टांगेवाल्याने त्यांना खूपच त्रास दिला. अगदी 'भीक नको, कुत्रे आवर' अशी परिस्थिती निर्माण झाली. त्याने गॅरींना हजार प्रश्न विचारून भंडावून सोडले. ''कुठून आलात?'' ''कुठे चाललात?'' ''कुठे राहता?'' तिथे ''कोणाला ओळखता?'' इ. इ. त्याच्या प्रश्नांची जंत्रीच संपत नव्हती. त्याचे लक्ष नसताना दिलीप यांच्याकडे पाहून गॅरी 'कहाँ फसा दिया?'' वगैरे पुटपुटत होते. इतर वेळी त्यामुळे थोडा वेळ या दोघांचीही करमणूक होत असती. पण आता परिस्थिती वेगळी होती. सर्वांच्या मनांतील धाकधूक या प्रश्नोत्तरांमुळे अधिक वाढली होती. या तिघांना नेमके कुठे जायचे होते

ते त्याला हवे होते. तो सारखा खोदून खोदून विचारू लागल्यावर गॅरींनी एका वृत्तपत्र कार्यालयाचे नाव ठोकून दिले. तेवढ्या थंडीतही गॅरींना त्याच्या प्रश्नांनी आता घाम फुटू लागला होता. त्यांनी त्या कार्यालयाच्या रस्त्यावर कुठेही आपल्याला सोड असे त्याला सांगितले. परंतु तो काही आपले प्रश्न सोडायला तयार नव्हता. तुम्ही कुठून आलात या प्रश्नाला उत्तर देणे सोपे होते. गॅरींनी त्याला लाहोरहून आल्याचे सांगितले. आता टांगेवाल्याला अधिक उत्सुकता वाटू लागली. ''तिथून येण्यासाठी तुम्ही किती वाजता बसमध्ये बसलात?'' त्याने पुढचा प्रश्न विचारला. एवढेच विचारून त्याची उत्सुकता संपली नव्हती. ते तिघे वृत्तपत्राच्या कार्यालयात का चालले होते तेही त्याला हवे होते. ''आम्ही तिकडे कामाच्या शोधात चाललो आहोत,'' गॅरींनी त्याची टकळी थांबवण्यासाठी लोणकढी ठेवून दिली.

टांगेवाल्याची संशयास्पद नजर

''अरे साब! लेकिन आज तो संडे है ना! आज ऑफिस बंद नही होगा क्या?'' त्याच्या शंका वाढतच चालल्या होत्या. तो रस्ता जेमतेम दहा मिनिटांचाच असल्याबद्दल दिलीप आणि विशेषतः गॅरी यांनी देवाचे आभार मानले. जामरुद रस्त्याजवळ आल्यावर टांगेवाल्याने तिकडे बोट दाखवले आणि तोच जामरुद रोड असल्याचे त्यांना सांगितले. त्याबरोबर पटापट तिघांनीही टांग्यातून उड्या मारल्या आणि हॅरींनी टांगेवाल्याच्या हातात पाच रुपयांची नोट दिली. ते १९७२ साल होते. पाच रुपये ही एवढ्याशा अंतरासाठी मोठी रक्कम होती. त्यामुळे टांगेवाल्याला धक्का बसला होता. त्यानेही या तिघांना एक धक्का दिला. तो चक्क इंग्लीशमध्ये म्हणाला, ''नो चेंज!'' त्यावर हॅरींनी स्मित करत त्याला ''कीप द चेंज!'' असे सांगितले. कामाच्या शोधात निघालेल्या लोकांचे हे एवढे औदार्य पाहून त्याचे डोळे विस्फारले. कारण १९७२ साली एवढ्याशा अंतरासाठी ते पैसे फक्त खूप नव्हते; खूपच जास्त होते. वास्तविक, ती चूक होती. परंतु ती त्यांना महागात पडली नव्हती हे त्यांचे नशीबच होते.

टांगेवाल्याने त्यांना जामरुद रोडवर तर सोडले होते. आता तिथून लंडीकोटल आणि नंतर लंडीखान्याला जायचे होते. परंतु एकूण रागरंग पाहून टांगेवाल्याबरोबर आणखी पुढे जाणे योग्य ठरणार नव्हते. कारण तिथे टांगा थांबवायला सांगितल्यावरही ''यहाँ कहाँ?'' असा प्रश्न त्याने विचारला।

होताच. त्या तथाकथित वृत्तपत्र कार्यालयापर्यंत बहुधा त्याला यायचे असावे. परंतु इथेही आपल्याला भेटायला एक जण येणार असल्याचे त्याला सांगून त्यांनी त्याला कसेबसे कटवले. एवढ्या पैशांत त्यांना आणखी पुढेपर्यंत जायचे असेल तरीही आपण सोडू असेही त्याने त्यांना सुचवून पाहिले. परंतु त्याच्या डोळ्यांतील संशय बरेच काही सांगून जात होता. या तिघांनीही आता काहीही न बोलता सरळ चालायला सुरुवात केली. टांगेवाल्याचा नाईलाज झाला. तो परत निघाला. मात्र तरीही तो त्यांच्याकडे नजरेआड होईपर्यंत पुनःपुन्हा वळून पहात होता. तो एकदा दिसेनासा झाल्यावर या तिघांनी सुटकेचा निःश्वास टाकला. आता आपण मार्गाला लागलो, असा हायसे वाटू देणारा विश्वास त्यांच्या मनात निर्माण झाला.

लोकांच्या आकर्षणाचा विषय

पेशावरहून जामरुदकडे जाणाऱ्या रस्त्यावर दुतर्फा दुकाने होती. कित्येक लोक रस्त्यावरून फिरत होते. मात्र हे तिघे दिसताच लोक हातातील कामे टाकून त्यांच्याकडे थेट पहात होते. पुनःपुन्हा पहात होते. एकमेकांना दाखवत होते. कित्येक लोक मागून पुढे जाऊन पुन्हा मागे वळून पहात होते. सायकलवालेही तसेच करत होते. त्यांना ते तिघेही त्या भागात अनोळखी असल्याचे स्पष्टपणे समजले होते हे दिसतच होते.

दिलीप म्हणाले, ''आम्ही नक्कीच विचित्र दिसत असणार. कारण गॅरीने केस गळतात म्हणून टक्कल केले होते. परंतु त्याने डोक्याला एक फडके गुंडाळले होते. आम्हाला एकाने सायकलवरून ओव्हरटेक केले. परंतु त्याने मागे वळून पाहिले आणि तो परत आला. त्यानंतर तो पुन्हा पुढे गेला आणि त्याने मागे वळून पाहिले. उजवीकडे लोकांचा घोळका होता. तिथे तो गेला आणि त्याने त्यांना काहीतरी कुजबुजत्या आवाजात सांगितले. त्याचे सगळेच वागणे आम्ही संशयास्पद असल्याचे त्याला वाटत असल्याचे दाखवणारे होते. आमच्या पोटात गोळा आला होता. त्या घोळक्यातील लोकांनी आमच्याकडे पाहिले; परंतु कोणीच काही म्हटले नाही. आम्ही तसेच मनातून घाबरत घाबरत पुढे सटकलो. कारण त्यांना संशय आला असता आणि जमावाच्या हाती आम्ही सापडलो असतो तर आमची मुळीच धडगत नव्हती. परंतु तसे काही घडले नव्हते.''

त्या भागातील लोक मळके पांढरट शर्ट आणि सलवार घालत होते. त्यात या तिघांचे स्वच्छ ड्रेस उठून दिसत होते. शिवाय ते साधे गावंढळ खेडूत होते. हे तिघेही खेडूत तर दिसत नव्हतेच. त्या प्रत्येकाने काळ्या दाढ्या राखलेल्या होत्या आणि बहुतेकांच्या डोक्यांवर पांढऱ्या टोप्या होत्या. गॅरी डोक्यावर पंजाबी शेतकऱ्याप्रमाणे कापड गुंडाळून का फिरत होते, ते दिलीप यांच्या लक्षात आले नव्हते. कदाचित पंजाबी असल्यामुळे सार्वजनिक ठिकाणी उघड्या डोक्याने फिरणे त्यांना कठीण जात असावे. परंतु त्यामुळे लोकांचे लक्ष या तिघांकडे अधिक प्रमाणात वेधले जात होते एवढे मात्र निश्चित!

दिलीप म्हणाले, ''हवाई दलात कॅप घातली तर दाढी ठेवता येत नाही. तरीही दाढी राखायची असेल, तर तशी परवानगी काढावी लागते. गॅरीची गोष्ट वेगळी होती. शीख धर्मीय लोक दाढी राखू शकत होते आणि डोक्यावर त्यांचा फेटाही बांधू शकत होते.''

नंतर त्यांच्या मित्रांनी काही कारणे सांगितली. त्यांच्या मते, कदाचित गॅरींची धिप्पाड शरीरयष्टी, गोरा तपकिरी रंग, दिलीप यांचे देखणे व्यक्तिमत्त्व यांमुळेही लोकांचे लक्ष आकर्षित होत असावे. कदाचित पाश्चात्य वेषातील हॅरींमुळे लोक पहात असावेत किंवा कदाचित या तिघांच्या या वैविध्यपूर्ण व्यक्तिमत्त्वामुळे ते वेगळे दिसत असावेत. सुशिक्षित, सधन घरातील लोक तिथे चालत फिरत नसावेत. मग हे लोक पायी कसे काय फिरत होते याविषयी लोकांमध्ये कुतूहल असावे. आजही याविषयीची कारणे त्यांना स्पष्टपणे सांगता येत नाहीत. परंतु त्यावेळी यामागच्या कारणांपेक्षाही लोकांच्या नजरा चुकवणे हीच त्यांच्यासाठी खरी कसरत होती.

तुमच्या बॅगेत काय आहे?

जामरुद रस्त्यावर एक मुलगा त्यांना भेटला. त्याने सहजच हॅरींकडे पाहिले आणि त्यांना विचारले, ''तुमच्या बॅगेत काय आहे?'' तिघेही मनातल्या मनात चरकले. परंतु त्या मुलाला काहीबाही सांगून त्यांनी वाटेला लावले.

नंतर त्यांच्या लक्षात आले की बाहेरून आलेले अत्यल्प लोक जामरूद रोडवरून पायी चालत जात होते आणि त्यांच्याकडे लोकांचे लक्ष होते. त्यानंतर पायी चालणाऱ्यांची गर्दी ओसरली. परंतु तरीही अद्याप रस्त्याचे

काम करणारे लोक तिथे दिसत होते. या तिघांनीही आता लोकांकडे साफ दुर्लक्ष केले आणि ते नाकासमोर पहात पुढे जात राहिले. आजूबाजूला जणू कोणी नव्हतेच! कोणाच्याही नजरा त्यांच्यावर रोखलेल्या नव्हत्याच! फक्त ते आणि त्यांच्या पायाखालचा रस्ता एवढेच काय ते तिथे असावे अशा बेताने ते झपाझप चालत निघाले होते.

त्यांना पेशावर हवाई तळाची धावपट्टी दिसली. ती रस्त्यापासून अगदीच जवळ होती. ''तिकडे अजिबात पाहू नकोस,'' गॅरींनी दिलीपना सूचना दिली. कारण हवाई दलातील अधिकारी असल्यामुळे त्यांना तिकडे पाहण्याचा कमालीचा मोह झाला होता. परंतु त्यामुळे संकट येण्याचीच अधिक शक्यता होती. तिथल्या कर्मचारी किंवा अधिकारी यांची नजर आपल्यावर पडू न देणेच त्यांना अधिक चांगले वाटत होते. त्यांची सूचना लगेच पाळली गेली. दिलीप आणि हॅरींनी आपापल्या नजरा तिकडून झटक्यात रस्त्याकडे वळवल्या.

आता तिथे लपायचे म्हटले तरी तशी जागाच दिसत नव्हती. तिथे सपाट पठारी प्रदेश होता. ना उसाची शेती होती; ना इतर कसली शेती. किरकोळ भाजीपाला लावलेला होता. जवळजवळ तो ओसाड प्रदेश होता. हॅरी तर आता दमले होते. आणखी चालताना ते धापा टाकत होते. परंतु पुढे जाणे भागच होते. तिघांनी एकमेकांबरोबर चालण्याऐवजी दोघे जण पुढे आणि एक त्यांच्यापेक्षा ४०-५० मीटर अंतर राखून मागे असे ते चालत होते.

पेशावर हवाई तळ मागे पडला होता. आता त्यांनी मुख्य रस्त्यावरून जायचे ठरवले. त्या रस्त्यावरून थोडे पुढे गेल्यानंतर आणखी एक रस्ता लागला. त्या रस्त्याला आणखी डावीकडे आणि उजवीकडेही फाटे फुटत होते. त्यांनी डावीकडचा रस्ता पकडला आणि ते रेल्वे लाईनजवळ पोहचले. पेशावरहून जामरुदला जाणारी हीच ती रेल्वे लाईन असावी असे दिलीपना वाटले. इतर दोघांनीही माना हलवून होकार दर्शवला. मरेज हँडबूकमध्ये तसेच सांगितले होते. आता आपण लंडीखान्याला पोहचू अशी त्यांची अटकळ होती. त्यामुळे ठरल्याप्रमाणे ते त्या रेल्वे लाईनवरून चालत निघाले होते. दिलीप म्हणाले, ''मरेज हँडबूकवर आमचा एवढा विश्वास होता की बरेच अंतर चालेपर्यंत आम्हाला कसलीच शंकासुद्धा आली नव्हती.''

थोडक्यात बचावले

अचानकच दिलीप यांचे लक्ष पश्चिमेकडे खालच्या बाजूला गेले. तिथे त्यांना एका मोठ्या गावाचा परिसर दिसला. तिथे लोक रेल्वे रुळावरून जात होते. त्यांच्यात काही महिलाही होत्या.

दिलीप म्हणाले, ''रेल्वे लाईनच्या दोन्ही बाजूंना ते एकच गाव पसरलेले होते. वास्तविक, तिथे कडक पडदा पद्धती असते. पण दोन्ही बाजूंना एकाच गावातील लोक रहात असल्यामुळे बहुतेक सगळे एकमेकांचे नातेवाईक असावेत. त्यामुळे पडदा पद्धती पाळली जात नसल्याचे आम्हाला आढळले. आता तिथून गेलो आणि एखाद्या स्त्रीकडे पाहिले तर तो गुन्हा ठरला असता. आगीतून उठून फुफाट्यात पडल्यासारखी परिस्थिती झाली असती. आम्ही थोडे पुढे गेलो आणि कुत्री भुंकू लागली. वास्तविक, मला कुत्र्यांचा खूपच नाद आहे. परंतु आता तो उपयोगी ठरणार नव्हता. आम्ही गेल्या पावली परत फिरलो आणि पुन्हा रस्त्यावर आलो आणि पुढे चालू लागलो.''

पुन्हा एकदा पेशावर आणि जामरुदच्या मधल्या रस्त्यावर ते होते. त्यांच्या उजव्या बाजूलाच एका शैक्षणिक संस्थेचा परिसर होता. ते एखादे कॉलेज किंवा युनिव्हर्सिटी असावी. परिसरात सर्वत्र झाडे लावलेली होती. रस्त्यावरून ते थोडे पुढे आले तेवढ्यात त्यांना एक टोलनाका लागला. ताबडतोब तिघेही जण एका झुडपाआड लपले आणि आता काय करायचे याचा विचार करू लागले. ''आपण या रस्त्यावरून पुढे जाऊ शकणार नाही. त्यांनी हटकले तर?'' दिलीप म्हणाले. ''मग आता काय करायचं?'' गॅरी काळजीत पडले होते. हॅरी काहीच बोलले नाहीत. त्यांना काही सुचत नव्हते. क्षणभर विचार करून दिलीप म्हणाले, ''ठीक आहे. आपण चालत जायलाच नको. आपण बसने जाऊया. ते अधिक योग्य ठरेल.'' कारण तेवढ्या वेळात तिथून गेलेल्या बस त्यांनी पाहिल्या होत्या. एक तर हात दाखवून कोणीही बस थांबवू शकत होते आणि दुसरे म्हणजे चेक नाक्यावर बसमधील प्रवाशांचे फारसे चेकिंग केले जात नसल्याचे त्यांना दिसले होते. हॅरी आणि गॅरी या दोघांनाही हा विचार एकदम पटला आणि बस थांबवायचे ठरले. पुन्हा एकदा तिघेही रस्त्यावर परतले होते. त्यावेळी त्या रस्त्यावर विशेष रहदारी नव्हती. अन्यथा

तीन लोक सारखे वेगवेगळ्या दिशांनी पुनःपुन्हा त्याच रस्त्यावर येत असल्याचे एखाद्याच्या लक्षात येऊ शकले असते. परंतु सुदैवाने तसे झाले नव्हते.

फिर बस से जाओ!

तेवढ्यात त्यांना तिथेच एका कठड्याजवळ एक मुलगा दिसला.

मैलौ न् मैल चिटपाखरूही दिसत नव्हते. कठड्यावरून तो मुलगा उठला. एका छोट्या मुलाबरोबर तो पुढे आला. त्याने मोठ्याने ओरडून विचारले, ''कहाँ जा रहे हो?'' तो हातात असलेल्या टायरबरोबर खेळत चालला होता.

तिथून लंडीकोटल २५ मैलांवर असावे असा त्यांचा अंदाज होता. दिलीपनीही त्याला तसेच ओरडून सांगितले, ''लंडीकोटल.'' त्याने विचारले, ''इतनी दूर क्या पैदल जाओगे?'' या तिघांनीही त्याला होकार दिला. फिरत फिरत जाणार असल्याचे सांगितले. त्या मुलाला बहुधा ते वेडेच असावेत असे वाटले असावे. त्याला आणखी एक शंका आली. यांच्याकडे पैसे तर नसतील ना? म्हणून चालत जाण्याचा विचार करत असावेत. त्याने आपली शंका लगेच व्यक्त केली. ''त्याने विचारले, ''पैसे आहेत ना?'' या तिघांनी माना डोलावल्या. ''फिर? बस से जाओ.'' तो म्हणाला. तेवढे बोलूनच तो थांबला नाही, तो या तिघांजवळ आला. त्यानंतर थोडा वेळ त्याने गप्पा मारल्या. त्यावेळी ''यहाँ बहुत बेरोजगारी है,'' अशी माहितीही त्याने त्यांना दिली. या तिघांच्याकडे पैसे नसतील अशी त्याला आलेली शंका त्याच्या त्या परिस्थितीतून आली होती. शिवाय बस स्टॉप वगैरे शोधण्याची भानगड तिकडे नव्हतीच. हे त्यांनी आधी पाहिले होतेच. या मुलाने लगेच त्याचे आणखी एक प्रात्यक्षिकही त्यांना दाखवले. या तिघांना मदत करण्यासाठी समोरून येणारी बस त्याने थांबवली. बस खचाखच भरलेली होती. परंतु त्यात काळजी करण्यासारखे काहीच नव्हते. बसच्या टपावर सामान ठेवण्यासाठी असलेल्या शिडीवर तो मुलगा चढला आणि त्याच्या पाठोपाठ हे तिघेही चढले. तिथेही लोकांची आणि सामानाची गर्दी होती. परंतु आणखी लोकांना सामावून घेण्याची त्या लोकांना सवय होती. त्यामुळे त्यांनी थोडे थोडे सरकून या तिघांना जागा करून दिली. मुले त्यांचा निरोप घेऊन खाली उतरली. ड्रायव्हरनेही वर चढलेले लोक व्यवस्थित बसले का किंवा मुले खाली उतरली का वगैरे गोष्टींची फारशी फिकीर केली

नाही. त्याच्या अंदाजानुसार त्याने बस सुरू केली. बसच्या टपावरच्या लोकांना तिकीट नव्हते असे जर कोणाला वाटत असेल, तर तो भ्रम आहे. कारण दोन मिनिटांतच आणखी एक मुलगा टपावर चढला आणि तिकिटाचे पैसे गोळा करू लागला. त्याने सांगितलेले पैसे दिलीप आणि इतरांनी त्याच्या हातावर ठेवले आणि एकदाचे जामरुदला निघाले.

बस पुढे चालली असताना दिलीपना मागून एक प्रायव्हेट कार येताना दिसली. त्या कारच्या ड्रायव्हरच्या शेजारी एक सरदारजी होता. मागच्या बाजूला दोन महिला बसलेल्या होत्या. सरदारजींना पाहताच त्याला थांबवावे असा मोह दिलीपना झाला. परंतु पुढच्याच क्षणी त्यांच्या मनात प्रश्न आला की तो सरदारजी आहे हे बरोबर आहे; परंतु आता त्याची निष्ठा कुठल्या बाजूला आहे? भारताशी की पाकिस्तानशी? तो आपल्याला मदत करेल का याविषयी त्यांच्या मनात साशंकता निर्माण झाली. परंतु ते त्याच्याकडे पहात मात्र राहिले होते. काय करावे याविषयीच्या अनिश्चिततेत ते असतानाच कार पुढे गेली. सरदारजी पुढे गेले होते.

चेकनाक्यावर तपासणी

पुन्हा तो चेक नाका लागला. आता काय करायचे? त्यांनी आपल्या बॅगा तपासल्या तर? तिघांच्याही पोटात गोळा आला होता. परंतु आपण त्या गावचेच नाही, असे दर्शवत ते इकडे तिकडे पहात राहिले. चेक नाक्यावरच्या तपासनीसाला तरी कुठे जास्त काही करायचे होते? सकाळी सकाळी त्याने आपली ड्युटी म्हणून उगीच इकडे तिकडे पाहिले. दोघा-चौघांना काहीतरी विचारायचे म्हणून विचारले. त्याने दिलीप व गॅरींना त्यांच्याकडच्या बॅगा उघडायला सांगितले. त्यात त्याला काय दिसले? तर सुकवलेले जर्दाळू आणि ग्लुकोजची पावडर. त्याच्या दृष्टीने ते अगदीच निरुपयोगी सामान होते. त्याने बॅगा बंद करायला सांगितले. झाले. तपासणी संपली होती. बस पुढे निघाली. बसमधून जाण्याचा निर्णय शहाणपणाचा ठरला होता. तिघांनीही एकमेकांकडे हळूच पाहिले आणि एकमेकांच्या चेहऱ्यावरचे सुटका झाल्याचे भाव त्यांना आणखी दिलासा देऊन गेले. कारण खरे तर त्यांच्या बॅगमध्ये पाण्याची ती विचित्र ट्यूब होती. परंतु त्यामुळेही तपासनीसाचे कुतूहल चाळवले गेले नव्हते;

ना त्याच्या चेहऱ्यावरची रेघ हलली होती. 'असेल काहीतरी, आपल्याला काय करायचं आहे? पाणीच तर आहे. ते ट्यूबमधून आणोत किंवा घागरीतून; त्याने काय फरक पडतो?' असा त्याचा दृष्टिकोन होता. परंतु तो दिलीप आणि हॅरी व गॅरी यांच्या पथ्यावरच पडला होता. मनातून त्याला लाख लाख दुवा देत ते पुन्हा टपावर आरामात बसले. तपासनीस फक्त धान्याची शोधाशोध करत होते. इतर कोणत्याही गोष्टीने त्यांचे लक्ष विचलित होत नव्हते.

ते थोडे स्थिरस्थावर होतात न् होतात, तोच दुसरा चेकनाका आला. पुन्हा धाकधूक. परंतु आधीच्या अनुभवामुळे थोडीशी कमी धाकधूक होती. तिथेही तसेच झाले आणि ते पुढे निघाले.

जामरुद गेटपर्यंत मजल

लवकरच त्यांना जामरुद गेटची दगडी कमान दिसली. महामार्गावरून ती सुरू झाली होती. त्या गेटमधून दिसणाऱ्या रस्त्यावर खाली पाहिल्यावर थोड्याच अंतरावर पर्वतांच्या रांगा दिसत होत्या. त्यांच्या उजव्या बाजूला प्रसिद्ध जामरुद किल्ला होता. महामार्गावर तो अस्ताव्यस्तपणे पसरलेला होता. पूर्वीच्या युद्धाच्या कित्येक आठवणी हृदयात बाळगून आणि अंगावर त्यांच्या खुणा लेवून आधुनिक युगातील गंमती निरखत हा भव्य किल्ला उभा होता. दिलीपना आठवले की तो किल्ला सन १८२३ मध्ये एका शीख सरदाराने बांधला होता. गॅरींना त्याविषयी अधिक माहिती होती. महाराजा रणजीत सिंग या शक्तिशाली राजाच्या राज्याच्या पश्चिम सीमेवर तो किल्ला बांधला गेला होता हे त्यांना माहिती होते. जामरुद गेटजवळ बस थांबली. त्यांनी आपापल्या सॅक खांद्यांवर टाकल्या आणि खाली उतरले. गेटजवळच रस्त्यावर अनेक ठिकाणी वेगवेगळ्या सूचना लिहिलेल्या होत्या. सगळ्या सूचनांमध्ये प्रवाशांसाठी पुढे धोका असल्याचे स्पष्ट लिहिलेले होते.

दिलीप म्हणाले, ''आम्ही तिघांना लंडीखानाला जायचे ठरवले होते. कारण तिथून जेमतेम एक किलोमीटरवर अफगाणिस्तानची सीमा आहे. तिथून आदिवासी लोक इकडून तिकडे जायचे. पाकिस्तानात आदिवासी खेड्यांभोवती भिंती बांधलेल्या असत. पाकिस्तानची सगळी संस्कृतीच वेगळी होती. तिथे हवाई दलाता एखादी गोष्ट साजरी करायची असली तर कोठेवाल्यांना बोलावत.

त्यांची नाच-गाणी चालत. आपल्याकडे ही संस्कृती निषिद्ध होती. परंतु तिथे याचे कोणालाच काहीही वाटत नसे. आपल्या सीमेला·लागूनच असलेला हा भाग. परंतु तेथील चालीरिती मात्र बऱ्याच वेगळ्या होत्या.''

बस जामरुद गेटला पोहचली होती. त्यापुढचे मोठे गाव होते लंडीकोटल. ते बरेच मोठे गाव होते. अफगाणिस्तानच्या सीमेवरचे तेच मोठे गाव होते. बसच्या अखेरच्या स्टॉपवर ते उतरले होते. चार मैलांवर सीमा होती. प्रत्येकाकडे १००-१५० रुपये होते.

आता तिघांच्याही मनात चांगलीच भीती दाटून आली होती. कारण आतापर्यंत नक्कीच हे तिघे पळाल्याचे तळावर समजले असणार असे त्यांना वाटत होते.

सावधगिरीच्या सूचना, जीव वाचवा

तिथे लिहिलेल्या सूचनांवरून तिघांचीही नजर फिरत होती.

त्यापैकी एका सूचनेत म्हटले होते की 'तुम्ही आता आदिवासी भागात प्रवेश करत आहात.' 'आपला रस्ता सोडू नका, अशी भेट देणाऱ्यांना सूचना दिली जात आहे.' 'खैबरमध्ये स्वागत. आदिवासी महिलांची छायाचित्रे काढू नयेत अशी सावधगिरीची सूचना पाहुण्यांना दिली जात आहे.' 'पाहुण्यांनी दिवसा उजेडी हा प्रदेश पार करावा.' अशा प्रकारच्या कित्येक सूचना तिथे सर्वत्र लिहिल्या गेल्या होत्या. काही सूचना उर्दूत होत्या; तर काही इंग्लीशमध्ये लिहिलेल्या होत्या. या सूचनांचा त्यांच्यावर फारसा परिणाम झाला नव्हता. अर्थातच आदिवासी महिलांची छायाचित्रे काढण्याच्या मनःस्थितीत त्यांच्यापैकी कोणीच नव्हते आणि असते तरी ती सूचना वाचल्यावर त्यांनी कधीच छायाचित्रे काढली नसती. परंतु बाकीच्या सूचना पाळणे मात्र त्यांना शक्य नव्हते. आता पुन्हा एकदा त्यांना ते शहर सोडायचे होते आणि लपण्यासाठी जागा शोधायची होती. त्यानंतर रात्रीच ते बाहेर पडणार होते आणि पर्वतरांगांमधून आपला मार्ग शोधणार होते. त्यांच्या धाडसी मोहिमेची माहिती ऐकणाऱ्यांपैकी अनेकांच्या अंगावर भीतीने रोमांच उभे राहिले नसते तरच नवल! परंतु या निधड्या छातीच्या वीरांना आपली मातृभूमी डोळ्यांसमोर दिसत होती आणि तिच्या ओढीने ते कोणत्याही संकटाला तोंड देण्याच्या तयारीत पुढे निघाले होते.

लंडीकोटल तिथून २५ किलोमीटरवर होते. तो सगळा चढाचा मार्ग होता. परंतु त्यांचा प्रवास चांगला चालला होता. कारण एवढे सगळे करूनही तोपर्यंत जेमतेम सकाळचे आठ वाजले होते आणि ते तर खैबर खिंडीजवळ पोहचलेसुद्धा होते. एकदा का ते लंडीकोटलला पोहचले असते की तिथल्या चढावरून खाली चार-पाच किलोमीटरची पायपीट केल्यावर ते लंडीखान्याला पोहचले असते. लंडीखाना अफगाण सीमेजवळ होते.

झपाझप चालत त्यांनी जामरुद गेट ओलांडले. ते गावाबाहेर पडले होते आणि आता एक विचित्र परिसर सुरू झाला होता.

जंगल राज्याची सफर

सर्वत्र दरोडेखोर फिरत असल्याचा भास होत होता. प्रत्येक जणच एकमेकांच्या जिवावर उठल्यासारखा दिसत होता. एकही माणूस बंदुकीशिवाय फिरताना दिसत नव्हता. काडतुसांची माळ प्रत्येकाच्या गळ्यात होतीच. लहान असो वा मोठे; प्रत्येक घराभोवती भिंत बांधलेली होती. जणू काही सगळीकडे छोटे छोटे किल्ले किंवा गढ्याच होत्या. बाकी सगळे उजाड माळरान होते. त्यावर या गढ्याच गढ्या सर्वत्र पसरलेल्या होत्या. त्यांच्यामधून टेकड्या डोकावत होत्या आणि काही किलोमीटरवर तर फक्त उजाड टेकड्या होत्या. आजूबाजूला औषधालासुद्धा हिरवाई नव्हती. झाडे तर लांबच! थोडीशी झुडुपे होती. तीही अंग चोरून खुरटल्यासारखी, भयभीत झाल्यासारखी उभी असावीत असे वाटत होते. 'भयाण आणि भकास' असे त्या परिसराचे वर्णन करता आले असते. नागरी संस्कृतीचा स्पर्श तिथे झाल्यासारखा दिसत नव्हता. सगळीकडे 'जंगल राज्य' पसरलेले होते. बाहेरच्या सूचनांचा प्रत्यक्ष अर्थ काय ते तिथे पोहचल्यावरच स्पष्टपणे समजत होते. इतर कोणी असते, तर तिथूनच माघारी फिरून दुसऱ्या मार्गाने जाण्याचा विचार त्यांनी केला असता. कारण या परिसरात कशावरूनही खटके उडू शकले असते. खटके उडण्याचा प्रश्नच नव्हता. या लोकांना कशाचाही राग येऊ शकत होता आणि तसा तो आलाच असता, तर शमवण्यासाठी खांद्यावर बंदुका आणि गोळ्या होत्याच. त्यांचा हात धरणारे कोणीच नव्हते. आमच्या परिसरात का आलात? म्हणूनही राग येऊ शकला असता. परंतु दिलीपनी इथपर्यंतचा धोका पत्करला होता तो तिथून परतण्यासाठी नव्हे. दांडगट आणि गुंड असली तरीही ती माणसे

आहेत यावर त्यांचा विश्वास होता. आपण त्यांच्या वाटेला गेलो नाही, तर ते आपल्याला का त्रास देतील अशी त्यांची विचारसरणी होती आणि हॅरी व गॅरी यांनाही ती मुळात पटलेली होती. त्यामुळे तिघेही निधड्या छातींनी तसेच पुढे जात राहिले. त्यांना अर्जुनाला दिसणाऱ्या पक्ष्याच्या डोळ्याप्रमाणे फक्त अफगाण सीमा तेवढीच दिसत होती. आजूबाजूचे राक्षसी लोक दिसतच नव्हते.

तो टापू पार पडला आणि पुन्हा एकदा ते रस्त्यावर आले. पुन्हा एकदा लोक त्यांच्याकडे पूर्वीप्रमाणेच आश्चर्याने पाहू लागले. कोणी निरखून पाहू लागले; कोणी रोखून पाहू लागले. लोक वळून वळून पहात होते. आता मात्र त्यांना आपण वेगळेच दिसत आहोत ते समजले होते. त्यामुळे तिकडे लक्ष न देता ते तसेच पुढे जात राहिले.

पाकिस्तानी नही, हिंदुस्तानी है!

एक सात - आठ वर्षांचा मुलगा सायकलच्या टायरबरोबर खेळत रस्त्याने निघाला होता. तो त्यांच्या पाठोपाठ येऊ लागला. त्याने हॅरींकडे एक नजर टाकली आणि तो म्हणाला, ''अंग्रेजी हैं!''

''अंग्रेजी नही, पाकिस्तानी हैं!'' हॅरींनी त्याला सांगितले. परंतु त्या मुलाला ते पटले नव्हते. तो काहीही न बोलता तसाच त्यांच्या पाठोपाठ काही मिनिटे जात राहिला. त्यानंतर त्यांच्याकडे रोखून पहात तो म्हणाला, ''पाकिस्तानी नही, हिंदुस्तानी हैं!''

आता मात्र हॅरी संतापले आणि त्यांनी त्या मुलावर खेकसून त्याला हाकलून दिले. मात्र तिघांनाही आता आपली ओळख आपण लपवू शकत नाही, अशी शंका आली. कदाचित त्या मुलाने त्यांना अकारणच डिवचले असावे. किंवा अनोळखी व्यक्तींची फिरकी घेणारे ते खोडकर मूलही असू शकेल. परंतु त्याने या तिघांच्या नेमका वर्मी घाव घातला होता एवढे मात्र खरे! आपण एवढे वेषांतर केले, दाढ्या वाढवल्या, उर्दू बोलू लागलो आणि तरीही साधे सात-आठ वर्षांचे मूलही आपल्याला ओळखू शकते? मग मोठ्या व्यक्तींचे काय? आणि पोलिसांचे काय? त्या थंडीतही दिलीप यांचे तळवे घामेजले होते आणि

हॅरी व गॅरीची स्थितीही फारशी वेगळी नव्हती. आता आपण असेच उघडपणे चालत राहण्यापेक्षा दिवसाचे कुठेतरी लपले पाहिजे असे त्यांच्या मनाने घेतले.

''पुलाखालची जागा! मोरी!'' दिलीप एकदम उद्‌गारले. ते तिघे असले तरी मनाने एकच बनले होते. त्यामुळे दिलीप कशाविषयी आणि का बोलत आहेत ते हॅरीना आणि गॅरींना सांगण्याची गरजच उरलेली नव्हती. जामरुदपासून एक किंवा दोन किलोमीटरवर त्यांना हवी होती तशी मोरी त्यांना आढळली. तिच्या आश्रयाला जाऊन ते बसले. काही मिनिटे ते तसेच बसून राहिले. कोणीही आले नव्हते. एवढ्या अत्यल्प वेळात ते त्यांच्या अपेक्षेहून खूपच लवकर पोहचले होते. मिनिटभरातच ते त्या मोरीत शिरले असते आणि तिथेच दिवसभर राहिले असते.

पुन्हा बसच्या टपावर

परंतु त्याच वेळी दिलीपना थोड्या अंतरावरून एक सायकल त्यांच्याच दिशेने येत असल्याचे दिसले. आपण आणखी काही काळ थांबावे असा त्यांनी विचार केला. या सायकलस्वाराला जाऊ द्यावे आणि नंतर मोरीत शिरावे असा त्यांचा विचार होता. परंतु तो एक किशोरवयीन मुलगा होता. त्याने त्यांना बरोबर शोधले होते आणि त्यांचा पाठलाग करत तो तिथपर्यंत पोहचला होता. त्याला त्यांची भेट घ्यायची होती. त्यांच्याजवळ पोहचल्यावर तो सायकलवरून खाली उतरला आणि त्याने त्यांना अभिवादन केले. 'सलाम आलेकूम' तो म्हणाला. त्यानंतर त्याने या तिघांच्या शेजारीच बैठक मारली. त्याला त्या तिघांविषयी खूपच उत्सुकता होती आणि त्यांच्याविषयी सारे काही जाणून घ्यायचे होते. त्या छोट्या मुलाप्रमाणे त्याला हाकलून देणे शक्य नव्हते. कारण त्यामुळे या तिघांवर त्यांचा डाव उलटण्याची शक्यता होती. त्यामुळे 'आलिया भोगासी' असा विचार करून शांतपणे त्याच्या प्रश्नांना उत्तरे देणे क्रमप्राप्त होते. तो त्यांना त्यांच्याविषयीचे प्रश्न विचारत होता. दिलीपनी त्याला त्याच्याविषयी माहिती विचारण्यास सुरुवात केली. संभाषणाचा रोख वळवण्याचा त्यांचा तो प्रयत्न होता. त्याची वैयक्तिक माहिती विचारल्यावर त्यांनी सहजगत्या विचारावे त्याप्रमाणे त्याला तेथील पीकपाण्याविषयी बोलते केले. त्यानंतर तो काय काम करतो ते विचारले. त्या मुलाने लगेच उत्तर दिले की त्याला कोणतेच काम मिळत नव्हते. त्या परिसरात मोठ्या प्रमाणात बेरोजगारी

होती. त्याच्याकडे फारसे सांगण्यासारखे काही नव्हतेच. त्यामुळे साखरेच्या कणाभोवती घुटमळणाऱ्या मुंगीप्रमाणे तो पुन्हा आपल्या मूळ प्रश्नाकडे वळला. ''तुम्ही कुठून आला आहात?'' ते इथले नाहीत, स्थानिक नाहीत यावर शिक्कामोर्तब करत त्याने विचारले. त्यांचे वेगळे दिसणे आणि वेगळे उच्चार यांवर पांघरुण घालण्यासाठी तिथल्या तिथेच दिलीप यांनी एक कथा तयार केली. ते त्याला म्हणाले, ''आम्ही परदेशी राहणारे पाकिस्तानी आहोत. आपला देश आता कसा आहे ते पहायला आलो आहोत.''

त्या मुलाचा त्यांच्या बोलण्यावर विश्वास बसल्यासारखे दिसले. परंतु तो पुढेही प्रश्न विचारत राहिला. ते लंडीकोटलचा चढ चढून जाणार असल्याचे समजल्यावर मात्र तो अत्यंत चिंतित बनला. ''तिथपर्यंत चालत जाणे शक्य नाही. खूप मोठे अंतर आहे,'' तो म्हणाला.

''अस्सं? पण आम्हाला तर चालायला आवडतं,'' दिलीप म्हणाले. परंतु त्याने त्यांचे काही एक ऐकून घेतले नाही. त्याने त्यांना तिथेच थांबवले आणि समोरून येणारी एक बस थांबवली. नेहमीप्रमाणे हात दाखवल्याबरोबर बस थांबली. आता यावेळी हा मुलगा बसच्या टपावर चढला आणि त्याने यांनाही वर बसवून दिले. त्यानंतर तो खाली उतरला आणि हात हलवून त्याने त्यांना निरोप दिला. दिलीप आणि हॅरी व गॅरी यांना आता हसावे की रडावे तेच समजेनासे झाले होते. त्यांचा प्रवास भराभर सुरू झाला होता म्हणून हसावे की एवढ्या गतीचा धसका घेऊन चिंता करावी हे त्यांना समजत नव्हते.

लवकरच बस डोंगराळ भागातून निघाली. सर्वत्र पसरलेल्या पर्वतराजीचे त्यांना टपावरून दर्शन घडत होते. उंचच उंच सुळके, खोल दऱ्या, उतारांवरची गुहांसारखी दिसणारी घरे हे सारे ते जवळून पहात होते. प्रत्येक गुहेच्या दरवाजावर कपडे टाकलेले होते. प्रत्येक गुहेच्या दरवाजापाशी एक भला मोठा कुत्रा होता आणि तो भयावहपणे भुंकत होता. साहजिकच, जर ते रात्री चालत निघाले असते तर या परिसरातून चालत परत जाणे शक्य नव्हते, हे त्यांना समजले होते. त्या मुलाच्या रूपाने त्यांचा तारणहारच जणू तिथे आला होता. या लोकांच्या पायी फिरण्याच्या आवडीने तो चिंताग्रस्त का झाला होता आणि त्यांचे काहीही ऐकून न घेता त्याने त्यांना बसमध्ये बसवून का दिले होते ते आता त्यांच्या लक्षात आले होते.

अखेरीस लंडीकोटलचे दर्शन

पर्वतरांगा मागे पडत होत्या. बस वळसे घेत घेत पुढे चालली होती. अखेरीस दोन्ही बाजूला खडे उतार असलेल्या रुंद दरीजवळ ते पोहचले. आता त्या भागात रहिवासी गुहा दिसत नव्हत्या. शिंपले आणि चुनखडी यांपासून तयार झालेल्या सुळक्यांचा खडबडीत भाग दिसत होता. त्यानंतर आणखी काही मैल पुढे गेल्यानंतर खडकाळ भाग दिसू लागला आणि त्याहीपुढे गेल्यावर रुंद दरी समोर आली. चारही बाजूंनी पर्वतराजींनी वेढलेला तो पठारी प्रदेश असल्यासारखे वाटत होते. लवकरच बस लंडीकोटलला पोहचली. खैबर खिंडीच्या शिखरावर वसलेले ते शहर होते. दिलीप आणि हॅरी व गॅरींनी एकमेकांकडे पाहिले. त्यांच्या नजरा आपापल्या घड्याळांकडे गेल्या. जेमतेम दहा वाजत आले होते. ठरल्यापेक्षा खूपच गतीने ते ईप्सित स्थानाकडे निघाले होते. एवढ्या थंडीच्या दिवसांतही लंडीकोटलमध्ये त्या दिवशी रस्त्यांवर गर्दी दिसत होती. कारण रविवार हा लंडीकोटलचा आठवडे बाजाराचा दिवस होता.

प्रकरण १४.

तळमळ, अगतिकता आणि प्रसंगावधान

या तिघांनी आता पुन्हा चहा घ्यायचे ठरवले. जवळजवळ दहा तास ते प्रवास करत होते. आता थोडेच अंतर उरले होते. खरे तर चहा घेणे हे एक निमित्त होते. आपण पर्यटक असल्याचे भासवून स्थानिक लोकांकडून माहिती काढून घेणे हा त्यामागचा खरा हेतू होता. दिलीप म्हणाले, ''आम्ही आपापसात चर्चा करत होतो. त्याबरोबरच स्थानिक लोकांना सहज विचारावे तसे आम्ही विचारले, की लंडीखाना कुठे आहे? परंतु तिथे बऱ्याच जणांना लंडीखाना माहितीच नव्हते. त्यांनी एकमेकांकडे चौकशी केली. त्यांच्यापैकी एकाला माहिती होती. त्याने एका रस्त्याकडे बोट दाखवले आणि या रस्त्यावरून सुमारे चार किलोमीटर अंतरावर लंडीखाना असल्याचे सांगितले.'' त्यावर गॅरींनी त्याला तिकडे एखादी बस जाते का असे विचारले. त्या व्यक्तीने त्यांना तिकडे बस जात नसल्याचे सांगितले. परंतु त्यांना हवी असेल, तर तीस रुपयांत टॅक्सीने ते तिकडे पोहचू शकतात, असे त्याने सांगितले. परंतु गॅरींना आपण पेशावरला टांगेवाल्याला पाच रुपये दिल्यावर आणि चिल्लर ठेवून घे असे सांगितल्यावर त्याला किती आश्चर्य वाटले होते ते आठवले आणि त्यांनी ''चार मैलांसाठी तीस रुपये?'' असे विचारून ''हे खूपच महागडं आहे, त्यापेक्षा आम्ही चालतच जाऊ,'' असा शेरा मारला. चहा पिऊन ते बाहेर पडले.

तुम्ही कोण आहात?

दिलीप म्हणाले, ''मला राहून राहून वाटत होते की गॅरीने डोक्याला बांधलेल्या फडक्यामुळे लोकांचे लक्ष आमच्याकडे वेधले जात असावे. त्यापेक्षा सरळ टोप्या आणाव्यात म्हणजे लोकांचे लक्ष वेधले जाणार नाही आणि आम्ही पाकिस्तानीही वाटू.'' आपल्या मित्रांना कल्पना देऊन आणि त्यांना तिथेच थांबवून दिलीप लंडीकोटलच्या बाजारात गेले. लंडीकोटल हे थंड हवेचे छोटेसे गाव आहे. हे तिघेही चहा प्यायले होते, तिथेच शेजारी खाली उतरून जायच्या पायऱ्या होत्या आणि त्यांच्यापैकी खाली असलेल्या पायरीवर टोप्या विकणारे बसले होते. त्यांनी दोन टोप्या विकत आणल्या. हॅरींनी आपल्यासाठी टोपी नको असल्याचे सांगितले, कारण अँग्लो पाकिस्तानी व्यक्ती टोपी घालत नाही, असे मत त्यांनी व्यक्त केले. तोपर्यंत कोणीही त्यांना नाव विचारलेले नव्हते. त्यामुळे दिलीपना ते ख्रिश्चन असल्यामुळे लोक पहात नाहीत, तर त्यांच्या वेगळ्या दिसण्यामुळे त्यांच्याकडे पहात आहेत असे वाटत होते. परंतु त्यांनी आणलेली टोपी गॅरींना बसत नव्हती. म्हणून मोठी टोपी आणण्यासाठी ते पुन्हा एकदा त्या पायऱ्या उतरून बाजारात गेले. ते मोठी टोपी घेऊन आले; परंतु तोपर्यंत तिथे गर्दी जमली होती.

गॅरी आणि हॅरी टॅक्सीवाल्यांच्या गराड्यात अडकले होते. दिलीप म्हणाले, ''आम्हाला लंडीकोटलहून लंडीखान्याला जायचे असल्याचे आमच्या बोलण्यातून तेथील लोकांना समजले होते. चहावाल्यानेही आम्हाला सांगितले होते की जर स्वतंत्र टॅक्सीतून तिघांनीच जायचं असेल, तर ३०-४० रुपये लागतील. परंतु जर कॉमन टॅक्सीतून ते गेले असते, तर प्रत्येकी ३-४ रुपये लागले असते.'' चहावाला तडक टॅक्सी स्टँडवर गेला. आणि टॅक्सीवाले आले. यांच्याकडे भरपूर पैसे आहेत, असे त्या लोकांना वाटावे असे दिलीप आणि गॅरी यांना वाटत नव्हते. म्हणून ते उगीचच घासाघीस करत राहिले. नंतर ते म्हणाले, ''ठीक है. चलो! चालीस रुपया देंगे. आता यावर घासाघीस नको.'' टॅक्सीवाले आपापसात भांडत होते. त्यांना आता ५० रुपये हवे होते. तिथे घासाघीस सुरू होती. तेवढ्यात इतर लोकही जमा झाले. दिलीपनी लगेच टॅक्सीने जाण्याचा निर्णय घेतला, कारण अशा प्रकारे लोकांचे लक्ष वेधून घेणे त्यांना प्रशस्त वाटत नव्हते. आता ते टॅक्सीत बसणारच होते, तेवढ्यात

हे सगळे बघत उभ्या असलेल्या एका मध्यमवयीन व्यक्तीने त्यांना हटकले. टॅक्सीवाले आपापसात भांडतच होते.

आता त्या मध्यमवयीन व्यक्तीने आपल्या हातात सूत्रे घेतली. ''तुम्हाला लंडीखान्याला जायचं आहे का?'' त्याने विचारले. हा बहुधा आणखी एक टॅक्सीवाला असावा असे समजून गॅरी म्हणाले, ''होय. आम्ही तिकडेच चाललो आहोत.'' या नवीन टॅक्सीवाल्याने इतर टॅक्सीवाल्यांच्या घासाघिशीत मुळीच भाग घेतला नाही. त्याऐवजी त्याने यांना उर्दूतून प्रश्न विचारण्यास सुरुवात केली. तो सुरुवातीला सौजन्यपूर्वक बोलत होता. ''तुम्ही कोण आहात? कुठून आला आहात?'' आता बाहेर कुठेही बोलण्याची जबाबदारी गॅरींवर होती. त्यांनी त्याला ते आणि दिलीप पाकिस्तान हवाई दलात असून आपण दोघे सुट्टीवर फिरायला निघालो आहोत आणि हॅरी हवाई दलात नाहीत. ते सर्वसामान्य नागरिक आहेत आणि दिलीप व गॅरी यांचे मित्र आहेत, असे ठरवल्याप्रमाणे सांगितले.

''तुम्हाला लंडीखान्याविषयी कसं काय माहिती आहे? तुम्ही तिथल्या कोणाला ओळखता का?'' त्याने पुढचा प्रश्न विचारला.

गॅरींनी त्याला सांगितले, की ते त्या भागात फिरायला आले असून त्यांना तिथे लंडीखाना हा एक सुंदर परिसर असल्याचे समजल्यामुळे ते तिकडे चालले होते. सगळ्या नकाशांवर त्याचे नाव असते. रेल्वेचे शेवटचे स्थानक असल्यामुळे तिथे मोठे गाव असेल, असा या तिघांचाही अंदाज होता. परंतु लंडीखान्याला तर काहीच नव्हते. नकाशानुसार ते शेवटचे स्थानक असले तरी सर्व परिसर उकरून काढण्यात आला होता.

''नाही,'' तो माणूस म्हणाला, ''तुम्हाला कोणत्याही नकाशावर लंडीखाना सापडणार नाही. रेल्वे फक्त लंडीकोटलपर्यंतच जाते. कित्येक लोकांनी तर लंडीखान्याविषयी ऐकलेलंही नाही. ब्रिटिश निघून गेल्यापासून त्या भागावर बंदी घालण्यात आली आहे.'' त्यानंतर त्याने आतापर्यंत ओढून ताणून पांघरलेला सौजन्याचा बुरखा टाकून दिला आणि तो त्यांच्यावर आरोप करत म्हणाला, ''तुम्ही बांगला देशी आहात ना? तुम्हाला अफगाणिस्तानची सीमा ओलांडून पाकिस्तानातून पळून जायचं आहे.''

खुनी बंगाली (?)

शेकडो बंगाली लोक अशा प्रकारे सीमा पार करून अफगाणिस्तानात गेल्याचे त्या क्षणापर्यंत त्या तिघांनाही माहिती नव्हते. युद्ध सुरू झाल्यापासून सुमारे चार लाख बंगाली लोक पश्चिम पाकिस्तान सोडून जाऊ शकले नव्हते. आता युद्ध संपून काही महिने उलटून गेल्यावरही परिस्थिती 'जैसे थे'च होती. कित्येक बंगाली लोकांना घरातच नजरकैदेत ठेवण्यात आले होते किंवा त्यांना छावण्यांमध्ये डांबण्यात आले होते. भारत, पाकिस्तान आणि बांगला देश यांच्या शांतता बोलण्यात या बंगाली लोकांचा मुद्दाही होता. वाटाघाटींसाठी त्यांचाही वापर करून घेतला जात होता. हा प्रश्न एवढा महत्त्वाचा बनला होता की भुट्टोंनी अशा प्रकारे पळून जाणाऱ्या बंगाली व्यक्तीला पकडून देणाऱ्यास एक हजार रुपयांचे बक्षीस देण्याचे जाहीर केले होते. परंतु हे तिघेही त्यावेळी याविषयी पूर्णपणे अनभिज्ञ होते. कित्येक बंगाली लोक अशा प्रकारे सीमा पार करण्यात यशस्वी झाले होते. काही जण कित्येक वर्षे पश्चिम पाकिस्तानात रहात होते आणि त्यांना तस्करांच्या (स्मगलर्सच्या) साहाय्याने सुखरूपपणे सीमा ओलांडून कसे पलीकडे जायचे ते माहिती होते. त्यामुळे आपल्या या संबंधांचा वापर करून ते पळून गेले होते. रात्रीच्या वेळी सीमा ओलांडण्याचे हे प्रकार बिनधोकपणे सुरू होते. या सुटकेसाठी स्मगलर्सना ते आपले दागिने आणि पैसे देत असत आणि प्राण वाचवून अफगाणिस्तानात जात असत.

हा प्रश्न विचारणारा माणूस कोणी टॅक्सीवाला नव्हता. तर त्याचे नाव होते सुलतान महंमद आणि तो लंडीकोटलच्या तहसील कार्यालयात नोकरीला होता, असे नंतर सर्वांना समजले. त्याने असेही सांगितले की जे लोक अतिघाईने निघाले होते किंवा ज्यांना फारशी माहिती नव्हती, त्यांना तिथेच म्हणजे लंडीकोटलमध्ये पकडण्यात आले होते.

आता गॅरींनी त्याला वेड्यात काढत मोठ्याने हसत गर्दीकडे पहात गर्दीतील लोकांना विचारले, ''तुम्हाला आम्ही बंगाली दिसत आहोत का?'' तिथे क्षणा क्षणाला बघ्यांची गर्दी वाढतच चालली होती. गॅरी मोठमोठ्याने हसत असले तरी तिथे जमलेल्यांपैकी एकाच्याही चेहऱ्यावर हास्य नव्हते. फक्त टॅक्सी ड्रायव्हर तेवढेच अद्यापही आकारावयाच्या भाड्यापोटी एकमेकांशी

भांडत होते. त्यांचा कोलाहल वाढतच चालला होता. आपल्या पोटावर पाय आणणाऱ्या त्या चष्मेवाल्या माणसाचा त्यांना राग आला होता. ते धक्काबुक्की करत होते आणि या तिघांचे हात पकडून त्यांना आपल्या टॅक्सीत खेचण्याचा प्रयत्न करत होते.

दिलीप म्हणाले, ''मी दुसऱ्यांदा टोपी गावात आणायला गेल्यामुळे तिथे बराच वेळ गेला आणि तो मध्यमवयीन गृहस्थ तिथे आला, असे काही लोकांना वाटते. परंतु प्रत्यक्षात तसे नव्हते. तो तिथे होताच. त्यामुळे आधीही त्याने आम्हाला हटकले असतेच. तहसीलदाराच्या त्या कारकुनाने सर्वांना शांत केले. लोक भांडत होते. परंतु त्याने कोणाला कुठेही जायचे नाही, असे सांगून सर्वांना गप्प केले.''

रक्ताळलेल्या पॅराशूटमुळे घात

त्याचा संशय आता चांगलाच बळावला होता. त्याने त्यांच्याकडच्या नॅपसॅक्स उघडून त्यात काय आहे ते दाखवायला त्यांना सांगितले. दिलीप आणि गॅरींनी आपापल्या खांद्यावरच्या नॅपसॅक्स खाली घेतल्या. त्यांना दोघांनाही असे वाटत होते की यात त्याला संशयास्पद असे काहीच वाटणार नाही आणि आपल्याला कशाचेच स्पष्टीकरण द्यावे लागणार नाही.

तरीही दिलीप आणि गॅरी व हॅरी यांच्या ह्रदयाचे ठोके चुकले होते. आता काय होणार? वरवर तरी आपल्या मनातील चलबिचल त्याला कळू देता कामा नये, हे त्यांना माहिती होते. त्यांनी त्याला सांगितले, ''काही नाही. कपडे आणि इतर सामान.'' त्याचे समाधान झाले नाही. त्याने त्यांच्याकडे रोखून पाहिले. आतापर्यंत तिथे जमलेल्या इतरांनाही यात काहीतरी काळेबेरे असावे असा संशय येऊ लागला होता. ते सारे गप्प झाले. भांडणारे टॅक्सीवालेही शांत झाले होते आणि या तिघांभोवती गोळा झाले होते. सुलतान महंमदने बॅग स्वतःच्या हातात घेतली आणि उघडली. त्यात खुरमानी, पाणी, औषधे, सुई-दोरा आणि ग्लुकोज होते. चाटींनी त्यांचे पॅराशूट या लोकांना दिले होते. परंतु चाटींच्या पॅराशूटवर त्यांच्या रक्ताचे डाग पडलेले होते. दिलीप म्हणाले, ''हॅरीने आधीच आम्हाला सावधगिरीचा इशारा दिला होता. तो म्हणाला होता, ''हे रक्ताचे डाग आपल्याला अडचणीत आणतील.'' परंतु तरीही आम्ही ते बरोबर

घेतले होते. आम्ही म्हणालो होतो की कोणीही पकडलेच तर आपला बळी जाणारच आहे. मग पॅराशूट असले काय आणि नसले काय त्याने काय फरक पडणार आहे? परंतु आता खरोखरच फरक पडला होता. कारण सहजगत्या सामान पाहणारा तो क्लार्क आम्हाला फक्त बांगला देशी समजत होता. परंतु आमच्याकडच्या पॅराशूटवरचे रक्ताचे डाग पाहताच त्याला वाटले की आम्ही कोणाचा तरी खून करून पळून जात आहोत.''

अद्यापही त्या आठवणीने खिन्न होत दिलीप म्हणाले, ''आम्ही बांगला देशाच्या स्वातंत्र्यासाठीच वर्षभर तुरुंगात खितपत पडलो होतो आणि आता पुन्हा बांगला देशी समजूनच पाकिस्तानमध्ये पकडले जाण्याची वेळ आमच्यावर आली होती.''

सुटकेसाठी कासावीस झालेली मने यश अगदी हाताच्या अंतरावर असताना निसटून गेल्याने अक्षरशः तळमळत होती. तिघांच्याही मनात प्रचंड अगतिकता निर्माण झाली होती. मात्र यावेळी या भावना तशाच थोपवून धरून थंड मनाने आणि प्रसंगावधानाने विचार करणे अत्यंत महत्त्वाचे होते. कारण आता तिघांच्याही जिवाचा प्रश्न निर्माण झाला होता.

तहसील कार्यालयात

आता दिलीपनी मध्ये बोलण्याचा प्रयत्न केला. पॅराशूटविषयी ते स्पष्टीकरण देऊ लागले. अस्लम खान नावाचा पाकिस्तानचा एक शूर पायलट होता. गोळी लागल्यावरही त्याने विमान परत आणले होते. दिलीपनी त्याची कथा सांगण्याचा प्रयत्न केला. ते म्हणाले, ''आम्ही पाकिस्तानचे आर्मीमॅन (सैनिक) आहोत. लाहोरच्या पॅराशूट विभागात आम्ही काम करतो. अस्लमचे रक्त म्हणून त्याच्या स्मरणार्थ आम्ही हे पॅराशूट आमच्याजवळ ठेवले आहे.'' परंतु तो काहीही ऐकायला तयार नव्हता. त्याने त्यांच्याकडे ओळखपत्राची मागणी केली. सुट्टीवर असल्याचे दर्शवणारी कागदपत्रे दाखवायला सांगितले. परंतु एवढी महत्त्वाची कागदपत्रे बरोबर घेऊन प्रवास करणे धोकादायक असल्याने ती आपण जवळ बाळगली नसल्याचे त्यांनी सांगितले. परंतु त्याची खात्री पटली नाही. उलट त्या कारकुनाची अशीच पक्की खात्री झाली होती की हे बांगला देशला पळून चाललेले पाकिस्तानी नागरिकच आहेत. त्याने वर्दीतील

सशस्त्र पोलिसांना बोलावले आणि तो या तिघांना तहसीलदार कचेरीत घेऊन गेला.

खबर मोठीच गरम होती. तातडीने पाच एक मिनिटांत तहसीलदार तिथे पोहचला. त्याचे नाव होते शाह तेहान. सलवार कमीज घातलेला तो एक जाडजूड माणूस होता. आपल्या खुर्चीवर मागे रेलून बसत त्याने या तिघांना प्रश्न विचारण्यास सुरुवात केली.

तोपर्यंत दिलीप यांच्या मनात मोठीच चलबिचल सुरू झाली. कारण काहीही झाले तरी त्यांची पहिल्यापासूनच मनाची तयारी झालेली होती. त्यांनी हॅरी आणि गॅरी यांना स्वतःच्या जबाबदारीवर या असे सांगितले असले तरीही मनातून त्यांची जबाबदारी त्यांनी स्वीकारलेली होती. कारण दिलीप यांच्या उमेदीवर, त्यांच्या भरवशावर आणि त्यांच्यावर विश्वासून या दोघांनी या साहसात उडी मारली होती. दिलीपना स्वतःच्या जीवाची काळजी वाटत नव्हती. ते म्हणाले, ''मी डोक्याला कफन बांधूनच बाहेर पडलो होतो. परंतु या दोघांचे काय? माझ्यामुळे त्यांचे प्राण गेले असते तर? त्यांनी या सगळ्या मोहिमेत पुढाकार घेतला नव्हता. ते माझ्या मोहिमेत सहभागी झाले होते. नंतर ती मोहीम आमची सगळ्यांची झाली होती. परंतु निसटून जाण्याचा बेत मी पहिल्यापासूनच आखला होता. माझ्यामुळे माझे प्राण गेले असते तर हरकत नव्हती. परंतु त्या दोघांच्या जिवाला धक्काही लागणे मला चालले नसते.''

आणीबाणीच्यावेळी दिलीप नेहमीच शांतपणे, थंड डोक्याने विचार करू शकत. प्रसंगावधानाने निर्णय घेणे त्यांना सहजशक्य होत असे. त्यावेळीही तसेच घडले होते. त्यांचे विचारचक्र प्रचंड गतीने काम करत होते. विविध पर्याय त्यांच्यासमोर क्षणार्धात उलगडले जात होते. काय होईल याचा विचारही सुरू होता. तहसीलदाराच्या प्रश्नांना काहीबाही उत्तरे त्यांना देता आली असती. परंतु आतापर्यंतच्या अनुभवावरून तो फसेल असे मानणे हा वेडेपणा ठरला असता. त्यामुळे आपण पकडले गेलो आहोतच; परंतु पुन्हा परत आपल्या हवाई तळावरील छावणीत सुखरूपपणे पोहचणे आणि त्यातही या दोघांना पोहचवणे ही महत्त्वाची बाब होती.

मग दहा दिवस तुरुंगात रहा!

या क्षणी त्या परकी देशात त्यांना कोण मदत करणार होते? कोण वाचवणार होते? कोणाला ते हाक मारणार होते? कोणाच्या फोनने त्यांचे जीव वाचले असते? कारण ते नेमके कुठे होते ते कोणालाही माहिती नव्हते आणि कधीच माहिती पडले नसते. एक बांगला देशी म्हणून त्यांचा केव्हाच काटा काढला गेला असता. आणखी एक विचार सतत त्यांना घायाळ करत होता. आम्ही आपल्या देशासाठी हवाई दलात दाखल झालो आणि प्रत्यक्षात मात्र बांगला देशासाठी आपले जीव पणाला लागले आहेत. वास्तविक, आपल्या देशासाठीच आपण बांगला देशाच्या युद्धात भाग घेतला हे त्यांना माहिती होते. परंतु तो एक उद्विग्न क्षण होता. हे सारे कशासाठी? असा प्रश्न मनात आणणारा, अगतिकतेची प्रचीती देणारा तो क्षण होता. प्रत्यक्ष युद्धाहूनही निकराचा तो क्षण होता. इतर दोघांचा जीव वाचवण्याच्या नैतिक प्रश्न धसास लागलेला होता आणि त्यासाठी वेळ किती होता? जेमतेम मिनिटभर. तेवढ्यातच योग्य निर्णय घेतला गेला नसता तर दिलीप, हॅरी आणि गॅरी ही नावे इतर युद्धकैद्यांच्या स्मरणातील त्यांचे दिवंगत, उमदे, धाडसी मित्र अशा स्वरूपातच जिवंत राहिली असती.

तहसीलदारानेही तेच साचेबद्ध प्रश्न विचारले होते. तो संतप्त होता. कोणाही बांगला देशीयांचे तिथे अशाच प्रकारे स्वागत केले जात होते. त्यात हे तर कोणाचा तरी खून करून पळालेले बांगला देशी आहेत, असे त्याला वाटत होते. त्यामुळे त्याच्या संतापाला मोठीच धार होती. त्याने तीक्ष्ण कटाक्ष टाकत दिलीपना विचारले, ''तुम्ही कोण आहात?'' ''सर, आम्ही लाहोरच्या पॅराशूट डिपार्टमेंटमधील एअरमन आहोत. हे पॅराशूट आम्ही अस्लमखानच्या शौर्याच्या स्मरणार्थ...'' त्याने हात वर केला आणि थांबवले. त्याचा या कपोलकल्पीत कहाणीवर अर्थातच काडीचाही विश्वास बसला नव्हता. ''इकडे काय करताय?'' त्याने क्रुद्धपणे विचारले. ''सर, सुट्टी होती. म्हणून..'' ''अच्छा? किती दिवस?'' त्याने खुनशीपणे पहात विचारले. ''दहा दिवस.'' ''मग हे सगळं काय आहे?'' त्याने त्यांच्या बॅगमध्ये त्याच्या दृष्टीने विचित्र वाटणाऱ्या गोष्टींकडे निर्देश करत विचारले. ''ते आम्ही..हिच हायकिंगसाठी निघालो होतो. सुट्टी होती ना म्हणून...'' दिलीपनी सांगितले. ''मग कसली घाई

आहे? सुट्टी आहे ना? तोपर्यंत दहा दिवस तुरुंगात रहा. तुमचा शोध हवाई दल घेईलच की! पाकिस्तानच्या हवाई दलात आहात ना? त्यांनी शोधाशोध केली की आम्ही तुम्हाला परत पाठवून देऊ. तोपर्यंत तुरुंगात आराम करा.''

''पण सर..आम्ही खरोखरच देशासाठी लढलोय...''

''तुमच्या बोलण्यात स्पष्टपणे खोट काढता येईल, असे काही नाही. परंतु काहीतरी गौडबंगाल नक्कीच आहे. त्यामुळे मी तुम्हाला सोडून देऊ शकत नाही. तुम्ही कोणत्याही प्रकारचे ओळखपत्र जवळ न बाळगता कसे काय एवढ्या लांबवर फिरत आहात?'' त्याने विचारले आणि पुन्हा एकदा आपल्या निर्णयावर शिक्कामोर्तब करत तो म्हणाला, ''तुम्ही पुढे काहीही बोलूच नका. मी तुम्हाला तुरुंगात डांबणार. नंतर पुढचे पुढे पाहूया.''

जिवावरचे संकट आणि मोठे दडपण

त्यानंतर त्यांनी सांगितलेली आपली ओळख खरोखरचीच आहे का याची तो तपासणी करणार होता. तसे खरोखरच निघाले असते तर ठीक होते; अन्यथा...दिलीप आणि गॅरी व हॅरी यांच्या अंगावर पुढच्या कल्पनेनेही काटे आले होते. कारण पुढे तडफडत, हाल हाल करून घेत मृत्यू हेच त्यांचे भविष्य असते. एकदा ते कोण होते हे समजले असते की त्यांना प्रचंड मारहाण झाली असती. कदाचित क्षणाचाही विचार न करता बंदुकीच्या गोळ्या त्यांची मस्तके भेदून आरपार गेल्या असत्या. ते कुठे होते ते कोणालाही कधीच समजले नसते. चारऐवजी सात 'मिसिंग' अधिकारी अशी नोंद हवाई दलात राहिली असती. अशा प्रकारे कुत्र्याच्या मौतीने मरण्यासाठी त्यांनी पलायन केले होते का? त्यांच्यासारख्या निधड्या वीरांना असा मृत्यू येणे योग्य होते का? कधीच नाही. 'आता मला काहीतरी केलेच पाहिजे, तेही लगेच, अगदी क्षणाचीही उसंत न घेता! आमच्यापैकी कोणाचाही प्राण जाता कामा नये आणि त्यातही या दोघांच्या केसालाही धक्का लागता कामा नये,' दिलीप यांचे मन त्यांना सारखे बजावत राहिले होते.

स्थानिक लोक बंगाली लोकांचा द्वेष करत होतेच. शिवाय आठच महिन्यांपूर्वी आपल्या देशात हाहाकार माजवणाऱ्या भारतीय युद्धकैद्यांविषयी तर त्यांच्या मनात खदखदता संताप होता. रावळपिंडीचा तळ ही वेगळी गोष्ट होती

आणि इथे लंडीकोटलला 'जिनिव्हा करार' हा शब्द तरी त्या तहसीलदाराच्या कानांवर पडला होता का याविषयी दिलीप यांच्या मनात शंका होती. त्यामुळे युद्धकैद्यांना सहानुभूतीने वागवणे वगैरे ही गोष्ट त्याही पुढची होती. स्वतःचा जीव वाचवायचा असेल तर एक वेळ व्यक्ती आपलीच जबाबदारी असल्यामुळे शक्य तेवढे निकराचे प्रयत्न करते, पण तिच्यावर एवढे दडपण नसते. दिलीप यांना आपल्यापेक्षाही आपल्या दोघा सहकाऱ्यांचे प्राण वाचवायचे होते. त्यामुळे त्यांच्यावर विलक्षण दडपण आले होते.

आता आपली काहीच धडगत नाही, हे तिघांच्याही लक्षात आले होते. एकूण परिस्थिती पाहता, त्या तुरुंगांत कैद्यांच्या छळासाठी इतर काही करण्याची आवश्यकताच नव्हती. तिथे चार-सहा दिवसांतच साथीच्या रोगांनी त्यांच्यावर झडप घातली असती. भीती, असाहाय्यता, विमनस्कता, उद्विग्नपणा अशा अनेक भावनांचा कल्लोळ मनात निर्माण झाला होता. परंतु त्याचबरोबर दिलीप यांच्या मनात आणखी एक जबरदस्त भावना होती. तिनेच त्यांना वाचवले. तो होता त्यांचा जबरदस्त आत्मविश्वास! त्यामुळे त्यांच्याशी बोलणे सुरू असतानाही त्यांचे मन विविध पर्यायांचा मागोवा घेतच राहिले होते. गेल्या सहा महिन्यांत त्यांनी उर्दू आत्मसात केली होती. त्यामुळे ते उर्दूतून बोलत होते. आपल्याला जी भाषा येत होती, ती वापरून दिलीप तिथून निसटण्यासाठी प्रयत्नांची पराकाष्ठा करत होते..आणि त्यांच्या या प्रयत्नांना यश आले.

उस्मान हमीद : परवलीचा शब्द

एका क्षणी कसे कोण जाणे; परंतु विजेच्या लोळासारखे एक नाव त्यांच्या मनात चमकून गेले.'उस्मान हमीद!' होय. त्याच वेळी त्यांची नजर तहसीलदाराच्या टेबलावरच्या फोनवर पडली. आता तेवढा एकच मार्ग शिल्लक होता आणि फक्त तेच या लोकांना वाचवू शकले असते. दुसऱ्या कोणीही यांची दखल घेतली नसती. परंतु सौजन्यशील उस्मान हमीदनी कधीच दुर्लक्ष केले नसते. निदान प्राणांवर बेतल्यावर अखेरचा प्रयत्न म्हणून तरी त्यांच्याशी संपर्क साधण्याची गरज होती. शिवाय तहसीलदाराच्या तुलनेत उस्मान हमीद यांचे पद कितीतरी पटींनी उच्च असल्यामुळे त्यांचा शब्द डावलणे त्याला शक्यच झाले नसते. ज्या अधिकाऱ्याने आदेश दिल्यावर काहीही करणे तहसीलदाराच्या हातात उरलेच नसते असा वरिष्ठ अधिकारी असला पाहिजे, असा विचार दिलीपनी

केला होता. त्यामुळे उस्मान हमीद हेच त्यासाठी योग्य असल्याचे त्यांना खात्रीने वाटले. आता क्षणाचाही विलंब करून चालणार नव्हते.

दिलीप यांच्या मृतवत होत चाललेल्या मनावर नवचैतन्याची फुंकर घातली गेली होती. आता जीव तोडून उस्मान हमीद यांच्याशी संपर्क साधण्याचे प्रयत्न ते करणार होते. त्यांनी तहसीलदाराला म्हटले, ''तुम्ही उस्मान हमीदना फोन लावा. ते आम्हाला ओळखतात.'' ''कुछ भी नही हो सकता'' त्याने ठामपणे सांगितले. आता दिलीपही इरेला पेटले. ''क्यों?'' त्यांनी विचारले. आपण खरेच बोलत आहोत असा आभास निर्माण करण्याच्या नादात त्यांच्याही आवाजात आता ठामपणा आला होता. ''तुम्ही त्यांना फोन लावा. आम्ही खरे बोलत आहोत की नाही, ते तेच तुम्हाला सांगतील. मग तरी तुमची खात्री पटेल की नाही? कशाला आठ-दहा दिवस थांबायचे? आताच्या आताच काय ते समजेल ना तुम्हाला!'' दिलीपनी खरे बोलत असल्याचा आव आणत त्याला म्हटले. वास्तविक, त्यांनी सांगितलेले ते अर्धसत्य तरी होतेच. उस्मान हमीद त्यांना ओळखत होतेच. त्यांनीच तर त्यांना नकाशा दिला होता. कित्येक दिवस ते त्यांच्या देखरेखीखाली राहिले होते. म्हणूनच वहिदुद्दीन यांचे नाव त्यांच्या ओठांवर आलेच नव्हते. कधीच आले नसते. परंतु तहसीलदारानेही पुन्हा तसाच नकार दिला. आता दिलीपनी संतप्त झाल्याचा आव आणला आणि ते म्हणाले, ''आम्ही या देशासाठी काहीही करायला तयार आहोत. आम्ही स्वतःच्या जिवावर खेळून युद्ध करतो आणि आमच्यासाठी एक फोनही तुम्ही करू शकत नाही? का? मला एक फोन करू द्या आणि मग पुढे तुम्ही म्हणाल तसे आपण करूया.''

तो तसाच ढिम्म बसून राहिला. दिलीप म्हणाले, ''माझे नाव मी फिलीप पीटर असे सांगितले होते. परंतु गॅरी आणि हॅरी अशीच त्या दोघांची नावे आम्ही सांगितली होती. मला माहिती होते की उस्मान आम्हाला सोडून देणार नाहीत, परंतु आम्हाला ठार मारा असेही सांगणार नाहीत. तेवढी खात्री मला होती. पण त्यांच्याशी संपर्क साधला जाणे महत्त्वाचे होते.''

नियती म्हणजे काय? कोणालाच माहिती नाही. परंतु ती असते, याचा अनुभव प्रत्येकालाच पदोपदी येत राहतो. दिलीप यांना तर आयुष्याच्या टप्प्या-टप्प्यावर तो आलेला होता. पुन्हा एकदा ही नियती त्यांना मदत करण्यासाठी

पुढे सरसावली होती. परंतु त्या आधी आणखी थोडी परीक्षा दिलीप यांना द्यावी लागली. तहसीलदाराने याहीवेळी त्यांना नकार दिला. आता मात्र दिलीप खरोखरच भडकले. पाकिस्तानात लष्कराचे मोठेच महत्त्व आहे. तिथे ते चीफ ऑफ एअर स्टाफच्या एडीसीला फोन करायला सांगत होते आणि हा तहसीलदार त्याला चक्क नकार देत होता. त्यांनी तहसीलदाराला सरळसरळ धमकावणीच्या स्वरात सांगितले, ''हे पहा, मी तुम्हाला चीफ ऑफ एअर स्टाफच्या एडीसीला फोन लावायला सांगतोय आणि तुम्ही नकार देत आहात. तुम्ही माझं ऐकलं नाहीत तर जे भयंकर परिणाम होतील, ते भोगायची तयारी ठेवा. त्याला फक्त आणि फक्त तुम्हीच जबाबदार असाल. आम्ही इथे असल्याचे समजल्यावर आणि आम्ही वारंवार विनंती करूनही तुम्ही दाद न दिल्याचे त्यांच्या कानांवर गेल्यावर काय होईल याचा विचार करा. त्यापेक्षा अजूनही मी तुम्हाला विनंती करत आहे. एकदा..फक्त एकदाच मला त्यांच्याशी बोलू द्या.'' याचा मात्र लगेच परिणाम झाला. लोकशाहीचा बुरखा पांघरलेल्या लष्करशाहीच्या देशात विनंतीपेक्षा ही धमकी कामी आली. तहसीलदाराने चीफ ऑफ एअर स्टाफच्या एडीसीना, उस्मान हमीद यांना फोन लावला. फोनच्या रिंग होऊ लागल्यावर त्याने लगेच रिसीव्हर दिलीप यांच्या हातात दिला.

फिलीप पीटर हिअर सर!

दिलीप यांचे नशीब भलतेच जोरावर होते. फोन नेमका स्क्वॉड्रन लीडर उस्मान हमीद यांनीच उचलला होता. जिवात जीव आल्यासारखी दिलीप यांनी सुरुवात केली, ''सलाम आलेकूम सर. सर मी फिलीप पीटर...फिलीप हिअर सर! तुम्हाला रावळपिंडीचा दिलीप आठवतो का? आम्ही तिघे जण हायकिंगसाठी चाललो होतो, तर या लोकांनी आम्हाला पकडलंय सर.'' उस्मान हमीद यांनी दिलीप यांचा आवाज ओळखला होता. पलीकडून आश्चर्यचकित होत तार स्वरात उस्मान हमीद किंचाळले, ''दिलीप? व्हॉट आर यू डूइंग देअर? तू तिकडे लंडीकोटलला काय करतोयस?'' मग दिलीप यांनी सांगितले, ''सर, आम्ही फक्त तोरखामला ट्रेकिंग केलं. लंडीखानाला चाललो होतो. आम्हाला या लोकांनी पकडलंय. सर, तुम्ही त्यांना सांगा ना की आम्ही लाहोरच्या पॅराशूट विभागात काम करत आहोत. आम्हाला ते तुरुंगात टाकायचं म्हणतायत सर.

प्लीज, तुम्ही त्यांच्याशी बोला. मी त्यांना सांगितलंय की तुम्ही आम्हाला ओळखता आणि तुमच्याशी बोलल्यावर ते आम्हाला तुरुंगात टाकणार नाहीत. पण ते ऐकून घ्यायलाच तयार नव्हते सर. प्लीज, सर..प्लीज. त्यांना आम्हाला सोडून द्यायला सांगा सर. आमच्याकडे ते ओळखपत्रं मागतायत. त्याशिवाय सोडणार नाही म्हणतायत. तुम्ही सांगा ना सर.'' उस्मान हमीद यांनी क्षणार्धात परिस्थिती ओळखली होती. तेवढा चाणाक्षपणा नसता तर ते चीफ ऑफ एअर स्टाफचे एडीसी झालेच नसते.

परिस्थितीचे गांभीर्य लक्षात घेऊन त्यांनी तहसीलदाराकडे फोन द्यायला सांगितले. तहसीलदाराला आतापर्यंत हे कोणीतरी महत्त्वाचे लोक आहेत याची कल्पना आली होतीच. त्याने त्यांच्याकडे पहात रिसीव्हर हातात घेतला. उस्मान हमीद यांनी तहसीलदाराला सांगितले, ''त्या तिघांना सोडू नका. परंतु त्यांना जपून वागवा. ती माझी माणसे आहेत. त्यांच्या केसालासुद्धा धक्का लागता कामा नये....आणि हो, त्यांना तुरुंगात वगैरे टाकू नका. पुढच्या सूचना मी देईन, तोपर्यंत त्यांना तिथेच ठेवून द्या.'' तहसीलदारांचे त्यांचे थोडक्यात बोलणे झाले होते. परंतु रिसीव्हर खाली ठेवताना तो विजयी स्वरात म्हणाला, ''म्हणजे माझे म्हणणे बरोबरच होते. तुम्ही कदाचित पाकिस्तानी हवाई दलातील लोक असालही; परंतु तुम्ही 'वाँटेड' आहात. हवाई दलाचे पोलीस येईपर्यंत मला तुम्हाला इथेच ठेवावं लागेल.'' याचा अर्थ उस्मान हमीद यांनी दिलीप आणि इतर दोघांची खरी ओळख उघड केली नव्हती आणि त्यांची सुरक्षितता जपली होती.

गाडीचा किस्सा

त्या सगळ्या परिसरात कायदा आणि सुव्यवस्था नावालाही नव्हती. आता हाच परिसर तालिबानचा प्रदेश म्हणून ओळखला जातो. त्यावेळी तालिबानचा उदय झाला नव्हता, परंतु तेथील परिस्थितीविषयी ते बरेच काही ऐकून होते. ते तुरुंगात असताना ब्रदर भार्गव आणि तेजवंत यांना भेटायला तिथे एक पाक अधिकारी आला होता. त्याने या भागातील परिस्थितीचे केलेले वर्णन त्यांच्या मनात ताजे होते. त्याचे त्या भागात पोस्टिंग झाले होते. पेशावरहून त्याची गाडी चोरीला गेली होती. तो रोज गाडी शोधत असे. एके दिवशी त्याला या परिसरात झाडाखाली गाडी दिसली. आता आपल्याला असे वाटू

शकते, की गाडी चोरलेली व्यक्ती घाबरली असेल. तिला पकडले गेले असेल. परंतु तसे काही घडले नव्हते. कारण गाडी चोरणे हा त्यांचा जन्मसिद्ध हक्कच होता आणि तो इतर सर्वांनीही मान्य केला होता!! नव्हे; त्यांना तो करावाच लागला होता. या अधिकाऱ्याने मग गावप्रमुखाची भेट घेतली. त्याने तडजोड केली, थोड्या वाटाघाटी केल्या आणि त्या काळात दहा हजार रुपये घेऊन त्या अधिकाऱ्याला त्याचीच गाडी मोठ्या औदार्याने परत दिली!! युद्धकैद्यांनी ही कथा ऐकली आणि त्यांनी उत्सुकतेने आणि चिंताग्रस्तपणे विचारले, ''पण आता ते पुन्हा गाडी उचलतील तर?'' त्यावर त्या अधिकाऱ्याने हसत हसत छातीठोकपणे सांगितले, ''नाही. आता ते उचलणार नाहीत. त्यांना मी दहा हजार रुपये दिले म्हणजे आता माझ्या गाडीचा विमा झालाच म्हणून समजा!''

दिलीप म्हणाले, ''आपल्याकडे अशी परिस्थिती नव्हती. त्यामुळे आम्ही आश्चर्याने थक्क होत ते सारे ऐकले होते.''

ओळखपत्रे सापडली

आता या तिघांच्या प्राणावरचे संकट टळले होते. जीव बचावले होते. अर्थातच दिलीपना आपल्यापेक्षा आपल्याबरोबर विश्वासाने आलेल्या दोघांचे जीव आपण वाचवले; निदान तेवढ्या काळापुरते तरी वाचवले याचे समाधान होते. कारण नंतर काय होणार होते ते त्यांना माहिती नव्हते. परंतु त्यांनी थेट उस्मान हमीद यांच्याशी संपर्क साधल्यामुळे जे काही झाले असते ते फार वाईट झाले नसते एवढी शाश्वती निदान दिलीपना तरी वाटत होती. २८ जुलैला दिलीपनी निसटण्याचा पहिला प्रयत्न केला होता, त्यावेळी गॅरींना येण्यासाठी भरीस घालू नको, असे सांगणाऱ्या हॅरीना दिलीपनी सांगितले होते की 'मी गॅरीचे प्राण वाचवण्यासाठी काहीही करेन. परंतु तो आता आला नाही तर त्याचे नाक वाचवू शकणार नाही.'' त्यांनी आपले शब्द खरोखरच पाळले होते. आपली सगळी शक्ती पणाला लावून त्यांनी तिघांचेही प्राण वाचवले होते. पुढच्या सगळ्या गोष्टी अनिश्चित होत्या हे खरे; परंतु त्यावेळी तरी प्राणावरचे संकट टळले होते.

सुरुवातीला उस्मान हमीदना फोन लावण्याची दिलीप विनंती करत असल्याचे पाहून गॅरी आश्चर्याने थक्क झाले होते. एक तर ते तिघे पाकिस्तानच्या

तावडीतून निसटले होते आणि त्यांच्याच वरिष्ठ अधिकाऱ्याला फोन लावण्याचा आग्रह दिलीप धरत होते! हा काय प्रकार होता? ते चकित होऊन दिलीप यांच्याकडे पहात होते. हॅरींनाही दिलीप यांच्या मनात काय चालले होते ते समजले नव्हते.

तहसीलदाराने या कैद्यांना गावातील तुरुंगात नेण्यास सांगितले. आपली युक्ती सफल झाली याचे दिलीप यांना समाधान वाटत होते. लंडीकोटलच्या तुरुंगात आठवडाभर रहावे लागणार नाही, या विचाराने तिघांच्याही चेहऱ्यावर सुटकेचे भाव आले होते. कदाचित संध्याकाळपर्यत त्यांना पुन्हा एकदा त्यांच्या तळावर पाठवूनही देण्यात आले असते. आता त्यांना त्या तुरुंगात भयावह रात्र तरी घालवावी लागणार नव्हती.

दिलीप म्हणाले, ''आमच्या हातापायात बेड्या ठोकून तिघांनाही धिंड काढत गावाच्या दुसऱ्या टोकाला दूरवर असलेल्या तुरुंगापर्यंत नेण्यात आले. ती एक छोटीशी बैठी इमारत होती. परंतु अत्यंत घाणेरड्या अवस्थेत होती. तिथे असंख्य माशा घोंघावत होत्या. भिंतीवर मानवी विष्ठा होती. सर्वत्र कोळ्यांची जाळी पसरलेली होती. प्रचंड दुर्गंधी होती. त्या तुरुंगात आम्ही आठवडाभर जिवंत राहूच शकलो नसतो.''

त्यांना तुरुंगात टाकण्यापूर्वी तेथील तुरुंगाधिकाऱ्याने त्यांना सांगितले, की त्यांची अंगझडती घेतली जाणार होती. तो तेथील कायदाच होता. ही झडती घेत असताना या तिघांच्या कमरेच्या पट्ट्यांमध्ये लपवलेली ओळखपत्रे त्यांना सापडली. त्यांनी ती निरखून पाहिली. त्यांवरील छायाचित्रांवरून त्यांना या तिघांची ओळख नक्कीच पटली होती. परंतु त्या पोलिसांना इंग्लीशचा गंध नव्हता. त्यामुळे त्यांना काहीच समजले नाही. त्यांच्यापैकी एकाने खाली पडलेली ती कार्डे उचलली आणि तो इमारतीमधून निघून गेला.

आता पुन्हा एकदा दिलीप यांच्या मनात अस्थैर्य निर्माण झाले. आता पुढे काय होईल याची कसलीच कल्पना त्यांना करता येत नव्हती. ओळखपत्रे घेऊन तो पोलीस थेट पळत पळत तहसीलदाराकडे गेले. थोड्याच वेळात तहसीलदार शाह तेहान एका उंच स्थानिक व्यक्तीला बरोबर घेऊन आला. दिलीप म्हणाले, ''त्याने पुन्हा एकदा आम्हाला आमची नावे विचारली. आम्ही यावेळी आमची

खरी नावे सांगितली, कारण त्याच्या हातात आमची ओळखपत्रे असल्याचे आम्हाला दिसले होते. तो अत्यंत संतप्त झाला होता. संतापाने तो थरथरत होता.''

''तुम्ही खोटे का बोललात? काफिर लोक! युद्धकैदी! पळून चालला होतात? तुमच्यापैकी किती जण पळाले आहेत? कुठे आहेत बाकीचे? कुठून पळालात?'' त्याने विचारले.

बर्कींचा दिलदारपणा

त्यांना तुरुंगात डांबण्यात आले होते आणि कोठडीच्या गजांच्या पलीकडे शाह तेहानचा थयथयाट सुरू होता. त्यामुळे हे तिघे सुरक्षित होते. परंतु आता पहिल्याप्रमाणेच आपले भवितव्य असुरक्षित असल्याचे दिलीपना वाटू लागले. उस्मान हमीद यांना त्यांनी फोन केला होता. परंतु तरीही या क्षणी काय होईल ते त्यांना समजत नव्हते. त्यांचा हुकूम डावलणे कठीण असले तरी इथूनही पळून जाण्याचा प्रयत्न केल्यामुळे गोळ्या घातल्या असे ते सहजगत्या सांगू शकत होते.

अशीच अनिश्चिततेत काही मिनिटे गेली आणि एक व्यक्ती तिथे धावत धावत आली. तिने कुजबुजत्या आवाजात तहसीलदाराच्या कानांत काहीतरी सांगितले. त्याने एकवार या युद्धकैद्यांकडे खाऊ की गिळू अशा नजरेने पाहिले. परंतु दुसऱ्याच क्षणी त्याच्या चेहऱ्यावरचा क्रोध गायब झाला. त्याने पश्तोमधून काही आदेश दिले. आता पुन्हा बेड्या आणल्या गेल्या होत्या. तिघांनाही बेड्या घालून साखळ्यांनी एकमेकांशी जखडण्यात आले आणि पुन्हा एकदा गावातून धिंड काढत नेण्यात आले.

तिघांनाही तसेच जिरगा हॉलमध्ये नेण्यात आले. लंडीकोटलचा पॉलिटिकल एजंट तिथे आला होता. पॉलिटिकल एजंट हा संबंधित आदिवासी, भागाचा सर्वेसर्वा असे. त्याचा शब्द अखेरचा मानला जात असे. ब्रिटिश काळापासून जिरगा प्रमुख म्हणूनच पॉलिटिकल एजंटाकडे पाहिले जात असे आणि त्याच्या हाती प्रचंड सत्ता असे. या जिरग्याचा प्रमुख असलेल्या पॉलिटिकल एजंटाचे नाव होते बर्की. पाकिस्तानी क्रिकेट खेळाडू जावेद बर्की यांचा तो भाऊ होता. तिघांनाही तसेच बसवण्यात आले होते. उस्मान यांच्याशी बोलल्यावर

या तिघांच्याही मनातील भीती कमी झाली होती. बर्कींकडे जाताना ती पुन्हा उफाळून वर आली होती. बर्कींनी या तिघांकडे पाहिले आणि त्यांनी बरोबरच्या लोकांना या तिघांच्या बेड्या काढून टाकायला सांगितले. ''इसकी जरूरत नही'' त्यांनी सांगितले. बर्की तरुण होते आणि त्यांनी गुळगुळीत दाढी केली होती. त्यांचा पोशाख पाश्चात्य होता. त्यांना पाहिल्याबरोबर या तिघांनाही एकदम जंगलातून माणसांत आल्यासारखे वाटले. बर्कींनी या तिघांशीही हस्तांदोलन केले. त्यानंतर ते मिस्किलपणे त्यांना म्हणाले, ''एक सुंदर प्रयत्न केल्याबद्दल अभिनंदन! लंडीकोटलला कोणीही क्वचितच पकडले जातात. इथून सीमा फक्त चार किलोमीटरवर दूर आहे. फक्त एक टेकडी पार केली की झालेच! तुम्ही अगदी नशिबानेच तहसीलदाराच्या क्लार्कच्या कचाट्यात सापडलात. नाही तर..''

त्यांनी आपले वाक्य तसेच अर्धवट सोडून दिले. दिलीप यांचा मूळ स्वभाव आता पुन्हा जागा झाला होता. ते स्मित करत विनोदाने म्हणाले, ''आम्हाला आणखी वीस मिनिटे दिली गेली तर? त्यामुळे आम्ही आमचे रेकॉर्डही स्वच्छ ठेवू शकू.'' बर्कींनी स्मित केले. ते काहीच बोलले नाहीत. त्या इमारतीत प्रवेश केल्यानंतर त्यांना जिरगा कार्यालयातील सन्माननीय पाहुण्यांच्या खोलीत म्हणजेच हॉल ऑफ ऑनरमध्ये नेण्यात आले. तिथेच त्या भागातील आदिवासी, टोळीप्रमुखांच्या बैठका होत असत. तिथे भेट देणाऱ्या पाकिस्तानी अधिकाऱ्यांप्रमाणेच या सैनिकांनाही तेवढ्याच आदराने आणि सन्मानाने वागवले जावे असा आदेश बर्कींनी कर्मचाऱ्यांना दिला. ''हे आपले पाहुणे आहेत. कैदी नाहीत, डुंबा कत्ल करो'' त्यांनी आदेश दिला. या तिघांना पार्टी देण्यासाठी म्हणून कोकरू मारण्याचा आदेश त्यांनी दिला होता.

लगेच टेबल आणि खुर्च्या आणल्या गेल्या आणि त्यांना लज्जतदार मटणाची मेजवानी दिली गेली. जेवणात भात, मटणाबरोबरच इतरही चविष्ट पदार्थ वाढण्यात आले होते. आपल्याला किती भूक लागली होती ही गोष्ट दिलीप, गॅरी आणि हॅरी या तिघांच्या लक्षात आली. उस्मान हमीद यांनीच बर्की यांना फोन करून त्या तिघांची माहिती दिली होती, यात शंकाच नव्हती. जर दिलीप यांना त्यांना फोन करण्याचे सुचलेच नसते तर...? पुनःपुन्हा मनात येणारा तो प्रश्न तिघांनीही दूर सारण्याचा प्रयत्न केला.

मेजवानीनंतर सुमारे दोन तास त्यांनी पाकिस्तानी हवाई दलाचे पोलीस येण्याची वाट पाहिली असावी. परंतु ते तिघेही एवढे थकून गेले होते की बसल्या बसल्या खुर्चीतच त्यांचा कधी डोळा लागला ते त्यांचे त्यांनाही समजले नव्हते.

प्रकरण १५.

चिमणी उडून गेली!

युद्धकैद्यांच्या छावणीत साडेसातच्या सुमारास न्याहारी दिली जात असे. नेहमीप्रमाणे सगळे एकत्र जमले. यावेळी बहुतेकांना आदल्या रात्री हे तिघे जाणार असल्याचे माहितीच नव्हते. त्यामुळे त्यांना कसलीच कल्पना नव्हती. सगळे जण आल्यावर चाटींनी सगळ्यांना इशाऱ्यानेच सांगितले की 'ते तिघे पळाले.' त्या आधी स्वच्छतागृहात जातानाच सिंगना चाटी जाफांच्या कोठडीत बसल्याचे आढळले. 'चिमणी उडून गेली,' हे वाक्य पुनःपुन्हा सर्वत्र उच्चारले जात होते. आता सर्वच जण गलितगात्र झाले. कारण आता आपले काही खरे नाही. आपल्याला रागाने ठार मारले जाईल, असे त्यांना वाटत होते. परंतु तोपर्यंत तरी तसे काहीच घडले नव्हते. म्हणजे कोणालाही तोपर्यंत तरी काहीही समजलेले नव्हते. वहिदुद्दीन नव्हते आणि रिझवीही नव्हते. त्यामुळे ब्रेकफास्ट आणणाऱ्या कर्मचाऱ्यांना चाटींनी सांगितले, ''काल रात्री आम्ही उशीरापर्यंत ब्रिज खेळत बसलो होतो. त्यामुळे ते तिघे जरा जास्त वेळ झोपले आहेत. त्यांना कृपा करून उठवू नका. आपण दुसरीकडे ब्रेकफास्ट करूया.''

कर्मचाऱ्यांनी दुसऱ्या कक्षात ब्रेकफास्ट मांडला. या दोन्ही अधिकाऱ्यांपैकी कोणीही असते तर असे घडले नसते. त्यामुळे ती वेळ तशीच पुढे ढकलली गेली होती. त्यानंतर कोणीही लवकर तिथे त्यांना पहायला येणार नव्हते. सगळ्यांच्या चेहऱ्यावर बारा वाजले होते. परंतु ब्रेकफास्ट मांडणाऱ्या कर्मचाऱ्यांच्या ते लक्षातही आले नव्हते आणि त्यांची ती ड्युटीही नव्हती.

ब्रेकफास्ट झाल्यानंतर मात्र चाटी आपल्या खोलीत न राहता पुन्हा जाफांच्या कोठडीत जाऊन लपून बसले. कारण कधी ना कधी हे तिघे नसल्याचे लक्षात आले की पहिली शिकार आपणच ठरणार हे त्यांना माहिती होते. त्यावेळी निदान आपल्या बरोबर आणखी कोणीतरी असावे असा त्यांचा विचार होता. पाहरेकरी किती काळ त्या तिघांच्या डमींना तसेच शांतपणे झोपू देणार होते? हा प्रश्न चर्चिला जात होता. फक्त चाटींनाच नव्हे; तर कोणालाच एकटे रहायचे नव्हते. त्यामुळे ब्रेकफास्टनंतर बहुतेक जण एकत्रित राहिले होते. ब्रेकफास्टनंतर फक्त कोयलो तेवढेच आपल्या दोन क्रमांकाच्या कोठडीत एकटे राहिले होते. चाटी जाफांच्या कोठडीतच होते. कुरुविला आणि कामत आपल्या कोठडीत होते. ब्रदर भार्गव यांच्या कोठडीत तेजवंत सिंग जाऊन बसले होते. ते दोघेही तासाहून अधिक काळ पत्ते खेळत बसले होते. परंतु त्यांचे मन मात्र साहजिकच त्या खेळात नव्हते. ताण असह्य बनला होता. कधीतरी लवकर स्फोट होऊ दे आणि हा ताण संपू दे असेच आता प्रत्येकाला वाटत होते.

पत्ते खेळत असताना सिंग आणि भार्गव सगळ्या शक्यतांचा विचार करत होते. भारतीय छावण्यांतून पळण्याचा प्रयत्न केलेल्या पाकिस्तानी युद्धकैद्यांना गोळ्या घालून ठार मारण्यात आल्याचे त्यांना माहिती होते. त्यामुळे सर्व जणच घाबरले होते. परंतु शत्रूच्या छावणीत कित्येक युद्धकैद्यांनी बंड करणे, दंगा करणे, कायदा-सुव्यवस्थेला आव्हान देऊन तिथे अव्यवस्था माजवणे आणि कोणालाही त्रास न देता पलायन करून जाणे यात फरक असतो. परंतु त्यावेळी हा विचार करण्याच्या मनःस्थितीत कोणीही नव्हते.

छावणीतील फोन खणाणला

आता सकाळचे दहा वाजले होते, तरीही तिघांनी सुटका करून घेतल्याचे कोणाच्याही लक्षात आले नव्हते. नशीबाने थोडी साथ दिली असती, तर दिलीप आणि त्यांचे दोघे सहकारी अफगाणिस्तानात पोहचले असते तरीही कोणाला थांगपत्ता लागला नसता. कारण दिलीप पकडले गेले नसते आणि त्यांनी फोनच केला नसता तर त्यांच्या सुटकेविषयी कोणालाही समजलेच नसते. युद्धकैद्यांच्या छावणीत तोपर्यंत कसलीच हालचाल झालेली नव्हती; कारण हे तिघे पळाल्याचे तोपर्यंत कोणाच्या गावीही नव्हते.

अचानकच साडेदहाच्या सुमारास छावणीतील फोन खणाणला आणि त्यानंतर एकच गोंधळ उडाला. सगळे कर्मचारी गडबडीने इकडे तिकडे धावत होते. भराभरा कोठड्या उघडल्या जात होत्या आणि युद्धकैद्यांची संख्या मोजली जात होती. कोण कोण नव्हते त्याचा शोध घेतला जात होता. बातमी फुटली होती हे सांगायला कोणा ज्योतिषाची गरज नव्हती. त्यानंतर पाहरेकऱ्यांनी झटपट कोठडी क्रमांक ५ चा दरवाजा उघडला आणि तेथील पलंगावरील चादरी ओढून काढल्या. आतील डमी पाहताच संताप, उद्वेग आणि आश्चर्य असे संमिश्र भाव त्यांच्या चेहऱ्यावर उमटले होते. लवकरच सर्वही सात युद्धकैद्यांना एकमेकांच्या कोठड्यांतून बाहेर काढण्यात आले आणि प्रत्येकाला स्वतंत्र कोठडीत ठेवण्यात आले. आता प्रत्येक जण एकाकी होता आणि कोठड्या कुलूपबंद करण्यात आल्या होत्या. ब्रदर भार्गव यांचे त्या पाहरेकऱ्यांशी सलोख्याचे संबंध निर्माण झाले होते. परंतु आता पाहरेकरी अगदी निकरावर आले होते आणि संतप्त दिसत होते. दिवसभर सगळ्यांनाच बंदुकीच्या धाकाखाली ठेवण्यात आले होते. सुरुवातीला अशा प्रकारचे तणावयुक्त वातावरण होते आणि त्यानंतर पुन्हा त्या दिवशी तसेच वातावरण निर्माण झाले होते.

याहून आणखी नाचक्की ती काय?

साडेदहाच्या दरम्यान, स्वतः उस्मान हमीद यांनी छावणीत तो फोन केला होता. त्यांनी पहिलाच प्रश्न विचारला, ''व्हेअर आर युवर प्रिझनर्स?'' त्यांच्या प्रश्नाचा रोख लक्षात येताच एकच धावपळ उडाली होती. शोधाशोध सुरू असताना दिलीप यांच्या कोठडीत पलंगाखाली पाहिल्यावर सैलसर विटा दिसल्या. त्या भराभरा निघाल्या आणि तिथे भले मोठे भगदाड दिसले. कैदी तिथून पळाल्याचे स्पष्ट झाले होते. परंतु एवढे मोठे भगदाड पाडले जाईपर्यंत त्यांचे लोक काय करत होते? झोपा काढत होते? वरिष्ठांच्या प्रश्नांचा भडिमार आता सुरू होणार होता. शिवाय अधिकाऱ्यांची नाचक्की झाली होती ती वेगळीच! कारण कैदी पळाल्याचे त्यांनी वरिष्ठांना कळवले नव्हते; तर वरिष्ठांनी त्यांना फोन करून सांगितले होते, की जागे व्हा. तुमच्या ताब्यातील कैदी पळाले आहेत...आणि त्यावर कडी म्हणजे सर्वोच्च अधिकाऱ्यालाही इतर कोणाकडून नव्हे; तर चक्क पळालेल्या कैद्यांकडूनच ती बातमी समजली होती! याहून अधिक नाचक्की, नाचक्की म्हणजे काय असणार होती? भारतीय

युद्धकैद्यांच्या धैर्याने, धाडसाने आणि शौर्याने पाकिस्तानी कर्मचारी आणि अधिकारी चकित झाले नसते तरच नवल! परंतु त्याहूनही अधिक ते निराश आणि त्यातून संतप्त झाले होते. आपल्या हातावर तुरी देऊन आणि थोड्याशा कडक लष्करी भाषेत बोलायचे झाले तर आपले चक्क नाक कापून तिघे जण निसटून जातात म्हणजे काय? पाकिस्तानवर केवढी मोठी नामुष्कीची वेळ आली होती. उस्मान हमीद यांचा पारा चढला नसता, तरच नवल! छावणीतील कर्मचारी आणि अधिकाऱ्यांच्या तोंडचे पाणी पळाले होते. आता वरिष्ठांचे फोनवर फोन येणार. सगळ्यांच्या प्रश्नांना तोंड देता देता नाकी नऊ येणार. नंतर जी काय उलटतपासणी व्हायची असेल ती होईलच; परंतु आता त्यांच्या हातात करण्यासारखी एकच गोष्ट होती. त्यांनी सरळ सगळ्या फोन्सच्या वायर्स काढून टाकल्या.

लगेच छावणीत कडक उपाययोजना केल्या जाऊ लागल्या. प्रत्येकाच्या कोठडीतील प्रत्येक वस्तू न् वस्तू काढून घेण्यात आली. फक्त नेसत्या वस्त्रानिशी त्यांना कोठडीत ठेवण्यात आले होते. त्याही परिस्थितीत तेजवंत सिंग यांनी विचार करून आपल्या जवळची डायरी लिहिलेली पाने स्वच्छतागृहातील फ्लश टँकमध्ये लपवून ठेवली होती. त्यांच्या बुटांच्या टाचेत त्यांनी ती पाने लपवलेली असतानाही ती कधीच कोणाला सापडली नव्हती हीसुद्धा एक आश्चर्याची बाबच होती. त्यांनी लिहिलेली ती पाने सापडली असती तरी ती कोणी लिहिली ते समजलेच नसते. परंतु ती खोलीत सापडली असती तर कदाचित ते अडचणीत आले असते.

कोठड्यांमध्ये असलेल्या युद्धकैद्यांवर राग काढण्याचा हा सारा खटाटोप खरे पाहता 'बैल गेला आणि झोपा केला,' अशा स्वरूपाचाच होता. परंतु एवढा मोठा झटका बसल्यावर त्याची प्रतिक्रियाही तेवढीच तीव्र आणि तिखट असणे स्वाभाविक होते.

चाटींचा कांगावा

त्यानंतर रिझवी तिथे आले. त्यांनी ब्रदर भार्गव यांच्या कोठडीत येऊन त्यांना दमदाटी केली आणि ते म्हणाले, ''शत्रू हा शत्रूच असतो. आम्ही तुम्हा सर्वांवर विश्वास ठेवला आणि त्या बदल्यात तुम्ही आम्हाला काय दिलं ते बघा.''

त्यांचा संताप कदाचित त्यांच्या दृष्टीने योग्य असेलही; परंतु त्यावेळी ब्रदर भार्गव यांना आपल्या तीन सहकाऱ्यांची काळजी पोखरत होती. ते सुखरूप राहू देत अशी प्रार्थना ते पुनःपुन्हा करत होते. तीन दिवस आणि तीन रात्री सर्वांना एकाकी कोठड्यांत ठेवण्यात आले. स्वच्छतागृहात नेतानाही बंदुकीचा धाक दाखवत नेले आणि परत आणले जात होते. रात्री तासा-तासाला त्यांना उठवून त्यांची अंगझडती घेतली जात होती. वातावरण प्रचंड तणावग्रस्त होते. चौकशी कक्षात चाटींची दोनदा चौकशी करण्यात आली. त्यांनी आपल्या 'कथे'तील एकही शब्द इकडे तिकडे केला नव्हता. ते सारखे सांगत राहिले होते, ''मला या सुटकेच्या योजनेविषयी काहीही माहिती नाही. माझ्या खोलीतील मित्रांनी मला आणि बाकी सगळ्यांनाच मूर्ख बनवलं.''

तिसऱ्या रात्री पहाटेपूर्वीच सातही युद्धकैद्यांना उठवण्यात आले. त्यांच्या कोठडीतच प्रत्येकाला लगेच ब्रेकफास्ट पाठवला गेला. त्यांना प्रवासासाठी तयार रहा असे सांगण्यात आले. त्यांना तोपर्यंत त्यांच्या काही वस्तू परत देण्यात आल्या होत्या. त्यांनी झटपट आपल्या वस्तू गोळा केल्या आणि ते तयार झाले. त्यांचे रात्री घालायचे कपडे आणि इतर वैयक्तिक गोष्टी, जाफांची वही, कोयलोंची डिक्शनरी या गोष्टी विस्कटलेल्या, खराब अवस्थेत त्यांना परत करण्यात आल्या. त्यांना एका पाठोपाठ स्वच्छतागृहात नेण्यात आले. सिंग यांची पाळी आल्यावर त्यांनी आपण लिहिलेले कागद लपवलेल्या जागी हात घालून पाहिले. परंतु तिथे एखादा साधा कपटाही नव्हता. त्यांची सगळी टिपणे गायब झाली होती. त्यांना खूपच वाईट वाटले. कदाचित कोणीतरी जोरात चेन खेचल्यावर सगळे कागद तसेच पाण्याबरोबर खालीही गेले असावेत. त्यांच्या इतक्या महिन्याच्या स्मृती अशा पाण्यात वाहून गेल्या होत्या.

युद्धकैद्यांची लायलपूरला रवानगी

पहाटेच्या सुमारास सातही जणांना छावणीच्या अंगणात बोलावले गेले. तिथे कित्येक जीप आल्या होत्या. छावणीचे कमांडंट वहिदुद्दीन उभे राहून तिथे इतरांना सूचना देत होते. ते अत्यंत संतप्त झाल्याचे दिसत होते. ''तुम्ही नालायक लोकांनो, आम्ही तुमच्यावर विश्वास टाकला होता. तुम्हाला सगळ्या सुविधा दिल्या आणि तुम्ही आम्हाला माना खाली घालायला लावल्या. आता

तुम्हाला अशा ठिकाणी नेऊन टाकतो की तुम्हाला तिथून सूर्यदर्शनही होणार नाही,'' त्यांनी धमकी दिली.

त्यानंतर युद्धकैद्यांच्या डोळ्यांवर पट्ट्या बांधण्यात आल्या आणि त्यांच्या हातांत बेड्या ठोकून त्यांना जीपमध्ये बसवण्यात आले. त्यांच्या शेजारीच बसलेल्या पाहरेकऱ्याच्या पट्ट्याला त्यांच्या हातकड्यांच्या चेन जोडण्यात आल्या होत्या. प्रवेशद्वारातून जीप बाहेर पडून उजवीकडे वळल्या. जीप जशी वळत होती, तसे वाहनांचे आवाज कानांवर पडत होते, शरीरावर पडणाऱ्या सूर्यकिरणाचा कोन लक्षात येत होता. त्यावरून आपण दक्षिणेकडे चालल्याचे प्रत्येकाच्याच लक्षात आले होते. डोळे बांधलेले असले तरीही काही जणांना रस्त्याचा पृष्ठभाग पाहता येत होता. काही जणांना डोके हलले की रस्त्यावरचे वाहतुकीच्या सूचनांचे आणि दिशादर्शक फलक दिसत होते. त्यावरून त्यांच्या लक्षात आले होते की त्यांना लाहोरला नेले जात होते.

जीपमधून सुमारे दोन तासांचा प्रवास पार पडला होता. आता मुख्य रस्ता ओलांडून जीप खडबडीत रस्त्यावरून निघाली होती. त्यानंतर तोही रस्ता जीपने सोडून दिला आणि त्या शेतांमधून जाऊ लागल्या. ही घडामोड धडकी भरवणारी होती. सगळेच जण सावध झाले होते. बहुधा आपल्याला ठार मारण्यासाठी दुर्गम जागी नेले जात असावे असाच बहुतेकांचा समज झाला होता. लवकरच जीप थांबवल्या गेल्या. सर्वांच्या डोळ्यांवरच्या पट्ट्या काढल्या गेल्या आणि त्यांच्या हातांतील बेड्याही दूर केल्या गेल्या. तेथील काही स्थानिक लोकांवर वहिदुद्दीन जोरात ओरडले. आजूबाजूच्या इमारतींमधून ते स्थानिक लोक पहात होते. त्यांना त्यांनी चारपाया आणायला सांगितले. सर्व जण चारपायांवर बसल्यावर वहिदुद्दीननी बरोबर आणलेले जेवणाचे डबे बाहेर काढून सर्वांना जेवण वाढायला सांगितले.

जेवणानंतर पुन्हा एकदा त्यांना तसेच हात पाय बांधून आणि डोळ्यांवर पट्ट्या बांधून जीपमध्ये टाकण्यात आले आणि पुन्हा एकदा प्रवास सुरू झाला. काही तासांनी उंचच उंच भिंती असलेल्या तुरुंगाच्या बाहेर जीप थांबवण्यात आल्या. शेजारीच तुरुंगाचे प्रवेशद्वार होते. काही मिनिटांतच वहिदुद्दीननी आपल्याकडची सूत्रे तिथल्या अधिकाऱ्यांकडे सोपवली. युद्धकैद्यांना आत सोडण्यात आले. त्यांच्या डोळ्यांवरच्या पट्ट्या दूर करण्यात आल्या आणि बेड्याही काढून

टाकण्यात आल्या. खुल्या हवेत उभ्या असलेल्या युद्धकैद्यांना पहावे तिकडे उंचच उंच भिंती दिसत होत्या. त्या तुरुंगाच्या बाहेरच्या भिंती किमान १५ फूट उंचीच्या होत्या. त्यांच्या आतील बाजूला तारांची कुंपणे होती. सर्वात बाहेर असलेल्या भिंतीच्या आतील बाजूला कित्येक भिंती होत्या त्या सुमारे आठ फूट उंचीच्या होत्या. रावळपिंडीच्या छावणीहून हा तुरुंग खूपच वेगळा होता. तो नव्यानेच बांधला गेल्याचे दिसत होते.

लायलपूरमध्ये स्वागत असो!

एवढ्यात त्यांच्यासमोर एक अधिकारी आला. ''लायलपूरमध्ये तुमचे स्वागत आहे. मी इथला प्रमुख आहे. माझे नाव लेफ्टनंट कर्नल लतिफ आहे,'' त्याने त्यांच्यावरून नजर फिरवत सांगितले. सर्वसाधारणपणे सर्वसामान्य उंची आणि शरीरयष्टी असलेले लतिफ बहुधा पन्नाशीला आले असावेत असे वाटत होते.

ते पुढे म्हणाले, ''मला माहिती आहे की इथून सुटका करून घेण्याचा प्रयत्न करणे हे तुमचे कर्तव्य आहे. पण माझेही कर्तव्य तुम्हाला रोखणे हेच आहे. मी तुम्हाला आणखी एक सूचना देतो. वरच्या बाजूला तुम्हाला दिसत असलेल्या तारांवर विद्युतप्रवाह सोडण्यात आलेला आहे. तुमचे मित्र नुकतेच पकडले गेले आहेत हे तुम्हाला माहितीच आहे. लवकरच तेही इथे येतील.'' म्हणजे त्या सर्वांना लायलपूरला नेण्यात आले होते तर! तिथे पाकिस्तानमधील सर्वोच्च सुरक्षितता असलेला तुरुंग असल्याचे ते ऐकून होते.

खरे म्हणजे त्यांनी फक्त उडत उडत काही गोष्टी ऐकल्या होत्या. आपले मित्र सुरक्षित असावेत अशी त्यांची इच्छा आणि अपेक्षा होती. परंतु आता त्यांच्या मनावरचे मोठेच ओझे उतरले होते. लतिफनी त्यांना ते सुरक्षित असल्याचे आणि तिथेच येणार असल्याचे अधिकृतपणे सांगितले होते. एक तर आपल्याला ठार मारले जात नसल्याचा दिलासा होता आणि त्यातच ही भर पडली होती. युद्धकैद्यांमध्ये काहीसे आनंदाचे वातावरण पसरले होते. लतिफ यांचे वागणे त्यांना पहिल्याच भेटीत आवडून गेले होते. ना अधिकाराचा तोरा; ना त्यांना कमी लेखण्याचा प्रयत्न. त्यांची विनोदबुद्धी, मोकळेपणा आणि सौजन्य त्यांना आवडले होते. वहिदुद्दीन यांच्या वर्तनाची प्रत्येकानेच नकळत तुलना केली आणि ते त्यांच्या अगदी विरुद्ध प्रकारचे असल्याचे मनाशीच

कबूल केले. त्यानंतर लतिफनी त्यांना चहा घेण्यासाठी बोलावले. जवळच कार्यालयीन कंपाऊंड होते. चायना कपमधून चहा देण्यात आला. नेहमीच्या ॲल्युमिनियमच्या कप्समधून चहा दिला गेला नव्हता. हा फरकही युद्धकैद्यांनी टिपला होता. आपल्याला युद्धकैद्यांविषयी सहानुभूती असल्याचे लतिफ यांनी त्यांना सांगितले होते, कारण त्यांचा स्वतःचा भाऊ भारतात युद्धकैदी होता. ज्या ठिकाणी बसून ते चहा घेत होते, त्या ठिकाणी शेख मुजीबूर रहेमान यांना ठेवण्यात आले होते अशी माहितीही त्यांनी दिली. रहेमान त्यावेळी बांगला देशचे राष्ट्राध्यक्ष होते. त्यांनी तिथे बाग तयार केली होती. ती लतिफनी त्यांना दाखवली.

ती बाग पाहण्यास वहिदुद्दीन मात्र थांबले नव्हते. चहा झाल्याबरोबर तातडीने ते निघाले होते. आता त्यांना आपल्या खऱ्या अपराध्यांच्या चौकशीचे वेध लागले असावेत. दिलीप, हॅरी आणि गॅरी यांची आता कोर्ट ऑफ इन्क्वायरी होणार होती.

लंडीकोटल ते पेशावर

इकडे लंडीकोटलला संध्याकाळी चारच्या सुमारास दिलीप, हॅरी आणि गॅरी यांना नेण्यासाठी तीन स्वतंत्र जीप पाठवल्या गेल्या. प्रत्येक जीपमध्ये पाकिस्तान हवाई दलाचे तिघे पोलीस होते. ते प्रचंड संतप्त दिसत होते. बर्की यांच्या दिलदारपणाचा मागमूसही त्यांच्या चेहऱ्यावर नव्हता आणि खरे तर तो अपेक्षितही नव्हता. प्रत्येक युद्धकैद्याच्या हातात बेड्या ठोकण्यात आल्या. पायांतही बेड्या ठोकल्या गेल्या. दिलीपना जीपच्या मागच्या सीटवर ढकलण्यात आले. तिथे दोन पोलिसांच्या पाहऱ्यात त्यांच्या मध्ये त्यांना बसवण्यात आले. त्यानंतर जीपच्या पुढच्या सीटवर ड्रायव्हरशेजारी आणखी एक सशस्त्र पोलीस बसला. खोलीतून बाहेर नेण्याआधी प्रत्येकाच्या डोळ्यांवर पट्टी बांधण्यात आली होती. आपल्याला कुठे नेण्यात येत आहे ते त्यांना सांगण्यात आले नव्हते. त्यामुळे त्यांच्या मनावर मोठाच तणाव होता. सुमारे तासाभराच्या प्रवासानंतर तिघांनाही लंडीकोटलवरून पेशावरला आणण्यात आले. तिथे जुन्या तुरुंगातील एअरेट क्वार्टरमध्ये तिघांना तीन वेगवेगळ्या कोठड्यांत ठेवले गेले. त्यांच्या डोळ्यांवरच्या पट्ट्या आणि पायांतील बेड्या काढून टाकण्यात आल्या. त्या तुरुंगात फक्त दोनच कोठड्या शिल्लक होत्या. या तिघांत दिलीप

हे सिनिअर ऑफिसर होते. त्यामुळे त्या कोठड्यांत इतर दोघांना ठेवण्यात आले आणि दिलीपना एका मोठ्या कार्यालयीन खोलीत ठेवण्यात आले

पुन्हा सुटकेची तळमळ

खूप दिवसांनी काही तास स्वतंत्रपणे फिरल्यानंतर पुन्हा त्या कोठड्यांत बंदिवासात राहणे दिलीपना अधिकच त्रासदायक वाटत होते. त्यांच्या खोलीत मध्यभागी एक आयताकृती मोठे टेबल आणि खुर्च्या होत्या. शिवाय फायर प्लेसही होते. त्याला लोखंडी ग्रिल होते. ब्रिटिश काळात त्या खोलीत एक लोखंडी कपाट आणि चिमणीसाठी छपरालगत भोक होते. आता तिथे कपाट नव्हते. परंतु छपराला पाडले गेलेले भोक मात्र तसेच होते.

दिलीपनी तिथे येताच पुन्हा एकदा आपल्या निरीक्षणाला सुरुवात केली. ते भोक मोठे केले, तर आपल्याला तिथूनही निसटता येईल असे त्यांना वाटत होते. दिलीप यांचे प्रयत्न पुन्हा एकदा सुरू झाले. ते म्हणाले, ''खरे तर मी निसटून जाण्याच्या कल्पनेने पुरता झपाटून गेलो होतो. आता मला वाटते की कदाचित दुसऱ्यांदा प्रयत्न करताना कसलेच नियोजन न करता मी एकदम सुरुवात केली होती, ते योग्य नव्हते. परंतु त्यावेळी माझा तसा निर्धारच होता.'' दिलीपनी प्रथम हाताने जोरजोरात हलवून फायर प्लेसचा लोखंडी बार काढून घेतला आणि चिमणीचे भोक त्याच्या साहाय्याने मोठे करण्याचे त्यांचे प्रयत्न सुरू झाले.

सार्जंट अजायब खान हा तिथला हवालदार होता. त्याच्याकडे चाव्यांचा जुडगा होता. त्यामुळे तो तिकडे येऊ लागला की चाव्यांचा आवाज होत असे. तो छन् छन् आवाज ऐकला की दिलीप थांबत. मात्र तोपर्यंत ते टेबलावर खुर्ची ठेवून वर चढून ते भोक मोठे करता येते का त्याचा अंदाज घेत रहात. दोनदा सार्जंटच्या चाव्यांचा आवाज ऐकल्यावर ते पटकन उतरले. तिसऱ्यांदा मात्र टेबलावरून खुर्ची खाली घेत असताना त्याने बघितले आणि दिलीपना विचारले, ''काय करताय?'' दिलीपनी त्याला सांगितले की पंख्याचे स्पीड कमी करत होतो. तो शांतपणे उत्तरला, ''एवढी यातायात करण्यापेक्षा रेग्युलेटर वापरा.'' तोपर्यंत फायर प्लेसमधील रॉडच्या साहाय्याने दिलीपनी ते भोक मोठे केले होते. तसे करताना तिथे प्लॅस्टरच्या आणि छताच्या भागाचा

काही चुरा पडला होता. त्यावर सार्जंटची नजर पडली. तो काय समजायचे ते समजला. तो हुशार होता.

त्याने 'याला ही जागा देऊ नका,' असा रिपोर्ट केला. तसेच तिथे गॅरीना ठेवण्याची शिफारस त्याने केली. याशिवाय 'याला साखळीने गजाला बांधून टाका. याच्या कोठडीतील पलंग काढून घ्या आणि रात्रभर कोठडीतील दिवा सुरू ठेवा,' अशा शिफारशीही त्याने केल्या. त्याने दिलीपना बेड्या घातल्या आणि त्यांच्या कोठडीतील दिवा खरोखरच रात्रभर सुरू ठेवला. तिथे प्रचंड डास होते. त्यांच्या बेड्या कोठडीच्या दरवाजाला बांधण्यात आल्या होत्या. दोन रात्री झोप नसल्यामुळे दिलीप हळूहळू खाली सरकले. बेड्याही दरवाजाच्या ग्रिलबरोबर खाली सरकत गेल्या आणि दिलीप ब्लँकेटवर तसेच आडवे झाले.

भूक हरताळ आणि मागण्या मान्य

दिलीप म्हणाले, ''सकाळी मी याविरुद्ध बंड पुकारले. मी भांडू लागलो. मी म्हणालो, ''मी तुमचा गुन्हेगार नाही. मला हवाई दलाच्या अधिकाऱ्याप्रमाणे वागवा. आम्ही जिंकलो आहोत हे विसरू नका.'' त्यांनी प्रथम माझ्या आरडाओरड्याकडे दुर्लक्ष केले. परंतु मी सकाळी भूक हरताळ सुरू केला. सकाळचा नाष्टा नाकारला. तिथे आलेल्या कर्मचाऱ्याला दिलीपनी सांगितले की मला हा ब्रेकफास्ट नको. आपके प्रोव्होस्ट मार्शल को भेजो. दिलीपना त्यांनी बेड्या घातल्या होत्या. पण प्रोव्होस्ट मार्शल आले. आपल्या बेड्यांकडे निर्देश करत दिलीप त्यांना म्हणाले, ''अधिकाऱ्याला अशा प्रकारे वागवतात का?'' त्यांनी तडजोड केली. बेड्या काढून टाकल्या. हॅरींना आणि दिलीपना टेबल फॅन देण्याचेही त्यांनी मान्य केले. मग दिलीपनी पलंग मागितला. त्यांनी सगळेच आदेश मागे घेतले. फक्त कोठडीतील दिवा चालू ठेवला नाही, तरी व्हरांड्यातील दिवा चालू ठेवू असे सांगितले. त्याला दिलीपनी मान्यता दिली. ''तुम्ही नीट वागा, आम्ही तुम्हाला काहीही करणार नाही. तुमच्याशी चांगलेच वागू. परंतु तुम्ही योग्य वर्तन ठेवले नाही, तर आमचा नाईलाज आहे,'' त्यांनी दिलीपना समज दिली. दिलीपनी त्याला मान्यता दिली.

हे सारे झाल्यावर दिलीप शांत झाले. त्यांनी सार्जंट अजायबखानला हाक मारली, ''साहब, मेरा ब्रेकफास्ट किधर है?'' त्यांनी विचारले. त्यावर

पलीकडच्या कोठडीतील गॅरी हसले. कारण दिलीप यांचा भूक हरताळ अर्धा दिवसही टिकला नव्हता. अर्थातच त्यांच्या मागण्या मान्य झाल्या होत्या. त्यामुळे नंतर उपवास करण्याचे काहीच कारण नव्हते.

गॅरींनी मोठ्याने शेरा मारला, ''सर्वात कमी काळाचा भूक हरताळ!''

''ठीक आहे. परंतु त्याच्यातून फलनिष्पत्ती तर झाली!'' दिलीपनी त्यांना उत्तर दिले. पंखा आला असला तरी डासांचा त्रास कमी झाला नव्हता. त्यातच पंधरा ऑगस्टचा दिवस उजाडला. दिलीप यांच्या शौर्याने खरे तर लोक चकित झाले होते. मनात कुठेतरी त्यांच्याविषयी अधिक आदर निर्माण झाला होता. तेथील पठाण पाहरेकऱ्यांनी त्यांना १५ ऑगस्टनिमित्त गुपचूप चविष्ट चिकन डिश आणि काही द्राक्षे खायला दिली. मात्र तिथे इतर दिवशी त्यांना अत्यंत कडकपणे वागवले गेले. परंतु दिलीपना आपला तिथे सतत छळ होईल अशी अपेक्षा होती. त्या तुलनेत या गोष्टी सौम्य होत्या.

कोर्ट ऑफ इन्क्वायरी

त्यांनी सुटकेचा प्रयत्न केला होता, त्याला सुमारे चार किंवा पाच दिवस झाले असतील. त्यानंतर पुन्हा एकदा त्यांच्या हाता-पायांत बेड्या अडकवल्या गेल्या. त्यांच्या डोळ्यांवर पट्ट्या बांधून तिघांना तीन जीपमध्ये टाकण्यात आले. त्यांना कुठे नेले जात होते ते सांगण्यात आले नव्हते. नंतर त्यांना आढळले की त्यांना पेशावरहून रावळपिंडीला नेण्यात आले होते. तिथे त्यांची कोर्ट ऑफ इन्क्वायरी होणार होती. प्रत्येक जीपमध्ये एकेका युद्धकैद्याला बसवण्यात आले. प्रत्येकाबरोबर एकेक सशस्त्र सैनिक होता. दिलीप यांच्या जीपमध्ये वहिदुद्दीन होते. दिलीप यांच्या हाता-पायांत बेड्या घालण्यात आल्या होत्या. पाय खाली जीपला जखडून टाकण्यात आले होते. रावळपिंडीला तिघांना तीन वेगवेगळ्या कोठड्यांत डांबण्यात आले. तिथे सगळे नवीन कर्मचारी होते. हे बारा लोक होते, त्यांपैकी मुल्ला फिरोझ यांना परत पाठवले गेले होते. नंतर पेठियाही भारतात गेले होते. दिलीप, हॅरी आणि गॅरी तिथेच होते. पण आणखी सात लोकांचा पत्ता लागत नव्हता. दिलीपना त्यांची काळजी वाटत होतीच. त्यांची चौकशी केल्यावर पाकिस्तानी लोकांनी सांगितले, की ''उनको ना, खत्म कर दिया'' दिलीप यांचा त्यावर विश्वास बसला नव्हता. परंतु ते अगदीच अशक्यही नव्हते. त्यामुळे त्यांच्या मनात धाकधूक निर्माण झाली.

रावळपिंडीत दोन दिवस कोर्ट ऑफ इन्क्वायरी झाली. नं. ३ प्रोव्होस्ट अँड सिक्युरिटी फ्लाईटमध्ये आणण्यात आल्यावर त्यांना १,२ आणि ३ क्रमांकांच्या कोठड्यांत ठेवण्यात आले. या कोठड्या गार्डहाऊसजवळ होत्या.

यह तो जवाहरात है

या सगळ्या प्रसंगांमध्ये एक अभिमानास्पद प्रसंगही घडला होता. दिलीप त्याविषयी रोमांचित होत सांगतात, ''आम्ही पेशावरहून परतलो, तेव्हा तिथे आधीचा एक हवालदार होता. अंगणातून आपल्या कोठडीकडे जात असताना गॅरी उद्विग्न होत म्हणाला, ''एअर फोर्स जॉइन किया था इज्जत के लिए और ये क्या दिन देख रहे है?'' तो हवालदार हे ऐकताच गॅरीला म्हणाला, ''आप के हाथ में यह हथकडी नही है साब, यह तो जवाहरात है!''

देशभक्ती म्हणजे काय हे सर्वांनाच माहिती असते. फक्त शत्रूची देशभक्ती मान्य करायला तेवढे मोठे अंतःकरण असावे लागते. त्या काळात तिघांनाही स्वतंत्र कोठडीत ठेवण्यात आले होते. आधीच्या पाहरेकऱ्यांप्रमाणे हे पाहरेकरी सहृदयी नव्हते. उलटपक्षी ते शत्रूत्वाने वागणारे होते. त्यांच्यापैकी एकाने दिलीपना सावधगिरीची सूचना दिल्याप्रमाणे सांगितले होते, ''आता तू काहीही गडबड करू नकोस. आम्ही सर्वच जण शार्प शूटर्स आहोत आणि आम्ही ज्युदो ब्लॅक बेल्ट जिंकलेला आहे. तू काहीही उलटसुलट वागण्याचा प्रयत्न केलास तर मी तुझ्या अंगातील हाड न् हाड मोडेन आणि तिथल्या तिथे तुला गोळी घालून ठार करेन.''

आताही निसटेन ते समजणार नाही

दिलीप असल्या धमक्यांना भीक घालणारे नव्हते. त्यांनी त्याला शांतपणे उत्तर दिले, ''ठीक आहे. पहिल्यांदा मी गेलो त्यावेळी मला कोणीही पाहू शकले नव्हते आणि आताही जाईन त्यावेळीही कोणाला ते समजणार नाही.'' आता त्या पाहरेकऱ्याची चकित होण्याची वेळ होती. दिलीप जे काही सांगतात, त्या प्रत्येक गोष्टीचे साक्षीदार अद्याप जीवित आहेत. त्यामुळे मुळातच बढाई मारण्याचा स्वभाव नसलेल्या दिलीप यांच्या या प्रत्येक प्रसंगात कदाचित संकोचापोटी त्यांनी काही शब्द कमीच सांगितले असण्याची शक्यता आहे. ते म्हणाले, ''त्यावेळी सुटकेच्या विचारांनी माझ्या मनाचा पुरता कब्जा घेतला

होता. त्यामुळे जेवढ्या धमक्या मिळतील, तेवढी भीती वाटण्याऐवजी निसटून जाण्याची ऊर्मी अधिक उसळून वर येत होती.''

चकलाला तळाच्या कमांडरनी दोन दिवस त्यांची चौकशी केली. दिलीप म्हणाले, ''आम्हा तिघांत उत्तम 'अंडरस्टँडिंग' होते. आम्ही कोणाचेच नाव घेतले नाही. आपल्यामुळे कोणालाही शिक्षा होऊ नये, म्हणून आम्ही काळजी घेतली होती. परंतु तरीही त्यांच्या काही कर्मचाऱ्यांना शिक्षा झाली होती असे नंतर आम्हाला समजले. ''कोणी त्रास दिला का?'' त्यांनी आम्हाला विचारले. वास्तविक, आम्हाला वहिदुद्दीन आवडत नव्हते. परंतु आम्ही त्यांचेही नाव घेतले नाही. ही चौकशी वहिदुद्दीन यांच्या कार्यालयातच झाली. तिथेच न्यायालय भरवण्यात आले होते. आधी तिथेच ते टी. व्ही. पहात असत. एखाद्या दुर्घटनेच्यावेळी किंवा दुर्वर्तनाबद्दल भारतातही अशाच प्रकारे चौकशी चालत असे. त्यामुळे त्यांना चौकशीची पद्धत परिचित होती. चकलालाच्या कमांडरनी त्यांना प्रश्न विचारले आणि त्यावेळी दुसरा अधिकारी या कामकाजाचे टिपण घेत होता. तिघांनाही जिनिव्हा करारांतर्गत असलेली सर्वाधिक शिक्षा ठोठावण्यात आली. त्यांना महिनाभर एकाकीपणे कोठडीत डांबण्याचा आदेश दिला गेला. त्यांनी त्याआधी पेशावर आणि रावळपिंडीत कोठडीत एकाकीपणे घालवलेले दिवस या शिक्षेतील दिवसांतच मोजावेत अशी विनंती दिलीप, गॅरी आणि हॅरी यांनी वहिदुद्दीन यांना केली. त्यांनी ती मान्य केली.

तिघांपैकी एकानेही चुंबकसूचीचा उल्लेख जाणीवपूर्वक केला नव्हता. त्यासाठी आलेले साहित्य कुठून आले असे विचारले गेले असते तर त्यांना निर्मळ मनाने मदत करणारे कर्मचारी सापडले असते. त्याचप्रमाणे त्यांनी मरेज हँडबूकचा उल्लेख केला नाही. ट्रान्झिस्टर आणि त्यातील बॅटरीविषयी चकार शब्द काढला नाही. दिलीप यांना विचारले गेले की 'तुम्हाला कशा प्रकारे वागवले गेले? चांगली वागणूक दिली गेली होती का?' त्यावर त्यांनी उत्तर दिले, ''आम्ही सुटका करून घेतली त्याच्याशी चांगल्या किंवा वाईट पद्धतीने वागवल्या जाण्याचा काडीमात्रही संबंध नव्हता. आम्ही सर्व युद्धकैदी आहोत आणि त्यामुळे शक्य तेवढे सर्व प्रयत्न करून इथून आपली सुटका करून घेणे

हे आमचे कर्तव्य होते. ते आम्ही पार पाडले होते.'' जवळजवळ अशाच प्रकारची उत्तरे इतर दोघांनीही दिली होती.

अब क्या स्किम है साब?

कोर्ट ऑफ इन्क्वायरीनंतर या तिघांनाही आपल्या आधीच्या सहकाऱ्यांमध्ये नेण्यात येणार होते. त्यावेळी त्यांच्या डोळ्यांवर पट्ट्या बांधण्यात आल्या होत्या. हातात बेड्या ठोकल्या गेल्या होत्या. आधीच्या तुलनेतही अधिक कडक सुरक्षा व्यवस्था करण्यात आली होती. परंतु एक खास वातानुकूलित कोच ट्रेनला जोडून या तिन्ही युद्धकैद्यांना नेण्यात आले होते. त्यात तीन क्युबिकल्स होती. त्यांपैकी एकात दिलीप आणि वहिदुद्दीन व एक हवालदार होता. दुसऱ्यात गॅरी आणि तिसऱ्यात हॅरी होते. याशिवाय कॉरीडॉरमध्ये आणखी बंदूकधारी पाहरेकरी होते. तोपर्यंत दिलीप आणि हॅरी व गॅरी यांच्या शौर्याची कथा सर्वांना समजली होती. सकाळी ट्रेन फैजलाबादला पोहचली. दिलीपनी सकाळी हवालदाराला सांगितले, ''बाथरूम जाना है!'' हवालदाराच्या चेहऱ्यावर मिश्किल स्मित आले. दिलीप यांच्याकडे पहात त्याने विचारले, ''क्यों? अब क्या स्किम है साब?'' दिलीपनी सांगितले नसले तरी या सर्व पलायन नाट्याचे सूत्रधार तेच होते ही गोष्ट लपून राहिली नव्हती. त्यामुळे त्यांची तशीच प्रतिमा तयार झाली होती. या प्रवासात स्वच्छतागृहात जाताना त्यांच्या हातकड्या खोलण्याची जबाबदारी असलेला तो हवालदार अत्यंत नर्व्हस होता. दिलीप आत गेले की दर एक-दीड मिनिटांनी दरवाजा ठोठावून तो ते आत असल्याची खात्री करून घेत असे.

लायलपूरला रवानगी

त्यानंतर पहाटेच्या सुमारास त्या तिघांनाही पुन्हा एकदा डोळ्यांवर पट्ट्या बांधून आणि हातात बेड्या घालून ट्रेनमधून जीपमध्ये टाकण्यात आले. तिथून त्यांना लायलपूरच्या त्याच तुरुंगात आणले गेले होते. तिथे लतिफनी तीच वाक्ये बोलून त्यांचेही स्वागत केले होते. त्यांनाही त्यांनी तारांमध्ये विद्युतप्रवाह सोडल्याचा इशारा दिला होता. तुम्ही सुटका करून घेण्याचा प्रयत्न केला तर मी तुम्हाला रोखण्यास सिद्ध आहेच, हे सांगायलाही ते विसरले नव्हते. त्यानंतर त्यांनी त्यांच्या कागदपत्रांची तपासणी केली होती. दिलीप यांच्या इतर सहकाऱ्यांप्रमाणेच दिलीप यांनाही लतिफ सुस्वभावी वाटले होते.

तिघांना वेगवेगळ्या कोठड्यांत डांबण्यात आले. बाहेर लोखंडी पिंजरा आणि आत खोली असा कडक बंदोबस्त होता. दोन खोल्यांच्या मध्ये लोखंडी दरवाजा होता. प्रत्येकाच्या कोठडीत एकेक पलंग होता. त्यावरच प्रत्येक जण झोपत होता. खोलीतच स्वच्छतागृह होते. तिघांना एकमेकांच्या शेजारच्या कोठडीत ठेवण्यात आले नव्हते. प्रत्येक दोघांच्या मध्ये एक कोठडी रिकामी ठेवण्यात आली होती. रावळपिंडीला कोर्ट ऑफ इन्क्वायरी झाल्यावर ठोठावण्यात आलेली तीस दिवसांची एकाकी कोठडीत ठेवण्याची शिक्षा दिलीप, हॅरी आणि गॅरी आता भोगत होते.

प्रकरण १६.

लायलपूरच्या तुरुंगात

लायलपूरच्या तुरुंगात कडेकोट बंदोबस्त होता. बाहेरच्या लोखंडी कोठडीचा दरवाजा उघडून त्या खालून ॲल्युमिनियमच्या ताटातून जेवण सरकवले जात असे. जेवणाबद्दल दिलीप यांची कधीच तक्रार नव्हती. कारण युद्धकैद्यांना काय मेजवानीसारखे पंचपक्वान्नांसारखे जेवण दिले जाईल का? असे त्यांना वाटत असे. त्यामुळे मिळेल ते जेवण ते मुकाट जेवत होते. त्याला इलाज नव्हता, त्यामुळे तक्रार तरी कशाला करायची अशी त्यांची मनोभूमिका होती. मात्र एवढी काळजी घेतली गेली असली तरीही दिलीप आणि हॅरी व गॅरी एकमेकांशी ओरडून बोलत असत.

इतर सात जणांचे काय झाले? आपल्यामुळे त्यांना किती त्रास झाला? त्यांना छळ तर सहन करावा लागला नसेल ना? अशी चिंता या तिघांना लागून राहिलेली होती. पाकिस्तानी लोकांनी सांगितल्यानुसार त्यांना गोळ्या घालून ठार मारले गेलेले नाही हे त्यांना माहिती होते. परंतु ते कुठे होते? त्यांना ते समजायला काहीच मार्ग नव्हता.

चपातीतून निघाली चक्क चिठ्ठी

दुसऱ्या दिवशी जेवण आले. चपाती फुगलेली होती. तिचा पापुद्रा उघडल्यावर दिलीपना त्यात एक चिठ्ठी सापडली. आश्चर्याचा एक धक्का बसला होता. परंतु इकडे तिकडे पहात त्यांनी हळूच ती चिठ्ठी उघडली. ती त्या सात मित्रांची होती. त्याच तुरुंगात आधीपासून ठेवले गेलेले इतर सातशे सैनिक

होते आणि हे सात अधिकारीही तिथेच होते. त्या चिठ्ठीतून त्यांनी या तिघांना ही माहिती कळवली होती. 'दिलीप, आम्ही सातही जण इथेच आहोत. आम्ही सर्व जण सुरक्षित आहोत. लायलपूरमध्ये तुझे स्वागत आहे.' दिलीप यांना कमालीचा आनंद झाला. त्याबरोबरच आपण इथे असल्याचे त्यांना कसे समजले याचे आश्चर्यही वाटले. चपातीतून चिठ्ठी पाठवण्याची ही युक्ती १८५७ च्या स्वातंत्र्ययुद्धाच्या वेळी तात्या टोपे प्रभृतींनी वापरल्याचे त्यांनी वाचलेले होते. आता तीच युक्ती प्रत्यक्ष वापरली गेल्याचे त्यांनी पाहिले होते.

आपण तिथून निसटून आल्यानंतर तिथे नेमके काय घडले होते ते त्यांना जाणून घ्यायचे होते. आपले काय झाले ते त्यांना सांगायचे होते. परंतु त्यासाठी शिक्षा संपण्याची वाट पाहणे आवश्यक होते. तोपर्यंत चिठ्ठ्यांमधून संवाद साधण्याचा नवाच मार्ग दिलीपना उपलब्ध झाला होता. त्यांच्या मित्रांनी त्यांना तो दाखवून दिला होता. म्हणजे आता सगळेच जण एकत्र होते. जेवण आणून देणारा कर्मचारीही भारतीय जवानच होता. झाले. आता आणखी आनंद झाला होता. सगळेच जण एकमेकांशी चिठ्ठ्यांतून संवाद साधू लागले.

जन्माष्टमीचा कार्यक्रम

ऑगस्टमध्ये हे सारे पलायन नाट्य घडले होते. श्रावण सुरू होऊन काही दिवस उलटले होते. जन्माष्टमी जवळ आली होती. लतिफ यांना युद्धकैद्यांनी विनंती केली की यानिमित्त मनोरंजनाचे कार्यक्रम साजरे करण्यास परवानगी द्यावी. लतिफनी सुरुवातीला दिलीप, गॅरी व हॅरी वगळता इतर सगळ्यांना समारंभ साजरा करण्याची परवानगी दिली. शिवाय कार्यक्रमाला ते स्वतःही उपस्थित राहणार होते.

दिलीप म्हणाले, ''लष्करातील लोक बरेचसे धार्मिक असतात. तिथे काही सैनिक पुजारी असतात. ते युद्धावरही जातात. लष्करातील लोकांचे मला खूपच कौतुक वाटते. ते खूप बुद्धिमान असतात. ते नृत्य करतात; नाटकांत कामे करतात. खूपच हुशार लोक असतात ते!'' दिलीप म्हणाले, की 'लतिफ अत्यंत कडक आणि तेवढेच चांगले होते. पकडल्या गेलेल्या भारतीय युद्धकैद्यांमध्ये ३०-४० जण मुस्लीम सैनिक होते. लष्कराचे प्रमुख होते मेजर हमीद सिंग. त्यांना खूपच दुखापती झाल्या होत्या. लष्कराचे सात अधिकारी

होते. त्यांपैकी मेजर हमीद सिंग, कॅप्टन इराणी, लेफ्टनंट चौधरी, लेफ्टनंट दत्ता, लेफ्टनंट स्वीटर्न्स अशी काही नावे दिलीपना आता आठवतात. जन्माष्टमीच्या कार्यक्रमासाठी पोशाख आणि साऊंड सिस्टिमची गरज होती. शिवाय कैद्यांना कार्यक्रमाचा सराव करावा लागणार होता त्या सगळ्यालाच लतिफ यांनी खुलेपणाने मान्यता दिली. त्याचे एकूण स्वरूप लक्षात घेऊन या कार्यक्रमाला लतिफ यांनी काही स्थानिक प्रतिष्ठित व्यक्तींनाही बोलावले होते. पकडल्या गेलेल्या युद्धकैद्यांपैकी अधिकारीवर्गासाठी खुर्च्या मांडण्यात येणार होत्या आणि इतर सहाशे जवान खाली बसणार होते.

लष्कराचे सर्वच अधिकारी मैत्रीपूर्ण पद्धतीने वागत होते आणि तिथे नव्याने आलेल्या लोकांना शक्य तेवढी मदत करत होते. हवाई दलाचे अधिकारी तिथे पोहचल्यानंतर महिनाभरानंतर हमीद सिंग यांना वैद्यकीय प्रकरण म्हणून भारतात परत पाठवण्यात आले. लष्कराचे इतर सहा अधिकारी जेमतेम विशीतील तरुण होते.

कॅप्टन दस्तूर हे मुल्ला फिरोझ असलेल्या फॉरवर्ड एअर कंट्रोल टिमचेच अधिकारी होते. ते फिरोझ यांच्याविषयी सांगत असते की 'आपण खूपच पुढे आलो आहोत असे मी मुल्ला फिरोझ यांना सांगत होतो; परंतु ते फाजील आत्मविश्वासू होते. त्यांनी मला सांगितले की आपल्या तळहाताइतका त्यांना तो परिसर चांगला माहिती होता.' मुल्ला फिरोझ यांना आधीच घरी पाठवण्यात आले होते आणि दस्तूर मात्र तोपर्यंत पाकिस्तानातच होते. याचा त्यांना राग येत होता.

'त्यांना माफ करा'

एकमेकांना बऱ्याच गोष्टींवरून चिडवले जात असे. चेष्टा मस्करी केली जात असे आणि त्यामुळे एकमेकांबरोबर असणे या युद्धकैद्यांच्या दृष्टीने अत्यंत महत्त्वाचे होते. सर्वांमध्ये मैत्रीपूर्ण वातावरण निर्माण झाले होते. या तुरुंगातही ज्या दिवशी आभाळ निरभ्र असे त्या दिवशी लोक व्हॉलीबॉल खेळत. अगदी जाफा, तेजवंत सिंग आणि कामतही मैदानात उतरत आणि बॉलला फटके मारत. चपळाईने उड्या मारणे आणि नेट शॉट मारणे यात चाटी आणि कुरुविला कुशल होते. तोपर्यंत त्यांचे अत्यंत उत्साही आणि कुशल खेळाडू

म्हणजेच दिलीप, गॅरी आणि हॅरी आपली शिक्षा भोगत होते. त्यामुळे बाकीचे खेळत होते. दर वेळीच हवाई दलाचे अधिकारी आपल्या या मित्रांच्या शिक्षेत सूट द्यावी अशी मागणी लतिफ यांच्याकडे करत असत. लष्करी अधिकारी आणि त्यांचे जवानही तसा आग्रह धरत. लतिफ उद्धटपणे बोलत नव्हते; परंतु ते आपली ड्युटी काटेकोरपणे करण्यात कसूरही करत नव्हते. त्यामुळे ते फक्त स्मित करत आणि मान हलवून निघून जात. जन्माष्टमीच्या रात्री मात्र प्रत्येकाचीच मनःस्थिती उत्साहाने भारलेली होती. काही जवान तर मनोरंजनाच्या या कार्यक्रमात स्त्रियांच्या भूमिकाही करत होते.

यावेळी पुन्हा एकदा हवाई दलाच्या आणि लष्कराच्या इतर सहकाऱ्यांनी लतिफना विनंती केली की या तिघांनी वीस दिवसांची शिक्षा भोगली आहे. आता त्यांना माफ करा आणि कार्यक्रमाला येऊ द्या. लतिफनी ते मनावर घेतले. ते म्हणाले, ''माझ्या अधिकारात काही करता येत असेल, तर मी ते पाहतो.'' त्यानंतर दुसऱ्याच दिवशी मनाचा मोठेपणा दाखवत त्यांनी त्यांची शिक्षा माफ केली आणि त्यांना सर्वांमध्ये मिसळू दिले. लतिफ यांनी प्रत्येकाला सांगितले होते की तुमचे वर्तन अत्यंत चांगले असल्यामुळे मी तुम्हाला सोडत आहे. दिलीप यांच्या मित्रांनी नाण्याची दुसरी बाजूही त्यांना दाखवून दिली होती. ते म्हणाले, की त्यांनी लतिफना पुनःपुन्हा विनंती केली होती. लतिफनी लायलपूरच्या अति महत्त्वाच्या व्यक्तींना हा कार्यक्रम पाहण्यासाठी आमंत्रित केले होते. त्यांची प्रतिष्ठा आता पणाला लागलेली होती. सहाशे जवान या कार्यक्रमाचा आनंद घेत होते. अशा परिस्थितीत आम्ही हा कार्यक्रम होऊ दिला नसता तर त्यांची पत पणाला लागली असती. त्यामुळे एकूणच रागरंग पाहून त्यांनी आपला आब राखत ही परवानगी दिली होती. एकूणच, या प्रकारामुळे लतिफ यांच्याविषयीचा सर्वांच्या मनातील आदर मात्र वाढला होता.

दिलीप म्हणाले, ''एक सप्टेंबरला आम्हाला कोठड्यांतून बाहेर काढण्यात आले. सगळ्यांनीच एकमेकांना मिठ्या मारल्या. हस्तांदोलने केली. आम्ही सगळे पुन्हा भेटलो होतो. सुरुवातीला आम्हाला इतके काही एकमेकांना सांगायचे होते की कुठून सुरुवात करावी तेच समजत नव्हते. हळूहळू गप्पा सुरू झाल्या. त्यावेळी आम्ही कसे गेलो, कुठे पकडले गेलो, छावणीत आम्ही गेल्यानंतर काय काय झाले वगैरे भरपूर गप्पा झाल्या. किती तरी दिवसांनी

आम्ही एकमेकांना भेटत होतो. पुनर्जन्म झाल्यासारखे वाटत होते. आम्ही बरेच खूश झालो होतो.''

जन्माष्टमीचा हा कार्यक्रम खूपच रंगतदार झाला.

संघर्षहीन जीवन

लायलपूर येथील आयुष्य मात्र आता या युद्धकैद्यांना संघर्षरहीत वाटत होते. १९६० च्या सुमारास तो तुरुंग बांधला गेला होता. राष्ट्राध्यक्ष अयुब खान यांच्या कारकीर्दीत बांधण्यात आलेला तो तुरुंग विशेषतः राजकीय व्यक्ती ठेवल्या गेल्यामुळे प्रसिद्धीस आला होता. या तुरुंगात एका वेळी दोन हजार कैद्यांना ठेवण्याची सोय होती. त्यामुळे त्या काळात तरी तो पूर्ण भरलेला नसे. हवाई दलाच्या दहा युद्धकैदी अधिकाऱ्यांना स्वतंत्र कंपाऊंडमध्ये ठेवण्यात आले होते. त्यांच्यासाठी एक आचारी होता आणि भारतीय लष्करातील दोन साहाय्यक होते. त्यांच्या कोठड्या दोन ओळींत होत्या. प्रत्येक ओळीत दहा अशा एकूण वीस कोठड्या होत्या. त्यामुळे त्यांचे आचारी आणि त्यांचे साहाय्यकही कंपाऊंडमध्येच झोपत असत. त्यापैकी एका कोठडीत स्वयंपाक चालत असे. दुसऱ्या एका कोठडीत स्वच्छतागृह आणि आणखी एका कोठडीत बाथरूम तयार करण्यात आले होते. याशिवाय प्रत्येक कोठडीत स्वच्छतागृह होतेच. ही व्यवस्था या अधिकाऱ्यांना आवडली होती.

दिवसभर वैयक्तिक कोठड्यांना कुलपे लावलेली नसत. त्यामुळे युद्धकैदी एकमेकांशी मोकळेपणाने मिळून मिसळून गप्पा मारत असत. त्या कंपाऊंडभोवती असलेल्या आठ फूट उंचीच्या भिंतीवर एक पाहरेकरी असे. त्या पाहरेकऱ्याला बोलवायचे असेल तर स्वयंपाकघरातील काठीने ते कित्येक वेळा कॉमन लोखंडी गेटवर प्रहार करत असत.

अगदी सुरुवातीला म्हणजे डिसेंबरमध्ये लष्कराच्या युद्धकैद्यांना नेहमीच्या तुरुंगांमध्ये किंवा रुग्णालयांत ठेवण्यात आले होते. त्यावेळी या तुरुंगातील स्थिती फारशी चांगली नव्हती. परंतु तिच्यात हळूहळू सुधारणा होत गेल्या. भारतातील पाकिस्तानी युद्धकैद्यांना चांगल्या पद्धतीने वागवले जात असल्याच्या बातम्यांचा तो परिणाम होता. त्यामुळे इकडेही सुधारणा झाल्या होत्या.

सुरुवातीच्या दिवसांत जेवणही अतिशय निकृष्ट होते. अधिकारी जवानांना भेटू शकत नव्हते. नंतर ही परिस्थितीही सुधारली होती.

दर रविवारी धार्मिक कार्यक्रम

ऑगस्टमध्ये हवाई दलाचे लोकही आले. त्यानंतर दर रविवारी धार्मिक कार्यक्रमासाठी युद्धकैदी एकत्र जमू लागले. एके रविवारी शीख, त्या पुढच्या रविवारी हिंदू आणि त्यानंतर ख्रिश्चन लोकांसाठी हा कार्यक्रम केला गेला. परंतु प्रत्येक कार्यक्रमाला मुस्लीम वगळता सर्वधर्मीय उपस्थित राहिले होते. मुस्लीम लोकांनी जन्माष्टमीच्या कार्यक्रमात मात्र हिरीरिने भाग घेतला होता. धार्मिक कार्यक्रमाची ही पद्धत रूढ व्हायला काही काळ जावा लागला. दिलीप म्हणाले, ''सर्व जवानांना आपापल्या धर्माच्या कार्यक्रमांतच स्वारस्य असेल असे पाकिस्तानी अधिकाऱ्यांना वाटत होते. जवानांना आपापल्या धर्मानुसार स्वतंत्र कंपाऊंडमध्ये ठेवण्यात आले होते. परंतु संधी मिळताच एकत्र आल्यावर सर्व धर्मांचे लोक सर्व धर्मांच्या सणांमध्ये आणि कार्यक्रमांत सहभागी होताना पाहून त्यांच्या आश्चर्याला पारावार उरला नव्हता. सगळे जण एकमेकांशी एवढ्या सलोख्याने कसे वागतात, एकत्र जेवतात, खेळतात, गप्पा मारतात आणि धार्मिक बाबीही साजऱ्या करतात, याचे त्यांना आश्चर्य वाटत होते. काही बाबतीत मात्र लायलपूर रावळपिंडीच्या तुलनेत कडक होते. तिथे वाचायला पुस्तके दिली जात नव्हती. रेडिओ नव्हता. टी.व्ही. नव्हता. त्यामुळे बाहेरच्या जगाशी अजिबात संपर्क येत नव्हता. रावळपिंडीप्रमाणे तिथे कोणी औरंगजेब नव्हता. त्यामुळे ना चप्पल कबाब आणता येत होते; ना कोल्ड ड्रिंक मागवता येत होते. तुरुंगातच कँटीन होते. तिथून काही घेतले की युद्धकैद्यांच्या पगारातून थेट ते बिल कापून घेऊन उर्वरित पगार दिला जात असे. परंतु असे असले तरीही रावळपिंडीपेक्षा आपण लायलपूरमध्येच अधिक चांगल्या मनःस्थितीत आहोत, असे दिलीप यांच्यासह सगळ्यांचेच मत होते. त्याचे एक प्रमुख कारण म्हणजे दिवसा त्यांना कोठड्यांमध्ये कुलूपबंद अवस्थेत ठेवले जात नव्हते. शिवाय लष्करातील लोकच स्वयंपाक बनवत असल्यामुळे तोही अधिक चांगला होता.''

पुन्हा सुटकेचे विचार

त्यांच्यावर नजर ठेवणारा हवालदार त्यांना गरजेच्या वस्तू घेण्यासाठी कँटीनमध्ये घेऊन जात असे. काही वेळा तर तो स्वतःच त्यांना त्या आणून देत असे. साबण, शेव्हिंग क्रिम अशा वस्तू तो त्यांना कँटीनमधून आणून देत असे. तेजवंत सिंग यांनी तर चित्रे काढण्यासाठी ऑईल पेंट आणि कापडही मागवून घेतले होते.

हे सारे असले तरीही तिथे गेल्यावरही दिलीप यांच्या मनात सुटका करून घेण्याचे विचार सुरूच होते. ते म्हणाले, ''तुरुंग कितीही वेगळा असला तरी काहीतरी त्रुटी असतेच आणि संधी मिळाली की तिथून निसटण्याचा माझा विचार पक्का होता. तेजवंत सिंगनेही एक योजना आखली होती.''

दिलीपना माहिती होते की यावेळी भिंत खणण्याचा काहीच उपयोग होणार नव्हता. लायलपूर तुरुंगाच्या भिंती भक्कम होत्या. शिवाय वरच्या मनोऱ्यांच्या जागी पाहरेकरी होते. त्यामुळे जाता आले असते तर उंच भिंतींवरून जाणे हाच एकमेव मार्ग होता. विद्युत तारांचा अडथळा पार करण्याची गरज होती. त्यांना झोपण्यासाठी दोन चादरी देण्यात आल्या होत्या. आतील कंपाऊंडच्या भिंतीवरून चढून जाऊन दोन चादरींचे इनस्युलेटर तयार करून भिंतींवरच्या करंट सोडलेल्या वायरवर टाकून खाली १५-२० फुटांवर उडी मारावी, असे त्यांच्या मनात होते. यावेळी ते एकटेच पळणार होते. त्यासाठी त्यांना वाळूच्या वादळाचीही आवश्यकता होती. पाऊस थांबून जोरदार वारे वाहू लागले की वाळूंची वादळे सुरू होत. जर जोरदार वादळ आले तर सारे काही अंधुक दिसत असे. त्याचाच नेमका फायदा घेत ते सुटकेचा प्रयत्न करणार होते. तिथून सुटका करून घ्यायची आणि तडक भारताच्या दिशेने जाण्याऐवजी काही काळ मशिदीत फकीर म्हणून आश्रय घ्यायचा असा त्यांचा विचार होता. दाढी वाढवलेली असल्यामुळे तसे करण्यात अडचण येणार नाही, असा त्यांचा कयास होता. शिवाय भारतीय लष्करातील मेजर हमीद सिंग यांच्याकडून ते नमाज पढण्यास शिकले होते. परंतु अखेरपर्यंत त्यांना तशी संधी तिथे मिळाली नाही.

''या तुरुंगातही कैदी खेळत होतेच. पण आम्ही तिथे व्हॉलीबॉल आणि फूटबॉलच्या स्पर्धा सुरू केल्या. लष्करी अधिकारी आणि सुभेदार यांची एक टिम आणि इतरांची एक अशा टिम करून आम्ही खेळू लागलो. सुरुवातीला लष्करी अधिकाऱ्यांचा याला विरोध होता. उगाच भांडणे होतील असे त्यांना वाटत होते. परंतु दिलीप यांनी त्यांची समजूत काढली. ''तसे होऊ लागले, तर आपण सर्व अधिकारी आहोतच. आपण तसे होऊ द्यायचे नाही,'' दिलीप म्हणाले. मग हळूहळू सगळे तयार झाले.

दारू बनवण्याचा गुपचुप कार्यक्रम

याच काळात युद्धकैद्यांनी दारू बनवण्याचा प्रयोग गुपचुप करून पाहिला. हवाई दलात रोज बार असतोच. दिलीप त्याला अपवाद होते. परंतु बाकीचे सहसा एखादा पेग घेत असत. दिलीप म्हणाले, ''मात्र म्हणून कोणालाही भरपूर दारू पिऊन झिंगण्याची परवानगी नसते. ठरलेल्या मर्यादेहून अधिक प्रमाणात दारू घेतल्याचे दिसताच त्या व्यक्तीला ताबडतोब दुसऱ्या दिवशी बोलावून घेऊन समज दिली जाते आणि त्यानंतर काही दिवस त्याला दारूला हातही लावता येत नाही. त्यामुळे कंटाळवाण्या दिवसांत गंमत म्हणून युद्धकैद्यांनी हा प्रयोग हाती घेतला होता. दारू बनवण्यासाठी इतर काहीच नव्हते. त्यामुळे फक्त गुळापासून दारू तयार करण्यात आली होती. ती चांगली तयार व्हावी म्हणून तुरुंगातच लावण्यात आलेल्या गाजरांच्या आणि मुळ्याच्या लागवड केलेल्या रोपांमध्ये मातीत भांडे पुरून ठेवण्यात आले होते. त्यावर ऊन पडत असे. काही दिवसांनी दारू तयार झाली असावी असे वाटल्यावर काही जणांनी जमिनीला कान लावून आवाज ऐकण्याचा प्रयत्न केला. त्यांना आतील पाणी उकळत असल्याचा आवाज ऐकू आला. मग कित्येकांनी जमिनीला कान लावून ते ऐकले. त्यानंतर ती दारू बाहेर काढण्यात आली. परंतु ती अगदी चांगली तयार झाली नव्हती, असे तिची चव घेणाऱ्यांनी सांगितले. परंतु चव म्हणून सर्वांना थोडी थोडी दारू त्यावेळी घेता आली होती. माझ्यासारख्याला फक्त ते पाहूनच गंमत वाटली होती.''

अशा प्रकारे काळ पुढे सरकत होता. घरचे वेध लागले होते. परंतु त्यासाठी निराश होऊन चालणार नव्हते. एकमेकांच्या साथीने आला दिवस साजरा करण्याचे प्रकार सुरू होते. सप्टेंबरच्या अखेरीपर्यंत पाऊस थांबला होता. रात्री

गार हवा पडण्यास सुरुवात झाली होती. त्यामुळे युद्धकैद्यांना चांगली झोप लागत होती. ऑक्टोबर अखेरीपर्यंत तर चांगलाच गारठा जाणवू लागला होता आणि त्यांनी ब्लँकेट वापरायला सुरुवात केली होती. नोव्हेंबरमध्ये तापमान १० अंशांपर्यंत खाली गेल्याचे त्यांना समजले होते. गारठ्यामुळे युद्धकैद्यांना आता स्वेटर्स दिले गेले होते. झोपतानाही ते स्वेटर्स वापरण्याची गरज पडत होती. दिलीप म्हणाले, ''सिंगने तर कमालच केली होती. त्याने कँटीनमधून काही सामान आणून त्यापासून हाऊसकोट शिवला होता.''

रमजान आणि इफ्तार पार्ट्या

मुस्लीम युद्धकैद्यांनी चाळीस दिवसांचा रमजानचा उपवास केला होता. त्यानंतर आली ईद. त्यावेळी दोन, तीन रफ्तार पार्टींचे आयोजन करण्यात आले. त्यापैकी एक पार्टी शेख मुजीबूर यांना ठेवण्यात आलेल्या कोठडीतच झाली होती. कोयलोंनी सर्वांना सांगितले की आपल्या भारतीयांमधील एकता दाखवण्याची ही संधी आहे. सर्वांनी या पार्टीत सहभागी झालेच पाहिजे. या सर्व भारतीय युद्धकैद्यांमधील मुस्लीम युद्धकैद्यांबरोबर इतर सर्वांनीही सहभागी होत ईद साजरी केली. ईदची प्रार्थना कशी असते ते अनेकांना माहिती नव्हते. त्यावेळी मुस्लीम सहकाऱ्यांकडे पहात अनेकांनी प्रार्थना केल्याचे दिलीप यांना आठवते.

रेडक्रॉसकडून तिसरे पार्सल

त्यानंतर नोव्हेंबरमध्ये इंटरनॅशनल रेड क्रॉसतर्फे भारतीय हवाई दलाने प्रत्येक युद्धकैद्यासाठी एक मोठा बॉक्स पाठवून दिला होता. त्यात बिस्किटांचे कित्येक पुडे आणि हवाबंद अन्नाचे डबे होते. रावळपिंडीत आपल्याला अत्यंत निकृष्ट प्रकारचे अन्न मिळत असल्याची त्यांची तक्रार हवाई दलापर्यंत पोहचली होती हे त्यांच्या लक्षात आले. आता त्यांना चांगले अन्न मिळत होते आणि आपल्या लष्करातील सहकाऱ्यांसमवेत त्यांनी या बिस्किटांचा आनंदही घेतला.

त्यानंतर आठवडाभराने लष्करी अधिकाऱ्यांच्या कंपाऊंडमधून व्हॉलीबॉल खेळण्यासाठी हवाई दलाचे हे अधिकारी चालले असताना त्यांना मोठीच स्वच्छता मोहीम सुरू असल्याचे दिसले. ते भले मोठे कंपाऊंड अगदी स्वच्छ झाडण्यात आले होते. चुन्याने मार्गांची आखणी करण्यात आली होती. बहुधा

इन्स्पेक्शन असावे असा त्या सर्वांचा अंदाज होता. दुसऱ्याच दिवशी सर्वांना एकत्रितपणे बोलावण्यात आले. तो २४ नोव्हेंबरचा दिवस होता आणि त्या दिवशी शुक्रवार होता.

भुट्टोंची घोषणा

ब्रदर भार्गव यांना पाठदुखीचा बराच त्रास होत होता. त्यामुळे ते कोठडीतच पडून राहिले होते. बाकी सर्वांना मुख्य प्रवेशद्वाराजवळच्या कंपाऊंडमध्ये नेण्यात आले. सर्वच्या सर्व सहाशे जवानांना आधीच तिथे नेण्यात आले होते. तिथे अंथरण्यात आलेल्या सतरंज्यांवर ते बसले होते. व्यासपीठ तयार करण्यात आले होते आणि त्यावर माईक वगैरे ठेवण्यात आला होता. झेंडे फडकत होते आणि पताकाही लावण्यात आल्या होत्या. याशिवाय पत्रकार आणि छायाचित्रकारांची वर्दळ सुरू झाली होती. ''बहुतेक भुट्टो येत आहेत,'' लष्करातील त्यांच्या एका सहकाऱ्याने सांगितले. 'कशासाठी? काय घडले होते?' हा प्रश्न पहिल्यांदा मनात आला. त्यानंतर दुसरा प्रश्न मनात निर्माण झाला की ही फक्त एक अफवाच आहे की कोणीतरी त्याला सांगितले होते? परंतु त्यांना फार वेळ वाट पहावी लागली नाही. लवकरच हेलिकॉप्टर्सचा आवाज कानी पडू लागला. जीपचा ताफा आला. काही मिनिटांतच झुल्फिकार अली भुट्टो जीपमधून खाली उतरले आणि व्यासपीठावर गेले.

आता युद्धकैद्यांची उत्सुकता शीगेला पोहचली होती. खरोखरच युद्धकैद्यांच्या देवाणघेवाणीवर तिन्ही देशांचे एकमत झाले होते का? मनात आशेची पाल चुकचुकत होती. कान ते शब्द ऐकण्यास आतुर झाले होते. भुट्टोंनी त्यांना अपेक्षित असलेले काहीच सांगितले नव्हते. परंतु त्यांनी सांगितले की आतापर्यंत सगळे युद्धकैदी त्यांच्या देशात पाहुणे म्हणून राहिले होते. भारताला काय निर्णय घ्यायचा असेल तो असो; परंतु त्यांनी एकतर्फी निर्णय घेतला होता आणि ते सगळ्या युद्धकैद्यांना सोडून देणार होते. त्यांना त्यांच्या मायदेशी म्हणजे भारतात परत पाठवणार होते. दिलीप म्हणाले, ''आम्हाला तिथे दाखल होऊन एक वर्ष व्हायला फक्त दहा दिवस कमी होते. तोपर्यंत आमच्या सुटकेविषयी कोणी ब्र ही काढला नव्हता. भुट्टो म्हणाले, की तुमच्या लोकांना तुमची काडीचीही पर्वा नाही. पण आमच्या लोकांना ते सोडोत वा न सोडोत; मी तुम्हाला सोडतो. माझा निर्णय पक्का आहे.'' आम्हाला त्यांच्या या

शेवटच्या वाक्यांचे खूपच वाईट वाटले. भुट्टोंवर पाकिस्तानात आपल्या लोकांना परत आणण्याचा मोठाच दबाव आला होता. परंतु आपल्या सरकारने आमच्या सुटकेसाठी काय केले होते ते आम्हाला माहिती नव्हते. त्या परिस्थितीत शत्रू राष्ट्राच्या राष्ट्राध्यक्षाने आपल्याविषयी सहानुभूती दाखवावी आणि आपल्या देशाला काहीच वाटत नसल्याचे सांगावे हे आम्हाला क्लेशदायक वाटले.''

भुट्टोंचे भाषण प्रभावी ठरले होते. अखेरीस युद्धकैद्यांनी त्यांचे आभार मानले.

हवाई दलाचे अधिकारी घाईघाईने आपल्या कोठडीकडे रवाना झाले. ब्रदर भार्गव यांना ती बातमी सांगण्याची त्यांना घाई झाली होती. कारण त्यांना नेमके कधी पाठवले जाणार आहे ते स्पष्टपणे सांगितले गेले नसले तरी भुट्टोंनी टी.व्ही. कॅमेऱ्यासमोर जाहीरपणे केलेली ती घोषणा होती. त्यामुळे ती नक्कीच पाळली जाणार होती, याविषयी त्यांच्या मनात कसलीच शंका नव्हती. सर्व जण अत्यंत आनंदात होते. ब्रदर भार्गवना ही बातमी समजल्यावर सर्वांनीच एकमेकांना आनंदाने मिठ्या मारल्या आणि मग प्रत्येकाच्याच मनात पाकिस्तानातील दिवसांच्या कित्येक कडू गोड आठवणी येऊन गेल्या.

स्वर्ण सिंग यांचा प्रतिसाद

भुट्टोंच्या या एकतर्फी घोषणेने भारताला आश्चर्य वाटले होते. परंतु त्या पुढच्याच आठवड्यात भारताचे तत्कालीन परराष्ट्रमंत्री स्वर्ण सिंग यांनी घोषणा केली, की भारतही भुट्टोंच्या या निर्णयाचे स्वागत करत असून पश्चिम आघाडीवर पकडल्या गेलेल्या पाकिस्तानच्या ५४० युद्धकैद्यांची सुटका केली जाईल. आता हवाई दलाचे सगळे युद्धकैदी हवाई दलाने पाठवलेल्या आपापल्या बिस्किटांवर अक्षरशः तुटून पडले होते. सुटका होण्याच्या आत त्यांना ते सगळे बॉक्स रिकामे करायचे होते.

प्रकरण १७.

सुटका आणि त्यानंतर...

अखेरीस ती वेळ आली. ३० नोव्हेंबरचा दिवस उजाडला. भुट्टोंच्या घोषणेला सहा दिवस झाले होते. स्वर्णसिंग यांनी घोषणा केली होती. त्यानंतर तीस नोव्हेंबरला सर्व हवाई दलाच्या अधिकाऱ्यांना नवीन कपडे देण्यात आले. त्या दिवशी संध्याकाळी हवाई दल आणि लष्कराच्या अधिकाऱ्यांसह ६१६ युद्धकैद्यांना बसेसमधून रेल्वे स्थानकावर नेण्यात आले. लायलपूरहून लाहोरला रात्री सोडण्यात आलेल्या खास ट्रेनमध्ये त्यांना बसवण्यात आले. इतर नागरिकांचा कमीत कमी त्रास व्हावा हा रात्रीच्या प्रवासामागचा एक हेतू होता. अद्यापही पाकिस्तानात बराच भारतद्वेष होता आणि पाकच्या अधिकाऱ्यांना कोणताही धोका पत्करायचा नव्हता. बसमध्ये आणि रेल्वेतूनही युद्धकैद्यांना आता हातकड्या घातलेल्या नव्हत्या आणि त्यांचे डोळेही बांधलेले नव्हते. आताचा त्यांचा प्रवास निश्चित होता. तो नक्कीच सुखकारक होता. ते कुठे चालले होते ते त्यांना माहिती होते. युद्धकैदी ही त्यांच्या आयुष्यातील स्थिती काही तासांतच संपणार होती. ते पुन्हा आपापल्या विभागातील तडफदार, पराक्रमी अधिकारी म्हणून आपापल्या कामांवर रुजू होणार होते. युद्धातून तावून सुलाखून निघालेले शूरवीर म्हणून मोठ्या अभिमानाने आपल्या देशात प्रवेश करणार होते आणि आपल्या कुटुंबीयांना भेटणार होते. पाकिस्तानात त्यांना तोपर्यंत कराव्या लागलेल्या प्रवासातील त्यांचा तो सर्वात आनंदाचा प्रवास होता. पुनःपुन्हा आपल्या या काळातील आठवणी त्यांच्या मनात येत होत्या. एकमेकांना दिलेला आधार, एकमेकांची थट्टामस्करी आणि प्रत्येक

वेळी एकमेकांच्या साहाय्याने त्यांनी घालवलेले क्षण त्यांना आठवत होते. आधीपासूनच मैत्री असलेले मित्र अतूट मैत्रीच्या धाग्यात बांधले गेले होते. तर ज्यांची आधी तोंडओळखही नव्हती, ते चांगले मित्र बनले होते. एक अविस्मरणीय अनुभव घेऊन ते परतत होते. आयुष्यभर पुरणारी आठवणींची आणि अनुभवाची शिदोरी आता त्यांनी आपल्या गाठीशी बांधली होती.

सावध उत्साहाचे वातावरण

बसमध्ये आणि ट्रेनमध्येही सर्वत्र सावध उत्साहाचे वातावरण होते. कारण प्रत्यक्ष भारताच्या सीमेत प्रवेश करेपर्यंत पूर्ण जल्लोष केला जाणार नव्हता. तेवढा सावधपणा प्रत्येकाकडेच होता. दुसऱ्या दिवशी पहाटेच्या सुमारास लष्करी अधिकारी, जवान यांच्यासह हवाई दलाच्या या दहा अधिकाऱ्यांना लाहोरच्या पूर्वेकडे उतरवण्यात आले. तिथून त्यांना लष्कराच्या मेसमध्ये नेण्यात आले. त्या बराकींमध्ये त्या प्रत्येकाला एकेक खोली दिली गेली. ती अत्यंत स्वच्छ खोली होती. दिलीप यांच्या मनात क्षणभर लंडीकोटलच्या तुरुंगातील घाणेरडी कोठडी तरळून गेली. काही भयावह क्षण ते जगले होते. आता ते क्षण दूर गेले होते. नवीन आयुष्य त्यांची वाट पहात होते. घाणेरड्या कोठडीत घालवलेला जवळजवळ वर्षभराचा काळही मागे पडला होता. त्यांनी उत्साहाने त्या स्वच्छ खोलीत प्रवेश केला. आता सगळे दृश्यच बदलले होते. भुट्टोंनी भाषणात उल्लेख केला होता त्याप्रमाणे आता ते खरोखरच पाहुणे असावेत असे त्यांना वाटू लागले. कारण तिथे अंघोळीसाठी गरम पाणी काढून देण्यासही माणूस उभा होता. दाढी करायला दुसरा माणूस आला होता. अंघोळीनंतर सर्वांनाच ब्रेकफास्ट दिला गेला. बऱ्याच दिवसांनी आपण खरोखरचा ब्रेकफास्ट करत असल्यासारखे युद्धकैद्यांना वाटले. कारण त्यांना चक्क अंडी, टोस्ट आणि जॅम देण्यात आला होता. शिवाय चहा, कॉफी होतीच. शरीराने आणि त्यापेक्षाही मनाने एकदम 'फ्रेश' झालेल्या त्या सर्वांना बसमध्ये बसवण्यात आले. बस वाघा सीमेवर येऊन थांबली.

वाघा सीमेवर

ग्रँड ट्रंक महामार्गावर वाघा हे गाव आहे. भारत आणि पाकिस्तानमधील तो सीमावर्ती भाग आहे. या गावाचा पश्चिम भाग पाकिस्तानात; आणि पूर्व

भाग भारतात आहे. सीमेवर एक भली मोठी कमान आहे. तिच्या पूर्वेकडच्या भागात भारतीय सैनिक आणि पश्चिमेकडच्या भागात पाकिस्तानी सैनिक गस्त घालत असतात. सकाळी दहा वाजता कैद्यांची देवाणघेवाण केली जाणार असे निश्चित करण्यात आले होते. परंतु ११ वाजून ५ मिनिटांपर्यंत प्रत्यक्ष देवाणघेवाण सुरू झाली नव्हती. त्यानंतर दुपारपर्यंत ठरल्याप्रमाणे सर्वच्या सर्व ५४० पाकिस्तानी युद्धकैद्यांनी सीमा ओलांडली आणि ते त्यांच्या देशात परतले. परंतु भारतीय युद्धकैदी दुपारी अडीचपर्यंत तिष्ठत होते.

दरम्यान, हवाई दलाच्या अधिकाऱ्यांना आणखी एक धक्का बसणार होता आणि त्यानंतरच पुढचा मार्ग मोकळा होणार होता. वाघा सीमा ओलांडण्याची उत्सुकता आता प्रत्येकाच्याच मनात दाटलेली होती. तेवढ्यात अखेरच्या क्षणी पाकिस्तान हवाई दलाचा ग्रुप कॅप्टन घाईघाईने आला आणि त्याने त्यांना थांबवले.

''भारताने आमच्या हवाई दलाचे काही अधिकारी पाठवलेले नाहीत,'' त्याने त्यांना सांगितले. ''त्यामुळे आम्ही तुम्हाला जाऊ देऊ शकत नाही.'' हा प्रकार अनपेक्षित होता आणि त्यामुळे सगळे अधिकारी आणखी चिंताग्रस्त आणि निराश झाले. आता इथपर्यंत आल्यानंतर पलीकडे जाता येत नाही म्हणजे काय? सीमा तर नजरेसमोर होती. सगळ्याच जणांनी त्या अधिकाऱ्याशी हुज्जत घालण्यास सुरुवात केली. भुट्टोंनी आम्हाला पाठवण्याचे वचन दिले आहे. आपण एकतर्फी निर्णय घेत असल्याचे त्यांनी सांगितले होते. मग आता हे असे का? वगैरे त्यांनी त्या अधिकाऱ्याला विचारले. परंतु त्या ग्रुप कॅप्टनने आपले मत बदलले नाही. त्याला तसा अधिकारच नव्हता. त्यामुळे ते जिथे होते तिथेच त्यांनी रहावे असा आदेश देऊन तो तिथून निघून गेला. त्यानंतर त्या प्रकरणावर तोडगा निघाला असावा. नंतर त्यांना समजले की पाकिस्तानच्या आणखी दोघा हवाई दल अधिकाऱ्यांना दुसऱ्या दिवशी पाकिस्तानात पाठवण्यात आले होते.

अखेर सीमा ओलांडली

अखेरीस सीमेच्या दिशेने चालण्यास त्यांनी सुरुवात केली. मोठ्या अभिमानाने आणि आनंदाचे भरते येत प्रत्येकाने आपल्या हद्दीत प्रवेश केला. होय. ती

त्यांच्या देशाची हद्द होती. भारताची हद्द होती. आता तिथे पाकिस्तानी हुकूमतीचा काहीच संबंध नव्हता. आता ते पुन्हा एकदा स्वतंत्र अधिकारी बनले होते. वास्तविक, भार्गव यांची पाठ कमालीची दुखत होती. परंतु आपल्या देशात ताठ मानेने आणि पाठीने जाण्याचाच त्यांचा पक्का इरादा होता. त्यामुळे त्यांनी स्ट्रेचर नाकारले आणि भारतात ताठपणे चालतच प्रवेश केला. विशेषतः आपल्या पत्नीने आपल्याला स्ट्रेचरवरून आल्याचे पाहिले तर तिचे मनोधैर्य खचेल याची चिंता त्यांना वाटत होती.

आता आपल्या प्रियजनांची नजरभेट होईल या अपेक्षेने भिरभिरत्या नजरेने इकडे तिकडे पाहणाऱ्या युद्धकैद्यांची मात्र निराशाच झाली. कारण त्यांच्या कुटुंबीयांना वाघा बॉर्डरवर आणले गेले नव्हते. त्यांना दिल्लीला बोलावण्यात आले होते. फक्त गॅरींचे कुटुंबीय तिथे आले होते. त्यांनी सीमा ओलांडता क्षणीच त्यांच्या बंधुने आणि त्यांच्या वडलांनी त्यांचे स्वागत केले. ते अमृतसरमध्ये रहात होते आणि त्यांचा मोठा भाऊ व पुतण्या त्यांच्या स्वागतासाठी अमेरिकेवरून तिथे आले होते.

आता जल्लोषच जल्लोष होता. कारण आता ते खरोखरच देशात आले होते. त्यांच्या चेहऱ्यांवरचे गंभीर, तणावपूर्ण भाव कुठल्या कुठे लुप्त झाले होते. त्याची जागा आनंद, उल्हास आणि वर्णनही करता येणार नाही अशा अनेक सूक्ष्म भावभावनांनी घेतली होती.

अमृतसरला जोशपूर्ण स्वागत

पंजाब सरकारतर्फे वाघा सीमा ओलांडणाऱ्या प्रत्येकाच्या पाठीवर उत्साहाची थाप मारण्यात आली. त्यांना हार घालण्यात आले आणि मिठी मारण्यात आली. तिथून २२ किलोमीटरचा प्रवास करून त्यांना अमृतसरला आणण्यात आले. रस्त्यांच्या दुतर्फा त्यांचे मोठ्या उत्साहाने, आरोळ्यांनी आणि टाळ्या वाजवून स्वागत करणारे लोक उभे होते. फटाके फुटत होते. पताका आणि झेंडे फडफडत होते.

अमृतसरला जोरदार स्वागत झाल्यावर हवाई दलाच्या दहा अधिकाऱ्यांना ॲव्हरो ७४८ विमानाने दिल्लीला आणण्यात आले. लष्कराच्या जवानांची संख्या भरपूर

असल्यामुळे त्यांना विमानाने नेणे शक्य नव्हते. त्यांना तिथेच संध्याकाळपर्यंत थांबावे लागले आणि नंतर संध्याकाळी ट्रेनने दिल्लीला आणण्यात आले.

दिल्लीचा विमानतळ नजरेस पडला आणि विमानातील सर्वांनी एकच जल्लोष केला. विमानातून उतरणाऱ्या प्रत्येकाकडे डोळ्यांत प्राण आणून त्यांचे नातेवाईक पहात होते आणि अधिकारीही आपल्या प्रियजनांच्या भेटीने सुखावले होते. कुटुंबीय, मित्र, सहकारी अशी विमानतळावर मोठी गर्दी होती. सुरुवातीला कोणाच्याही लक्षात छायाचित्र घ्यावे असे आलेही नव्हते, एवढी आतुरता प्रत्येकाच्याच मनात होती. परंतु कोणीतरी नंतर तसे सुचवले. मग पुन्हा एकदा सगळे विमानात गेले आणि छानशी पोझ देत विमानातून उतरले. दिलीप आजही त्या आठवणीने गंमतीने हसतात.

दिलीप म्हणाले, ''माझे आई-वडील तिथे आले होते. ते भेटले. सगळ्यांचेच नातेवाईक आले होते. जे तरीही मिसिंग होते, त्यांचे दुःख पाहवत नव्हते. त्यांची काही बातमी आहे का ते त्यांचे नातेवाईक आशेने विचारत होते. परंतु ते मिसिंगच होते आणि हे सांगताना आम्हाला प्रचंड दुःख होत होते.''

कुटुंबीय आणि मित्रांच्या भेटी

दिलीप यांचा प्रचंड मित्र परिवार तिथे उपस्थित होता. दिलीप म्हणाले, ''चाटींचे सोळा कुटुंबीय नागपूरहून आले होते. तर ब्रदर भार्गव यांची पत्नी आणि त्यांची दोन्ही मुले तिथे आली होती. त्यांची मुले फक्त दोन आणि तीन वर्षे वयाची होती. त्यांना वडील आठवतही नव्हते. त्यानंतर कित्येक दिवस त्यांच्या पत्नी अनु मुलांना ते त्यांचे 'अंकल' नव्हेत, तर 'डॅडी' आहेत असे सांगत राहिल्या होत्या. कामत यांच्या लहान मुली तर त्यांना बिलगूनच बसल्या होत्या. त्यांना आपल्या वडलांपासून दूर जायचेच नव्हते. कोयलो यांच्या पत्नी होप याही तीन मुलांसह आल्या होत्या. शिवाय त्यांचे दोन पुतणेही आले होते. त्यांपैकी एक कॅनडाहून आला होता. जाफा यांचा मुलगा आला होता. प्रत्येकाचेच नातेवाईक आणि मित्र यांच्या आनंदाला पारावार राहिला नव्हता. त्या दिवशी प्रत्येक जणच आपापल्या कुटुंबात आणि मित्रमंडळीत आणि देशातही हिरोच होता.''

दुसऱ्या दिवशी केंद्र सरकारने जुन्या दिल्लीतील रामलीला मैदानावर सर्वच सुटून आलेल्या वीरांच्या स्वागतासाठी खास कार्यक्रमाचे आयोजन केले होते. परंतु या अधिकाऱ्यांना या कार्यक्रमाचे फारसे कौतुक वाटले नाही. कारण या कार्यक्रमात नातेवाईकांना प्रवेश दिला गेला नव्हता. संरक्षणमंत्री जगजीवन राम सुमारे तासभर उशीरा आले होते. अमृतसरच्या स्वागताची सर दिल्लीच्या स्वागताला नव्हती. तो कार्यक्रम राजकारणी लोकांसाठी असावा अशा प्रकारे आयोजित केला गेला होता.

वायु भवनात दाखल

चार डिसेंबरला नवी दिल्लीच्या वायु भवनात (एअरेट क्वार्टरवर) कोर्ट ऑफ इन्क्वायरी सुरू झाली. प्रत्येकाने वैयक्तिक अहवाल लिहून दिला. त्यानंतर कित्येक गटांनी त्यांना प्रश्न विचारले. त्यात गुप्तचर विभागाचे अधिकारीही सहभागी झाले होते. सुरुवातीला सर्वच्या सर्व दहा जणांना एका खोलीत कागद आणि पेन देऊन बसवण्यात आले आणि अहवाल लिहिण्यास सांगण्यात आले. आता पुन्हा एकदा आठवणी उफाळून आल्या होत्या. त्या सांगण्याची ती संधी असल्याचे सर्वांना माहिती होते. त्यांच्यापैकी कोणीही शत्रूशी हातमिळवणी केली नव्हती, त्यांच्याशी सहकार्य केले नव्हते हे त्यांनी आपापल्या अहवालात स्पष्ट केले होते. त्यांनी तिथे संघर्ष केला होता. त्यांना विरोध केला होता. जाफांनी एकदा वहिदुद्दीन यांच्याशी घातलेला वाद त्यांना आठवत होता. दिलीपनी कोठडीतून सुटका करून घेण्यासाठी केलेली तयारी, संघर्ष तर ऐतिहासिकच ठरली होती. त्यांनी संघर्ष केला होता. शत्रूशी हातमिळवणी केली नव्हती. शत्रूला कोणतीही माहिती दिली नव्हती, यासाठी सुटकेच्या त्या प्रयत्नाहून अधिक मोठा पुरावा कोणता असू शकणार होता? या सुटकेच्या प्रयत्नात प्रत्येकानेच सहभाग घेतला होता, मनापासून मदत केली होती. काही जणांनी तर त्यात खूपच उत्साह दाखवला होता.

परंतु यातही गंमत अशी की दिलीपनी सुरुवातीला चार दिवस सुटकेच्या या प्रयत्नांचा उच्चारही केला नव्हता. इतर लोकच त्याविषयी बोलत होते. अखेरीस त्यांचे चौकशी अधिकारी चिडले आणि म्हणाले, "सुटकेचा प्रयत्न तू केला होतास. सगळेच जण सांगतात की तूच लीडर होतास. पण तू तर त्याविषयी चार दिवस काहीच बोलला नाहीस. असे कसे?" दिलीपना आत्मस्तुतीची सतत

भीती वाटते. त्यापेक्षा आपण घरी आलो हे त्यांना महत्त्वाचे होते. बाकीचे सगळे सांगत होतेच. मग आत्मप्रौढी कशाला मिरवायची असे दिलीपना वाटत होते. परंतु त्यांनी सांगायचा आदेश मिळाल्यावर ती सर्व माहिती सांगितली.

पी.सी. लाल यांना पेनाची भेट

पंधरा दिवस कोर्ट ऑफ इन्क्वायरी सुरू होती. त्या काळात हवाई दलाचे प्रमुख पी.सी. लाल यांना भेटण्याची संधी दिलीप यांना मिळाली. त्यांनी त्यांना एके दिवशी एक फाऊंटन पेन भेट दिले. लाल यांना आश्चर्य वाटले. त्यांनी ते पेन उघडले. त्यावेळी प्रत्यक्षात ती चुंबकसूची असल्याचे त्यांना दिसले. दिलीप यांच्या या भेटीने ते खरोखरच प्रभावित झाले नसते तरच नवल!

त्यानंतर प्रत्येकाला सहा दिवसांची सुट्टी देण्यात आली. दिलीप म्हणाले, ''माझी आई अगदीच मेटाकुटीला आली होती. तिची अवस्था बघवत नव्हती. माझ्या काळजीने ती अगदी खंगून गेली होती. मी परत आल्याचा आनंद तिच्या आणि माझ्या वडलांच्या चेहऱ्यावरून अगदी ओसंडून वहात होता.''

हवाई दलात आजतागायत अशा प्रकारे सुटकेचा प्रयत्न इतर कोणीच केलेला नाही. तो पहिला आणि आतापर्यंतचा तरी अखेरचा प्रयत्न ठरला आहे. दिलीप म्हणतात, ''अनेकांना हे माहिती नाही आणि मी विषय निघाल्याशिवाय स्वतःहून काही सांगायला जात नाही. माझ्या हवाई दलातील लोक मला विसरलेले नाहीत. त्यांच्यापैकी कोणाला माझ्या या कृत्यापासून पुढे -मागे कधी प्रेरणा मिळालीच, तर ते मला जास्त महत्त्वाचे आहे. तसे घडले तर मी काहीतरी केले होते असे मला वाटेल.''

अटकेपार झेंडा फडकवणाऱ्या वीराच्या इभ्रतीला साजेसेच हे वक्तव्य नाही का? उत्तुंग व्यक्तिमत्त्वाची माणसे पारितोषिके आणि मानसन्मान याची भुकेली नसतात. त्यांना उत्तुंग कामगिरी करायची असते. ती संधी मिळाली आणि तिचे त्यांनी सोने केले की त्यांना आणखी कशाचीही आस नसते.

ENCL : 'A'

AN EXTRACT FROM THE COURT OF INQUIRY TO INQUIRE INTO CIRCUMSTANCES UNDER WHICH FLT LT DK PARULKAR WAS TAKEN POW BY PAKISTAN AUTHORITIES : FILE NO. AFA 6010/44/PI

Statement of Wg Cdr B.A. Coelho of No. 7 Sqn Air Force.

I was the senior Air Force POW in Pakistan. I have the following report to make on the conduct and behaviour of Flt Lt DK PARULKAR as a POW in Pakistan.

I first met this officer on the 25th Dec. 1971. He had been beaten quite badly and had many scratches on his face. He was unable to recollect his experience during his last sortie, presumably due to the heavy beating he had been given. His conduct throughout the internment has been exemplary and he has never collaborated with nor has he been indoctrinated by the enemy. This officer behaved exceptionally well both in department and behaviour and contributed the most to the 'High Morale' of the IAF POWS while in Pakistan. He was the main foce behind the escape bid, and took the greatest initiative in the planning and execution of the two escape attempts from No. 3 P & S Flight, PAF Rawalpindi. He was the Leader of the escapees more for his qualities of leadership, keenness on the task and his great spirit of confidence. He has been respectful and obedient to me and to the other senior officers of the IAF and Army who were POWs. To fellow prisoners of his rank and below, he has been a jovial companion and a pillar of strength when conditions of incarcerationwere grim. he is very intelligent and was able, by seemingly innocent questioning of enemy personnel, to extract information from them on conditions prevalent in the enemy country, details required for the escape, and some details of the enemy Air Force. He organised all sports and games in the POW Camp.

Sd./-

(Wg Cdr B.A. COELHO)

ENCL : 'B'

AN EXTRACTS FROM THE COURT OF INQUIRY TO INQUIRE INTO CIRCUMSTANCES UNDER WHICH FLT.LT. DK PARULKAR WAS TAKEN POW BY PAKISTAN AUTHORITIES : FILE NO. AFA 6010/44/PI

FINDINGS

While in custody as POW this officer took an active part in the escape bid. In fact he was the leader and main brain behind the escape bid and was a source of inspiration to other POWs. He along with other POWs successfully escaped from the PAF custody. While in custody under the enemy, the officer did not serve with or under the orders of the enemy or in any manner aided the enemy. It was his firm determination, immense capacity for hard work and robust optimism which contributed to the success of the escape bid. He has never cooperated with the enemy and has not been indocrinated by them.

RECOMMENDATIONS

Flt. Lt PARULKAR as the Leader of the escape attempt is most strongly recommended for a suitable award. During this escape attempt he exhibited courage, initiative and leadership of most exceptional order, while in enemy custody. This act of his compelled the enemy to admire and respect our Air Force, and was in the highest traditions of the Air Force.

हवाई दलाचे अधिकारी पाकिस्तानातून भारतात परतल्यानंतर भारतात झालेल्या 'कोर्ट ऑफ इन्क्वायरी'च्या अहवालाचा महत्त्वाचा भाग. यातील शिफारशींचा (रेकमेंडेशन्सचा) भाग आवर्जून वाचण्याजोगा आहे.

प्रकरण १८.

विवाह आणि तिसरे इजेक्शन

सहा दिवसांच्या सुट्टीनंतर प्रत्येकाचे वेगवेगळ्या ठिकाणी पोस्टिंग झाले. त्यांना पोस्टिंगच्या निवडीचे स्वातंत्र्य होते. मात्र आगामी दोन वर्षे संवेदनशील क्षेत्रात त्यांचे पोस्टिंग होणार नव्हते.

दिलीप म्हणाले, ''जाफा, भार्गव आणि कामत यांना त्यानंतर कधीच फायटर पायलट म्हणून विमान चालवता आले नाही. त्यांना झालेल्या जखमांमुळे ते पुन्हा इजेक्शनचा धोका पत्करू शकणार नव्हते. इतर सर्व जण मात्र आपल्या पूर्वीच्या फायटर पायलटच्या कामावर रुजू झाले होते.''

दिलीपनी युद्धापूर्वी ते ज्या ठिकाणी होते तिथेच म्हणजे सिकंदराबादला जवळच्या एअर फोर्स अकॅडेमीमध्ये आपले पोस्टिंग व्हावे असे सांगितले. त्याप्रमाणे ते सिकंदराबादला रुजू झाले. मात्र आता त्यांच्या आईंनी त्यांना एकटे ठेवायचेच नाही, असा निश्चय केला होता. त्यांचे दोनाचे चार हात करून देण्याची त्यांना घाई होती.

मुलगा पाकच्या जेलमध्ये आहे

सन १९७३ मध्ये दिलीप फ्लाईट कमांडर झाले. त्यानंतर सहाच महिन्यांनी असिस्टंट चीफ फ्लाईट इन्स्ट्रक्टरचे पद त्यांना मिळाले. या दरम्यान त्यांच्या लग्नाचे प्रयत्न सुरू झाले होते. नागपुरात विजय धनवटे नावाचे दिलीप यांचे बालपणीचे मित्र होते. दिलीप यांच्या पत्नी म्हणजे पूर्वाश्रमीच्या राजलक्ष्मी वागळे. त्या मुंबईत रहात होत्या. त्यांच्या सख्ख्या मावसबहिणीचे लग्न विजय

यांच्याशी झाले होते. दिलीप पाकच्या कैदेत असतानाच राजलक्ष्मी यांच्या लग्नाचा विषय निघाल्यावर विजयनी त्यांना दिलीप यांचे स्थळ सुचवले होते. त्यांच्या घरच्यांनी मुलगा सध्या कुठे आहे अशी चौकशी केल्यावर त्यांनी ''पाकिस्तानच्या जेलमध्ये,'' असे उत्तर दिले होते. त्यामुळे या विचित्र सूचनेवर राजलक्ष्मी यांच्या घरच्यांनी विचारही केला नाही. त्यांनी त्यांना 'मुलगा परत आल्यावर बघू,' असे मोघम सांगितले होते. राजलक्ष्मी यांचा तर ठाम निर्धार होता की आपल्याला सैन्यदल, नौदल, हवाई दल यांमधील अधिकाऱ्याशी लग्नच करायचे नाही. त्यांचे वडील मुंबई पोलीस दलात काम करत होते. परंतु पुन्हा एकदा नियतीने आपला वाटा उचलला होता. राजलक्ष्मी यांच्याकडे ती मिश्किलपणे हसत बघत होती. कारण दिलीप पाकिस्तानमधून परतेपर्यंत राजलक्ष्मी यांचा विवाह ठरला नव्हता.

शुभमंगल सावधान!

दिलीप परतल्यानंतर विजयनी पुन्हा एकदा वागळे कुटुंबीयांकडे हा विषय काढला. 'सहज भेटायला काय हरकत आहे? नंतर पुढे ठरवता येईल,' असा विचार करून राजलक्ष्मी दिलीपना भेटल्या. परंतु पहिल्या भेटीतच त्यांचा विरोध कुठल्या कुठे गळून पडला. या देखण्या आणि संभाषणचतुर तरुणाने त्यांचे हृदय केव्हा काबीज केले ते त्यांना कळलेसुद्धा नव्हते. कदाचित त्यावेळी त्यांना कोणी विचारले असते की तुम्हाला तर हवाई दलातील अधिकारी नकोच होता ना, तर त्यांनी त्यालाच प्रतिप्रश्न केला असता, ''हो का? मी असं म्हटलं होतं? कधी?'' दिलीप यांनाही आपल्या मनातील जोडीदाराची प्रतिमा वास्तवात आल्याप्रमाणे वाटले होते. साध्याभोळ्या, सुशील राजलक्ष्मींच्या 'आपल्याला ब्लॉक मिळेल ना?' या प्रश्नाची त्यांना गंमत वाटली. त्यांच्या निरागस सुस्वभावी वागण्याने ते प्रभावित झाले आणि लव्ह ॲट फर्स्ट साईट किंवा प्रथमदर्शनी प्रेम म्हणजे काय असते ते दोघांनाही समजले. दोन्ही घरचे लोक तयार होतेच. १९७३ मध्येच दोघांचेही शुभमंगल झाले.

मित्रांच्या अभिनंदनाचा अक्षरशः वर्षाव झाला आणि त्या सर्वांवर कळस चढवला होता तो त्यांचे मित्र स्क्वॉड्रन लीडर कामत यांनी! त्यांनी त्यांना अभिनंदनाची तार पाठवली होती, 'आता या गोड अटकेतून मात्र सुटका नाहीच!'

नऊ वर्षांत १० बदल्या

आपल्या नवऱ्याने दारू पिऊ नये, अशी राजलक्ष्मी यांची इच्छा होती. दिलीपनी त्यांना आपण कधीच दारू पीत नसल्याचे सांगितले होते. विजय यांनीही तसे छातीठोकपणे सांगितले होते. परंतु हवाई दलातील ऑफिसर दारू पीत नाही? राजलक्ष्मी यांचा त्यावर सुरुवातीला तरी विश्वास बसला नव्हता. मात्र सुमारे पाच वर्षांनी त्यांना दिलीप यांचे बोलणे खरे होते, याविषयी खात्री वाटली. कारण सुरुवातीचे एखादे वर्ष कोणीही आपले दारू पिणे लपवू शकेल. परंतु इतकी वर्षे? राजलक्ष्मी यांच्या मनातील शंका कुठल्या कुठे पळून गेली होती. लग्नानंतरच्या पहिल्या नऊ वर्षांत दिलीप यांच्या दहा बदल्या झाल्या होत्या. हैदराबाद, उटी, बरेली, दिल्ली, पुन्हा हैदराबाद अशा या बदल्या होत्या. त्यानंतर दोन वर्षे त्यांची बदली सिंगापूरला झाली. कुटुंबवत्सल दिलीप सर्वत्र कुटुंबाला घेऊनच फिरत होते. त्या काळात त्यांच्या दोन मुलांचाही जन्म झाला होता. सिंगापूरला बदली झाली, त्यावेळी त्यांचा मोठा मुलगा चार वर्षांचा आणि धाकटा मुलगा जेमतेम ८-९ महिन्यांचा होता. सिंगापूरच्या पायलट्सना फ्लाईंग ट्रेनिंग देण्यासाठी दिलीपना तिकडे पाठवण्यात आले होते.

मनुष्य स्वभावाचा नमुना

दिलीप विंग कमांडर होते. त्यामुळे हळूहळू विमान उडवण्याचे प्रमाण कमी झाले होते. परंतु दिलीपना विमान उडवण्याचे वेडच होते. बंगालमध्ये खडकपूरजवळ कलाईकुंडा येथील तळावर दिलीप होते. तिथे ते गोळीबाराचा सराव करत होते. या तळावर बॉंबफेक वगैरेच्या सरावासाठी मोठी जागा आहे. दिलीप म्हणाले, ''आम्ही रनअवे गन्स वापरतो. या बंदुकीचा खटका एकदा दाबला की तिच्यातून सटासट गोळ्या सुटत राहतात. या गोळ्याही मोठ्या म्हणजे सहा इंची असतात. तुमच्या किती फेऱ्यांच्या गोळ्या अचूक लागल्या ते पाहण्यासाठी खाली मैदानावर १५×१५ चे कॅनव्हासचे लक्ष्य असते. त्यावर किती भोके पडली ते मोजले जाते. या गोळ्या पितळेच्या असतात. दूरवर रेंज सेफ्टी अधिकारी असतो. तो योग्य प्रकारे विमान खाली आले का ते पहात असतो. विमान शंभर फूटांहून कमी उंचीवर आणायचे नाही असा दंडक आहे. कारण या उंचीवरून गोळीबार केला तर गोळ्या 'रिकोशे' होतात, म्हणजेच उसळून परत येतात आणि आपल्याच विमानाला लागण्याचा धोका असतो.

दिल्लीजवळ फरिदाबादजवळ तिलपत येथेही असा तळ आहे. तिथे २५-३० मीटरवर लक्ष्य असते आणि १५×१ चे कॅनव्हास लावले जाते. विमान उंच उडून खाली येते. मग गोळीबार केला जातो. गोळी खाली पडते. काडतूस बाहेर पडते. एकदा खटका दाबला की प्रति मिनिट ६०० गोळ्या बाहेर पडतात. अलीकडे तर ही गती आणखी वाढलेली आहे. गोळ्यांची शेल्स (वरची आवरणे) पितळी असल्यामुळे ती विकत घेतली जातात. त्यांना बरीच मागणी असते. तिलपतमध्ये आजूबाजूच्या गावांतील ग्रामस्थ आमचा सराव चालला की गोळा व्हायचे. सराव संपला की शेल्स गोळा करून ते निघून जात.''

दिलीप म्हणाले, ''प्रशिक्षणार्थी पायलट्सना आम्ही सांगत असू, की टार्गेट नं. २ वर शूट कर. ग्रामस्थांनी हा सगळा प्रकार इतक्या वेळा पाहिलेला असे की त्यांना म्हणजे कुठे ते बरोबर समजायचे. पितळी शेल्स कुठे पडतील ते त्यांच्या लक्षात यायचे. ते बरोबर टार्गेट नंबर १ आणि ३ च्या मागे लपून रहात. पायलट दुसऱ्या डाईव्हवर येईपर्यंत मध्ये ३-४ मिनिटांचा कालावधी जातो. तोपर्यंत ते शेल्स गोळा करत. या लोकांना अडवणेही शक्य नसे. कारण कित्येक ग्रामस्थ तिथे जमा झालेले असत.''

''एकदा एकाला गोळी लागली. ग्रामस्थांनी लगेच त्याला उचलले, कारण तो आत आला असे दिसले असते तर त्याला शिक्षा झाली असती. परंतु तो हद्दीबाहेर होता असे दाखवण्याचा त्यांचा प्रयत्न होता. त्याला प्राणघातक जखम झाली नव्हती. परंतु मग या सगळ्या प्रकरणाची चौकशी झाली आणि भरपाई दिली गेली. असे अनेक प्रसंग हवाई दल अधिकाऱ्याच्या आयुष्यात येतात आणि मानवी स्वभावाचे कित्येक नमुने त्याला पहायला मिळतात. आयुष्य परिपक्वतेने जगायचे असेल, तर तरुणांनी जरूर हवाई दलात दाखल झाले पाहिजे,'' दिलीप म्हणाले.

तिलपत रेंज आता बंद झाली आहे. परंतु दिलीप हवाई दलात असताना तिथे त्यांनी फॉर्मेशन एअरोबॅटिक्स केली होती. कलाईकुंडा येथे असतानाच दिलीप यांनी तिसरे इजेक्शन केले.

एक मिनिट, आधी स्कोअर सांगा

त्या दिवशी क्रिकेटची मॅच सुरू होती. सगळे जण कॉमेंटरी ऐकत बसले होते. तेवढ्यात दिलीप यांची सॉर्टीची वेळ झाली होती. त्यामुळे ते गेले. त्यांनी विमान सुरू केले. विमान उडाले. दिलीपनी ते डावीकडे वळवले. विमान जेमतेम ५०० मीटर उंचीपर्यंतही पोहचले नव्हते. तोच इंजिन बंद झाले. स्टोव्ह विझवल्याप्रमाणे फुक् असा आवाज झाला. क्रू रूममध्ये भीषण शांतता पसरली. ताबडतोब लोक बाहेर पडले. तोपर्यंत दिलीप यांना परिस्थितीचा अंदाज आलाच होता. हे काही त्यांचे पहिले इजेक्शन नव्हते. त्यांनी तिसऱ्यांदा इजेक्शन केले. अर्थातच पुन्हा एकदा अंकलचा अपघात डोळ्यांसमोर आला होताच.

ते म्हणाले, ''इजेक्ट केल्यावर सीट विमानाच्याही वर उंचावर जाते. तशीच त्यावेळी उडाली आणि पॅराशूट उघडले. या पॅराशूटचा व्यास २४ फूट असतो. मी खाली उतरलो. तोपर्यंत रेस्क्यू हेलिकॉप्टर आले होतेच. मला स्क्वॉड्रनमध्ये आणले गेले. लोक भोवती जमा झाले. 'काय झाले? काय झाले?' चे सूर उमटू लागले. फार काय झाले होते असे मला वाटले नव्हते. त्यापेक्षा माझे लक्ष कॉमेंटरीकडे होते. मी त्यांना म्हणालो, ''एक मिनिट. प्रथम स्कोअर किती झाला ते सांगा. मग काय झाले ते सांगतो.''

दिलीप यांचा हा धीरगंभीरपणा कित्येकांना नेहमीच आश्चर्यकारक वाटत आला आहे. जिवावर बेतल्यावरही हा माणूस एवढा 'कूल' कसा काय राहू शकतो, असा प्रश्न ते परस्परांना आणि बऱ्याचदा दिलीपना विचारतात. दिलीप त्यावर काय उत्तर देणार? तो तर त्यांचा निसर्गदत्त स्वभावच आहे.

हंटरच्या अपघातातून बचाव

दिलीप सिंगापूरला गेले. तिथे हंटर विमाने होती. दिलीपना हंटर उडवण्याचा ७०० तासांचा अनुभव होता. हंटर उडवल्यानंतर त्यांनी सुखॉय विमाने उडवली होती. त्या सुमारे सात वर्षांत त्यांनी हंटरला हातही लावला नव्हता. त्यामुळे नंतर त्यांना सराव करायचा होता. त्यासाठी आवश्यक परवानग्या काढून ते हिंडनला गेले. तिथे हंटरची सॉर्टी ते करत होते. हंटरमध्ये अत्यंत आणीबाणीची परिस्थिती उद्‌भवते, त्यावेळी हायड्रॉलिक ब्रेक्स निकामी होतात. अशा

वेळी कंट्रोल्स जड होतात. हिंडनला दुसऱ्यांदा सॉर्टी करत असताना दिलीप यांच्या विमानाचे हायड्रॉलिक्स आणि इलेक्ट्रिकल ब्रेक्स निकामी झाले. पॉवर कंट्रोल्स अत्यंत जड बनले. या परिस्थितीत विमान उतरल्यावरही ब्रेक चालत नाहीत. त्यावेळी इंजिन बंद करून हळूहळू विमान थांबवावे लागते. दिलीपनी प्रसंगावधानाने ताबडतोब वेग कमी केला. इमर्जन्सी ब्रेक लावले आणि हळूहळू विमान धावपट्टीवर उतरवले.

प्रकरण १९.

सेकंड इनिंग्ज

असे अनेक अनुभव दिलीपनी घेतले. दर वेळी त्यांच्या धाडसाचा आणि प्रसंगावधानाचा कस लागत होता. परंतु आता युद्ध नव्हते. अर्थातच दिलीपनाही युद्धाची हौस नव्हती. त्याच दरम्यान १९८५ मध्ये ते ग्रुप कॅप्टन झाले. त्यानंतर विमान उडवण्याच्या संधी आणखी कमी होतात. दिलीपना फक्त वरवरच्या हुद्यावर जात राहण्याची आवड नव्हती. ते फायटर पायलट बनण्यासाठीच हवाई दलात दाखल झाले होते. सुमारे २५ वर्षे त्यांनी ते काम केले होते. त्याच दरम्यान त़्यांच्या वडलांचे निधन झाले. आता त्यांच्या पत्नींनीही त्यांना नोकरी सोडण्याचा आग्रह सुरू केला होता. तिसऱ्या इजेक्शननंतर त्या धास्तावल्या होत्या. पहिल्या इजेक्शनच्या वेळी काँप्रेशन फ्रॅक्चर झाले असे वाटले होते. त्यावेळी दिलीपना काहीच जाणवले नसले तरी पाठीच्या कण्याचा एक्स रे काढल्यावर माकडहाडाला छोटासा फ्रॅक्चर असल्याचे आढळले होते. त्यावेळी सहा आठवड्यांची बेडरेस्ट त्यांना घ्यावी लागली होती. त्यानंतर ते कामावर रुजू झाले होते. दुसऱ्या इजेक्शनच्या वेळी इजेक्शनचा त्रास झाला नव्हता. परंतु ते युद्धकैदी झाले होते. त्यानंतर हे तिसरे इजेक्शन झाले होते. बरीच वर्षे आई, वडील आणि पत्नी यांचा नोकरी सोडण्याचा आग्रह त्यांनी थोपवून धरला होता. परंतु अखेरीस त्यांनी राजीनामा देण्याचा निर्णय घेतला. त्यामागे आता विमान उडवणे कमी झाल्याचे आणि वडलांच्या निधनाचे कारण प्रमुख होते.

दिलीपनी १९८७ मध्ये राजीनामा दिला. त्यावेळी लक्ष्मण कात्रे एअर चीफ मार्शल होते. दिलीप यांचा राजीनामा त्यांच्याकडे पाठवला गेला. ते दिलीपना धाडसी अधिकारी म्हणून ओळखत होते. त्यांनी तातडीने तेथील अधिकाऱ्याला विचारले, ''हाऊ कॅन वी लूज ऑफिसर लाईक हिम? कोणी त्याच्याशी बोलले का?''

काय गडबड केलेयस?

हवाई दलाच्या मानवी संसाधन विभागाचे प्रमुख जे.के. सेठ यांनी त्यांना दिल्लीला येण्याची सूचना दिली.

दिलीप म्हणाले, ''मी त्यावेळी पुण्यात एन.डी.ए.मध्ये अधिकारी म्हणून काम करत होतो. तिकडे एक विमान येणार होते. ते परत गेले, तेव्हा त्यातूनच मी दिल्लीला गेलो. त्यावेळीही एक गंमत झाली होती. ज्यावेळी कोणीतरी काहीतरी घोटाळा करतो, त्यावेळीच विमान पाठवून त्याला बोलावून घेतले जाते. त्यामुळे मला विमान पाठवून बोलावले गेले हे समजल्यावर माझ्या इथल्या अधिकाऱ्यांनी मला विचारले, ''दिलीप, काय गडबड केलेयस?'' मी त्यांना सत्य परिस्थिती सांगितल्यावर त्यांनीही मला पुन्हा एकदा विचार करण्याचा सल्ला दिला. मी दिल्लीला गेलो. एअर चीफ मार्शल कात्रेंनी मला राजीनामा देण्यामागचे कारण विचारले. मी त्यांना वडील वारल्याचे सांगितले. त्यांनी मला आणखी विचार करायला सांगितले. परंतु मी पूर्ण विचारांती दोन वर्षे काम केले नाही. मी राजीनामा दिलाच. नोकरी सोडताना खूपच वाईट वाटले. माझे ते स्वप्न होते. ते आपल्याच हातांनी मी संपवत होतो. परंतु त्याला इलाज नव्हता. माझ्या मनाप्रमाणे मी भरपूर काळ नोकरी केली होती. धाडसे अनुभवली होती. आता कौटुंबीक जबाबदाऱ्या पार पाडणे क्रमप्राप्त होते. जड अंतःकरणाने मी सहकाऱ्यांचा निरोप घेतला आणि बाहेर पडलो. ते १९८७ साल होते. मागे वळून पाहतो त्यावेळी वाटते की मी भरपूर अनुभव घेतला होता. कदाचित तो निर्णय योग्यच होता. मी योग्य वेळीच बाहेर पडत होतो, कारण नंतर मी असेच काही करत राहिलो असतो. त्यानंतर कुठलेच युद्ध झाले नाही. त्यामुळे आपल्या अनुभवाचा फायदा आपण देशाला करून दिला नाही, अशी खंतही माझ्या मनात नाही.''

निवृत्तीनंतर...

दिलीप हवाई दलातून बाहेर पडले, परंतु त्यावेळीही ते निवृत्त होऊन बाहेर पडलेले नव्हते. त्यांची पन्नाशीही आलेली नव्हती. त्यांचे वय होते फक्त ४५ वर्षे. अजूनही उमेदीचे वयच होते. त्यामुळे त्यांनी मग इतर गोष्टींकडे आपले लक्ष वळवले. आयुष्याची सेकंड इनिंग म्हणून त्यांनी या बदलाकडे पाहिले. पुण्याची सुखद हवा आणि एन.डी.ए.ची ओढ यांमुळे त्यांनी राहण्यासाठी पुण्याची निवड केली. सूसमध्ये त्यांनी फळबाग लागवडीचा प्रकल्प राबवला. सूस फार्म चांगले विकसित होऊ लागले होते. त्यात त्यांनी कलमी आंब्याची दीडशे रोपे लावली आणि दोन एकरांत डाळिंबाची लागवड केली होती. सूसच्या पलीकडे लवळे गावात त्यांनी १५० एकर जमीन विकत घेतली आणि तिथे एक लाख झाडे लावली. शालेय जीवनापासूनचे त्यांचे मित्र ग्रुप कॅप्टन मंदारकर यांच्या साहाय्याने त्यांनी हा प्रकल्प हाती घेतला होता. सागर, बोर, लिंबू, जांभूळ इ. झाडे त्यांनी लावली होती. काही काळ त्यांनी हे काम केले आणि नंतर तो प्रकल्प विकून टाकला. त्यात चांगला नफा झाला.

याच दरम्यान दिलीपनी बजाजचे वर्कशॉप सुरू केले. त्यात श्री. रवी बिळगी हे त्यांचे भागीदार होते. परंतु तो त्यांच्या स्वारस्याचा विषयच नव्हता. त्यामुळे तेथील सुपरवायझरलाच त्यांनी वर्कशॉप विकून टाकले. आज वयाच्या ७४ व्या वर्षीही ते सक्रिय आहेत. विविध प्रकल्पांत गुंतलेले आहेत.

अनेकांना त्यांनी मदत केली आहे. मात्र या समाजसेवी कामांचा फार मोठा उल्लेख ते करत नाहीत. त्यांच्या घरच्या कामवाल्या महिलांपासून ते संपर्कातील इतर लोकांपर्यंत त्यांनी अनेकांची आयुष्ये मार्गी लावण्यात मोलाचा वाटा उचलला आहे. परंतु त्यांच्या मते ती समाजसेवा नाही. कारण ती सगळी त्यांची आपलीच माणसे आहेत. यात त्यांच्या पत्नींची त्यांना मोठीच साथ लाभली आहे. परंतु हे दांपत्य त्याचा गाजावाजा करण्यापासून लांब आहे.

हवाई दलात जरूर जा

दिलीप म्हणतात, ''सर्वसामान्य नागरिक हवाई दलापासून आणि सैनिकी सेवांपासून एवढे लांब असतात की त्यांना त्यातील गंमत समजतच नाही.

पुण्यातील किती जणांनी एन.डी.ए.ला भेट दिली आहे याविषयी माझ्या मनात शंकाच आहे. सैन्य दलांतील आयुष्यही एकदा तरी उत्सुकतेपोटी का होईना; पण कसे असते ते जरूर पहा. मृत्यू येणारच असेल, तर तो तुम्हाला सहज रस्त्याने चालतानाही गाठू शकतो. हवाई दलात गेले की मृत्यू गाठत नाही. हवाई दलातील आयुष्य हे खऱ्या अर्थाने 'रॉयल लाईफ' असते. माणसाच्या जीवनाला त्याचा परिसस्पर्श झाला की तो सर्वसामान्य रहातच नाही. त्याच्या मनाच्या कक्षा रुंदावतात.' व्यक्तिमत्त्व विकास' हा अलीकडचा परवलीचा शब्द आहे. परंतु हवाई दलात तो न वापरताच अक्षरशः सुरवंटाचे फुलपाखरू केले जाते. बाहेरच्या जगातील चिंता, विवंचना त्या शौर्याच्या जगात आपल्याला स्पर्शसुद्धा करू शकत नाहीत. एक स्वप्नमयी, आलिशान दुनिया आपल्यासमोर उलगडली जाते. जिवाभावाचे आणि खऱ्या अर्थाने जिवाला जीव देणारे मित्र मिळतात. ती आपल्या आयुष्यातील मोठी शिदोरी असते. परंतु अनेकांना या जीवनाची माहितीच नसते. नोकऱ्या नाहीत म्हणून रडण्यापेक्षा सैन्य दलांकडे वळा. तिथे तुमचे स्वागतच असते आणि आयुष्यात अक्षरशः चमत्कार घडतो.''

आपण आनंदाने जगावे, इतरांनाही त्या आनंदात वाटेकरी करून घ्यावे, त्यासाठी गरज पडली तर आर्थिक झळही सोसावी असा या दांपत्याचा दिनक्रम आहे. ते मजेत जगतात आणि इतरांनाही तसेच जगण्याचा संदेश आपल्या वागण्यातून देत राहतात. म्हणूनच एका माजी परदेशी पंतप्रधानांच्या विधानाचा दाखला देत '७३ इयर्स इज नॉट अ सिन' असे दिलीप गंमतीने म्हणू शकतात.

तुम्ही जे इतरांना देता, तेच इतरांकडून तुम्हाला परत मिळते असे म्हटले जाते. दिलीप त्याचे चालतेबोलते उदाहरण आहेत. म्हणूनच मी सुरुवातीला म्हटल्याप्रमाणे त्यांच्या संपर्कात येणाऱ्या व्यक्तीला आपण कोणाशी बोलतो आहोत ते समजत नाही. कारण समोर बसलेला २५-३० वर्षांचा तरुण आपल्याला चक्क म्हणत असतो, की ''माझं वय आता ७३ आहे.''

ग्रुप कॅप्टन परुळकर या भारदस्त व्यक्तिमत्त्वाचा ताण समोरच्या व्यक्तीवर बिलकूल येऊ न देता ते तिच्याशी कसे मैत्रीपूर्ण पद्धतीने बोलू लागतात ते पाहून आपण चकित झालेलो असतो. मग आपल्याला पुनःपुन्हा वाटत राहते,

की कदाचित २५-३० नसेल; पण आपण ऐकत असताना आपल्या मेंदूने नक्कीच आपल्याला दगा देऊन नजरेसमोर ३७ चा उलटा आकडा आणला असावा!

ऋणनिर्देश

या पुस्तकाचा कच्चा आराखडा वाचून एअर मार्शल (निवृत्त) भूषण गोखले आणि ब्रिगेडिअर (निवृत्त) रवी पळसोकर, एअर चीफ मार्शल (निवृत्त) प्रदीप नाईक, यांनी मौलिक सूचना केल्या. त्याबद्दल त्यांचे आभार मानलेच पाहिजेत

एअर व्हाईस मार्शल (निवृत्त) रवी लिमये, व्हाईस चीफ ऑफ एअर स्टाफ (निवृत्त) माईक मॅक्मोहन यांनी पुस्तकाविषयी अभिप्राय दिले. श्री. अजित डोंगरे यांनी पुस्तकाचे बारकाईने प्रूफ रिडिंग करून मजकुराच्या शुद्धलेखनविषयक अचूकतेत भर टाकली. या सर्वांचे मनापासून आभार. ग्रुप कॅप्टन (निवृत्त) तेजवंत सिंग यांनी त्यांच्या संग्रहातील छायाचित्रे उपलब्ध करून दिली. त्याबद्दल मी त्यांच्याशी कृतज्ञ आहे.

विश्वकर्मा पब्लिकेशनने हे पुस्तक प्रकाशित केले. तेथील मुख्य कार्यकारी अधिकारी विशाल सोनी यांनी पुस्तक लेखनापासून प्रकाशनापर्यंतच्या प्रत्येक टप्प्याबाबत मोठेच स्वारस्य घेतले. कर्नल (निवृत्त) पित्रे यांनी पुस्तकाचे सुयोग्य शीर्षक सुचवण्यासाठी मदत केली. त्यांचे आभार मानणे हे माझे कर्तव्यच आहे. तसेच संपादन विभागातील ज्येष्ठ सहकारी श्रीमती शारदा दुबे यांनीही पुस्तकाविषयी महत्त्वाच्या सूचना केल्या. डिझायनर चैताली नाचणेकर यांनी सुबक लेआऊट आणि सुसंगत मुखपृष्ठ केले. श्री. राजेंद्र गिरीधारी यांनी ग्रुप कॅप्टन (निवृत्त) दिलीप परुळकर व त्यांचे वडील यांचे सुंदर रेखाचित्र तयार केले. या सर्वांचेच मी आभार मानते.

लेखिकेचा परिचय

डॉ. मीना शेटे - संभू यांनी वनस्पतिशास्त्र (बॉटनी) विषयात एम.एस्सी., एम.फिलपर्यंत शिक्षण घेतले असून एम.फिल.चे शिक्षण सुरू असताना दोन वर्षे कोल्हापूरच्या राजाराम महाविद्यालयात सिनिअर लेक्चरर म्हणून काम केले. शैक्षणिक क्षेत्रात शालेय, महाविद्यालयीन आणि विद्यापीठीय स्तरावर त्यांनी अनेक पारितोषिके मिळवली. तसेच राज्य कबड्डी खेळाडू म्हणून त्यांनी क्रीडा स्पर्धांत भाग घेतला.

पत्रकारितेतील एम.जे.सी. ही पदव्युत्तर पदवी त्यांनी मिळवली असून दै. सकाळमध्ये विद्यार्थी दशेपासूनच सुमारे २१ वर्षे वरिष्ठ उपसंपादक म्हणून काम केले. तसेच कोल्हापूरच्या शिवाजी विद्यापीठात त्यांनी पत्रकारितेच्या मानद प्राध्यापिका म्हणून चार वर्षे काम केले आहे. डॉक्टर ऑफ नॅचरोपथीचे शिक्षणही त्यांनी घेतले आहे.

शोध पत्रकारितेच्या क्षेत्रातील त्यांच्या अनेक वृत्तमालिका गाजल्या आणि त्यासाठी त्यांना अनेक मानसन्मान व पारितोषिके मिळाली आहेत. दहावी आणि बारावीच्या विद्यार्थ्यांमधील उच्च रक्तदाबाचे प्रमाण त्यांनी एका वैद्यकीय संघटनेतर्फे तपासले. या त्यांच्या बातमीची सर्वच मराठी, इंग्रजी वृत्तपत्रांनी आणि देश पातळीवरील विविध नियतकालिकांनी मोठीच दखल घेतली होती. तसेच पत्रकार संघाकडून घेतल्या जाणाऱ्या शोधनिबंध स्पर्धेतही त्यांना बक्षीसे प्राप्त झाली आहेत.

सन २००४ मध्ये 'पत्रकारितेच्या क्षेत्रातील स्त्री-पुरुष असमानता' या विषयावरच्या युरोपमध्ये झालेल्या चर्चासत्रांसाठी त्यांची आंतरराष्ट्रीय पत्रकार संघातर्फे निवड झाली. तेथील कामगिरीमुळे दिल्ली व बंगळुरू येथे झालेल्या चार आंतरराष्ट्रीय चर्चासत्रांसाठीही त्या पात्र ठरल्या.

त्यांची चार स्वतंत्र पुस्तके प्रसिद्ध झाली आहेत. पत्रकारितेच्या क्षेत्रातून बाहेर पडल्यानंतर गेली पाच वर्षे त्या अनुवादिका आणि संपादिका म्हणून काम

करत आहेत. या कालावधीत त्यांची चाळीसहून अधिक अनुवादित पुस्तके प्रकाशित झाली असून सुमारे शंभरहून अधिक पुस्तकांचे संपादन त्यांनी केले आहे. अनुवादित पुस्तकांमध्ये अमिश यांची शिवा ट्रिलजी, लेव्हिस पॅट्रिक यांचे साधु, एलिझाबेथ गिल्बर्ट यांचे ईट, प्रे, लव्ह आणि कमिटेड, अश्विन संघी यांचे द कृष्णा की तसेच करिश्मा कपूर यांचे सुपरमॉम या काही जगभर गाजलेल्या पुस्तकांचा समावेश आहे. याशिवाय चि रनिंग, मॅन इन द वूडन हॅट, द स्मॉल टायगर्स ऑफ शेरगड अशी विविध विषयांवरील पुस्तकेही नावाजली गेली आहेत.

अनुवादाच्या कामाबरोबरच त्या कथक या शास्त्रीय नृत्याचे प्रशिक्षण वर्गही चालवतात.

ग्रुप कॅप्टन (निवृत्त) दिलीप परुळकर यांचे बालपणीचे छायाचित्र.

एन.डी.ए.मध्ये प्रशिक्षण सुरू असताना माँ नी मुंबईच्या प्रसिद्ध हॅमल्टन स्टुडिओमध्ये मोठ्या कौतुकाने श्री. दिलीप परुळकर यांचे काढून घेतलेले छायाचित्र.

HT2 विमानाबाहेर प्रशिक्षणादरम्यान (उजवीकडे) उदूकाका आणि शेजारी दिलीप परुळकर. उदूकाकांचे हे छायाचित्र श्री. दिलीप परुळकर कायमच स्वतःजवळ बाळगत होते.

उटीच्या स्टाफ कॉलेजमध्ये काही काळ श्री. दिलीप परुळकर प्रशिक्षणासाठी दाखल झाले होते. त्यावेळी तेथील निवासस्थानाबाहेर घेतलेले त्यांचे छायाचित्र.

पत्नी व दोन मुलांसह ग्रुप कॅप्टन (निवृत्त) दिलीप परुळकर.

पत्नी राजलक्ष्मी यांच्यासह ग्रुप कॅप्टन (निवृत्त) दिलीप परुळकर.

उटीच्या स्टाफ कॉलेजमध्ये 'शो जंपिंग' हा धाडसी आणि
अत्यंत कौशल्य आवश्यक असलेला खेळ खेळताना श्री. दिलीप परुळकर.

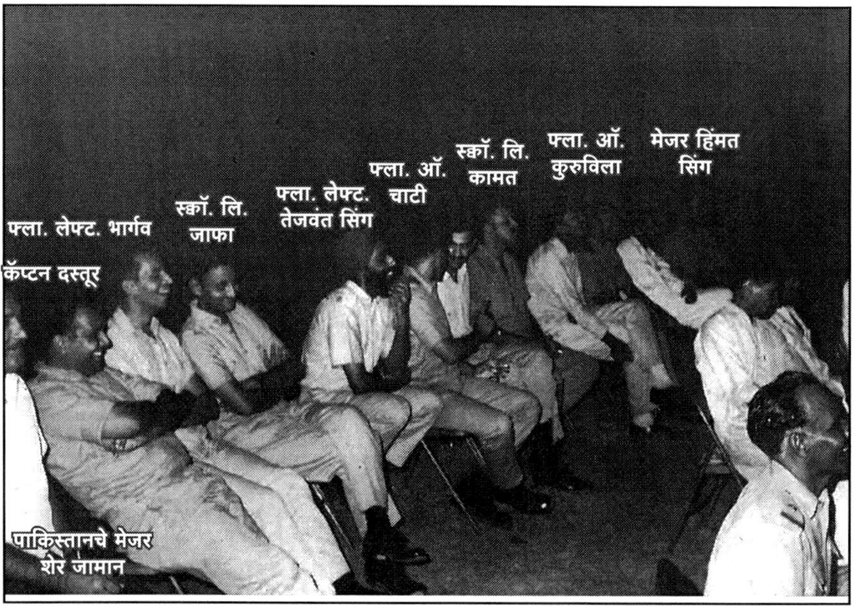

पाकच्या लायलपूरच्या तुरुंगात भारतीय जवानांनी सादर केलेला जन्माष्टमीचा कार्यक्रम पाहण्यात
दंग असलेले पाकिस्तानच्या ताब्यातील भारतीय हवाई दलाचे अधिकारी.

(तेजवंत सिंग यांच्या सौजन्याने)

अखेर तळमळ संपली : एक डिसेंबर १९७२ रोजी पाकने त्यांच्या ताब्यातील भारताच्या हवाई दल अधिकाऱ्यांना परत पाठवले. त्यानंतर अमृतसरहून दिल्लीच्या विमानतळावर 'ॲव्हरो' विमानातून उतरताना हवाई दलाचे अधिकारी.

(तेजवंत सिंग यांच्या सौजन्याने)

'पाकच्या ताब्यातील भारतीय युद्धकैदी' हा शिक्का पुसला गेलेले ॲव्ह्रो विमानातून उतरणारे भारतीय हवाईदलाचे अधिकारी.

(तेजवंत सिंग यांच्या सौजन्याने)

एक डिसेंबर १९७२ रोजी अमृतसरच्या नागरिकांनी रामबाग येथे केलेल्या उत्स्फूर्त स्वागताचा स्वीकार करणारे हवाई दलाचे अधिकारी.

(तेजवंत सिंग यांच्या सौजन्याने)

पाकिस्तानच्या तुरुंगातून सुखरूप घरी परतल्यानंतर औक्षण करताना तत्कालीन फ्लाईट लेफ्टनंट दिलीप परुळकर यांच्या आई.

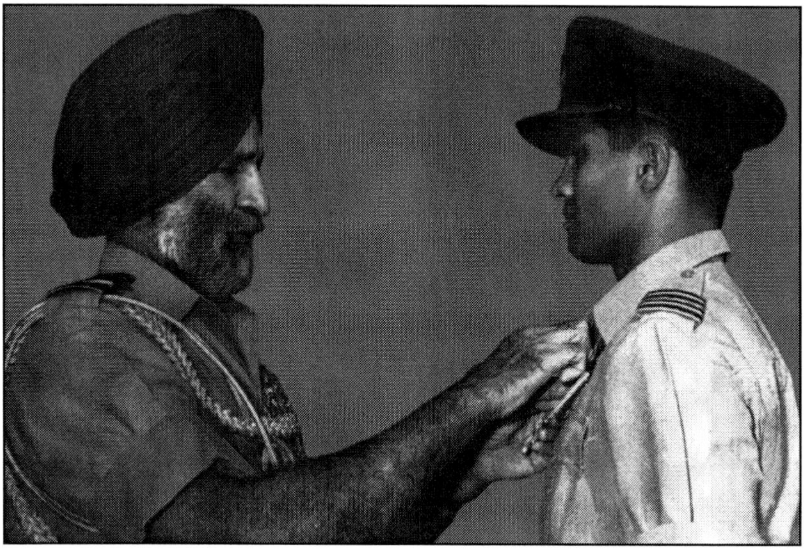

श्री. दिलीप परुळकर यांना वायुसेना मेडलने सन्मानित करताना मार्शल ऑफ द एअर फोर्स अर्जन सिंग.

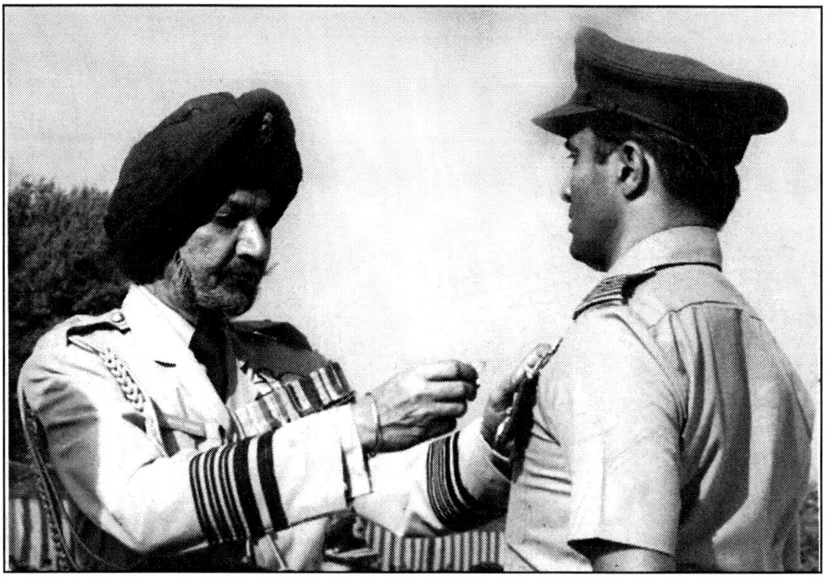

विशिष्ट सेवा मेडल देऊन श्री. दिलीप परुळकर यांचा गौरव करताना तत्कालीन एअर चीफ मार्शल दिलबाग सिंग.